अत्यंत चित्रदर्शी, भावरम्य प्रेमकहाणी... वॉलर हे उत्कृष्ट कथाकथनकार आहेत.

- वॉशिंग्टन पोस्ट

काव्यात्म, संवेदनाक्षम आणि रोमांचकारी अशा अमर प्रेमाची कथा.

- सॅन फ्रान्सिस्को क्रॉनिकल

योगायोगानं एकमेकांना भेटलेली दोन माणसं आणि मेणबत्त्यांचा मंद प्रकाश यातून विलक्षण असं काहीही घडू शकतं.

- मायामी हेरॉल्ड

बोलकं, भावनाप्रधान आणि थेट काळजाला हात घालणारं चित्रण... मी तर हे पुस्तक खालीच ठेवू शकले नाही.

- बार्बारा टेलर ब्रॅडफोर्ड

अमेरिकेच्या हार्टलँडमधून - आयोवा प्रांतातून आलेले लेखक जेम्स वॉलर यांच्या लेखणीतून उतरलेली ही ग्रामीण प्रेमकहाणी लोकांच्या हृदयाचा ठाव घेणारी आहे.

- पीपल

ही तर अक्षरशः पाषाणालासुद्धा पाझर फुटावा अशी कथा आहे. ती इतकी उत्कट, इतकी वेधक आहे कारण त्याला वास्तवाची झालर आहे.

- एंटरटेनमेंट वीकली

ही कादंबरी आशावादाने ओतप्रोत भरलेली कहाणी आहे. ज्या गोष्टी आपल्या मनाला आणि हृदयाला खोलवर आधीपासूनच माहीत आहेत, त्यांविषयीच ती आहे.

- लॉस एंजलिस डेली न्यूज

एक अत्यंत सुंदर पद्धतीनं मांडलेली ही प्रेमकहाणी तिच्या साधेपणामुळेच इतक्या जबरदस्त ताकदीनं उभी राहिलेली आहे आणि संस्मरणीय बनली आहे.

- रॉकी माउंटन न्यूज

रॉबर्ट जेम्स वॉलर यांच्या लेखणीनं चितारलेली ही पहिलीच कादंबरी वाचकाला मंत्रमुग्ध करणारी आणि परिणामकारक आहे; त्यामुळेच ती अविस्मरणीय बनली आहे.

- क्लीव्हलँड प्लेन डीलर

जबरदस्त ताकदीची, मनाला पटणारी ही कथा 'त्रिस्तान अँड इसोल्डे' किंवा 'सायकी अँड इरॉस' या कथांइतकीच उत्कट आहे आणि कितीतरी पटींनी जास्त वास्तववादी आहे.

- कोलंबस डिस्पॅच

मधूनच कधीतरी अशी भारून टाकणारी, खिळवून ठेवणारी कादंबरी. हे पुस्तक एखाद्या अनमोल रत्नासारखं आहे. एका प्रतिभाशाली लेखकाच्या कल्पनाशक्तीतून निर्माण झालेली ही कादंबरी आपल्या नेहमी वाचनात येणाऱ्या पुस्तकांपेक्षा अनन्यसाधारण अशी आहे. 'द ब्रिजेस ऑफ मॅडिसन काउंटी' ही एकमेवाद्वितीय अशी साहित्यकृती आहे.

- इंडियाना पोलीस न्यूज

एखाद्या अश्रूइतकीच परिपूर्ण!

- ओरलँडो सेंटिनेल

भावनाप्रधान, बोलकं, उत्कट... प्रेम आणि शृंगाररस अत्यंत अभिरुचीपूर्ण पद्धतीनं चितारणारं हे अतीव सुंदर लेखन आहे.

- द मॉइन संडे रजिस्टर

एक जुन्या पद्धतीची, सरळ साधी प्रेमकहाणी पण चैतन्यानं सळसळणारी. लेखक वॉलर यांनी मला मंत्रमुग्ध करून टाकलं.

- रेनॉल्ड्स प्राइस

एक प्रेमकहाणी, तुम्हाला भारून टाकेल, जागच्या जागी खिळवून ठेवेल अशी. या एकमेवाद्वितीय अशा कलाकृतीनं रॉबर्ट जेम्स वॉलर यांना या देशातल्या साहित्यिकांमध्ये एका वेगळ्याच उंचीवर नेऊन बसवलं आहे. ही कादंबरी तुम्ही सर्वांनी खरंच वाचा. ही आज्ञा नाही; तर हात जोडून प्रार्थना आहे, असं समजा.

- टुलसा वर्ल्ड

एक उत्कट भावनाप्रवण पुस्तक; परतपरत घेऊन वाचावं असं. लेखक वॉलर यांच्या काव्यमय गद्य लेखनाचा आस्वाद पुन:पुन्हा घ्यावासा वाटत राहातो.

- मिल्वॉकी सेंटिनेल

हे पुस्तक म्हणजे एक छोटासा हिराच आहे. एखाद्या आळसावलेल्या दुपारी घराच्या व्हरांड्यात बसून सहज वाचता येईल असं; पण कुणी तसं करू नका. उच्च प्रतीच्या वाइनचा सावकाश एक एक घुटका घ्यावा तसा प्रत्येक

पानाचा आस्वाद घेत घेत ते वाचा. एक जुन्या काळची ही प्रेमकथा लेखकानं अशी काही ताकदीनं उभी केली आहे की, ती तुमच्या मनाची आणि हृदयाची पकड घेते; तुम्हाला खिळवून ठेवते.

- टोलेडो ब्लेड

ही काही नुसती हलकीफुलकी प्रेमकहाणी नाही. तिच्यात संवेदनाक्षमता, विश्वास आणि बुद्धीची विलक्षण ताकद आहे.

- सॅन अँटोनिओ एक्सप्रेस न्यूज

अंतर्दृष्टी आणि बावऱ्या हळवेपणानं भरलेली ही कादंबरी आपल्याला एका दैवी शक्तीचा अनुभव देते. प्रेम म्हणजे काय हे या कथेतून मांडत असताना लेखकानं एका चिरंतन सत्याचा शोध घेतला आहे.

- संडे ओरेगॉनियन

हे पुस्तक एक चमत्कार आहे. रॉबर्ट आणि फ्रॅन्सेस्का यांचं नृत्य हळुवार आहे, सूचक आहे, बुद्धिमान आहे; त्यात दुःखही आहे आणि माधुर्यही... आणि ते इतकं सावकाश, इतकं नाजूक आहे की, ते आपल्या काळजाला हात घालतं, आपल्याला मुळातून हादरवून टाकतं; अस्वस्थ करून सोडतं. ही कथा नितांतसुंदर आहे, एवढंच सांगता येईल.

- विचिता इगल

चिरंतन प्रेमाचे यथार्थ चित्रण...

दैनिक लोकसत्ता २३-७-२०१७

'THE BRIDGES OF MADISON COUNTY'
आणि **'A THOUSAND COUNTRY ROADS'**
या जगप्रसिद्ध कादंबऱ्यांचा अनुवाद

अद्वैत

लेखक
रॉबर्ट जेम्स वॉलर

अनुवाद
लीना सोहोनी

मेहता पब्लिशिंग हाऊस

✆ +91 020-24476924 / 24460313 / Mob. No. 954500513

Email : production@mehtapublishinghouse.com

Website : www.mehtapublishinghouse.com

THE BRIDGES OF MADISON COUNTY & A THOUSAND COUNTRY ROADS by ROBERT JAMES WALLER

Translated into Marathi Language by Leena Sohoni

अद्वैत / अनुवादित कादंबरी

अनुवाद : लीना सोहोनी

Email : author@mehtapublishinghouse.com

मराठी अनुवादाचे व प्रकाशनाचे हक्क : मेहता पब्लिशिंग हाऊस, पुणे.

प्रकाशक : सुनील अनिल मेहता, मेहता पब्लिशिंग हाऊस,
१९४१, सदाशिव पेठ, माडीवाले कॉलनी, पुणे - ३०.

अक्षरजुळणी : इफेक्ट्स, २१/६ब, आयडियल कॉलनी, कोथरूड, पुणे - ३८

मुद्रक : पार्कसन्स ग्राफिक्स

मुखपृष्ठ : चंद्रमोहन कुलकर्णी

प्रथमावृत्ती : सप्टेंबर, २०१६

किंमत : ₹ ३५०

P Book ISBN 9789386175014

परदेशी भ्रमंतकांसाठी, परक्यांसाठी,
शेवटच्या काउबॉइजसाठी
आणि
माझ्या सगळ्या वाचकांसाठी,
ज्यांना राहिलेली कहाणी जाणून घेण्याची उत्कंठा होती

थोडक्यात, एका पर्वाचा अंत.

अनुवादाविषयी थोडेसे

रॉबर्ट जेम्स वॉलर यांनी १९९२ साली लिहिलेली पहिलीच कादंबरी तिच्या आगळेवेगळेपणामुळे लोकप्रियतेचे सगळे मापदंड पार करून गेली. ती जगभरात इतकी गाजली की, अल्पावधीतच तिच्या लक्षावधी प्रती खपल्या. अशी ही कादंबरी आमच्या वाचकांसाठी मराठीत आणण्याची कल्पना मेहता पब्लिशिंग हाऊसचे श्री. अनिल मेहता यांची!

सनातन रूढी आणि परंपरांचं ओझं मनावरून केवळ चार दिवसांपुरतं झुगारून देऊन केवळ फक्त काही क्षण स्वत:साठी जगण्याचा धाडसी निर्णय घेणाऱ्या एका प्रौढ स्त्रीची आणि तिच्या आयुष्यात अगदी योगायोगानेच आलेल्या तिच्या 'सोलमेट' (Soulmate)ची ही कहाणी आहे. अवघ्या २०० पानांचं हे छोटंसं पुस्तक मी केवळ चार तासांत वाचून काढलं.

अगदी खरं सांगायचं झालं तर, स्वत:ला आधुनिक विचाराची मानणाऱ्या माझ्यासारख्या स्त्रीलासुद्धा ही कथानायिका दोन क्षण धक्का देऊन गेली. पण मग मी माझ्या मनाची पाटी कोरी केली. गेली कित्येक वर्षं मनावर ठसलेल्या नीति-अनीति, योग्य-अयोग्य या संकल्पनांना काही काळापुरतं बाजूला ठेवलं आणि या कथानायिकेचा – फ्रॅन्सेस्काचा – विचार तिच्या स्वत:च्या दृष्टिकोनातून करू लागले. जन्माला आल्यापासून केवळ आई-वडिलांच्या, भावांच्या आणि पुढे लग्नानंतर पतीच्या आणि मुलाबाळांच्या मर्जीनुसार स्वत:चं आयुष्य निमूटपणे वयाची ४७ वर्षं

जगत आलेल्या या स्त्रीची स्वत:ची काही स्वप्नं, काही आवडी, प्रेमाबद्दलच्या, शृंगाराविषयीच्या काही भावभावना असतीलच की नाही? तिचे स्वत:चे काही विचार, काही ध्येयं, काही महत्त्वाकांक्षा असतीलच की नाही? मग त्यांची पूर्ती कधी करायची तिनं? का मरेपर्यंत असंच दुसऱ्यांना खूश करत जगत राहायचं? मग स्वत:चं आयुष्य कधी जगायचं तिनं? ती जसं कुटुंबाचं, समाजाचं देणं लागते, तसंच ती स्वत:चं काही देणं लागते की नाही? तिच्या वागण्याला आपले निकष लावून तिला अनीतिमान ठरवण्याचा अधिकार आपल्याला कुणी दिला?

रॉबर्ट जेम्स वॉलर यांनी आपल्या कुशल लेखणीतून चितारलेली ही फ्रॅन्सेस्का जॉन्सन रूढार्थानं नायिका म्हणता येईल अशी खरंतर नाहीच. ती १९६० सालातली एक साधीसुधी गृहिणी, एका खेड्यातल्या स्वत:ची जमीन कसणाऱ्या रांगड्या शेतकऱ्याची पत्नी, वयाची पंचेचाळिशी ओलांडलेली स्त्री आहे. घरातल्या माणसांसाठी स्वयंपाक करणारी, मुलांना शाळेत पोहोचवणारी, पतीच्या आज्ञेत राहणारी अत्यंत सोज्ज्वळ स्त्री. संसार करता-करता आपल्या तरुणपणीच्या स्वप्नांना तिलांजली देऊन, मन मारून विनातक्रार मूकपणे जगत असलेल्या त्या काळातल्या अनेक गृहिणींसारखी एक. पण रॉबर्ट किनसेड या कुशाग्र बुद्धीच्या कलंदर फोटोग्राफरच्या रूपाने तिच्या दारात अचानक एक वादळ येऊन उभं राहातं आणि त्याच्यापासून दूर पळून जाण्याऐवजी समाजाच्या साऱ्या बंधनांना, युगायुगांच्या रूढी-परंपरा आणि सनातन संस्कृतीच्या पुरातन बंधनांना झुगारून एका विलक्षण ओढीने ती स्वत:ला नकळत या वादळात झोकून देते. तिच्या जुनाट चिमुकल्या स्वयंपाकघरात, दिव्याच्या मंद प्रकाशात, भिरभिरणाऱ्या पतंगाच्या साथीने दोघांनी एकत्र बसून घेतलेल्या आइस-टीच्या सोबत, सिगारेटच्या, आवडीच्या गाण्यांच्या सोबत, कवी यीट्सच्या कवितेवर केलेल्या चर्चेच्या निमित्ताने इतके दिवस मनात दाबून ठेवलेल्या एकाकीपणाच्या दु:खाच्या कॉमन प्लॅटफॉर्मवर दोन मनं जवळ येतात. एका बेसावध क्षणी त्या दोघांच्यात जे काही घडतं, तो केवळ दोन देहांमध्ये झालेला क्षणिक व्यवहार नाही. एका अतूट नात्याची ती अटळ आणि आवश्यक अशी सुरुवात आहे. दोघांच्याही आजपर्यंतच्या अपुऱ्या जगण्याला पूर्णत्वाला नेणारी ती एक एकरूपता आहे. देहाच्या माध्यमातून दोन आत्म्यांचं ते मीलन आहे. दोघांचाही युगानुयुगांचा शोध त्या क्षणी संपलेला आहे.

पण शेजारच्या गावात जत्रेला गेलेले फ्रॅन्सेस्काचे कुटुंबीय चार दिवसांनी जेव्हा परत येतील, तेव्हा या जगावेगळ्या नात्याचा शेवट काय होणार आहे, हे वाचकाला पहिल्या पानापासूनच माहीत आहे. कारण सुरुवातीपासूनच लेखकाने 'फ्लॅश बॅक' तंत्राचा वापर केलेला आहे. फ्रॅन्सेस्काची मुलं मायकेल आणि कॅरोलिन आपल्या मृत आईच्या डायऱ्या जेव्हा वाचतात, तेव्हा आपल्या आईच्या आयुष्यात अवचित

आलेल्या एका परपुरुषावर तिचं किती जिवापाड प्रेम जडून गेलं, हे त्यांना उमगतं. परंतु केवळ आपल्या मुलांवरच्या आणि पतीवरच्या प्रेमापोटी तिनं आपल्या सुखाला तिलांजली दिली, हेही त्यांच्या अंत:करणाला स्पर्शून जातं. आईच्या डायऱ्यांमध्ये बंदिस्त असलेली ही चिरंतन प्रेमाची, तिच्या स्वार्थत्यागाची कहाणी जगासमोर यायला हवी असं त्या मुलांना वाटल्यामुळेच, ती या डायऱ्या घेऊन लेखकाकडे येतात आणि त्यांच्या या जगावेगळ्या विनंतीला मान देऊन लेखक लेखणी हातात धरतो, अशी या पुस्तकाची सुरुवात आहे.

मी स्वत: ही कादंबरी अक्षरश: झपाटल्यासारखी एका बैठकीत वाचून संपवली. रूढार्थाने ही जरी एक कादंबरी किंवा हे गद्य असलं, तरी ते खरंतर एक मोठं २०० पानांचं अखंड काव्य आहे किंवा एक गाणं आहे. गाण्यामधल्या जागा समजून घेण्यासाठी जसं एक हळुवार मन लागतं, तसंच इथेही घडतं. कादंबरीचा नायक आपल्या मनातील व्यथा, भावभावना जेव्हा शब्दांत मांडतो, तेव्हा त्याचा मतितार्थ समजून घेण्यासाठी लेखकाने लिहिलेल्या ओळींच्या पार पलीकडे डोकावून पाहावं लागतं. रॉबर्ट किनसेडच्या मनात डोकावून पाहावं लागतं...

असं एखादं पुस्तक जेव्हा अनुवादासाठी येतं, तेव्हा त्याचा तेवढाच समर्थ किंवा निदान त्याच्या जवळपास तरी पोहोचणारा अनुवाद करणं, हे धारदार तलवारीच्या पात्यावरून अनवाणी पावलांनी चालत जाण्याइतकं अवघड काम असतं. मी हा अनुवाद करण्याचा अत्यंत मनापासून प्रयत्न केला आहे. तो वाचकांच्या पसंतीला उतरेल अशी आशा आहे.

– लीना सोहोनी

प्रारंभ

काही गाणी निळ्या डोळ्यांच्या गवतावरून मुक्तपणे वाहात येतात, हजारो गावांकडे निघालेल्या धूळभरल्या पायवाटांवरून येतात. हेही गाणं त्यातलंच.

दुपारची वेळ. उन्हं कललेली. १९८९ सालचा शरद ऋतू. मी माझ्या टेबलापाशी बसलो आहे. माझे डोळे कॉम्प्युटर स्क्रीनवरच्या लुकलुकत्या कर्सरवर खिळलेले आहेत. अचानक टेलिफोन वाजतो.

मी फोन उचलतो. पलीकडून येणारा आवाज असतो मायकेल जॉन्सनचा. हा मूळचा आयोवा स्टेटचा रहिवासी. आता तो फ्लॉरिडात राहतो. त्याच्या एका मित्राने आयोवाहून त्याला माझं एक पुस्तक वाचायला पाठवलं. मायकेलने ते वाचलंय. त्याची बहीण कॅरोलिन हिनेही ते वाचलंय. त्यांच्याकडे एक कहाणी आहे. मला त्या कहाणीत नक्कीच रस वाटेल, असं त्यांना मनोमन वाटतंय. पण मायकेल बऱ्यापैकी सावध आहे. तो फोनवर फारसं काही बोलायला तयार नाही. त्यांच्या त्या कहाणीविषयी तर मुळीच नाही. पण मला ती कहाणी ऐकवण्यासाठी आणि त्या संदर्भात चर्चा करण्यासाठी मायकेल आणि कॅरोलिन हे दोघंही आयोवाला येऊन मला भेटायला तयार आहेत.

त्यांनी एवढं सगळं करण्याची तयारी दाखवली आहे, त्यामुळे माझंही कुतूहल जागृत होतं. खरंतर ह्या अशा प्रकाराबद्दल माझ्या मनात नेहमी थोडीफार साशंकता असते. पण या खेपेला मात्र मी त्या दोघांना भेटण्याचं मान्य करतो. पुढच्याच

आठवड्यात दे मॉइन्य मधल्या एका हॉटेलात आम्ही भेटायचं ठरवतो. हे हॉटेल 'हॉलिडे इन' एअरपोर्टच्या जवळच आहे.

ठरल्याप्रमाणे आम्ही तिथे पोहोचतो. एकमेकांच्या ओळखी होतात. सुरुवातीला आमच्यात थोडासा अवघडलेपणा असतो. पण जरा वेळाने तो निघून जातो. दोघं माझ्यासमोर बसलेले. सायंकाळची वेळ. बाहेर जरा बर्फ भुरभुरायला सुरुवात झालेली.

सुरुवातीला ते माझ्याकडून एक वचन घेतात : मी जर त्यांच्या कहाणीवर पुस्तक लिहिण्यास कबूल झालो नाही, तर मात्र १९६५ साली मॅडिसन काउंटीमध्ये जे काही घडलं किंवा त्यानंतरच्या चोवीस वर्षांत त्या गोष्टीशी संबंधित ज्या काही घटना घडल्या, त्यांच्याबद्दल मी कुठेही वाच्यता करायची नाही. त्यांचं म्हणणं मला पटतं. अगदी बरोबर आहे. अखेर ही कहाणी त्यांची आहे; माझी नव्हे.

म्हणून मी ती ऐकतो. अगदी कान देऊन ऐकतो. मी बरेच प्रश्न विचारतो. तेपण बोलतात. अगदी भरभरून बोलतात. बोलता-बोलता कॅरोलिनला अनेकदा रडू कोसळतं. मायकेलचेपण डोळे पाणावतात, पण तो स्वत:ला सावरतो. ते दोघं मला बरीच कागदपत्रं, नियतकालिकांमधली कात्रणं दाखवतात. शिवाय त्यांच्या आईने – फ्रॅन्सेस्काने – लिहिलेल्या डायऱ्या दाखवतात.

रूम सर्व्हिसचा पोऱ्या अनेकदा येतो-जातो. आम्ही वारंवार कॉफी मागवतो. ते दोघं बोलत असतात तेव्हा मला मिटल्या डोळ्यांपुढे प्रतिमा दिसू लागतात. नाहीतरी प्रतिमाच मन:पटलावर नेहमी आधी उमटतात. शब्द नंतर सुचतात. जरा वेळाने मला शब्द कानात ऐकू येऊ लागतात. शब्दांनी, वाक्यांनी भरलेली पानंच्या पानं डोळ्यांना दिसू लागतात. बघता-बघता रात्र पुढे सरकते. मध्यरात्रीनंतर कधीतरी मी माझा निर्णय त्यांना ऐकवतो. त्यांची कहाणी शब्दबद्ध करण्याचा निर्णय. निदान मनापासून, अगदी प्रामाणिकपणे तसा प्रयत्न करण्याचा निर्णय.

खरंतर ही कहाणी जगापुढे ठेवण्याचा निर्णय घेणं ही त्या दोघांच्या दृष्टीने मुळीच सोपी गोष्ट नव्हती. परिस्थिती खूप नाजूक होती. त्यांच्या आईचा त्यात थेट संबंध होता. आणि जरा दुरान्वयाने त्यांच्या वडिलांचाही होताच. ही कहाणी जगापुढे आणणं म्हणजे एका परीने फ्रॅन्सेस्का जॉन्सन आणि रिचर्ड जॉन्सन या आपल्या दिवंगत मात्यापित्यांविषयी उलट-सुलट चर्चेला निमंत्रण देणं आहे, याची मायकेल आणि कॅरोलिन या दोघांनाही कल्पना होती. लोकांच्या मनात रिचर्ड आणि फ्रॅन्सेस्का या जोडप्याविषयी जी काही प्रतिमा होती, ती या कहाणीने नक्कीच मलिन होणार होती.

आजकालचं जग असं आहे की, दोन व्यक्तींचा परस्परांवर असलेला विश्वास, अनुबंध या संकल्पनाच हळूहळू कालबाह्य होत चालल्या आहेत. प्रेम हीसुद्धा एक सोय, सुविधा बनून गेली आहे. या पार्श्वभूमीवर फ्रॅन्सेस्का जॉन्सनची – आपल्या

आईची आगळीवेगळी प्रेमकहाणी जगासमोर यायलाच हवी, असं मायकेल आणि कॅरोलिन या दोघांना तीव्रतेनं वाटलं. मलाही त्यांचे ते विचार पटले. आणि आता तर असंच वाटतं की, त्यांनी घेतलेला हा निर्णय अगदी योग्य होता.

मग मी त्या दृष्टीने संशोधनाचं काम सुरू केलं. ते करत असताना मी कॅरोलिन आणि मायकेल यांची आणखी तीन वेळा गाठ घेतली. त्यातल्या प्रत्येक वेळी ते अगदी विनातक्रार आयोवाला हजर झाले. ही कहाणी जशीच्या तशी, बिनचूकपणे जगापुढे यावी, हे त्यांच्या दृष्टीने फार महत्त्वाचं होतं. कधीकधी आम्ही नुसतीच एकत्र बसून चर्चा केली, तर कधी गाडीने मॅडिसन काउंटीमधल्या अनेक स्थळांना भेटी दिल्या. तिथल्या रस्त्यांवरून भ्रमंती केली. ते दोघं मला कथेच्या दृष्टीने महत्त्वाच्या ठिकाणी घेऊन गेले.

ही कथा तुम्हा वाचकांसमोर मांडण्याच्या कामी मला कॅरोलिन आणि मायकेल यांची जेवढी मदत झाली, तेवढीच मदत फ्रॅन्सेस्का जॉन्सन हिने तपशीलवार लिहून ठेवलेल्या डायऱ्यांचीपण झाली. त्याचप्रमाणे अमेरिकेच्या उत्तरेकडील राज्यांमध्ये, विशेषत: सिॲटल आणि बेलिंगहॅम, वॉशिंग्टन या ठिकाणी जाऊन मी बरंच संशोधन केलं. त्यातूनही पुष्कळ माहिती माझ्या हाती आली. मॅडिसन काउंटी, आयोवा इथेही मी बरीच माहिती गोळा केली. रॉबर्ट किनसेडने अनेक लेख लिहिले होते, त्यासमवेत त्याने काढलेले असंख्य फोटो होते, त्यांचा मला माझ्या पुस्तकासाठी खूप उपयोग झाला. फोटोग्राफीची फिल्म आणि साधनसामग्री पुरवणाऱ्या वितरकांशी मी बोललो. किनसेडचं बालपण जिथे गेलं त्या ओहायो राज्यातील बार्नेसव्हिल गावालाही मी भेट दिली. तिथे हयात असणाऱ्या काही वयस्कर लोकांना लहानपणीचा रॉबर्ट किनसेड आठवत होता, त्यांच्या मी मुलाखती घेतल्या.

पण एवढं प्रचंड संशोधन करूनसुद्धा माझ्या कथेत कुठेकुठे लहानसहान त्रुटी राहिल्याच आहेत. मला काही ठिकाणचे दुवे निखळल्यासारखे वाटले, तिथे मी माझ्या कल्पनाशक्तीची जोड देऊन कथेला पूर्णत्व आणण्याचा प्रयत्न केला. माझ्या संशोधनामधून मी रॉबर्ट किनसेड आणि फ्रॅन्सेस्का जॉन्सन या दोघांच्या इतका जवळ आलो होतो की, कल्पनाशक्तीने ही डागडुजी करणं मला फारसं जड गेलं नाही. त्यामुळेच माझं लेखन पूर्ण झाल्यावर मला असा विश्वास वाटला की, जे काही त्या दोघांमध्ये घडलं ते बऱ्याच प्रमाणात अगदी जसंच्या तसं सांगण्यात मला यश आलं आहे.

आणखी एक बरीच मोठी उणीव माझ्या या कथेत राहून गेली आहे. अमेरिकेच्या उत्तर भागाचा किनसेडने जो प्रदीर्घ दौरा केला, त्याचे तपशील मला मिळू शकले नाहीत. पण त्याने हा प्रवास केला होता हे निश्चित. कारण त्या प्रवासाच्या दरम्यान त्याने काढलेले फोटो पुढे प्रसिद्ध झाले. त्यांची नोंद आहे. फ्रॅन्सेस्का जॉन्सनने

तिच्या डायऱ्यांमध्येही या प्रवासाची ओझरती नोंद केलेली आढळते. त्याचप्रमाणे एका नियतकालिकाच्या संपादकाला रॉबर्ट किनसेडने लिहिलेली चिठ्ठीही मला बघायला मिळाली. या सर्वांच्या आधारे १९६५ सालच्या ऑगस्ट महिन्यात रॉबर्ट किनसेड बेलिंगहॅममधून निघून मॅडिसन काउंटीला नक्की कोणत्या मार्गाने जाऊन पोचला ते मी तर्कानेच लिहिलं आहे. माझं सगळं संशोधन संपवून ही कहाणी लिहायला सुरुवात करण्याआधी मी जेव्हा एकदा मॅडिसन काउंटीला शेवटची भेट द्यायला निघालो, तेव्हा मला वाटलं मी स्वत:च बऱ्याच अंशी रॉबर्ट किनसेड बनलो आहे.

पण माझ्या संपूर्ण संशोधनाच्या आणि त्यानंतर प्रत्यक्ष लेखनाच्या काळात रॉबर्ट किनसेड या व्यक्तिमत्त्वामधील चैतन्य पकडून ते शब्दबद्ध करणं, हे माझ्या दृष्टीनं सर्वांत कठीण काम होतं. रॉबर्ट किनसेड हे व्यक्तिमत्त्वच अत्यंत तरल, हातातून निसटून जाणारं, शब्दात पकडता न येणारं आहे. कधीकधी तो अत्यंत सामान्य वाटतो; तर बाकीच्या वेळी तो स्वर्गीय, अतींद्रिय शक्ती असल्यासारखा भासतो. तो त्याच्या कामात अत्यंत निष्णात होता. पण तरीही त्याला या जगात खूप एकटं वाटे. हे जग दिवसेंदिवस अधिकाधिक आखीवरेखीव, काहीसं शिस्तबद्ध होत चाललं आहे आणि त्यातून आपल्यासारखे प्राणी नामशेष होण्याच्या मार्गावर आहेत, अशीच त्याची स्वत:बद्दलची भावना होती. आपल्याला डोक्यात सतत काळाची निर्दय किंकाळी ऐकू येत असल्याचं त्याने एकदा म्हटलं होतं. त्याच्याविषयी सांगताना फ्रॅन्सेस्का जॉन्सनने त्याचं वर्णन 'तो चमत्कारिक, भारलेल्या प्रदेशात राहातो... डार्विनच्या तर्कशास्त्राच्याही खूप पलीकडे, दूरवर...' असं केलंय.

आणखी दोन प्रश्न अजूनही अनुत्तरितच आहेत. एक म्हणजे रॉबर्ट किनसेडच्या फोटोंचा संग्रह ज्या फायलींमध्ये होता, त्या फायली आता कुठे आहेत? त्याच्या कामाचं स्वरूप लक्षात घेता त्याने हजारो फोटो काढले असणार. पण ते फोटो नंतर कधीच कुणाला सापडले नाहीत. याबद्दल केवळ एकच तर्क करता येईल – आणि रॉबर्ट किनसेडचे या जगाबद्दलचे आणि स्वत:बद्दलचे विचार, तसंच या जगात स्वत:चं स्थान नक्की काय आहे याबाबतीतलं त्याचं मत लक्षात घेता – त्याने स्वत:च्या मृत्यूपूर्वी ते सगळे फोटो नष्ट करून टाकले असणार.

दुसऱ्या प्रश्नाचा संबंध, इ.स. १९७५ ते १९८२ या काळात तो जे आयुष्य जगला, त्याविषयी आहे. त्या कालखंडातली फारच कमी माहिती उपलब्ध आहे. एक गोष्ट नक्की – तो सिॲटलमध्ये अनेक वर्षं पोर्ट्रेट फोटोग्राफरचा व्यवसाय करून थोडंफार उत्पन्न मिळवत होता. प्युजेट साउंड एरियामध्ये त्याने फोटोग्राफीचं बरंच काम केलं. पण तेवढं सोडलं तर त्याच्याबद्दल कुणालच काही माहीत नाही. आणखी एक जरा चमत्कारिक गोष्ट मला समजली. 'सोशल सिक्युरिटी ॲडमिनिस्ट्रेशन' आणि 'व्हेटरन्स ॲडमिनिस्ट्रेशन' या संस्थांकडून त्याला असंख्य पत्रं पाठवण्यात

आली होती. पण ती सर्वच्या सर्व पत्रं त्याने न स्वीकारता प्रेषकांकडे परत पाठवून दिली. त्या पत्रांवर 'रिटर्न टू सेंडर' असा मजकूर त्याने स्वत:च्या हाताने लिहिला होता.

या पुस्तकासाठीची पूर्वतयारी करत असताना, त्याचप्रमाणे पुस्तकाचं लेखन करण्याच्या प्रक्रियेत माझा जगाकडे पाहण्याचा संपूर्ण दृष्टिकोन आमूलाग्र बदलून गेला. माझी विचार करण्याची पद्धतच बदलली. मानवी नातेसंबंधांकडे बघण्याचा माझा काहीसा उपहासगर्भ दृष्टिकोनपण सुधारला. रॉबर्ट किनसेड आणि फ्रॅन्सेस्का जॉन्सन या व्यक्तिरेखांच्या मी इतका जवळ जाऊन पोहोचलो, त्यांना इतका जवळून अंतर्बाह्य ओळखू लागलो की, दोन व्यक्तींमधील अनुबंध किती खोलवर जाऊ शकतात; किती उत्कट, किती अर्थपूर्ण असू शकतात हे मला नव्याने उमगलं. कदाचित तुम्हालाही ही कथा वाचत असताना हा अनुभव येईल.

पण ही गोष्ट काही वाटते तितकी सोपी नाही. या दिवसेंदिवस दुष्ट होत चाललेल्या जगात आपण सर्व जण बोथट जाणिवांची खडबडीत कवचं घालून वावरत असतो. नक्की कोणत्या क्षणी भावनांची उत्कटता निघून जाते आणि एक केविलवाणी विवशता शिल्लक उरते, हे समजतच नाही. परंतु अशा प्रकारचं दैवी, अत्युत्कट प्रेम दोन व्यक्तींमध्ये या जगाच्या पाठीवर कुठेतरी घडत असेल, ही शक्यतासुद्धा आपण गृहीत धरत नाही. आपण ही गोष्ट अगदी सहजपणे हसण्यावारी नेतो. त्या सखोल, गंभीर प्रेमभावनेची आपण दुर्बलता, मनाचा कमकुवतपणा म्हणून संभावना करतो. त्यामुळे रॉबर्ट किनसेड आणि फ्रॅन्सेस्का जॉन्सन यांची ही कहाणी खऱ्या अर्थाने समजून घेण्यासाठी जी मनाची भावुकता, संवेदनक्षमता लागेल, ती प्रत्येकाकडे शिल्लक उरली असेलच असं नाही. मला ही गोष्ट स्वानुभावाने समजली आहे. कारण सुरुवातीला मलाही माझ्या बोथट झालेल्या जाणिवांचं कवच टाकून परत एकदा मनाच्या गाभ्यामधील संवेदनक्षमतेची धार तीक्ष्ण करावी लागली होती. तेव्हा कुठे मी रॉबर्ट किनसेड आणि फ्रॅन्सेस्का जॉन्सनची ही कहाणी लिहू शकलो.

आता यानंतर तुम्ही जे काही वाचणार आहात, ते वाचत असताना तुम्हाला तुमच्या मनात वारंवार उमटणाऱ्या अविश्वासाला स्वेच्छेने तिलांजली द्यावी लागेल. कोलरिज याने त्याला 'अ विलिंग सस्पेन्शन ऑफ डिसबिलीफ' असं म्हटलं आहे. तसं जर तुम्ही करू शकलात, तर मला ही कहाणी वाचताना जो अनुभव आला, तोच तुम्हालाही येऊ शकेल आणि तुमच्या शुष्क झालेल्या हृदयात परत एकदा नव्याने थोडा ओलावा निर्माण होईल. कदाचित फ्रॅन्सेस्का जॉन्सनचं जे झालं, तोच प्रत्यय तुम्हालाही येईल... परत नाचावंसं, गावंसं वाटेल.

❖

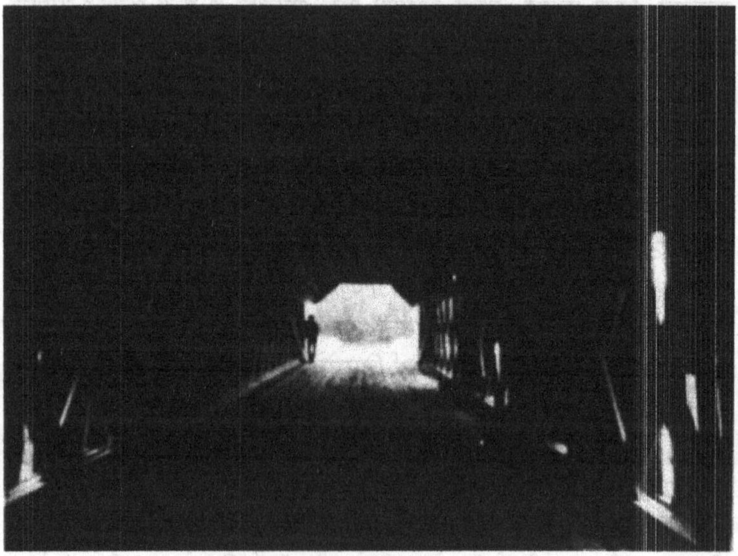

रॉबर्ट किनसेड

८ ऑगस्ट १९६५. वॉशिंग्टनमधल्या बेलिंगहॅम भागातल्या एका अपार्टमेंट बिल्डिंगमध्ये रॉबर्ट किनसेडचा छोटासा दोन खोल्यांचा फ्लॅट होता. फ्लॅटचं दार लावून तो सकाळी बाहेर पडला आणि लाकडी जिना उतरून खाली आला. त्याच्या एका हातात फोटोग्राफीची सामग्री, तर दुसऱ्या हातात सूटकेस होती. खाली आल्यावर व्हरांड्यातून चालत तो बिल्डिंगच्या मागच्या बाजूला गेला. तिथे त्याची जुनीपुराणी शेव्हरोले पिकअप ट्रक पार्क केलेली होती. बिल्डिंगमध्ये राहणाऱ्या सगळ्यांसाठी स्वतंत्र पार्किंगची व्यवस्था होती.

थोडंसं सामानसुमान त्याने आधीच ट्रकमध्ये नेऊन ठेवलेलं होतं. एक सॅक, एक मध्यम आकाराचा आइस बॉक्स, कॅमेरा उभा ठेवण्यासाठी तीन पायांचा स्टँड, कॅमल सिगारेटींचा भलामोठा खोका, एक थर्मास, एक फळांची पिशवी. शिवाय एक गिटारचा बॉक्सपण होता. किनसेडने सगळं सामानसुमान गाडीत व्यवस्थित रचून ठेवलं. थोडं सीटवर, थोडं खाली. मग तो ट्रकमध्ये चढला. गिटारचा बॉक्स आणि सूटकेस ह्या दोन्ही गोष्टी त्याने कडेला नीट लावल्या. शेजारीच ट्रकचा स्पेअर टायरही होता आणि एक कपडे वाळत घालायची दोरी. त्याने सगळं सामान एका काळ्या ताडपत्रीने व्यवस्थित झाकलं.

आता तो पुढे येऊन ड्रायव्हरच्या सीटवर बसला. एक सिगारेट शिलगावून त्याने मनातल्या मनात सगळ्या गोष्टींची नीट उजळणी केली. वेगवेगळ्या फिल्म्सचे

रोल्स... सुमारे दोनशे फूट, त्यातली बरीचशी फिल्म स्लो स्पीडची कोडॅकक्रोम फिल्म होती. कॅमेऱ्याचे स्टँड्स, कूलर, तीन कॅमेरे, पाच लेन्सेस, जीन्स, खाकी पँट्स, शर्ट्स, अंगात घालायचं जाकीट... ठीक आहे, काही राहिलं असलंच, तर ते वाटेत विकत घेता येईलच, असा त्याने विचार केला.

किनसेडच्या अंगात फेडेड लिवाइसची पँट होती. पायात वापरून जुने झालेले, पण दणकट बूट होते. पँटला दोन बाजूला पट्टे होते, ते त्याने खांद्यांना अडकवून टाकले होते. कमरेलापण लेदरचा रुंद बेल्ट होता, त्याला एक स्विस सुरी लटकत होती.

त्याने घड्याळाकडे पाहिलं. आठ वाजून सतरा मिनिटं. त्याने ट्रक सुरू केला. अगदी पहिल्या फटक्यात इंजीन सुरू झालं नाही, पण दुसऱ्या प्रयत्नात ते फुरफुरू लागलं. मग जरा मागे रेलून बसत त्याने गिअर टाकला आणि गाडी गल्लीतून बाहेर काढली. सूर्य धूसर दिसत होता. बेलिंगहॅमच्या रस्त्यावरून तो दक्षिणेला असलेल्या वॉशिंग्टन ११च्या दिशेने निघाला. काही मैल पुढे गेल्यावर तो हायवेला लागला. थोड्या वेळात पूर्वेकडे असलेल्या यु.एस. रूट २०वरून त्याचा ट्रक धावू लागला.

वळणावळणाचा रस्ता होता. डोळ्यांवर ऊन येत होतं. त्याला हा भाग खूप आवडायचा. इथे कसं शांत, निवांत वाटायचं. कसली घाई नाही, गडबड नाही. मध्येच वाटलं तर गाडी रस्त्यात थांबवायची. उतरून आजूबाजूचा परिसर न्याहाळायचा. खास लक्षवेधक काही दृष्टीस पडलं, तर त्याची नोंद करून ठेवायची. भविष्यकाळात इकडे सहलीला यायचं झालं किंवा फोटोग्राफी करायला यायचं झालं, तर काय-काय बघण्यासारखं आहे त्याच्या खाणाखुणा टिपून ठेवायच्या! त्या नोंदींना तो 'मेमरी स्नॅपशॉट्स' म्हणायचा. क्वचित कधीतरी तो त्यातल्या काही ठिकाणांचे झटपट फोटोसुद्धा काढून ठेवायचा. पुढे कधीतरी नक्की या जागी येऊन जास्त वेळ घालवून व्यवस्थित फोटोग्राफी करायची झाली, तर त्याला त्या नोंदींचा आणि घाईघाईत काढलेल्या फोटोंचा उपयोग व्हायचा. दुपार उलटून गेली तसा तो उत्तरेकडे वळला. आता त्याची गाडी मिनिसोटाच्या दिशेने धावू लागली.

आजपर्यंत अशा दौऱ्यावर निघाल्यावर शेकडो वेळा त्याच्या मनात जो विचार चमकून गेला होता, तोच विचार आजही आला. आपल्याकडे एक छानसा कुत्रा हवा होता, गोल्डन रिट्रीव्हर जातीचा. मग त्याला आपल्याबरोबर दौऱ्यावर घेऊन जाता आलं असतं. शिवाय घरी असतानापण त्याची चांगली सोबत झाली असती. पण मुख्य अडचण अशी होती की, त्याला कामानिमित्त सारखं फिरावं लागायचं, बरेचदा परदेशी दौऱ्यावरसुद्धा जावं लागायचं. मग त्या मुक्या जिवावर तो अन्यायच झाला असता. अर्थात ही सगळी दगदग, धावपळ आणखी काही वर्षंच झेपली असती. आता वय वाढत चाललं होतं. ट्रकच्या खिडकीतून बाहेर बघत तो स्वत:शीच पुटपुटला... "नंतर घेता येईल एखादा कुत्रा!"

या अशा प्रवासाला निघालं की, मनातल्या मनात गतायुष्याबद्दल विचार करायला भरपूर वेळ मिळायचा. हा कुत्रा पाळण्याचा विचारही त्या विचारशृंखलेचाच एक भाग होता. एखादा माणूस किती एकाकी असू शकतो, याचं रॉबर्ट किनसेड हे उत्तम उदाहरण होतं. आपल्या आई-वडिलांचा तो एकुलता एक मुलगा. आई-वडील तर अनेक वर्षांपूर्वीच निवर्तले होते. जे काही थोडेफार दूरचे नातेवाईक होते, त्यांच्याशी त्याचा काहीच संबंध नव्हता आणि मित्र तर त्याला कुणीच नव्हते.

बेलिंग्टनमध्ये तो जिथे राहात होता, त्या रस्त्याच्या कोपऱ्यावर जे दुकान होतं, त्याच्या मालकाचं नाव त्याला ठाऊक होतं. शिवाय फोटोग्राफीचं सामान तो ज्या दुकानातून विकत घ्यायचा, त्याच्या मालकालाही तो नावाने ओळखायचा. शिवाय अनेक नियतकालिकांच्या संपादकांशी त्याची ओळख होती. पण ती अर्थातच औपचारिक स्वरूपाची होती. पण हे एवढे लोक सोडले तर बाकी कुणालाच तो ओळखत नव्हता आणि त्यालाही कुणी ओळखत नव्हतं. एका जागी स्थायिक झालेल्या, साध्यासुध्या सामान्य लोकांची भटक्या लोकांशी सहसा कधी मैत्री होत नाही. आणि रॉबर्ट किनसेड तर काय, जिप्सीच होता.

त्याच्या मनात मरियनच्या आठवण दाटून आल्या. त्यांच्या लग्नाला पाच वर्षं झाल्यावर ती त्याला सोडून गेली होती. पण त्या गोष्टीलासुद्धा आता बरीच वर्षं लोटली होती. आता तो स्वत: बावन्न वर्षांचा होता. म्हणजे तिचीसुद्धा आता चाळिशी जवळ आली असणार. मरियनला संगीतात करिअर करायचं होतं. लोकसंगीतात गायिका होण्याचं तिचं स्वप्नं होतं. तिला विणकरांची गाणी तोंडपाठ होती. सिॲटलच्या अनेक कॉफीहाउसमध्ये तिचे गाण्याचे कार्यक्रम व्हायचे. पूर्वी तो जेव्हा घरी असायचा, तेव्हा तो तिला तिच्या गाण्याच्या कार्यक्रमाला गाडीतून घेऊन जायचा आणि प्रेक्षकांत बसायचा.

पण त्याला जेव्हा दौऱ्यावर जावं लागायचं तेव्हा सलग दोन-तीन महिने तो घराबाहेर असायचा. खरंतर त्यांच्या वैवाहिक जीवनात दुरावा निर्माण व्हायला त्याची ही सततची अनुपस्थितीच कारणीभूत ठरली. त्यालाही त्याची कल्पना होती. पण त्यांनी जेव्हा लग्न करायचं ठरवलं, तेव्हा त्याच्या व्यवसायाचं स्वरूप काय आहे, हे तिला अगदी नीट माहीत होतं. पण त्याचा इतका काही प्रश्न येणार नाही, असं दोघांनाही लग्नाआधी वाटलं होतं. प्रत्यक्षात मात्र तसं झालं नाही. आइसलँडच्या दौऱ्याहून तो परत घरी आला तेव्हा ती घर सोडून गेलेली होती. तिने चिठ्ठीत लिहिलं होतं : 'रॉबर्ट, आपलं नाही जमलं. मी तुझ्यासाठी माझं गिटार ठेवून जात आहे. संपर्कात राहा.'

पण त्याने तिच्याशी संपर्क ठेवण्याचा प्रयत्न केला नाही आणि तिनेही नाही केला. एक वर्षानंतर घटस्फोटाची कागदपत्रं पोस्टाने घरी येऊन थडकली. त्याने

त्यांच्यावर सही केली आणि दुसऱ्या दिवशीचं विमान पकडून ऑस्ट्रेलियाच्या दौऱ्यावर निघून गेला. तिने कुठलीच मागणी केली नव्हती. तिला हवं होतं ते फक्त स्वातंत्र्य. त्याच्यापासून.

रस्त्यात मोंटानापाशी त्याने रात्रीच्या मुक्कामाला थांबायचं ठरवलं. एका लॉजपाशी गाडी थांबवली. तिचं नाव होतं 'कोझी इन'. तिच्या रंगरूपावरून तरी ती फारशी महाग नसणार. आपलं फोटोग्राफीचं सामानसुमान घेऊन तो खोलीत शिरला. खोलीत दोन टेबललॅम्प्स होते. त्यातल्या एकाचा बल्ब गेलेला होता. तो बिछान्यावर बसला. हातात बिअरचा कॅन घेऊन बिअरचे घुटके घेत तो 'ग्रीन हिल्स ऑफ अमेरिका' हे पुस्तक वाचू लागला. त्या परिसरात कागदाच्या बऱ्याच गिरण्या होत्या. त्यांचा चमत्कारिक वास आसमंतात भरून राहिला होता. खोलीतही येत होता. सकाळ झाली. आधी त्याने चाळीस मिनिटं जॉगिंग केलं. त्यानंतर पन्नास जोर-बैठका काढल्या. आपले छोटे कॅमेरेच एकेका हातात पकडून वेट लिफ्टिंगचाही व्यायाम केला.

त्यानंतर तो हॉटेल सोडून मोंटानापासून पुढे नॉर्थ डाकोटाच्या दिशेने आपल्या ट्रकमधून निघाला. त्याला जसं डोंगरदऱ्यांमधून भटकायला आवडायचं, समुद्राच्या काठाकाठाने भ्रमंती करायला आवडायचं, तसंच मैलच मैल पसरलेल्या सपाट मैदानी प्रदेशातून फिरायलासुद्धा आवडायचं. या संपूर्ण प्रदेशाला एक प्रकारचं सौंदर्य लाभलं होतं. वाटेत अनेकदा, अनेक ठिकाणी तो थांबला. आपल्या कॅमेऱ्याचा स्टँड रस्त्यात उभा करून त्याने शेतात असलेल्या जुनाट इमारतींचे कितीतरी ब्लॅक अँड व्हाइट फोटो काढले. त्या परिसराच्या सौंदर्याने त्याला मंत्रमुग्ध करून टाकलं. त्याला स्वत:ला साध्या राहणीचीच आवड असल्याने त्या सौंदर्यातील साधेपणाच त्याला आवडला. पण तिथे ज्या वसाहती होत्या, तेथील दारिद्र्य आणि अवकळा पाहून त्याच्या मनावर एक प्रकारचं सावट आलं. खरंतर ते सगळ्यांच्याच नजरेला दिसतं, खुपतं. पण तरी सगळेच तिकडे दुर्लक्ष करायला शिकतात. आजपर्यंत अशा प्रकारच्या वसाहती त्याने वॉशिंग्टनच्या वायव्य भागात, त्याचप्रमाणे इतरत्रही पाहिल्या होत्या. पण सगळीकडे अशीच दारुण परिस्थिती होती.

ती १४ ऑगस्टची सकाळ होती. सकाळपासून दोन तासांचा प्रवास करून झाला होता. जरा वेळ ईशान्येच्या दिशेने जाऊन नंतर त्याने एक आतला रस्ता घेतला. आता त्याची गाडी हिबिंग आणि लोखंडाच्या खाणींच्या दिशेने धावू लागली. हवेत सर्वत्र लाल रंगाची धूळ भरून राहिली होती. रस्त्यात मोठाली मशीन्स ठेवलेली होती. खाणीतून निघालेलं अशुद्ध लोखंड लेक सुपीरियरवर असलेल्या दोन बंदरांकडे वाहून नेण्यासाठी खास रेल्वेगाड्या होत्या. हिबिंगच्या परिसराचं हिंडून निरीक्षण करण्यात त्याने अख्खी दुपार घालवली. पण तिथलं दृश्य त्याला भावलं

नाही. खरंतर त्याचा आवडता बॉब झिमरमन-डिलन याच प्रांतातला. पण तरीही इथलं वातावरण नाही आवडलं त्याला.

डिलनचं एक गाणं त्याला फार मनापासून आवडायचं. ते म्हणजे, 'गर्ल फ्रॉम द नॉर्थ कंट्री'. ते गाणं त्याला वाजवताही यायचं आणि गुणगुणताही यायचं. मग तेच गाणं गुणगुणत तो त्या जमिनीत मोठाली लाल विवरं असणाऱ्या प्रदेशातून निघाला. मरियनने त्याला गिटार वाजवण्यामधले काही मूलभूत धडे दिले होते. ताला-सुरांचं ज्ञान दिलं होतं. "माझ्यासाठी खूपकाही मागे ठेवून गेली ती. त्या मानाने मीच तिच्यासाठी फारसं काही ठेवलं नाही," तो स्वत:शीच म्हणाला. हेच वाक्य तो पूर्वी एकदा ॲमेझॉनच्या खोऱ्यात दौऱ्यावर गेलेला असताना बारमध्ये भेटलेल्या एका पायलटला म्हणाला होता. त्या बारचं नाव होतं 'मॅक एलरॉयज् बार.'

सुपीरिअर नॅशनल फॉरेस्ट अतिशय छान होतं. हा सगळा प्रदेशच भ्रमंती करणाऱ्यांसाठी अत्युत्कृष्ट होता. पूर्वीच्या काळी कसे लोक भ्रमंतीसाठी घराबाहेर पडत, ते कित्येक वर्षं फिरतच राहात. तो जेव्हा तरुण होता, तेव्हा त्याला वाटे, खरंच, किती भारलेले दिवस असतील ते. तसे दिवस परत यायला हवेत. म्हणजे आपल्यालापण असा भटक्या बनता येईल. त्याची गाडी आता कुरणांच्या बाजूबाजूने चालली होती. वाटेत त्याला तीन काळविटं, एक तांबूस कोल्हा आणि असंख्य हरणं दिसली. एक तळं लागल्यावर तो तिथे जरा वेळ थांबला. एका वृक्षाच्या फांदीचं तळ्याच्या पाण्यात विचित्र प्रतिबिंब पडलं होतं. त्याचा त्याने फोटो काढला. फोटो काढून झाल्यावर तो ट्रकच्या पायरीवर जरा वेळ कॉफीचे घुटके घेत बसला. त्यानंतर एक सिगारेट शिलगावून तो झाडांच्या पानांतून सळसळ वाहणाऱ्या वाऱ्याचा आवाज ऐकत रेलून बसला.

"आत्ता बरोबर कुणीतरी हवं होतं. सोबतीला. एखादी स्त्री पाहिजे होती!" त्याने मनात विचार केला. त्याच्या सिगारेटच्या धुराची वलयं वाऱ्याबरोबर वाहात तळ्याकडे चालली होती. "खरंच, वय वाढलं की, हे असे विचार आपोआप मनात यायला लागतात." पण त्याच्या कामाचं स्वरूपच हे असं होतं. असं कित्येक महिने घरापासून दूर राहावं लागायचं. मग घरी राहून तिने काय फक्त वाट बघत बसायचं का? किती कठीण होतं ते. एकदा हा धडा चांगला शिकला होता तो.

बेलिंगहॅममधल्या आपल्या घरी असताना तो कधीकधी सिॲटल ॲडव्हर्टायझिंगमध्ये क्रिएटिव्ह डायरेक्टर म्हणून नोकरी करत असलेल्या एक स्त्रीबरोबर क्वचित 'डेट'ला जायचा. त्यांच्या कंपनीचं काम एकदा त्याला मिळालं असताना त्याची तिच्याशी ओळख झाली होती. ती बेचाळीस वर्षांची होती. चांगली होती, हुशार होती. पण त्याचं तिच्यावर प्रेम नव्हतं आणि ते पुढेही कधी बसण्याची शक्यताच नव्हती.

कधीकधी मात्र दोघांनाही खूप एकटं वाटायचं. मग दोघं एखादी संध्याकाळ एकत्र घालवायचे. क्वचित कधी सिनेमाला जायचे, एकत्र बसून बिअर प्यायचे आणि नंतर एकमेकांच्या सहवासात रात्र घालवायचे. आयुष्याचा बराच कडू-गोड अनुभव तिच्याही गाठी होती. दोन लग्नं. शिवाय कॉलेजचं शिक्षण पूर्ण करताना तर तिने अनेक बारमध्ये वेट्रेस म्हणूनही काम केलं होतं. जेव्हा कधी ते रात्री एकमेकांच्या सहवासात घालवत तेव्हा त्यांच्या बिछान्यात पहुडल्यावर ती त्याला म्हणायची, "रॉबर्ट, तू सगळ्यात बेस्ट आहेस. खरंच. तुझ्या जवळपास फिरकायचीही कुणाची लायकी नाही.''

कुठल्याही पुरुषाला हे असं ऐकायला नक्की आवडत असणार याची त्याला कल्पना होती. पण खरंतर या सगळ्या बाबतीत तो स्वतः काही फारसा अनुभवी नव्हता. शिवाय ती खरं सांगते का खोटं, हे कळायलाही काही मार्ग नव्हता. पण अशीच एकदा त्याच्या शेजारी पहुडल्यावर ती जे काही म्हणाली होती, त्या तिच्या शब्दांनी जणूकाही त्याला भारून टाकलं होतं. तिचे ते शब्द अजूनही त्याच्या मनात पिंगा घालत. "तुझ्या मनात एक प्राणी दडलाय. पण अजूनपर्यंत त्याला बाहेर काढण्यात मला कधी यश आलेलं नाही. मला तर असं वाटतं, आज युगानुयुगं तू इथे वास्तव्य करून आहेस. या जन्माच्याही आधीच्या जन्मापासून. आणि तुझ्या डोळ्यात तुझी स्वतःची काही वेगळीच स्वप्नं आहेत, तुझ्या स्वतःच्या जगातल्या अनोख्या प्रदेशांची स्वप्नं. आम्ही उरलेल्या मर्त्य माणसांनी कधी न पाहिलेली अशी स्वप्नं. तू माझ्याशी इतका नाजूक, इतका हळुवार वागतोस... आणि तरीही मला तुझी भीती वाटते. मला तुझ्या अमलाखाली येण्याची भीती वाटते. म्हणून मी आतून खूप जोराचा प्रतिकार करते. कारण तसा जर नाही ना केला, तर मी तुझ्यात हरवून जाईन आणि कधीच परत येणार नाही.''

तिला या सगळ्यामधून नक्की काय सांगायचं होतं, ते त्याला मनात खोलवर नकळत कुठेतरी उमगलं होतं. पण तरी ते नेमकं शब्दात पकडता येत नव्हतं. त्याच्या मनात विचारांची वादळं वारंवार उठायची. एक दुखरी जाणीव, एक बोच मनात सतत असायची. तो अगदी लहान असल्यापासून, ओहायोमधल्या एका छोट्याशा गावात वाढणारा छोटासा मुलगा असल्यापासून सतत ती दुःखद बोच मनात होती. तिच्या बरोबर एक अनामिक अतिउत्कट शारीरिक आणि मानसिक शक्तीही होती. त्याच्या बरोबरीची इतर मुलं जेव्हा 'रो, रो, रो युवर बोट...' असं बालगीत म्हणत नाचायची तेव्हा तो फ्रेंच आणि इंग्लिश संगीत नाट्यातील गाण्यांचे सूर वाजवायला शिकत होता.

शब्द आणि प्रतिमा त्याला खूप आवडत. त्याचा एक अत्यंत आवडता शब्द म्हणजे 'नील'. त्याचा उच्चार करताना त्याच्या जिभेच्या आणि ओठांच्या ज्या

हालचाली व्हायच्या, त्या त्याला खूप आवडायच्या. प्रत्येक शब्दाला फक्त अर्थच असतो असं नाही तर त्याला स्वत:चा जीवसुद्धा असतो. एक जिवंत जाणीव असते. असं त्याला अगदी लहान असल्यापासूनच वाटायचं. त्याला असे आणखीही काही शब्द किंवा शब्दसमूह आवडत. 'दूरचे...', 'लाकडाचा धूर', 'हमरस्ता', 'जुनंपुराणं', 'वहिवाटा', 'भ्रमंती' आणि 'इंडिया' या शब्दांचं त्याला खूप लहानपणापासून आकर्षण होतं. त्यांचा ध्वनी, त्यांची तोंडात घोळणारी चव आणि त्यांच्या उच्चाराने डोळ्यासमोर उभ्या राहणाऱ्या प्रतिमा. मग त्याने अशा आपल्या खास आवडत्या शब्दांची एक यादी बनवून खोलीतल्या भिंतीवर चिकटवून टाकली होती.

मग त्याने ते शब्द एकत्र करून त्यांच्यापासून तयार झालेल्या काहीतरी ओळीसुद्धा शेजारी लिहून टाकल्या होत्या.

आगीच्या खूप जवळ.
मी पूर्वेकडून पर्यटकांच्या समूहासोबत इकडे आलो...
मला वाचवतील असे काही जण आणि मला विकतील असे काही जण... त्या सर्वांचा सततचा कोलाहल.

मंतरलेल्या ताइता... तुझी गुपितं मला दाखव. सुकाणू धरून बसलेल्या माझ्या घराकडे ने.

निळे व्हेल मासे पोहत असलेल्या समुद्रकिनारी निर्वस्त्र अवस्थेत पहुडणं...
तिनं त्याला शुभेच्छा दिल्या... हिवाळी स्टेशनांपासून निघालेल्या वाफाळलेल्या आगगाड्यांच्या शुभेच्छा...
मी माणूस होण्याआधी एक बाण होतो... खूप पूर्वी...

लहान वयात काही खास ठिकाणांची नावंसुद्धा त्याला खूप आवडायची – 'सोमाली प्रवाह', 'बिग हॅचेट पर्वतरांगा', 'मलाक्काची सामुद्रधुनी'... अशी लांबलचक यादी होती. त्याच्या खोलीच्या भिंती अशा तऱ्हेतऱ्हेच्या शब्दांनी, शब्दसमूहांनी आणि वाक्यांनी भरून गेल्या होत्या.

आपला मुलगा इतर मुलांपेक्षा वेगळा आहे, ही गोष्ट त्याच्या आईच्या लक्षात आली होती. तो तीन वर्षांचा होईपर्यंत एक अक्षरही बोलत नसे. पण त्यानंतर एकदम संपूर्ण वाक्यंच बोलू लागला. पाचव्या वर्षी त्याला उत्तम वाचता येत होतं. पण शाळेत मात्र तो अभ्यासाबद्दल उदासीन असलेला विद्यार्थी होता. त्याचे शिक्षक त्याच्यावर खूप वैतागत.

त्यांनी त्याची बुद्धिमापन चाचणी केली. मग त्याच्याशी त्यांनी बरीच चर्चा

केली. त्याने आजवर संपादन केलेल्या यशाबद्दल, त्याच्या अंगी असलेल्या क्षमतेबद्दल. "तुला जे काय पाहिजे ते आयुष्यात मिळवता येईल, काय हवं ते बनता येईल," असं त्यांनी त्याला समजावून सांगितलं. त्याच्याविषयीचं निरीक्षण नोंदवताना त्याच्या शाळेतल्या एका शिक्षकांनी लिहून ठेवलं होतं – 'लोकांच्या क्षमतेची तपासणी करण्यासाठी बुद्धिमापन चाचणी ही फारच तोकडी आहे, असं त्याचं मत आहे. जसं जादू म्हणजे नक्की काय हे आपण सांगू शकत नाही, तरीपण त्याचं महत्त्व आपण सर्व जण जाणतो. एकतर जादूला स्वत:चं असंकाही स्थान असतं, आणि शिवाय तर्कशास्त्राशी तिचं नातं असतंच, असं तो म्हणतो. त्यामुळे याबाबत त्याच्या पालकांशी चर्चा करण्यात आली पाहिजे.'

मग त्याची आई शाळेत जाऊन त्याच्या असंख्य शिक्षकांना भेटली. तो इतका बुद्धिमान, इतका सक्षम आहे; पण त्याचं वर्तन मात्र अनेकदा नियमबाह्य असतं, त्याचा स्वभाव शिस्तीला झुगारून देण्याचा आहे अशी शिक्षकांनी तिच्यापाशी तक्रार करताच ती म्हणाली, "रॉबर्ट स्वत:च निर्माण केलेल्या जगात राहातो. तो माझा मुलगा आहे हे खरं आहे. पण कधीतरी मला असं वाटतं की, तो माझ्या पतीच्या आणि माझ्या पोटी जन्माला आलेलाच नाही. तो कुठल्यातरी वेगळ्याच जगातून इकडे आलाय आणि त्याच जगाकडे परत जायची त्याला ओढ लागलेली असते. तुम्ही त्याच्यामध्ये इतका रस घेतलात, त्याबद्दल मी खरंच तुमची आभारी आहे. त्याने इथून पुढे शाळेत नीट वागावं, म्हणून त्याला समजावून सांगण्याचा मी नक्की प्रयत्न करीन."

तसा तो एकलकोंडाच होता. गावातल्या लायब्ररीमधल्या सगळ्या साहसकथा त्याने वाचून संपवल्या होत्या. पण त्याव्यतिरिक्त तो कुणाशी जाऊन बोलायचा नाही, इतर मुलांच्यात मिसळायचा नाही. गावाबाहेर एक नदी वाहात होती. तिच्या काठी जाऊन तासन्‌तास एकटा बसायचा. इतर मुलांसारखा पार्ट्या, डान्स आणि फुटबॉलमध्ये त्याला मुळीच रस नव्हता. त्याला ते सगळं खूप कंटाळवाणं वाटे. त्यामुळे तो त्यात कधीच भाग घ्यायचा नाही. तो एकटाच मासे पकडायचा, लांबवर चालायला जायचा, उंच वाढलेल्या गवतात पडून कुठलेतरी अज्ञात आवाज ऐकण्याचा प्रयत्न करायचा. हे आवाज फक्त आपल्याला एकट्यालाच ऐकू येतात, असा त्याचा समज होता. "तिकडे मांत्रिक आणि जादूगार आहेत," तो स्वत:शी पुटपुटायचा. "जर तू अगदी शांत पडून, नीट कान देऊन ऐकलंस, तर तुला त्यांचं बोलणं ऐकू येईल." हे सगळे क्षण आपल्यासोबत घालवायला आपल्याजवळ एखादा कुत्रा असला पाहिजे, असं त्याला खूप तीव्रतेने वाटायचं.

कॉलेजचं शिक्षण घेण्यासाठी घरी पुरेसे पैसे नव्हते. त्याचे वडील जिवापाड कष्ट करत. ते स्वभावाने खूप साधेसरळ होते. त्याच्याशी आणि त्याच्या आईशी खूप चांगलं वागत. पण ते एका व्हॉल्व्ह बनवण्याच्या फॅक्टरीत कामाला होतो. तशा

कामातून पैसे असे कितीसे मिळणार? मग कुत्रा पाळण्यासारख्या चैनी कुठल्या परवडणार? तो अठरा वर्षांचा असताना त्याचे वडील वारले. त्या वेळी सगळ्या जगावर आर्थिक मंदीचं सावट होतं. मग कुटुंबाला हातभार लावायला, आईला मदत करण्यासाठी तो आर्मीत गेला. तिथे तो चार वर्षं होता. पण त्या चार वर्षांत त्याचं आयुष्य अंतर्बाह्य बदलून गेलं.

सैन्यात कुणाला कुठलं काम देण्यात येईल, काही सांगता येत नाही. त्यामुळे रॉबर्टला एका फोटोग्राफरच्या मदतनिसाचं काम मिळालं. खरंतर कॅमेऱ्यात रोल कसा घालायचा हेसुद्धा रॉबर्टला तेव्हा माहीत नव्हतं. पण आपल्याला नेमून दिलेलं काम चोख बजावत असतानाच आपल्याला पुढील आयुष्यात काय करायला आवडेल, हे सत्य त्याला उमगलं. त्या कामातील तांत्रिक बाबी शिकून घेणं हा तर रॉबर्टच्या डाव्या हाताचा मळ होता. केवळ एका महिन्यातच तो त्यात इतका तरबेज झाला की, डार्करूममध्ये बसून दोन फोटोग्राफर्सचं काम एकटा पार पाडू लागला. इतकंच नव्हे, तर साध्या-साध्या प्रोजेक्ट्सचं संपूर्ण शूटिंग करण्याचं काम त्याच्या एकट्याच्या जबाबदारीवर पार पाडू लागला.

त्याच्याबरोबर काम करणाऱ्या फोटोग्राफर्सपैकी एका फोटोग्राफरचा – जिम पीटरसनचा – रॉबर्ट आवडता होऊन गेला. मग फावल्यावेळात त्याने रॉबर्टला फोटोग्राफीच्या कलेतील खुब्या आणि बारकावे शिकवले. गावातल्या लायब्ररीतून रॉबर्ट रोज फोटोग्राफीची नवी-नवी पुस्तकं आणून वाचायचा. अगदी तेव्हापासून इंप्रेशनिस्ट कलावंतांच्या, विशेषत: रेम्ब्रांट याच्या छायाप्रकाशाच्या खेळाने तो मंत्रमुग्ध झाला होता.

काही काळातच त्याच्या एक गोष्ट लक्षात आली. आपण छायाचित्रण करतो ते प्रामुख्याने प्रकाशाचं. वस्तूंचं नव्हे. वस्तू म्हणजे काय, तर प्रकाशाचं परिवर्तन घडवून आणण्यास साहाय्य करणारी साधनं. जर उत्तम प्रकाश असेल तर त्यात छायाचित्रण करण्यासाठी कोणती ना कोणतीतरी वस्तू सापडतेच. ३५ मिलीमीटरच्या कॅमेऱ्याचा त्या काळी नुकताच शोध लागला होता. मग त्याने सेकंडहँड वस्तूंची विक्री करणाऱ्या एका दुकानातून एक वापरलेला लायका कॅमेरा खरेदी केला. न्यू जर्सीजवळच्या केप मे येथे रॉबर्ट तो कॅमेरा घेऊन गेला. रजा घेऊन तिथे राहिला. तब्बल एक आठवडा त्याने समुद्रकिनाऱ्यावर भरपूर छायाचित्रण केलं.

असंच परत एकदा रजा घेऊन त्याने कितीतरी अनोळखी प्रदेश पालथे घातले. काही प्रदेश पायदळी तुडवले, तर कधी लोकांच्या गाड्यांमधून लिफ्ट घेऊन तो फिरला. त्याने समुद्राच्या काठाकाठाने फोटोग्राफी करत मैलोन्‌मैलांची भ्रमंती केली. फोटो काढताना कॅमेऱ्याची जी सेटिंग्ज ठेवलेली असतील ती तो वहीत नोंदवून ठेवत असे. ज्या ठिकाणी परत यावंसं वाटेल अशा ठिकाणांचीही तो नोंद ठेवत

असे. वयाच्या बाविसाव्या वर्षी तो आर्मीची नोकरी सोडून बाहेर पडला. आता तो एक उत्तम फोटोग्राफर बनला होता. त्याला लवरकच न्यू यॉर्कच्या एका फॅशन फोटोग्राफरचा मदतनीस म्हणून नोकरीसुद्धा लागली.

फोटोसाठी मॉडेल म्हणून येणाऱ्या अनेक सुंदर मुलींशी त्याची मैत्री झाली. त्यांच्यापैकी काही मुलींबरोबर तो बाहेर फिरायला, सिनेमाला, 'डेट'लापण जाऊ लागला. त्यापैकी एका मॉडेलच्या तर तो जवळजवळ प्रेमातच पडला. पण नंतर ती कायमची स्थायिक होण्यासाठी पॅरिसला निघून गेली. मग मात्र त्यांच्यात दुरावा निर्माण झाला. ती जाण्यापूर्वी त्याला म्हणाली, "रॉबर्ट, तू नक्की कोण आहेस, काय आहेस हे काही मला माहीत नाही. पण तू खरंच मला भेटायला पॅरिसला ये." आपण नक्की येऊ असं त्याने तिला अगदी मनापासून आश्वासन दिलं. पण प्रत्यक्षात मात्र त्याला तिकडे जायला कधीच जमलं नाही. त्यानंतर कित्येक वर्षांनी तो नॉर्मंडीच्या समुद्रकिनाऱ्यावर एक चित्रकथा बनवत होता. त्या वेळी कामानिमित्ताने गेल्यावर पॅरिसमधल्या टेलिफोन डिरेक्टरीत त्याला तिचं नाव सापडलं. मग त्याने तिला फोन केला. दोघं भेटले आणि त्यांनी एकत्र कॉफीसुद्धा घेतली. तिचं एका सिने-दिग्दर्शकाशी लग्न झालं होतं. त्यांना तीन मुलं होती.

पण फॅशन फोटोग्राफी करत राहाण्याची कल्पना काही त्याला तितकीशी रुचली नव्हती. लोक कंटाळा आला की, चांगले कपडे उगीचच फेकून द्यायचे. नाहीतर युरोपातील फॅशन डिझाइनर्सच्या मतानुसार, आहे त्या कपड्यांमध्ये थोडे फेरफार करून, ते कपडे नवीन फॅशनचे म्हणून परिधान करायचे. त्याला तो निव्वळ मूर्खपणा वाटे. त्यामुळे फॅशन फोटोग्राफी करणं त्याला खालच्या दर्जाचं वाटे. हे काम त्याने लवकरच सोडलं. 'आपण जे काही निर्माण करतो, तसेच आपण असतो' हे आपलं मतही जाण्यापूर्वी नोंदवण्यास तो विसरला नाही.

तो न्यू यॉर्कला असताना दुसऱ्याच वर्षी त्याची आई वारली. मग त्याने ओहायोला परत जाऊन तिचे अंतिम संस्कार पार पाडले आणि नंतर तो तिच्या वकिलाला जाऊन भेटला. वकिलाने त्याला तिचं मृत्युपत्र वाचून दाखवलं. तिच्यापाशी फारसं काही नव्हतं. अर्थात त्याने तशी अपेक्षाही ठेवली नव्हती. पण ते मृत्युपत्र ऐकत असताना एका गोष्टीचा मात्र त्याला धक्का बसला. फ्रँकलिन स्ट्रीटवरच्या ज्या घरात त्याचे आई-वडील जन्मभर राहिले होते, ते घर त्यांनी खरेदी केलं होतं व ते आता त्याच्या नावे झालं होतं. ते विकून आलेल्या पैशातून त्याने अत्याधुनिक कॅमेरा आणि फोटोग्राफीसाठी लागणारी बरीच साधनसामग्री खरेदी केली. कॅमेरा विकत घेण्यासाठी जेव्हा तो विक्रेत्याला पैसे मोजून देत होता, तेव्हा त्याच्या मनात आलं : खरंच, आपल्या आई-वडिलांनी या पैशांसाठी आयुष्यभर किती काबाडकष्ट केले. आणि स्वत: किती साधे राहिले.

त्याने काढलेल्या फोटोंपैकी काही फोटो छोट्या-छोट्या नियतकालिकांमध्ये छापून येऊ लागले. मग एक दिवस 'नॅशनल जिऑग्राफिक'कडून फोन आला. 'केप मे'च्या किनाऱ्यावर त्याने घेतलेला एक फोटो एका कॅलेंडरवर छापण्यात आला होता. तो त्यांच्या पाहण्यात आला होता. त्यांच्याशी बोलल्यावर एक लहानसं काम रॉबर्टच्या पदरात पडलं. त्याने ते अतिशय उत्तम रितीने पार पाडलं. त्यानंतर मात्र त्याने आपलं पूर्वीसारखं राहाणं सुरू केलं.

१९४३ साली त्याला सैन्यातून परत बोलावणं आलं. आता तो नौदलात भरती झाला. खांद्याला कॅमेरा लटकावून आता त्याची दक्षिण पॅसिफिकच्या किनाऱ्यावर भ्रमंती सुरू झाली. कधीकधी वाळूत उताणं झोपून आकाशातून खाली झेपावणाऱ्या विमानांचे आणि विमानातून खाली उतरणाऱ्या माणसांचे फोटो तो काढू लागला. त्या भयाची जाणीव त्याला स्वत:लापण होऊ लागली. लढणारे सैनिक क्षणार्धात गतप्राण होताना, मशीनगनच्या फैरीने त्यांच्या शरीराची चाळण होताना त्याने त्याच्या डोळ्यांसमोर पाहिलं. त्याने सैनिकांना देवाची करुणा भाकताना, आईचा धावा करताना ऐकलं. ते सगळं त्याने उघड्या डोळ्यांनी झेललं. सगळं कॅमेऱ्यात पकडलं. अखेरच्या युद्धातून तो सहीसलामत, अगदी नि:संगपणे बाहेर पडला. वॉर-फोटोग्राफीच्या पाठोपाठ येणारी कीर्ती, रोमांचकारी युद्धकथांमागोमाग येणारी प्रसिद्धी... या कशातही तो गुंतून पडला नाही.

१९४५ साली सैन्यातील नोकरी सोडून बाहेर पडल्यावर त्याने नॅशनल जिऑग्राफिकला फोन केला. त्यांची दारं तर त्याच्यासाठी सदोदितच खुली होती. मग सॅनफ्रॅन्सिस्कोमध्ये एक मोटारसायकल खरेदी करून त्यावरूनच तो निघाला. दक्षिणेला असलेल्या बिग सर येथे जाऊन पोहोचला. तिथे त्याला कार्मेलमधून आलेली एक मुलगी भेटली. ती व्हायोलिन वाजवायची. समुद्रकिनारी रात्री एकांतात तिच्याशी प्रणय करून तिचा तिथेच निरोप घेऊन रॉबर्ट निघाला, तो थेट उत्तरेकडे असलेल्या वॉशिंग्टनला. त्याला वॉशिंग्टन आवडलं. आता इथेच मुक्काम ठोकायचा, असं त्याने ठरवलं.

आता, वयाच्या बावन्नाव्या वर्षी अजूनही तो छायाप्रकाशाचा खेळ बघतच होता. लहानपणी आपल्या खोलीच्या भिंतीवर त्याने ज्या ज्या ठिकाणांची नावं लिहून ठेवली होती, जवळपास त्या सर्व ठिकाणी तो जाऊन आला होता. त्यातल्या एकेका ठिकाणाला भेट दिल्यावर आपण खरोखरच इथे आलो आहोत, या विचारांनी तो हरखून जाई. कधी तिथल्या बारमध्ये जाऊन तासन्‌तास बसायचं... कधी ॲमेझॉन नदीच्या पात्रात बोटीने प्रवास करायचा, तर कधी राजस्थानच्या वाळवंटात उंटावरून प्रवास करायचा.

लेक सुपीरिअरच्या किनाऱ्याबद्दल त्याने बरंचकाही ऐकलं होतं. ते खरोखरच तितकं सुंदर होतं. भविष्यात कुठल्या-कुठल्या ठिकाणांना भेट द्यायची याची त्याने

आधी नोंद करून ठेवली. पुढे आठवताना सोपं पडावं म्हणून त्याने काही ठिकाणांचे झटपट फोटोसुद्धा घेऊन ठेवले. मग मिसिसिपी नदीच्या काठाने दक्षिणेकडे आयोवाच्या दिशेने कूच केलं. आजपर्यंत आयोवाला जायची वेळ कधी आली नव्हती. नदीकाठी असलेल्या टेकड्यांनी त्याला भुरळ घातली. क्लेटन नावाच्या एका लहानशा गावात त्याने मुक्काम ठोकला. 'फिशरमन्स मॉटेल' नामक एका छोट्या हॉटेलमध्ये. लागोपाठ दोन दिवस सकाळचा वेळ त्याने बोटींचं शूटिंग करण्यात घालवला. तिथल्या बारमध्ये त्याला एक पायलट भेटला. त्याच्या निमंत्रणावरून एक दुपार त्याने भल्या मोठ्या जहाजांचे फोटो काढण्यात घालवली.

सोमवारी सकाळी अगदी पहाटेच तो पुढच्या प्रवासाला निघाला. १९ ऑगस्ट १९६५ रोजी तो मॅडिसन काउंटीकडे जाण्यास वळला. नॅशनल जिऑग्राफिकने पुरवलेल्या माहितीनुसार मॅडिसन काउंटीमध्ये काही विशिष्ट प्रकारचे ब्रिजेस होते. या ब्रिजना वरून छप्पर होतं. त्या ब्रिजेसच्या शोधात तो निघाला. त्याला रस्त्यात पेट्रोलपंपावर एक माणूस भेटला. त्याच्याकडे त्याने त्या ब्रिजेसची चौकशी केली. तसे एकंदर सात ब्रिजेस असल्याचं त्या माणसाने सांगितलं आणि तिथपर्यंत कसं पोहोचायचं याच्या खाणाखुणासुद्धा सांगितल्या.

त्यातले पहिले सहा तर सापडायला अगदी सोपे होते. आधी कुठल्या ब्रिजचा फोटो काढायचा, नंतर कुठून कसं पुढे जायचं हे सगळं त्याने नकाशा पाहून व्यवस्थित ठरवलं. पण सातवा ब्रिज जिथे होता – रोझमन ब्रिज – त्या ठिकाणाने मात्र त्याला चांगलीच हुलकावणी दिली. वातावरण तप्त होतं. अंग नुसतं भाजून निघालं होतं. त्याचा ट्रक – तो आपल्या ट्रकला प्रेमाने हॅरी म्हणत असे – सुद्धा तापून निघाला होता. तो आपल्या ट्रकमधून खडबडीत खडीच्या रस्त्यांवरून नुसता वेड्यासारखा भटकत होता, पण एकही रस्ता त्याला हव्या त्या ठिकाणी नेत नव्हता. नुसती एका रस्त्यावरून दुसऱ्या रस्त्यावर भ्रमंती चालू होती.

कोणत्याही परदेशात रस्ता चुकल्यावर, हव्या त्या ठिकाणाचा पत्ता तीनदा विचारायचा, असा त्याने स्वत:पुरता नियमच करून टाकला होता. त्याला अनुभवांती एक गोष्ट कळून चुकली होती. तीन व्यक्ती जेव्हा एका ठिकाणचा पत्ता सांगतात, तेव्हा चुकत-माकत का होईना, पण अखेर आपण तिथे जाऊन पोहोचू शकतो. पण आता या ठिकाणी तीनदा नाहीतर किमान दोनदा तरी विचारायचंच, असं त्याने मनाशी ठरवलं.

आता तो ज्या रस्त्याला लागला होता त्या रस्त्याच्या विरुद्ध टोकाला सुमारे १०० यार्डांवर एक घर, घरापुढची पत्रपेटी दिसत होती. तो जवळ जाऊन पोहोचला. पत्रपेटीवर घरमालकाचं नाव लिहिलेलं होतं– 'रिचर्ड जॉन्सन, आर.आर.२.' तो ट्रक थांबवून खाली उतरला.

समोरच घराच्या पुढच्या भागात पोर्चमध्ये एक स्त्री बसली होती. पोर्च थंडगार असावं असं बाहेरून वाटत होतं. ती स्त्री कुठलंतरी पेय पीत बसली होती. तेही नक्की थंडगारच असणार. त्याला बघताच ती उठून त्याच्याकडे आली. त्याने आता तिच्याकडे बारकाईने पाहिलं. अगदी नीट निरखून. ती खूप गोड होती. म्हणजे एके काळी खूपच मोहक असणार ती. आणि अचानक त्याच्या गळ्यात एक भलामोठा आवंढा दाटून आला. एक अनामिक हुरहुर जाणवू लागली आणि त्याला खूप अवघडल्यासारखं झालं. पूर्वीपासून, अगदी लहान असल्यापासून त्याला हे असंच व्हायचं. एखाद्या स्त्रीबद्दल मनातून अगदी किंचित जरी आकर्षण वाटलं, तरी त्याला अगदी अशीच हुरहुर, धाकधूक वाटायची. छातीत कसंनुसं व्हायचं.

❖

फ्रॅन्सेस्का

शरद ऋतूच्या मध्यात फ्रॅन्सेस्काचा वाढदिवस यायचा. दक्षिण आयोवामधल्या एका लहानशा गावात, किंबहुना गावाबाहेरच्या शेतात तिचं छोटंसं घर होतं. आत्ता कोसळणाऱ्या त्या पावसात ते चिंब भिजत होतं.

ती घराच्या दारात उभी राहून त्या पावसाकडे बघत होती. पावसाच्या धारांमधून मिडल रिव्हर नदीच्या पलीकडच्या तीरावर असणाऱ्या टेकड्या न्याहाळत होती. तिच्या मनात आपल्या पतीचा – रिचर्डचा विचार होता. आठ वर्षांपूर्वी या अशाच एका भिजट पावसाळी दिवशी तो गेला होता. त्याच्या दुखण्याचं काय बरं नाव होतं? तिला आत्ता ते आठवत नव्हतं, आणि खरंतर आठवायची इच्छाही नव्हती. पण फ्रॅन्सेस्काला रिचर्डची या क्षणी फार तीव्रतेने आठवण होत होती. त्याचा तो रांगडा; पण प्रेमळ स्वभाव, त्याचं स्वच्छ सरळ वागणं, त्याच्याबरोबर घालवलेलं सुखी आयुष्य.

मुलांचा फोन येऊन गेला होता. या खेपेला तिच्या वाढदिवसाला त्यांच्यापैकी कुणालाच घरी येता येणार नव्हतं. खरंतर तिचा हा सदुसष्टावा वाढदिवस होता, पण मुलांची अडचण तिने समजून घेतली. नेहमीसारखीच. ती समजूतदारच होती. पूर्वीही सगळ्यांना समजून घ्यायची. यापुढेही घेतच राहील. दोन्ही मुलांचं करिअर ऐन भरात होतं. सततची धावपळ, हॉस्पिटलची व्यवस्था बघणं, विद्यार्थ्यांना शिकवणं. मायकेलचं नुकतंच दुसरं लग्न झालं होतं. कॅरोलिनच्या पहिल्या लग्नातच खूप तडजोडी

चालल्या होत्या. अगदी खरं सांगायचं, तर आपल्या वाढदिवसाला मुलांनी मुद्दाम सवड काढून आपल्याला भेटायला न आलेलंच बरं, असं तिला वाटायचं. हा दिवस कसा साजरा करायचा हे तिने स्वत:शी आधीच ठरवून ठेवलेलं होतं.

या खेपेस सकाळी विंटरसेटवरून फ्रॅन्सेस्काची मित्रमंडळी तिच्यासाठी वाढदिवसाचा केक घेऊन उगवली होती. फ्रॅन्सेस्काने सगळ्यांसाठी कॉफी केली. मग त्यांच्या गप्पा रंगल्या. आधी नातवंडांचा विषय, मग गावात काय-काय चाललंय त्याविषयी बोलणं, मग थँक्सगिव्हिंगचा सण कसा साजरा करणार, ख्रिसमसला कुणाकुणाला काय-काय भेटवस्तू देणार अशा विविध विषयांवर गप्पा झाल्या. हसणं-खिदळणं झालं. फ्रॅन्सेस्काच्या घरातली पुढची खोली त्या गप्पांनी, त्या हसण्याखिदळ्याने, त्या ओळखीच्या प्रेमळ मित्रमंडळींच्या अस्तित्वाने जिवंत होऊन उठली. खरं सांगायचं, तर रिचर्ड गेल्यानंतरही त्याच घरात एकटीने राहाण्याचा फ्रॅन्सेस्काचा निर्णय घेण्यामागचं कारणसुद्धा हेच होतं.

फ्रॅन्सेस्काने फ्लॉरिडात यावं म्हणून मायकेलने तिची खूप मनधरणी केली. तिने न्यू इंग्लंडला कायमचं स्थायिक व्हावं यासाठी कॅरोलिननेही तिचं मन वळवून पाहिलं. पण फ्रॅन्सेस्का आपल्या निर्णयाशी ठाम होती. तिने दक्षिण आयोवातल्या डोंगराळ भागात असलेल्या त्या छोट्याशा घरात राहाणंच पसंत केलं. आपला जुना पत्ता न बदलायचं तिने मनोमन ठरवलं होतं. त्यालापण एक खास कारण होतं. आपल्या या निर्णयाबद्दल ती समाधानी होती.

घरी आलेली मित्रमंडळी दुपारच्या जेवणानंतर जायला निघाली. फ्रॅन्सेस्का त्यांना निरोप द्यायला घराच्या फाटकापर्यंत आली. मुसळधार पावसात आपल्या ब्यूक आणि फोर्ड गाड्यांचे वायपर सुरू करून मंडळी निघाली आणि बघता-बघता रस्त्याच्या टोकाला जाऊन वळून त्यांच्या गाड्या विंटरसेटच्या दिशेने धावू लागल्या. सगळी मित्रमंडळी अत्यंत प्रेमळ, सुस्वभावी होती हे तर खरंच; पण तरीही फ्रॅन्सेस्काच्या मनात काय आहे, ती कशी आहे हे त्यांच्यापैकी कुणालाही उमगणं शक्य नव्हतं. अगदी तिने त्यांना समजावून सांगण्याचा प्रयत्न केला असता, तरीसुद्धा.

युद्ध संपल्यावर फ्रॅन्सेस्काचा पती जेव्हा नेपल्सहून तिला या ठिकाणी घेऊन आला होता, तेव्हा इथे नक्कीच चांगली मित्रमंडळी मिळतील अशी त्याने तिला ग्वाही दिली होती. तो म्हणाला होता, "ह्या आयोवामधल्या लोकांमध्ये इतर अनेक दुर्गुण असतीलही, पण मनाने मात्र सगळे फार प्रेमळ असतात." आणि ते मात्र खरंच होतं. अजूनही खरं आहे.

रिचर्ड आणि फ्रॅन्सेस्का पहिल्यांदा भेटले तेव्हा ती पंचवीस वर्षांची होती. युनिव्हर्सिटीतून पदवी घेऊन बाहेर पडून तिला तीन वर्षं झाली होती. ती फक्त

मुलींसाठी असलेल्या एका खासगी शाळेत शिकवायची. आपल्या आयुष्याचं पुढं काय होणार, हा विचार तेव्हा तिला सतावायचा. युद्धात बरीच तरुण इटालियन मुलं मारली गेली होती. काही जखमी झाली होती. अनेक तरुण मुलं अजूनही युद्ध-छावण्यांमध्येच होती. काही शरीराने तर काही मनाने खचून गेली होती. त्यानंतर काही काळ तिचं आणि निकोलचं प्रेमप्रकरण झालं. हा निकोल युनिव्हर्सिटीत आर्ट प्रोफेसर होता. कलावंताचं कलंदर मन होतं त्याचं. दिवसभर तो चित्रं काढत बसायचा आणि रात्रीच्या वेळी फ्रॅन्सेस्काला घेऊन भटकायला जायचा. जंगलं तुडवत साहसी सफरींना घेऊन जायचा. हे असं वर्षभर चालू होतं. पण अखेर फ्रॅन्सेस्काने आपल्या सनातनी विचारसरणीच्या आई-वडिलांच्या मताचा आदर करून स्वतःच ते प्रकरण संपवलं.

आपले काळेभोर केस रिबिनींनी बांधून ती स्वप्नात हरवून जायची. पण नेपल्सच्या बंदरात कधीच कुठल्या देखण्या खलाशाची बोट येऊन लागली नाही. तिच्या शोधात कुणीच उमदा तरुण आला नाही. तिच्या खिडकीखाली रस्त्यावर उभं राहून कुणीच तिला साद घातली नाही. लवकरच तिला वास्तवाची जाणीव झाली. आपल्यासमोर फारच कमी पर्याय आहेत, हे तिला कळून चुकलं. त्यामुळे रिचर्डने तिच्या समोर ठेवलेला पर्याय तिने निमूटपणे स्वीकारला. रिचर्ड मनाने चांगला होता, कनवाळू होता. मुख्य म्हणजे त्याने तिला अमेरिकेला नेण्याचं स्वप्नही दाखवलं.

ते दोघं एकमेकांसमोर एका कॅफेमध्ये बसले होते. तो सैनिकाच्या गणवेशात होता. त्याचा चेहरा उन्हात चमकत होता. मान तिरपी करून आपल्या खास शैलीत तो तिच्याकडे अनिमिष नेत्रांनी बघत होता. तिनेपण त्याला आपादमस्तक निरखून पाहिलं. मग ती त्याच्यासोबत आयोवाला आली, त्याची पत्नी होऊन. तिने पत्नी होण्याचा धर्म निभावला. त्याच्या मुलांना जन्म दिला. ऑक्टोबरमधल्या कडाक्याच्या थंडीत रात्रीच्या वेळी मायकेल फुटबॉल खेळायला जायचा, तेव्हा तीपण त्याच्यासोबत जायची, त्याचा खेळ होईपर्यंत बसून राहायची. कॅरोलिनच्या डान्ससाठी गाउन्स आणि ड्रेसेस खरेदी करायला तिला घेऊन जायची. नेपल्समध्ये राहात असलेल्या आपल्या बहिणीला लांबलचक पत्रं लिहायची. पण नेपल्सला मात्र इतक्या वर्षांत फक्त दोनदाच गेली. एकदा आई वारली तेव्हा आणि दुसऱ्यांदा वडील वारले तेव्हा. आता मॅडिसन काउंटी हेच तिचं घर होतं. ते सोडून इतरत्र कुठेही जायची तिला इच्छा नव्हती.

उन्हं जराशी कलली तसा पाऊस जरा वेळ थांबला. पण संध्याकाळ व्हायच्या आत लगेच परत त्याची रिपरिप सुरू झाली. संधिप्रकाश पसरला होता. फ्रॅन्सेस्काने स्वतःसाठी एका ग्लासात ब्रँडी ओतून घेतली. रिचर्डच्या टेबलाचा खण तिने उघडला. हे टेबल गेल्या तीन पिढ्या त्यांच्या घरात होतं. तिने त्या खणातून एक

पाकीट बाहेर काढून त्यावर हळुवारपणे हात फिरवला. दरवर्षी या दिवशी ती न चुकता असं करायची.

त्या पाकिटावर जो पोस्टाचा शिक्का होता त्यावरची तारीख होती सप्टेंबर १९६५. तिचं लक्ष नेहमी पहिलं त्या शिक्क्याकडेच जायचं. ते आता नेहमीचंच होऊन गेलं होतं. त्यानंतर उंच-उंच अक्षरात त्यावर लिहिण्यात आलेला पत्ता ती वाचायची. 'फ्रॅन्सेस्का जॉन्सन, आर.आर.२, विंटरसेट, आयोवा.' त्यानंतर पाठवणाऱ्याचा पत्ता ती वाचायची. डाव्या हाताच्या कोपऱ्यात कसातरी खरडलेला. 'पोस्ट बॉक्स नं. ८४२, बेलिंगहॅम, वॉशिंग्टन.' मग ती निवांतपणे खुर्चीत रेलून बसायची आणि त्या पाकिटावरच्या अक्षरांकडे अगदी निरखून बघायची. कारण त्या अक्षरांमध्ये त्याच्या हातांची हालचाल बद्ध असायची. बावीस वर्षांपूर्वी त्याच हातांनी तिच्या अंगप्रत्यंगाला केलेला हळुवार, बेभान करणारा स्पर्श ती मनात परत जागा करू बघायची.

बघता-बघता ते हात खरोखरच आपल्या अंगाला स्पर्श करत आहेत असा भास तिला व्हायचा. मग ती ते पाकीट उघडून आतील तीन पातळ कागद बाहेर काढायची. शिवाय एक लहानसं कात्रण, दोन फोटो, नॅशनल जिऑग्राफिकचा एक अंक आणि इतर अंकांमधील नीट कापलेली काही कात्रणं. मग त्या संधिप्रकाशात, हातातल्या ब्रँडीचे घुटके घेत, ग्लासाच्या काठावरून पलीकडे कटाक्ष टाकून ती त्या टाइप केलेल्या कागदांवरून आणि त्यासोबत जोडलेल्या हस्ताक्षरातील पत्रावरून एक नजर फिरवायची. ते पत्र त्याच्या छापील लेटरहेडवर लिहिलेलं होतं. ते लेटरहेडसुद्धा किती साधं होतं. त्यावर छापलेलं होतं : 'रॉबर्ट किनसेड, रायटर-फोटोग्राफर.'

सप्टेंबर १०, १९६५

प्रिय फ्रॅन्सेस्का,

दोन फोटो पाठवत आहे. त्यातला एक सूर्योदयाच्या वेळी कुरणात उभ्या असलेल्या तुझा मी घेतलेला आहे. तो मला जितका आवडतो तितकाच तो तुलाही आवडेल अशी आशा आहे. दुसरा रोझमन ब्रिजचा आहे. त्याला तू एक चिठ्ठी अडकवून ठेवली होतीस. ती काढून घेण्यापूर्वी मी हा फोटो घेतला होता.

मी इथे उभा राहून तुझ्या स्मृतींना उजाळा देत बसलो आहे. बारीकसारीक तपशील शोधण्याचा प्रयत्न करतो आहे. आपण दोघांनी एकत्र घालवलेल्या

काळाचा क्षणनूक्षण बारकाईने तपासून बघतो आहे. परत परत एकच प्रश्न मी मला स्वत:ला विचारतो आहे. 'आयोवामधील मॅडिसन काउंटीत असताना माझ्या आयुष्यात नक्की काय घडलं?' आणि त्या सर्व स्मृती एकत्र शब्दबद्ध करण्यासाठी मी जिवाचा आटापिटा करतो आहे. म्हणूनच मी तो छोटासा परिच्छेद लिहून काढला. 'झेड परिमाणातून खाली पडणं.' मी तो परिच्छेद सोबत पाठवत आहे. माझा जो वैचारिक गोंधळ उडालेला आहे त्याला स्मृतीच्या चाळणीतून गाळून त्यातून जे काही हाती लागलं, ते मी लिहून काढलं आहे.

मी कॅमेऱ्याच्या लेन्समधून आरपार बघतो आणि पलीकडे तू उभी असलेली दिसतेस. मी एखादा लेख लिहायला सुरुवात करतो आणि लेखणीने तुझ्याविषयीच काहीबाही लिहिलं जातं. मी आयोवाहून इकडे कसा काय येऊन पोहोचलो, तेही आता नीटसं आठवत नाही. कसंतरी माझ्या जुन्यापुराण्या ट्रकने मला इथंवर आणलं. पण मैलोन्‌मैल पसरलेला रस्ता कसा संपला ते जाणवलंच नाही मला.

काही आठवड्यांपूर्वी मी अगदी समाधानी होतो. बऱ्यापैकी तृप्त होतो. अगदी तुडुंब आनंदात नसेन, थोडासा एकाकीही असेन कदाचित, पण निदान समाधानी तर होतो. पण आता ते सगळंच बदलून गेलंय.

आता एक गोष्ट तर मला नीट कळून चुकली आहे. गेल्या कित्येक दिवसांपासून मी तुझ्याकडे आकृष्ट झालो आहे. आणि तू माझ्याकडे. खरंतर आपण एकमेकांना भेटण्यापूर्वी आपल्याला एकमेकांच्या अस्तित्वाची नुसती जाणीवसुद्धा नव्हती. पण आपल्या नकळत आपल्या दोघांच्या अंतर्मनात एकमेकांविषयीची जाणीव कुठेतरी खोलवर दडलेली नक्कीच असणार. या जाणिवेनेच तर आपल्याला एकत्र आणलं. दोन एकाकी पक्ष्यांप्रमाणे युगानुयुगे आपण एकटे आकाशात उडत होतो. कित्येक जन्म, कित्येक शतकं आपली एकमेकांच्या दिशेने वाटचाल चालू होती.

रस्ता हे काय विचित्र ठिकाण असतं नाही? असाच मी रस्त्याने वाट काढत चाललो असताना अचानक समोरचं गवत तुडवत तू माझ्याचकडे चालत आलीस. पण आता मागे वळून पाहिलं की वाटतं, ते अटळच होतं – ते तसंच घडायचं होतं. दुसऱ्या कोणत्याही पद्धतीने ते घडणं शक्यच नव्हतं. त्याला मी म्हणतो – अशक्य ते शक्य होणं!

आणि आता माझ्या अंतर्यामी कुणीतरी वेगळीच व्यक्ती ठाण मांडून बसली आहे. त्या व्यक्तीला बरोबर घेऊनच मी सगळीकडे हिंडतो. मी तुझा निरोप घेऊन जेव्हा निघालो, तेव्हा मी जे काही बोलून गेलो, तेच खरं आहे.

आपण दोघं एकरूप होऊन एक तिसरीच व्यक्ती आता तयार झालेली आहे. आणि त्या व्यक्तीने जणू मला झपाटून टाकलं आहे.

खरं सांगू? आपण काहीही करून परत एकदा एकमेकांना भेटायलाच हवं. कुठेतरी. कधीतरी.

तुला कधीही, कसलीही गरज भासली... किंवा अगदी नुसतं मला भेटावंसं वाटलं ना, तरी मला फोन कर. मी तत्क्षणी निघून तुझ्यापर्यंत पोहोचेन. तू जर कधी काळी इकडे येऊ शकत असशील, तर मला लगेच कळव. अगदी कधीही. मी तुला विमानाचं तिकीटसुद्धा पाठवीन. मी पुढच्या आठवड्यात भारतात जाणार आहे. पण ऑक्टोबरअखेर मी परत येणारच आहे.

माझं जिवापाड प्रेम आहे तुझ्यावर.

रॉबर्ट.

ता.क.

मॅडिसन काउंटीमधला फोटो प्रोजेक्ट व्यवस्थित पार पडला. पुढच्या वर्षीच्या नॅशनल जिऑग्राफिकमध्ये तू ते फोटो बघ. किंवा तो अंक प्रसिद्ध झाल्यावर मी तुला त्याची प्रत पाठवायला हवी असेल, तर तसं मला कळव.

फ्रॅन्सेस्का जॉन्सनने हातातला ब्रँडीचा ग्लास खिडकीच्या कट्ट्यावर ठेवला. स्वत:चा कृष्णधवल फोटो हातात घेऊन ती त्याकडे निरखून पाहात राहिली. 'आपण बावीस वर्षांपूर्वी नक्की कशा बरं दिसत असू?... आता काही नीट आठवत नाही...' तिच्या मनात विचारचक्र चालू होतं. फोटोतल्या तिच्या अंगात तंग जीन्स होती. त्या काळच्या फॅशनप्रमाणे फेडेड जीन्स आणि पांढरा टी-शर्ट. सकाळच्या वाऱ्यात केस भुरभुर उडत होते. कुंपणाच्या खांबाला टेकून ती उभी होती.

आत्ताही बाहेर पावसातूनसुद्धा तिला समोरच्या कुरणाभोवतीचं ते कुंपण आणि तो खांब दिसत होता. तिचा पती रिचर्ड गेल्यानंतर तिने जमिनीचा समोरचा तुकडा भाड्याने दिला होता. तरीपण ते विशिष्ट कुरण मात्र तिने तसंच ठेवलं होतं. त्या जागेला दुसऱ्या कुणाचा स्पर्शही होऊ नये असं तिला वाटायचं. अर्थात आता त्या कुरणाच्या जागी वाटेल तसं गवत माजलं होतं.

परत एकदा तिने त्या फोटोकडे निरखून पाहिलं. चेहऱ्यावर हळूहळू सुरकुत्या उमटायला लागल्या होत्या. त्याच्या कॅमेऱ्याने त्या पकडल्या होत्या. तरीपण त्या फोटोतल्या स्वत:कडे पाहून ती मनातून सुखावली. तिचे केस काळेभोर होते. शरीर घाटदार आणि पुष्ट, उबदार. जीन्सची पँट अंगाला तंग बसली होती. पण त्या

सगळ्यापेक्षाही स्वत:च्या चेहऱ्याकडे तिने टक लावून पाहिलं. आपला फोटो काढणाऱ्याच्या प्रेमात आकंठ बुडून गेलेल्या स्त्रीचा तो चेहरा होता.

गतस्मृतींना परत एकदा उजाळा मिळाला आणि तो तिला जसाच्या तसा आठवला. दरवर्षी या दिवशी जुन्या सगळ्या आठवणींचा पट ती असाच उलगडून बसायची. तपशीलवार सगळंकाही आठवत. एकही बारकावा न विसरता. सगळं कसं तिच्या मनात कोरलं गेलं होतं. कायमचं. आदिवासी जमातीत नाही का लोककथांचं मौखिक परंपरेने संक्रमण होतं? तसंच काहीसं. तो उंचापुरा आणि सडपातळ होता. कणखरही. आणि हालचाली गवतासारख्या चपळ. अगदी विनासायास. त्याचे रुपेरी करडे केस चांगले लांबलचक होते. कानांच्याही खाली येणारे. आणि ते कायम विस्कटलेलेच असायचे. जणूकाही आत्ताच एक दीर्घ सागरी सफर करून, वादळवाऱ्यातून परत आला आहे आणि आपले थंडीवाऱ्यात राठ झालेले केस नुसत्या हातांनी जागच्याजागी बसवण्याचा प्रयत्न करतो आहे.

त्याचा चेहरा निमुळता होता. गालांची हाडं उंच होती. कपाळावर आलेले केस आणि त्या पार्श्वभूमीवर ते निळेभोर डोळे. सतत फोटो काढण्यासाठी काहीतरी शोधत असल्यासारखे. तो तेव्हा तिच्याकडे बघून हसला होता. "सकाळच्या प्रकाशात तू किती सुंदर, किती उबदार दिसते आहेस," असं तिला म्हणाला होता. मग त्याने तिला एका खांबाला टेकवून उभं केलं होतं आणि सर्व बाजूंनी तिचे अगणित फोटो काढले होते. गुडघ्यावर बसून, जमिनीवर झोपून, कॅमेरा तिच्याकडे रोखून.

त्याने आपले फोटो काढण्यासाठी इतकी फिल्म खर्च करावी, या कल्पनेने तिला खूप अवघडल्यासारखं झालं होतं. पण त्याचबरोबर त्याने आपल्याकडे इतकं लक्ष द्यावं, आपलं इतकं कौतुक करावं या कल्पनेनं ती मनोमन सुखावलीही होती. या वेळी आपले शेजारीपाजारी नेमके आपापल्या ट्रॅक्टरमधून शेतात जायला निघू नयेत म्हणून ती मनोमन देवाची प्रार्थना करत होती. अर्थात, अगदी खरं सांगायचं, तर त्या विशिष्ट दिवशी तिला शेजाऱ्यापाजाऱ्यांची काय, पण कुणाचीच पर्वा नव्हती.

तो एकामागून एक फोटो घेतच सुटला होता. मधूनच कॅमेऱ्यात नवी फिल्म घालत होता. लेन्सेस बदलत होता. कधीकधी कॅमेराच बदलत होता. काम करता-करता शांतपणे तिच्याशी गप्पापण मारत होता. ती किती सुंदर दिसते आहे, हे तिला वारंवार सांगत होता. आणि त्याचं तिच्यावर किती प्रेम आहे, हेही सांगत होता. "फ्रॅन्सेस्का, तू किती सुंदर आहेस गं. मला वेड लावशील तू." कधीकधी तर तो काहीही न करता थांबून तिच्याकडे टक लावून बघत बसे. तिच्या डोळ्यांत खोलवर पाहून जणू तिच्या अंतर्यामी डोकावून बघे आणि कधी तिच्यातून आरपार बघत राही.

तेव्हा तिच्या अंगात फक्त एक पातळसर टी-शर्ट तेवढा होता. बस. तोही कसा अंगाला घट्ट चिकटून बसला होता. तिच्या देहाची त्यातून उमटलेली रेखीव

वळणं कॅमेऱ्याने त्या फोटोत पकडली होती. देहावर उमलून आलेले रोमांचही स्पष्ट जाणवत होते. पण तिच्या चेहऱ्यावर जराही फिकीर दिसत नव्हती. त्या पातळ टी-शर्टमधून दिसणारं आपलं अंगप्रत्यंग पाहाणाऱ्याला खुणावत असल्याचा जराही संकोच तिच्या डोळ्यात, चेहऱ्यावर नव्हता. खरंतर तिला त्या गोष्टीचा मनातून तेव्हा आनंदच झाला होता. त्याला आपल्या देहाचं सौंदर्य त्या कॅमेऱ्याच्या लेन्समधून निरखून पाहाता येत आहे, या गोष्टीचा तिला अभिमानच वाटला होता. तिचा पती रिचर्डच्या आवतीभोवती या अशा कपड्यात, इतक्या मुक्तपणे ती कधीच वावरली नव्हती. आणि त्याला हे असलं कधी आवडलंही नसतं. रॉबर्ट किनसेडला भेटण्याआधी या अशा तऱ्हेचे कपडे घालण्याचं साहस तिने कधीच केलेलं नव्हतं.

रॉबर्टने तिला फोटो काढण्यासाठी पाठीची किंचित कमान करून, जरासं मागे झुकून उभं राहायला लावलं होतं. तिच्या कानात हलकेच कुजबुजत तो म्हणाला होता, "हां... हां... अगदी तशीच... तशीच उभी राहा तिथे." त्यानंतर त्याने तो फोटो काढला होता, तोच फोटो आत्ता हातात घेऊन ती उभी होती. उजेड तर अगदी त्याला हवा तसाच होता. "परफेक्ट!" तो म्हणाला होता. त्याने कोणते बरं शब्द वापरले होते? 'क्लाउडी ब्राइट' असं नाव त्याने त्या उजेडाला दिलं होतं. आकाशात जमलेल्या ढगांच्या आडून झिरपणारा प्रखर प्रकाश. मग तिच्या आवतीभवती फिरत त्याच्या कॅमेऱ्याच्या शटरची उघडझाप चालू होती.

किती चपळ होता तो. त्याच्या सडपातळ, दणकट शरीराच्या हालचाली निरखताना तिच्या मनात आलं. वयाच्या बावन्नाव्या वर्षी केवढं कणखर होतं ते शरीर. पीळदार स्नायू. चरबीचा तर कुठे लवलेशही नव्हता. त्याच्या शरीराची ताकद त्याच्या चपळ हालचालींमधून जाणवत होती. खूप परिश्रम करणाऱ्या आत्मनिर्भर व्यक्तींनाच अशी ताकद लाभलेली असते. पॅसिफिक समुद्रात युद्धाचे फोटो घेण्यासाठी आपण गेलो होतो हे त्याने फ्रॅन्सेस्काला सांगितलं, तेव्हा ती विस्मयचकित होऊन पाहातच राहिली. तिच्या डोळ्यांपुढे त्याचं चित्र उभं राहिलं. नौदलाबरोबर सागरी प्रवास करणारा तो, एका खांद्यावर कॅमेरा आणि फोटोग्राफीचं सामान लटकतंय, दुसऱ्या हाताने दुसरा कॅमेरा डोळ्याला लावलाय आणि भिजट, ओल्या, धुरकट समुद्रकिनाऱ्यावर तो झपाझप एका पाठोपाठ एक फोटो काढत सुटलाय.

तिने हातातल्या फोटोकडे परत एकदा पाहिलं. अगदी नीट, निरखून पाहिलं. "मी खरंच चांगली दिसत असे तेव्हा –" ती स्वत:शीच समाधाने हसत म्हणाली. "पण खरंतर मी इतकी चांगली त्यापूर्वीही कधी दिसू शकले नाही आणि त्यानंतरही नाही. फक्त त्याच्यासमोरच मी इतकी चांगली दिसले." तिने ब्रँडीचा एक घुटका घेतला. समोर पाऊस वाढतच चालला होता. नोव्हेंबर महिन्यातल्या जोरकस वाऱ्याशी स्पर्धा करत होता.

रॉबर्ट किनसेड खरंच एक किमयागार होता. खूप भीतिदायक, निर्जन, भयानक प्रदेशातही तो अत्यंत सहजतेने स्वत:त बुडून जाऊन राहू शके. १९६५ सालच्या ऑगस्ट महिन्यातल्या त्या विलक्षण गरम आणि रखरखीत सोमवारी फ्रॅन्सेस्काच्या घराच्या समोरच्या रस्त्यावर त्याचा ट्रक धडधड करत येऊन थांबला आणि त्यातून चपळपणे उडी मारून तो जेव्हा उतरला, तेव्हा त्याच्याकडे एक दृष्टिक्षेप टाकताच तिला हे सत्य उमगलं होतं. रिचर्ड आणि मुलं त्या वेळी इलिनॉय स्टेटमध्ये भरलेल्या प्रदर्शनाला गेली होती. त्यांची उत्पादनं त्यांनी तिथे विक्रीला ठेवली होती. फ्रॅन्सेस्काच्या वाट्याला उभ्या आयुष्यात जेवढं कौतुक आलं नसेल, तेवढं तिचा पती रिचर्डनं प्रदर्शनात मांडलेल्या वस्तूंच्या वाट्याला आलं होतं. पण त्यामुळे हा संपूर्ण आठवडा ती घरी एकटीच होती. मुक्त होती.

ती घराच्या पुढच्या पोर्चमधल्या झोपाळ्यावर बसली होती. थंडगार आइस-टीचे घुटके घेत होती. इतक्यात समोरच्या रस्त्याने धूळ उडवत एक पिकअप ट्रक तिला येताना दिसला. ट्रक खूप हळूहळू येत होता. जणूकाही तिचा ड्रायव्हर काहीतरी शोधत असावा. मग तो ट्रक तिच्या घराच्या गल्लीपाशी थांबला आणि अचानक तिच्या घराकडेच येऊ लागला. देवा रे! कोण आलं असावं या वेळी?

ती अनवाणी पावलांनी झोपाळ्यावर बसली होती. तिच्या अंगात जीन्स आणि एक जुना, विटका निळ्या रंगाचा ढगळ शर्ट होता. तिने बाह्या कोपरापर्यंत दुमडल्या होत्या. शर्ट पुढून खोचलेला आणि मागून वेडावाकडा बाहेर आलेला, असा तिचा अवतार होता. तिने आपले काळेभोर केसपण कसेतरी मागे बांधलेले होते. एक जुनी क्लिप त्यात खोचून बसवलेली होती. खूपखूप वर्षांपूर्वी मायदेश सोडून ती इकडे अमेरिकेला आली, तेव्हा तिच्या वडिलांनी ती क्लिप तिला भेट म्हणून दिली होती. बघता-बघता तो ट्रक तिच्या घराबाहेर कुंपणालगत थांबला.

फ्रॅन्सेस्का उठून पोर्चच्या बाहेर आली आणि गवतातून सावकाश चालत घराच्या फाटकापाशी गेली. आणि त्याच क्षणी त्या पिकअप ट्रकमधून रॉबर्ट किनसेड खाली उतरला. ते दृश्य तिला एखाद्या स्वप्नासारखं भासलं. एखाद्या अजून लिहून न झालेल्या पुस्तकातलं चित्रच सजीव होऊन आपल्या दिशेने चालत येतंय की काय, असा तिला भास झाला.

त्याच्या अंगात मिलिटरी धर्तीचा क्रीम रंगाचा शर्ट होता. तो घामाने चिंब भिजला होता. घामाची मोठमोठी वर्तुळं त्याच्या दोन्ही बाह्यांवर काखेच्या खाली उमटलेली होती. शर्टाची वरची तीन बटणं सुटलेली होती. छातीवर चांदीची साखळी रुळत होती. त्या साखळीमागे भरदार छातीचे स्नायू उठून दिसत होते. खांद्यावर पँटचे नारिंगी रंगाचे पट्टे अडकवलेले होते. माळरानातून भटकंती करणारे प्रवासी अशा तऱ्हेचे कपडे घालतात हे फ्रॅन्सेस्काला माहीत होतं.

तो हसला. "तुम्हाला त्रास देतोय, त्याबद्दल माफ करा. पण इकडेच कुठेतरी जवळपास एक ब्रिज आहे. त्या ब्रिजला छप्पर आहे. मला तो ब्रिज सापडत नाहीये. मला वाटतं, जरा वेळापूर्वी मी रस्ता चुकलो." त्याने हातातल्या निळ्या फडक्याने कपाळावरचा घाम टिपला. परत एकदा तो हसला.

तो थेट रोखून तिच्याकडे बघत होता. तिला आतल्या आत काहीतरी हलल्यासारखं वाटलं. ते डोळे, तो आवाज, तो चेहरा, ते रुपेरी केस, तो सहजगत्या हालचाल करणारा देह, जराशा जुनाट धाटणीचं वागणं-बोलणं... समोरच्याला आकृष्ट करून आपल्या कह्यात घेणारं. झोप आणि जागृतावस्थेच्या सीमारेषेवर असताना हलकेच कुणी आपल्या कानाशी कुजबुज करत असल्याचा भास होता होताच पापण्या जड होऊन अलगदपणे मिटतात, तेव्हा जसं वाटतं, तसं वाटलं तिला क्षणभर. स्त्री-पुरुष असा भेद नष्ट होऊन गेला.

...अशाच पिढ्यान्‌पिढ्या पुढे सरकत राहातात. उरते ती एकुलती एक गरज. बाकी काहीच नाही. ही शक्ती चिरंतन असते. विलक्षण उमदी शक्ती. या वाटा कधी बदलत नाहीत. त्यांचं लक्ष्य अगदी सुस्पष्ट असतं. या वाटा खरंतर सुलभ, साध्याच असतात. आपणच त्यांना गुंतागुंतीचं बनवतो, हे त्या क्षणी फ्रॅन्सेस्काला तिच्या नकळतच कुठेतरी खोलवर, मनाच्या आतल्या गाभ्यात उमगलं. अगदी पेशींच्या केंद्रापर्यंत जाऊन पोहोचलं. आणि त्यानंतर जे काही सुरू झालं, त्यानं ती पुरती, अगदी अंतर्बाह्य बदलून गेली.

इतक्यात रस्त्यावरून झपकन एक गाडी धुरळा उडवत पुढे निघून गेली. घरापुढून जाताना मोठ्यांदा हॉर्न वाजवून गेली. खिडकीतून फ्लॉइड क्लार्कने हात बाहेर काढून फ्रॅन्सेस्काकडे पाहून हलवला. तिनेपण हात हलवून त्याला प्रतिसाद दिला. मग ती या अनामिक पाहुण्याकडे वळली. "तुम्ही अगदी जवळच पोहोचला आहात. तो ब्रिज इथून फक्त दोन मैलांवर आहे." फ्रॅन्सेस्का या खेडवळ संस्कृतीत, इथल्या चालीरीतींच्या, रूढी-परंपरांच्या बंधनात वीस वर्षं राहिली होती. बंदिस्त आयुष्य जगली होती. पण तिच्या तोंडून जे शब्द त्या क्षणी बाहेर पडले, त्याने तिचं तिलाच आश्चर्य वाटलं. "हवंतर मी येते तुमच्याबरोबर, तुम्हाला दाखवायला."

ते त्या वेळी आपण का बोललो, हे तिला नंतरही कधीच उमगलं नाही. तिच्यात दडलेल्या त्या शाळकरी मुलीच्या भावना क्षणार्धात पाण्यातून बुडबुडे सळसळत वरती यावे, तशा वर आल्या. इतक्या वर्षांनंतर! खरं पाहाता ती काही लाजरीबुजरी नव्हती. पण त्याचबरोबर खूप आधुनिक, पुढारलेल्या विचारांची अशीपण नव्हती. नंतर तिने त्यातून एकच निष्कर्ष काढला. कसं कोण जाणे, पण त्या क्षणी रॉबर्ट किनसेडने आपल्याला स्वतःकडे आकृष्ट केलं, हे खरं. नुसतं त्याला एवढं पाहिलं आणि ती त्याची होऊन गेली.

तिचं बोलणं ऐकल्यावर त्याला नक्कीच आश्चर्याचा धक्का बसला असणार. पण त्यातून तो लगेच सावरला. खरंतर तिनं मदतीचा हात पुढे केला, याबद्दल त्याला तिचं कौतुकच वाटलं. मग तिने पोर्चकडे जाऊन पायऱ्यांवर ठेवलेले जाडेभरडे उंच बूट आणले. ते बूट घालून ती शेतात काम करायची. ते बूट पायात चढवून ती त्याच्या पाठोपाठ त्याच्या ट्रकपाशी चालत गेली आणि ट्रकच्या दाराशी खोळंबून उभी राहिली.

"थांबा हं जरा, मी तुम्हाला बसायला जागा करतो. इथे इतका पसारा आहे ना!" तो स्वत:शी पुटपुटल्यासारखा हळू आवाजात म्हणाला आणि एकीकडे पसारा आवरण्याचं काम करू लागला. त्या सगळ्या गोष्टीचा त्याला अत्यंत संकोच होत असल्याचं तिच्याही लक्षात आलं. तो अगदी अवघडून गेला होता.

एकीकडे तो कॅमेऱ्याचे स्टँड्स आणि कॅनव्हासच्या बॅगांची हलवाहलव करून जागा करत होता. थर्मासच्या बाटल्या आणि कागदी पिशव्या गाडीच्या मागच्या भागात टाकत होता. पिकअप ट्रकच्या मागच्या भागात एक जुनी सॅम्सनाइट कंपनीची सूटकेस होती, एक गिटार ठेवण्याची पेटी होती. दोन्ही गोष्टी धुळीने माखलेल्या आणि जीर्ण झालेल्या होत्या. दोन्हीही एका स्पेअरटायरला, एका कपडे वाळत घालण्याच्या दोरीने बांधून टाकलेल्या होत्या.

इतक्यात अचानक ट्रकचं दार धाडकन लागलं. त्या धक्क्याने तो मागच्या मागे कोलमडला. तो कसाबसा सावरून काहीतरी पुटपुटला. मग त्याने कॉफीचे रिकामे कप्स, केळ्यांच्या साली एका मोठ्या ब्राउन पेपरच्या पिशवीत कोंबल्या व तीही मागच्या भागात ठेवली. एक निळा-पांढरा आइस-बॉक्स उचलून त्याने मागील भागात ठेवला. ट्रकच्या हिरव्या दाराच्या बाहेरील बाजूवर फिकट लाल रंगात अक्षरं रंगवलेली होती – किनसेड फोटोग्राफी, बेलिंगहॅम, वॉशिंग्टन.

"ओके. मला वाटतं आता तुम्हाला बसायला इथे पुरेशी जागा झालेली आहे," असं म्हणून त्याने ट्रकचं दार तिच्यासाठी उघडून धरलं. ती आत बसल्यावर त्याने ते परत लावून टाकलं. त्यानंतर पलीकडच्या बाजूने येऊन एखाद्या चित्त्याच्या चपळाईने तो आत चढून बसला. तिरप्या नजरेने तिच्याकडे एक ओझरता कटाक्ष टाकून अस्फुट हास्य करत तिला म्हणाला, "हं, कुणीकडे?"

"उजवीकडे," हाताने रस्ता दाखवत ती म्हणाली. त्याने किल्ली फिरवून ट्रकचं इंजीन सुरू केलं. आपल्या लांबलचक पायांनी क्लच आणि ॲक्सिलरेटर दाबत त्याने गाडी दामटली. ती वेगात उंचसखल रस्त्याने पुढे निघाली. तिचं लक्ष त्याच्या पायातल्या जाडजूड भक्कम तपकिरी बुटांकडे गेलं. त्या बुटांनी आजवर किती रस्ते आणि वाटा तुडवल्या होत्या देव जाणे.

अचानक तिच्या बाजूला झुकून त्याने पुढील बाजूच्या कप्प्यातून काहीतरी

काढण्यासाठी हात पुढे केला. त्याच्या पंजाचा निसटता स्पर्श तिच्या मांडीला झाला. त्याने अर्धवट खिडकीच्या काचेबाहेर आणि अर्धवट त्या उघडलेल्या कप्प्याकडे पाहात कप्प्यात हात घातला आणि स्वत:चं बिझनेस कार्ड काढून तिच्या हाती ठेवलं. त्यावर छापील अक्षरं होती, 'रॉबर्ट किनसेड, रायटर-फोटोग्राफर.' खालच्या बाजूला त्याचा पत्ता आणि फोन नंबरही होता.

"मी 'नॅशनल जिऑग्राफिक'च्या कामासाठी इथे आलो आहे." तो म्हणाला, "तुम्ही नॅशनल जिऑग्राफिकचं नाव ऐकलंय ना?"

"हो, ऐकलंय." फ्रॅन्सेस्का म्हणाली. ते तर सगळ्यांनाच माहीत असतं, असं तिच्या मनात आलं.

"ते या खेपेला छप्पर असलेल्या ब्रिजेसवर एक लेख छापणार आहेत. आयोवामधल्या मॅडिसन काउंटीमध्ये असे काही फारच सुंदर ब्रिजेस आहेत म्हणे. त्यातले सहा मी शोधून काढले आहेत. पण अजून एक सातवा ब्रिज मला सापडायचा राहिलाय. आणि तो याच कुठल्यातरी भागात असावा, असा अंदाज आहे."

"त्या ब्रिजचं नाव आहे रोझमन ब्रिज," फ्रॅन्सेस्का म्हणाली. जोराचा वारा सुटला होता, त्यामुळे तिला त्या वाऱ्याच्या आणि इंजिनाच्या आवाजावर आपला आवाज चढवून जरा जोरात बोलावं लागत होतं. तिच्या स्वत:च्या कानालाच तो आवाज इतका विचित्र वाटत होता. जणूकाही दुसरं कुणीतरी बोलत असावं. एखादी तारुण्याच्या उंबरठ्यावरली षोडशा नेपल्समधल्या घराच्या खिडकीतून ओणवून बाहेर पाहात, दूरवर जाणाऱ्या रस्त्यांकडे बघत, परिकथेतील राजकुमाराची स्वप्नं बघत असावी... अशा एखाद्या मुलीचा आवाज वाटत होता तो. बोलता-बोलता तिचं लक्ष त्याच्या दणकट बाहूंकडे गेलं. गिअर बदलताना त्या बाहूंमधले स्नायू आकुंचन-प्रसरण पावत होते. तिच्या शेजारी दोन सॅक्स होत्या. त्यापैकी एका सॅकचा फ्लॅप बंद होता. दुसरीचा फ्लॅप मात्र मागे उलटून टाकलेला होता. त्यातून एक कॅमेरा बाहेर डोकावत होता. त्याची वरची बाजू चंदेरी रंगाची होती, तर पाठ काळीभोर होती. त्या पाठीला चिकटपट्टीने फिल्मच्या रोलचं खोकं लटकत होतं. त्यावर छापील अक्षरं होती – 'कोडॅक्रोम II, २५.३६ एक्सपोझर्स' त्याच्याच मागच्या बाजूला एक जाकीट कोंबण्यात आलं होतं. त्याच्या एका खिशातून एक बारीक वायर लोंबत होती. त्या वायरला प्लगपिन जोडलेली होती.

फ्रॅन्सेस्काच्या पायापाशी कॅमेरा ठेवायचे दोन स्टॅंड होते. त्यांच्यावर बरेच चरे उठले होते. त्यापैकी एका स्टॅंडवर लेबल अजून शिल्लक होतं. ते जुनं झालं असलं तरी त्यावरची अक्षरं तिला वाचता येत होती. 'गिट्झो.' त्याने मगाशी आपलं बिझनेस कार्ड तिला काढून देण्यासाठी जेव्हा तिच्या समोरचा कप्पा उघडला, तेव्हा

तिने पाहिलं, तर तो कप्पासुद्धा खचाखच भरलेला होता. वह्या, नकाशे, पेनं, फिल्मच्या रिकाम्या डब्या, सुटे पैसे आणि कॅमल सिगारेट्सचं एक खोकं.

"पुढच्या कोपऱ्यावर उजवीकडे वळा," ती म्हणाली. त्या निमित्ताने तिने त्याच्याकडे नीट पाहून घेतलं. त्याचा वर्ण उन्हाने रापला असला तरी त्वचा मात्र गुळगुळीत, तुकतुकीत होती. घामाने चमकत होती. त्याचे ओठ लक्षवेधक होते. का कोण जाणे, पण ही गोष्ट अगदी पहिल्या दृष्टिक्षेपातच तिला जाणवली होती. आणि त्याचं नाक? कसं बरं होतं? खूप पूर्वी, मुलं लहान असताना ते सगळे पश्चिमेकडे सुट्टीला गेले होते, तेव्हा तिथे तिने काही रेड इंडियन माणसं पाहिली होती. त्याचं नाक अगदी त्या रेड इंडियन पुरुषांसारखंच होतं.

तसा तो दिसायला रुढार्थाने देखणा वगैरे मुळीच नव्हता. शिवाय घरेलू, कुटुंबवत्सल पुरुषांसारखाही वाटत नव्हता. खरंतर गृहस्थ, कुटुंबवत्सल वगैरे शब्दांच्या जवळपाससुद्धा नव्हतं त्याचं व्यक्तिमत्त्व. पण त्याच्यात काहीतरी होतं हे नक्की. काहीतरी खूप अनादि-अनंत भासणारं, काळाच्या ओघात विटून जीर्ण झालेलं... ते त्याच्या दिसण्यात नव्हतं... त्याच्या डोळ्यात होतं...

त्याच्या डाव्या मनगटात एक चमत्कारिक दिसणारं घड्याळ होतं. त्याचा चामड्याचा तपकिरी पट्टा विटून, झिजून जीर्ण झाला होता. त्याच्यावर घामाचे डाग पडले होते. त्याच्या उजव्या हातात चांदीचं नक्षीकाम केलेलं ब्रेसलेट होतं. पण तेही काळंठिक्कर पडलं होतं. त्याला घासून, पॉलिश करून चकचकीत करण्याची गरज होती. मग ती एकदम भानावर आली. इतकी वर्षं या खेडवळ वातावरणात राहून या असल्या किरकोळ गोष्टींना अवाजवी महत्त्व देणारी अनेक माणसं तिने पाहिली होती. तिला तसल्या माणसांची मनातून चीड यायची. आणि आज आपणच या असल्या गोष्टींकडे लक्ष देतोय, याबद्दल तिला स्वत:ची लाज वाटली.

रॉबर्ट किनसेडने शर्टच्या खिशातून सिगारेटचं पाकीट बाहेर काढलं. एका हातानेच ते हलवून त्यातून एक सिगारेट अर्धवट बाहेर काढून तिच्यासमोर धरली. गेल्या पाच मिनिटांच्या अवधीत तिला स्वत:च्याच वागण्याचं आश्चर्य वाटण्याची ही दुसरी वेळ. कारण तिने चक्क ती सिगारेट घेतली. 'आज माझं हे काय चाललंय?' ती स्वत:शीच म्हणाली. अनेक वर्षांपूर्वी तिलाही सिगारेट ओढायची सवय होती. पण रिचर्डच्या सततच्या टोमण्यांना कंटाळून तिने ते सोडून दिलं होतं. मग त्याने अशाच प्रकारे परत एकदा सिगारेटचं पाकीट हलवून दुसरी सिगारेट काढून स्वत:च्या ओठात पकडली आणि सोनेरी लायटरने तिची सिगारेट पेटवण्यासाठी लायटर तिच्या तोंडापुढे धरला. सर्व वेळ त्याची नजर मात्र समोरच्या रस्त्याकडेच होती. तिने आपल्या दोन्ही तळव्यांच्या आडोशाने लायटरची ज्योत वाऱ्यापासून झाकली. तसं करताना तिच्या हाताचा त्याच्या हाताला हलकासा स्पर्श झाला. ट्रक

खडबडीत रस्त्यावरून, खाचखळग्यांतून चालला होता, त्यामुळे दोघांचा एकमेकांच्या हातांना स्पर्श होतच राहिला. सिगारेट तशी झटकन पेटली. तरीपण जो काही थोडा वेळ त्याच्या हाताचा तिला स्पर्श झाला, तेवढ्यात त्या राकट हाताची ऊब आणि त्यावरचे केस हे दोन्ही तिला विचलित करून गेलं. ती आता मागे झुकून बसली व त्याने लायटर परत घेतला. त्याने आता क्षणभरासाठी आपले दोन्ही हात स्टिअरिंग व्हीलवरून काढून एका हाताचा आडोसा करून वारा अडवून लीलया अगदी क्षणार्धात स्वत:ची सिगारेट पेटवली आणि स्टिअरिंग परत घट्ट पकडलं.

फ्रॅन्सेस्का जॉन्सन, एका शेतकऱ्याची पत्नी, या धुळीने भरलेल्या ट्रकच्या आतमध्ये सीटच्या पाठीला रेलून आरामात बसली होती, सिगारेट ओढत होती! ती समोरच्या बाजूला बोटाने खूण करत म्हणाली, "तो बघा... तो तिथे दिसतोय ना?" तिथे तो जुना ब्रिज होता. एकेकाळी तांबडा असलेला, पण आता विटक्या रंगाचा, इतक्या वर्षांच्या वर्दळीचा परिणाम होऊन एका बाजूला झुकलेला. त्याच्या खालून एक छोटासा झरा वाहात होता.

तो पाहून रॉबर्ट किनसेड हसला. तिच्याकडे एक चोरटा दृष्टिक्षेप टाकून म्हणाला, "काय ग्रेट दृश्य आहे! सूर्योदयाच्या शॉटसाठी उत्तम." त्याने ब्रिजपासून शंभर फुटांवर ट्रक थांबवला. हातात सॅक घेऊन तो उतरला. "मी जरा झटपट या परिसराची टेहळणी करून घेतो हं. चालेल ना?" तिने मान हलवून होकार दिला आणि त्याच्याकडे पाहून स्मितहास्य केलं.

त्यानंतर आपल्या सॅकमधून कॅमेरा बाहेर काढून घेऊन त्याने ती सॅक खांद्याला लावली आणि तो समोरच्या रस्त्याने चालत पुढे गेला. फ्रॅन्सेस्का त्याच्याकडे पाहात राहिली. तो आत्ता ज्या सहजतेने, ज्या चपळाईने झपाझप चालला होता, तीच क्रिया त्याने आजवर हजारो वेळा केली असणार हे त्याच्या हालचालींतून जाणवत होतं. चालता-चालता त्याचं एकीकडे सर्व परिसराचं बारकाईनं निरीक्षण चालू होतं. मध्येच तो समोरचा ब्रिज न्याहाळत होता. मग ब्रिजच्या मागे असलेल्या झाडांकडे बघत होता. अचानक मागे वळून त्याने फ्रॅन्सेस्काकडे पाहिलं. त्याचा चेहरा गंभीर होता.

फ्रॅन्सेस्काच्या गावातले लोक तिन्ही त्रिकाळ बटाटे आणि तेलकट, तळकट खाऊन चांगले आडवेतिडवे सुटलेले होते. त्यांच्या तुलनेत हा रॉबर्ट किनसेड इतका सडपातळ अंगकाठीचा होता की, जणूकाही नुसती फळं आणि कच्च्या भाज्या खाऊन राहात असावा. आणि किती टणक, किती कणखर दिसत होता तो. पाठमोऱ्या चालणाऱ्या रॉबर्टचं तिने निरीक्षण केलं. किती निमुळती कंबर आहे याची, आणि प्रमाणबद्ध पार्श्वभाग. त्याच्या तंग जीन पँटच्या एका खिशातून त्याचा रुमाल डोकावत होता तर दुसऱ्या खिशातून नोटा. आणि त्याची चाल तर अशी दिमाखदार होती, हालचाली इतक्या सहज होत्या... नजर खिळवून टाकणाऱ्या.

आजूबाजूला शांतता होती. समोरच्या कुंपणाच्या तारेवर लाल पंखांचा काळाशार पक्षी बसला होता. तिरपी मान करून तो फ्रॅन्सेस्काकडे पाहात होता. रस्त्यापलीकडच्या गवतात लार्क पक्ष्याचं सुरेल गाणं ऐकू आलं. ऑगस्ट महिन्यातलं पांढरंशुभ्र ऊन पडलं होतं. आजूबाजूला जराही हालचाल नव्हती.

ब्रिजच्या जवळ जाऊन पोहोचल्यावर रॉबर्ट किनसेड थांबला. क्षणभर स्तब्ध उभा राहिला. त्यानंतर कॅमेरा डोळ्याला लावून तिथे ओणवून बसला. जरा वेळाने उठून रस्त्याच्या पलीकडच्या बाजूला जाऊन परत त्याने तेच केलं. त्यानंतर तो ब्रिजवर चढला. त्याने त्याच्या छताची आतून पाहणी करण्यास सुरुवात केली. छताचे वासे आणि पायाखालच्या लाकडी फळ्यांचं निरीक्षण केलं. बाजूच्या कठड्याच्या एका भोकातून त्याने खाली वाहणाऱ्या झऱ्याकडे नीट पाहिलं.

फ्रॅन्सेस्काने स्वत:ची सिगारेट विझवून गाडीतल्या ॲशट्रेत टाकली. तिने गाडीचं दार उघडलं आणि दारातून पाय खाली सोडून अलगद जमिनीवर टेकले. बूट घातलेल्या पायांनी ती खडी व मुरूम टाकलेल्या रस्त्यावर उभी राहिली. तिने आजूबाजूला दृष्टिक्षेप टाकला. शेजाऱ्यापाजाऱ्यांपैकी नेमकी कुणाची कार या दिशेने येत तर नाही, याची खात्री करून घेतली, आणि मग ब्रिजच्या दिशेनं चालू लागली. दुपारचं टळटळीत ऊन होतं. डोक्यावर कुणीतरी घणाचे घाव घालावे तसं डोकं तापून निघालं होतं. ब्रिजच्या आतल्या भागात जरा गारवा असावा असं वाटत होतं. ब्रिजच्या पलीकडच्या टोकाला तिला त्याची रेखाकृती दिसली, पण जरा वेळातच तो नाहीसा झाला. नक्की खालच्या बाजूला उतरून झऱ्याच्या दिशेने गेला असणार.

ब्रिजच्या अंतर्भागात, छपराखाली वळचणीला पारव्यांनी घरटी बांधली होती. त्यात बसून ते घुमत होते. तिने आपला तळहात ब्रिजच्या कठड्यावर पालथा ठेवला. कठडा गरम झाला होता. काही फळ्यांवर व्रात्य कार्ट्यांनी खडूने काहीबाही खरडून ठेवलं होतं : 'जिंबो-डेनिसन, आयोवा.', 'शेरी + डुब्बी', 'गो हॉक्स!' पारव्यांचं घुमणं चालूच होतं.

कठड्याच्या खालच्या बाजूला असलेल्या उभ्या फळ्यांमध्ये मोठी फट होती. त्या फटीला डोळा लावून फ्रॅन्सेस्काने खालच्या झऱ्याकडे पाहिलं. रॉबर्ट किनसेड त्याच दिशेला गेला होता. तो त्या झऱ्याच्या प्रवाहाच्या मधोमध एका खडकावर उभा राहून ब्रिजकडेच बघत होता. तो ब्रिजच्या दिशेने जोरजोरात हात हलवत असलेला पाहून तिला आश्चर्याचा धक्काच बसला. मग तो उडी मारून काठावर आला आणि चढ चढू लागला. ती बराच वेळ खालून वाहाणाऱ्या पाण्याकडे बघत उभी होती. अचानक त्याच्या बुटांच्या आवाजाने ब्रिजची जमीन हादरत असल्याची तिला जाणीव झाली.

"काय छान आहे इथे, किती सुंदर दृश्य आहे!" तो म्हणाला. ब्रिजच्या आतल्या बाजूला त्याचा आवाज घुमला.

फ्रॅन्सेस्काने मान डोलावली. "हो ना. पण आमच्या इकडच्या लोकांना या जुन्या ब्रिजेसची सवय होऊन गेली आहे. आम्हाला त्यांचं काही विशेष वाटेनासं झालंय."

तो चालत तिच्यापाशी आला. त्याने हात पुढे केला. त्याच्या हातात रानटी फुलांचा एक झुबकेदार गुच्छ होता. "वाटाड्या म्हणून माझ्याबरोबर आल्याबद्दल आभारी आहे," तो मिस्कीलपणे हसून म्हणाला, "येत्या काही दिवसांत मी पहाटेच्या वेळी परत इकडे येईन आणि मला हवे तसे शॉट्स घेईन." तिला परत आतल्या आत, काळजात काहीतरी हलल्यासारखं वाटलं. फुलं. आजपर्यंत कुणीच तिला कधी फुलं दिली नव्हती. अगदी खास प्रसंगीसुद्धा नाही.

"मला तुमचं नावपण माहीत नाही," तो म्हणाला. आपण त्याला आपलं नावसुद्धा सांगितलं नाही याची तिला जाणीव होऊन ओशाळल्यागत झालं. तिने आपलं नाव सांगताच तो मान हलवून म्हणाला, "तुमच्या बोलण्याची ढब किंचित वेगळी वाटली. तुम्ही इटालियन आहात का?"

"हो. पण कित्येक वर्षांपूर्वी मी इकडे आले."

परत ते हिरव्या ट्रकच्या दिशेने चालू लागले. खडकाळ, मातीच्या रस्त्यावरून. सूर्य अस्ताला जाण्याची वेळ जवळ आली होती. दोन वेळा त्यांच्या समोरून दोन गाड्या वेगात गेल्या, पण फ्रॅन्सेस्काच्या ओळखीचं कुणीच त्यात नव्हतं. चार मिनिटांत फ्रॅन्सेस्काचं शेत लागलं. तिचं मन कुठेतरी भरकटत होतं. तिला मनातून उसवल्यासारखं अस्वस्थ वाटत होतं. या रॉबर्ट किनसेड, रायटर-फोटोग्राफरचा आणखी सहवास तिला हवा होता. तिला त्याच्याविषयी जाणून घ्यायचं होतं. तिने हातातल्या फुलांचा गुच्छ घट्ट पकडला आणि उभा धरला. सहलीतून घरी परत जाणाऱ्या शाळकरी मुलीच्या थाटात.

तिचा चेहरा गरम, लालीलाल झाला होता. तिला त्याची जाणीव झाली. तिनं खरंतर अजून तोंडातून एक अक्षरही काढलेलं नव्हतं. त्याला मनातलं काहीही बोलून दाखवलं नव्हतं. पण जणूकाही आपलं गुपित उघडं झालंय, आपल्या मनातलं त्याला कळून चुकलंय, असं तिला वाटत होतं. ट्रक आता भरधाव वेगाने धावत होता. रेडिओ चालू होता. पण ट्रकच्या आवाजात, वाऱ्याच्या आवाजात तो रेडिओ नीटसा ऐकूच येत नव्हता. पण कुठलंतरी गाणं चालू होतं. मधून-मधून गिटारचा आवाज येत होता. गाणं संपून पाचच्या बातम्या लागल्या.

तिच्या घराची गल्ली येताच त्याने ट्रक आत घातला. "रिचर्ड म्हणजे तुमचे पती?" त्याने विचारलं. याचा अर्थ पोस्टाच्या पेटीवरचं नाव त्याने वाचलं होतं.

"हो," फ्रान्सेस्का जराशी चाचरत म्हणाली. तिच्या छातीत प्रचंड धडधडत होतं. पण कशीबशी ती पुरतं वाक्य बोलली, "किती गरम होतंय ना? तुम्ही आत या ना. आइस-टी घेणार का?"

तो जरा वेळ तिच्याकडे बघत राहिला. "हो, आवडेल मला. पण... म्हणजे... हे... तसं चालेल ना?"

"हो, हो. चालेल ना." ती म्हणाली.

तिनं त्याला घरात नेलं. अगदी सहजपणे. (म्हणजे आपल्या चेहऱ्यावर काही वेगळे भाव उमटलेले नसावेत अशी तिने मनोमन आशा केली.) त्याआधी तिने घराच्या मागे असलेल्या मोकळ्या जागेत त्याला त्याचा पिकअप ट्रक उभा करायला सांगितला. हो... शेजाऱ्यापाजाऱ्यांपैकी कुणीतरी तो ट्रक नेमका पाहिला असता आणि मग पुढच्या आठवड्यात रिचर्ड परत आल्यावर त्याला विचारलं असतं, "काय डिक, घरात काही काम काढलंय वाटतं? गेल्या आठवड्यात घरासमोर एक हिरवा पिकअप ट्रक उभा होता, म्हणून विचारलं. पण फ्रॅनी (म्हणजे ती स्वत:) घरी होती, म्हणून मी चौकशी केली नाही!"

ट्रक पार्क केल्यावर दोघंही घराच्या मागच्या बाजूच्या सिमेंटच्या तुटक्या पायऱ्या चढून घराच्या दारापाशी आले. त्याने लगेच अदबीने तिच्याच घराचं दार तिच्यासाठी उघडून धरलं. त्याच्या एका खांद्यावर सॅक होती. त्यात कॅमेरा आणि फोटोग्राफीचं सामान होतं. "बाहेर इतकं गरम आहे की, हा कॅमेरा आणि इतर नाजूक गोष्टी त्या ट्रकमध्ये ठेवणं योग्य नाही." तो ती सॅक खांद्याला लटकवून खाली उतरताना म्हणाला होता.

दोघं तिच्या स्वयंपाकघरात शिरले. तिथे बऱ्यापैकी गारवा होता. पण तरी जरा उकाडा होताच. तिच्या कुत्र्याने किनसेडच्या अंगावर झेप घेतली, मग त्याच्या पायाशी जरा वेळ घुटमळला, त्याचे बूट हुंगून पाहिले आणि नंतर घरामागच्या ओसरीत जमिनीवर चपटा होऊन पडून राहिला. फ्रॅन्सेस्काने फ्रीज उघडून बर्फाचे ट्रे बाहेर काढले. एका काचेच्या मोठ्या जगमध्ये तिने आइस-टी बनवला. तो स्वयंपाकघरातच, जेवणाच्या टेबलापाशी बसून होता. तो आपल्या हालचाली बारकाईने न्याहाळतोय, हे तिला पाठमोरी असतानाही जाणवलं. त्याने आपले लांबचलांब पाय पुढे पसरले होते आणि तो दोन्ही हातांनी केस सारखे करत आरामात रेलून बसला होता.

"लिंबू?"

"होय."

"आणि साखर?"

"नको."

लिंबाचा रस ग्लासात कडेवरून हळूहळू पाझरत अलगद खाली उतरला. रॉबर्ट किनसेडने त्याच्याकडे निरखून पाहिलं. त्याच्या नजरेतून एवढीशी गोष्टसुद्धा सुटत नसे.

फ्रॅन्सेस्काने ग्लास त्याच्यासमोर ठेवला. फॉरमायकाचा टॉप असलेल्या डायनिंग टेबलाच्या दुसऱ्या बाजूला तिने स्वत:चा ग्लास ठेवला. एक जुना काचेचा जेली ग्लास होता. त्यावर डोनाल्ड डकचं चित्र होतं. त्यात पाणी भरून तिनं तो रानफुलांचा झुबका त्यात खोचून ठेवला. मग काउंटरला रेलून खाली झुकून एका पायातला बूट काढला. मग दुसरा पाय उचलून दुसऱ्या पायातला बूट काढला आणि अनवाणी पावलांनी उभी राहिली.

हातातल्या ग्लासमधून आइस-टीचा घुटका घेऊन तो तिच्याकडे एकटक पाहात राहिला. ती अंदाजे पाच फूट सहा इंच उंच असावी. तिची चाळिशी उलटल्यासारखी वाटत होती. चेहरा सुंदर आणि डौलदार, उबदार देह. पण अर्थात, सुंदर स्त्रिया तर त्याच्या दौऱ्यांमध्ये त्याला पावलोपावली भेटायच्या. त्यात नवीन असं काहीच नव्हतं. रंगरूपाने सुंदर असणं तर चांगलंच; पण त्याच्या दृष्टीने त्याहीपेक्षा जास्त महत्त्वाचं होतं बुद्धिमान असणं, मनात जगण्याबद्दलची उत्कटता असणं, बारकावे टिपण्याची क्षमता असणं, छोट्या-छोट्या गोष्टींनी हळवं होऊन जाण्याइतकी संवेदनक्षमता त्या मनात असणं. त्यामुळेच तरुण स्त्रिया कितीही सुंदर असल्या, तरी त्या त्याला आकृष्ट करू शकत नसत. त्याला स्त्रीच्या ज्या गुणवैशिष्ट्यांचं आकर्षण वाटायचं, ते गुण अंगात मुरण्यासाठी आधी त्या स्त्रीने जीवन पुरेसं जगायला तर हवं, त्या जगण्याचा प्रदीर्घ अनुभव गाठीशी घ्यायला तर हवा!

पण या फ्रॅन्सेस्का जॉन्सनच्या ठायी असं काहीतरी होतं, जे त्याला भावलं होतं. ती बुद्धिमान असणार हे त्याला जाणवलं होतं. शिवाय तिची भावोत्कटताही त्याला जाणवली होती. पण ती भावोत्कटता नक्की कशाविषयी आहे, हे तेवढं अजून उमगलेलं नव्हतं.

नंतर आपण जर जमलं तर आपल्या मनातल्या या भावना कुठल्या ना कुठल्यातरी मार्गाने तिच्यापर्यंत नक्की पोहोचवायच्या, असं त्याने मनाशी ठरवून टाकलं. पण त्यासाठी कुठला मार्ग शोधायचा, हेच त्याचं ठरत नव्हतं. मगाशी काउंटरचा आधार घेऊन एका पायावर उभं राहून जरासं ओणवून तिने दुसऱ्या पायातला बूट काढून टाकला. मग त्या अनवाणी पायावर उभं राहून पहिल्या पायातला बूट काढून टाकला. त्याच्या आठवणीतला तो सर्वांत अद्भुत, सर्वांत रोमांचकारी, सर्वांत वेड लावणारा क्षण होता. त्या क्षणी आपल्याला असं का वाटलं, हे त्याच्या दृष्टीने मुळीच महत्त्वाचं नव्हतं. त्याचा आयुष्याकडे बघण्याचा दृष्टिकोनच पूर्णपणे वेगळा होता. 'कोणत्याही गोष्टीचं जास्त विश्लेषण करत बसलं की, त्यातल्या पूर्णत्वाचा, अखंडत्वाचा नाश होतो, त्याचे तुकडे-तुकडे होतात,' असं त्याचं तत्त्व होतं. 'काही गोष्टी, काही जादूभरले क्षण आहेत तसेच अखंड, अभंग राहू द्यावे... त्यांचं विश्लेषण करूच नये. तुम्ही जर त्यांचे छोटे-छोटे तुकडे

करून एकेका तुकड्याचं निरीक्षण करू पाहाल, तर सगळेच क्षण हातातून निसटून जातात.' हे एवढं सगळं तो म्हणाला, स्वत:शीच.

ती टेबलापाशी बसली. तिने एकच पाय उचलून खुर्चीवर त्याची घडी घातली. चेहऱ्यावर, कपाळावर आलेल्या बटा हाताने मागे सारल्या. परत एकदा केस क्लिपमध्ये घट्ट बसवले. मग काहीतरी आठवून ती एकदम उठली. शेवटच्या कपाटाकडे जाऊन तिने त्यातून एक ॲशट्रे काढला आणि टेबलावर त्याचा हात सहज पोहोचू शकेल अशा जागी तो ठेवला.

तिने न बोलताच त्याला सिगारेट ओढण्याची परवानगी देऊन टाकली. त्याने खिशातून कॅमल सिगारेटचं पाकीट काढून तिच्यासमोर धरलं. तिने एक सिगारेट काढून घेतली. त्याला प्रचंड घाम आला होता, त्यामुळे ते सिगारेटचं पाकीट जरासं ओलं झालं असल्याचं तिच्या लक्षात आलं. मग परत जरा वेळापूर्वीसारखंच सगळं घडलं. त्याने खिशातून सोनेरी लायटर काढून तिच्या समोर धरला. तिने त्याची ज्योत स्थिर करण्याकरता त्याच्या हाताला हलके स्पर्श केला. तिच्या बोटांच्या संवेदनाक्षम टोकांना त्याच्या त्वचेचा स्पर्श जाणवला. ती खाली बसली. सिगारेट ओढल्यावर तिला खूप छान वाटलं आणि ती हसली.

"तुम्ही नक्की काय करता? – म्हणजे मला असं म्हणायचंय की, कशाचे फोटो काढता?"

स्वत:च्या हातातल्या सिगारेटकडे बघत तो शांतपणे म्हणाला, "मी कॉन्ट्रॅक्ट शूटर – आय मीन फोटोग्राफर आहे. मी नॅशनल जिऑग्राफिकसाठी अर्धवेळ काम करतो. कल्पना मला सुचतात. मग मी त्यांच्यापुढे त्या मांडतो, त्यांना पटवून देतो आणि त्यानंतर त्यानुसार फोटो काढतो. कधीकधी त्यांना काही विशिष्ट प्रकारे काम करून हवं असतं. मग ते माझ्याशी संपर्क साधतात. तशी कामंपण मी घेतो. अर्थात अशा प्रकारच्या कामांमध्ये कलावंताला फारसं अभिव्यक्तिस्वातंत्र्य नसतं. तशी ती प्रकाशनसंस्था जरा जुनाट विचारांचीच आहे. फारसे पुरोगामी विचारांचे नाहीत ते लोक. पण पैसे चांगले देतात. अगदी खूप जास्त नाही, पण चांगले. आणि मुख्य म्हणजे वेळच्या वेळी, नियमित. राहिलेला वेळ मी लेखन करतो, माझ्या स्वत:च्या मनाने फोटो काढतो, आणि ते इतर नियतकालिकांमध्ये प्रसिद्धीसाठी पाठवतो. पैशाची जास्तच चणचण भासली तर मी मोठमोठ्या उद्योगसमूहांचीपण कामं घेतो. पण ते काम अत्यंत कंटाळवाणं असतं, आणि स्वातंत्र्य अजिबात नाही.

"कधीतरी मी कवितापण लिहितो, पण फक्त माझ्यासाठी. येता जाता सहज सुचलं तर कथाही लिहितो. पण खरं सांगू? तसलं लेखन मला विशेषसं जमत नाही. मी सिॲटलच्या उत्तरेला राहातो आणि त्या आसपासच्या परिसरात बरंच काम करतो. मासेमारी जिथे चालते तिथे जाऊन फोटो काढणं, रेड इंडियन लोकांच्या

वसाहतीचे फोटो काढणं आणि निसर्गदृश्यं कॅमेऱ्यात पकडणं फार आवडतं मला.

"नॅशनल जिऑग्राफिकचं काम एकदा घेतलं ना की, एखाद्या ठिकाणी मला महिनोन्‌महिनेसुद्धा मुक्काम ठोकून राहावं लागतं. फार मोठं काम जर हाती घेतलं असलं, उदाहरणार्थ, ॲमेझॉन खोऱ्यात किंवा उत्तर आफ्रिकेतील वाळवंटात जर शूटिंगच्या कामासाठी कधी गेलो, तर खूप दिवस तिथेच राहातो मी. अशा दूरच्या ठिकाणी मी बरेच वेळा सरळ विमानाने जातो, नाहीतर मग एखादी गाडी भाड्याने घेऊन जातो. पण या खेपेला मला जरा इकडे येता-येता रस्त्यात थांबून कुठे-कुठे शूटिंग करावंसं वाटलं. काही भाग मुद्दाम डोळ्याखालून घालावासा वाटला. भविष्यात कुठे-कुठे जायचंय याची जाता-जाता नोंदही ठेवायची होती. मी लेक सुपीरिअरच्या काठाने आलो. परत जाताना ब्लॅकहिल्समार्गे जाईन. तुमचं काय?"

तो आपल्याला असंकाही विचारेल असं फ्रॅन्सेस्काला मुळीच वाटलं नव्हतं. ती जराशी चाचरली. मग म्हणाली, "ओह्... अहो तसं सांगण्यासारखं काहीच करत नाही मी. तुमच्यासारखं तर काहीच नाही. मी साहित्याची पदवीधर आहे. १९४६ साली मी जेव्हा इथे आले, तेव्हा विंटरसेटमध्ये चांगल्या शिक्षकांची चणचण होती. शिवाय माझं लग्न इथल्याच एकाशी झालं होतं ना, तो बऱ्याच दिवसांपासून या भागात स्थायिक असल्यामुळे मला शिक्षिकेची नोकरी मिळू शकली. त्याआधी मला अभ्यासक्रम पूर्ण करून प्रमाणपत्र मिळवावं लागलं. काही वर्षं मी उच्च माध्यमिक शाळेत इंग्रजी विषय शिकवला. पण मी नोकरी करण्याची कल्पना रिचर्डला पसंत पडत नव्हती. त्याचं म्हणणं होतं, तो व्यवस्थित कमावतो आहे, कुटुंबाला पोसायला समर्थ आहे, तेव्हा मला नोकरी करण्याची गरजच काय? आमच्या दोन्ही मुलांचं वाढीचं वय होतं. त्यांच्याकडे लक्ष देण्याची गरज होती. त्यामुळे मी नोकरी सोडून पूर्ण वेळ गृहिणी बनले. घरचं बघून शिवाय त्याला शेतीकामातही मदत करू लागले. बस, इतकंच."

मग तिच्या लक्षात आलं, त्याचा ग्लास जवळजवळ रिकामा होत आला होता. तिने त्याच्या ग्लासात जगमधून आणखी आइस-टी ओतला.

"थँक्स! तुम्हाला इथे आयोवामध्ये राहायला कसं काय आवडतं?"

आता सत्य सांगण्याचा क्षण होता. इतर कुणी, कधी हा प्रश्न तिला विचारलाच, तर तिचं उत्तर ठरलेलं होतं – 'हो. छान आहे इथे. खूप शांत आहे. इथले लोक खूप चांगले आहेत.'

तिने त्याला लगेच उत्तर दिलं नाही. "मला आणखी एक सिगारेट मिळू शकेल?" ती म्हणाली. मग सगळं पाहिल्यासारखं घडत गेलं... परत त्याने कॅमल सिगारेटचं पाकीट तिच्यासमोर धरणं... सोनेरी लायटर तिच्या समोर धरणं, तिने त्याच्या हाताला हलके स्पर्श करणं. ऊन मागच्या पोर्चमध्ये येऊन पोहोचलं. तिचा

कुत्रा उठून दुसरीकडे निघून गेला. फ्रॅन्सेस्काने पहिल्यांदाच रॉबर्ट किनसेडच्या डोळ्यांत थेट राखून पाहिलं.

"खरंतर यावर मी असं म्हणणं अपेक्षित आहे – 'हो, छान आहे इथे. खूप शांत आहे. इथले लोक खूप चांगले आहेत.' एक सांगू? त्यातल्या बऱ्याचशा गोष्टी खऱ्यासुद्धा आहेत. इथे खरंच खूप शांत आहे आणि इथले लोक खरोखरच चांगले आहेत, त्यांच्या-त्यांच्या परीने. आम्ही अडल्यापडल्याला एकमेकांच्या मदतीला धावून जातो. जर समजा कुणी आजारी पडलंच, तर त्याच्या शेतातलं कापणीचं काम शेजारीपाजारी मिळून पार पाडतात. जे काही पडेल, ते काम आपलेपणानं करतात. गावात आपली गाडी खुशाल उघडी ठेवून जाऊ शकतो आम्ही. आणि मुलाबाळांना कुठेही खेळायला पाठवण्याची अजिबात धास्ती वाटत नाही. इथल्या लोकांमध्ये कितीतरी चांगले गुण आहेत आणि त्याबद्दल मला त्यांचा खूप आदर वाटतो."

"पण –" असं म्हणून ती जराशी चाचरली. तिने सिगारेट ओढली. समोरच्या बाजूला, टेबलापलीकडे बसलेल्या रॉबर्ट किनसेडच्या नजरेला नजर देऊन पाहिलं आणि कसंबसं म्हणाली, "खरं सांगू? मी लहानपणी भावी आयुष्याची जी काही स्वप्नं पाहिली होती ना, ते आयुष्य हे असं नव्हतं." अखेर एकदाचा तो कबुलीजबाब बाहेर पडला. मन मोकळं झालं. हे शब्द मनात खूप दिवस होते. पण ते कधीच कुणापाशी बोलून दाखवले नव्हते तिने. आणि आज... वॉशिंग्टनमधल्या बेलिंगहॅममधून हिरवा पिकअप ट्रक चालवत इथवर आलेल्या एका माणसापुढे ती हे बोलली होती.

तो क्षणभर काहीच बोलला नाही. मग म्हणाला, "एक दिवस असंच बसल्या-बसल्या मी माझ्या वहीत काहीतरी खरडून ठेवलं होतं. भविष्यात कधीतरी उपयोगी पडेल, म्हणून. एकदा गाडी चालवत असताना एक कल्पना मनात स्फुरली होती. हे असं अनेकदा घडतं. मग मी ते लिहून ठेवतो. मी जे लिहिलं ते असं होतं : 'जुनी स्वप्नं चांगली होती. ती पूर्ण नाही होऊ शकली. तरीपण मी ती पाहिली, याचाच आनंद आहे मला.' आता हे जे मी लिहिलंय, त्याचा नक्की अर्थ काय, ते मला नाही सांगता येणार. पण पुढे कधीतरी, कुठेतरी मी ही वाक्यं वापरेन. मला इतकंच सांगायचंय की, तुमच्या मनातल्या भावना मला कळतात!"

यावर फ्रॅन्सेस्का पहिल्यांदाच त्याच्याकडे पाहून हसली. खूप खोलवर, खूप आपुलकीने. मग एखाद्या जुगाऱ्याने पुढचा मागचा काही विचारही न करता समोरच्या खेळात स्वत:ला झोकून द्यावं, तसं काहीसं झालं तिचं. तिला काही कळायच्या आतच तोंडातून शब्द बाहेर आले, "आज रात्री जेवायला इथेच थांबा ना. घरचे सगळे गावाला गेले आहेत. मला फारसं काही कामही नाहीये. झटपट काहीतरी बनवते मी."

"वेल. मलाही दुकानातून खाण्यापिण्याचं सामान खरेदी करून आणायचा, हॉटेलात जाऊन जेवायचा कंटाळाच येतो नाहीतरी. तेव्हा तुम्हाला खरंच काही त्रास पडणार नसेल, तर... चालेल."

"तुम्हाला पोर्क चॉप्स आवडतात का? मग ते बनवते आणि बागेतल्या थोड्या भाज्या तोडून आणून जोडीला काहीतरी करते."

"खरं सांगू? नुसत्या भाज्यासुद्धा मला चालतील. मी मासे-मटण तर खातच नाही. गेल्या कित्येक वर्षांत खाल्लेलं नाही. त्यामागे खास काही कारण वगैरे नाही, पण शाकाहारच बरा वाटतो."

फ्रॅन्सेस्का परत एकदा हसली. "आमच्या इकडच्या लोकांना हे असलंकाही चालणारच नाही. रिचर्ड आणि त्याचे मित्र तर म्हणतील, 'काय हो, आमच्या पोटावर पाय आणायला निघालात की काय तुम्ही?' मला स्वत:ला मांसाहाराचं फारसं प्रेम नाही. मी विशेष खातही नाही. का कोण जाणे, पण पहिल्यापासून नाहीच आवडत. पण मी आमच्या घरी अगदी एखाद्या वेळी जरी शुद्ध शाकाहारी जेवण बनवलं ना की, इतका आरडाओरडा सुरू होतो, की काही विचारू नका! त्यामुळे मी तर आता तसंकाही करायच्या भानगडीतच पडत नाही. त्यामुळे आज तेवढंच काहीतरी वेगळं करायला मिळेल मला. मजा येईल."

"ओके. पण तुम्ही माझ्यासाठी मुद्दाम फारकाही धावपळ करायला जाऊ नका हं. आणि हे पाहा, माझ्याकडचा हा कूलरचा बॉक्स आहे ना, त्यात फिल्म ठेवली आहे. त्या कूलरमधला वितळलेला बर्फ काढून फेकायचाय, बॉक्स साफ करायचा आहे. काही गोष्टी, सामानसुमान व्यवस्थित लावून ठेवायचंय. मला थोडा वेळ लागेल." असं म्हणून तो उठला. त्याने ग्लासातला राहिलेला आइस-टी एका घोटात संपवला.

मग तो उठून घराच्या मागच्या दारातून बाहेर पडून मागच्या पोर्चमध्ये आणि तिथून पायऱ्या उतरून बाहेरच्या मोकळ्या अंगणात गेला. फ्रॅन्सेस्का त्याच्या पाठमोऱ्या आकृतीकडे पाहातच राहिली. तिच्या एक गोष्ट लक्षात आली. स्वयंपाकघराचा मागचा दरवाजा त्याने इतर लोकांप्रमाणे धाडकन आदळला नाही. बाहेर पडल्यावर अलगद लावून घेतला. पोर्चच्या पायऱ्या उतरून जाण्याआधी त्याने खाली बसून जॅकला – तिच्या कुत्र्याला थोपटलं. जॅकनेही प्रेमाने त्याचे हात चाटून आनंद व्यक्त केला.

फ्रॅन्सेस्का पळतच वरच्या मजल्यावर गेली. तिने घाईघाईने अंघोळ केली. अंग खसखसून पुसता-पुसता तिने बाथरूमच्या खिडकीचा पडदा किंचित सरकवून खाली अंगणाकडे पाहिलं. अंगणातल्या विहिरीपाशी तो होता. शेजारी त्याची सूटकेस उघडी होती. हातपंपाने पाणी उपसून तो हात-पाय, अंग धुवत होता. जमेल

तसं. खरंतर त्याने घरातल्या बाथरूममध्ये अंघोळ करावी, असं त्याला सुचवावंसं तिला वाटत होतं. पण मग हे जरा जास्तच जवळीक दाखवल्यासारखं होईल, असा मनात विचार आल्यामुळे ती संकोचून गप्प राहिली होती. मनात विचारांचं जे काही काहूर माजलं होतं, त्यात गुरफटून, गोंधळून गेली होती.

पण रॉबर्ट किनसेडने यापूर्वी याहूनही कितीतरी वाईट परिस्थितीत अंघोळ केली होती. गंजक्या बादलीत साठवलेल्या गढूळ पाण्याने वाळवंटात अंघोळ केली होती. आत्ता तिच्या अंगणात त्याने अंगातला शर्ट काढला होता. वरचं अंग धुवून झाल्यावर टॉवेलऐवजी त्या शर्टालाच अंग पुसण्याचा त्याचा बेत होता. ते पाहून तिला स्वत:ची लाज वाटली. 'मी निदान त्याला एक टॉवेल तरी द्यायला हवा होता' असं तिच्या मनात आलं.

हातपंपाजवळ सिमेंटच्या कट्ट्यावर त्याने स्वत:चा रेझर ठेवला होता. तो उन्हात चमकत होता. त्याने चेहऱ्यावर साबणाचा फेस केला आणि तो दाढी करू लागला. ती त्याच्याकडे डोळे भरून पाहू लागली. किती कठीण, कणखर शरीर होतं त्याचं. तसा तो काही आडवातिडवा नव्हता. सडपातळ होता. सहा फुटांपेक्षाही किंचित उंचच. पण त्याच्या बाकीच्या शरीराच्या मानाने त्याचे खांदे मात्र भरदार होते. त्याचं पोट तलवारीच्या पात्यासारखं पातळ, सपाट होतं. त्याच्या उघड्या देहाकडे पाहून त्याच्या वयाचा मुळीच अंदाज येत नव्हता. सकाळी उठून वाटेल तेवढे तेलकट-तुपकट पदार्थ ओरपणाऱ्या स्थानिक लोकांसारखा तो मुळीच नव्हता.

गेल्या खेपेला ती जेव्हा जवळच्या शहरात गेली होती, तेव्हा तिने बरीच खरेदी केली होती. तेव्हा तिने स्वत:साठी 'विंडसाँग' नावाचा परफ्यूम विकत आणला होता. तिने तो आता थोडासा, अगदी हलकासा स्वत:वर उडवला. पण आता कपडे कोणते घालावे, हा एक प्रश्न होताच. फार जास्त नटून तयार होणंही बरं दिसलं नसतं; कारण तो स्वत: अगदीच साध्या कपड्यात होता. तिने अंगात लांब बाह्यांचा पांढरा शर्ट घातला. शर्टाच्या बाह्या कोपरापर्यंत दुमडल्या. अंगात जीनची स्वच्छ पँट चढवली आणि पायात सँडल्स घातले. कानात सोन्याचा रिंग्ज घातल्या. मागे एकदा तिने त्या रिंग्ज घातल्यावर तिचा नवरा रिचर्ड नाक मुरडून म्हणाला होता, "काढ त्या रिंग्ज. वाईट चालीच्या बायका घालतात असलं काहीतरी!" पण आज त्या तिने मुद्दाम घातल्या. हातात सोन्याचं ब्रेसलेटही चढवलं. केस उलटे फिरवून मागे क्लिपमध्ये अडकवून टाकले. त्यांचा झुबका तिच्या मानेवर रुळत होता. हा सगळा जामानिमा योग्य दिसत होता.

मग ती खाली येऊन स्वयंपाकघरात शिरली. तो तिथे आधीच येऊन बसला होता. आपली सॅक आणि आपला कूलर घेऊन. त्याच्या अंगात स्वच्छ खाकी शर्ट होता. खांद्यावर पँटचे नारिंगी रंगाचे पट्टे अडकवले होते. टेबलावर तीन कॅमेरे होते.

पाच लेन्सेस आणि कॅमल सिगारेटची नवी पाकिटं. सगळे कॅमेरे 'निकॉन' कंपनीचे होते. काळ्या लेन्सेससुद्धा निकॉनच्याच होत्या. लहान, मध्यम आणि मोठ्या अशा विविध आकाराच्या. सामानसुमान हाताळलेलं, जुनं झालेलं होतं. कुठेकुठे चरे पडलेले होते. पोचे आलेले होते. पण तो मात्र अत्यंत काळजीपूर्वक, हळुवार हातांनी त्यांची हाताळणी करत होता. ते पुसत होता. फुंकर मारून त्यावरील धूळ साफ करत होता.

त्याने काम करता-करता मान वर करून तिच्याकडे पाहिलं. त्याचा चेहरा गंभीर होता. जरासा संकोचलेला. तो म्हणाला, "माझ्या कूलरमध्ये बिअर आहे. घेणार?"

"हो. चालेल ना. आवडेल."

मग त्याने बडवायझर बिअरच्या दोन बाटल्या बाहेर काढल्या. त्याने त्यासाठी कूलरचं झाकण उघडताच तिला आत प्लॅस्टिकचे मोठाले बॉक्सेस दिसले. त्यात फिल्मची रिळं ठेवलेली होती. शिवाय बिअरच्या आणखी चार बाटल्यासुद्धा होत्या.

फ्रॅन्सेस्का टेबलाचा खण उघडून त्या बॉटल ओपनर शोधू लागली. इतक्यात तो म्हणाला, "राहू दे. माझ्याकडे आहे." मग त्याने आपल्या कमरेच्या पट्ट्याला लटकत असलेली फोल्डिंग स्विस आर्मी नाइफ काढली. ती सफाईदारपणे उघडून त्याच्या जोडीला बॉटल ओपनर बाहेर काढून बाटल्या उघडल्या.

त्याने तिच्या हातात एक बाटली ठेवली आणि स्वत:ची बाटली हातात घेऊन उंच उचलून धरत तिला एक सलाम ठोकला. "टू कव्हर्ड ब्रिजेस इन द लेट आफ्टरनून..." आणि मग जरा थांबून म्हणाला, "किंवा तसं कशाला... असं म्हणतो टू वॉर्म, रेड मॉर्निंग्ज!" त्यानंतर तो मस्तपैकी दात दाखवून हसला.

फ्रॅन्सेस्का त्यावर काहीच बोलली नाही. गोडसं हसली. तिनेपण त्याच्यासारखी आपल्या हातातली बाटली उंच केली, जराशी अवघडून, संकोचून. एकदम परका, वेगळाच माणूस... फुलं, परफ्यूम, बिअर आणि असं एकमेकांना बाटल्या उंचावून विश करणं... उन्हाळ्याच्या अखेरचा तप्त सोमवार. हे सगळं असं एकवटून आलेलं... म्हणजे तिच्या दृष्टीने फार जास्तच होत होतं.

"खूप पूर्वी... म्हणजे खूप खूप पूर्वी अशाच एका ऑगस्ट महिन्यातल्या दुपारी एकाला लागली जबरदस्त तहान. मग त्याने तहान कशी भागवायची यावर खूप विचार केला, अभ्यास केला आणि त्यातूनच बिअरचा शोध लागला. अशा रितीने बिअर तेव्हापासून बनत आली आहे, तहानेचा प्रश्न हा अशा रितीने सुटलेला आहे." हे असं सगळं बोलत-बोलत तो एकीकडे आपल्या कॅमेऱ्याचं काहीतरी काम करत बसला होता. बोलणं तर इतकं हळुवार होतं की, जणूकाही त्या कॅमेऱ्याशीच बोलत असावा. त्याच्या हातात एक छोटासा स्क्रू ड्रायव्हर होता. जवाहिऱ्यांकडे असतो, तसा. त्या स्क्रू ड्रायव्हरच्या साहाय्याने त्याने कॅमेऱ्याच्या डोक्यावरचा स्क्रू घट्ट केला.

"मी जरा बाहेरच्या बागेत जाऊन येते. आलेच हं लगेच!" असं म्हणून ती उठून बाहेर निघाली.

त्याने वर पाहिलं. "काही मदत हवी आहे?"

ती मान हलवून नाही म्हणत बाहेर निघाली. जाण्याचा मार्ग त्याच्या अगदी जवळून होता. त्याचे डोळे आपल्या लांबसडक पायांवर खिळले आहेत हे तिला न बघताच जाणवलं. ती पोर्चमधून बाहेर पडली. 'तो सगळा वेळ आपल्या पाठमोऱ्या आकृतीकडे तर बघत राहिला नसेल... कदाचित असेलही... कदाचित का, नक्की असेल...' तिच्या मनात आलं.

तिचं हे तसं वाटणं बरोबरच होतं. तो तिच्याकडे टक लावून बघत होता. मग त्याने एकदा डोकं जोरजोरात हलवलं आणि मग परत बघत राहिला. तिच्या देहाकडे निरखून बघत राहिला. तिच्या बुद्धिमत्तेविषयी विचार करत राहिला. तिची बुद्धिमत्ता त्याला जाणवली होती. पण त्यापलीकडेही काहीतरी वेगळंच तिच्या ठायी त्याला जाणवलं होतं... शब्दात पकडता न येण्याजोगं. त्याचा विचार तो करत राहिला. त्याला तिच्याबद्दल जबदरस्त आकर्षण वाटत होतं आणि ते परतवून लावण्याचा तो निकराने प्रयत्न करत होता.

बागेत सावली होती. फ्रॅन्सेस्का हातात एक मोठं तसराळं घेऊन बागेत गेली होती. तिने गाजरं तोडली आणि कोथिंबीर खुडली, थोड्या भाज्या आणि कांदेपण काढले.

ती स्वयंपाकघरात परत आली तेव्हा रॉबर्ट किनसेड आपली सॅक भरत होता. अगदी व्यवस्थितपणे, नीटनेटकेपणे. तिच्या ते लक्षात आलं. सगळ्या गोष्टींची ठरलेली जागा असणार, बॅग पॅक करण्याचीपण एक विशिष्ट पद्धत असणार त्याची. त्याची बिअर संपली होती. त्याने आणखी दोन बाटल्या उघडून ठेवल्या होत्या. खरंतर तिच्या बाटलीत बरीच बिअर अजून शिल्लक होती. तिने मान तिरपी करून त्याच्याकडे पाहिलं आणि ती बिअर पिऊन टाकली. मग ती रिकामी झालेली बाटली त्याच्याकडे दिली.

"मला सांगा ना काहीतरी काम," तो म्हणाला.

"असं करा, पोर्चमध्ये जा आणि तिथलं कलिंगड आत घेऊन या. आणि तिथेच एका बादलीत बटाटे ठेवले आहेत, त्यातले थोडे घेऊन या."

तो अक्षरश: क्षणार्धात उठून पोर्चमध्ये जाऊन पोहोचलासुद्धा. ती विस्मयचकित होऊन नुसती बघतच बसली. इतक्यात तो परतही आला. काखेत कलिंगड पकडलेलं आणि दुसऱ्या हातात चार बटाटे. "बस का?" तो म्हणाला.

तिने मान हलवून होकार दिला. एखाद्या भुताने जादूने अदृश्य होऊन परत अवतीर्ण व्हावं तसा तो तिला भासला. ती ओट्यावर भाज्या धुवत होती. तिथेच

त्याने हातातल्या गोष्टी ठेवल्या. आपल्या खुर्चीत जाऊन बसत त्याने एक सिगारेट शिलगावली.

"तुम्ही इथे किती दिवस मुक्काम करणार आहात?" हातातल्या भाज्या खसखसून धुवत ती म्हणाली.

"तसं अजूनकाही ठरवलेलं नाहीये मी. तशी सध्या कामाची खूप घाई नाहीये माझी. शिवाय हे हातातलं काम संपवण्यासाठी अजून तीन महिन्यांचा अवधी आहे. ह्या कव्हर्ड ब्रिजेसचे फोटो तीन महिन्यांपर्यंत त्यांच्याकडे पाठवले की झालं. फक्त काम मात्र व्यवस्थित झालं पाहिजे. त्यामुळे मला वाटतं, अजून एखादा आठवडाभर तरी मी इकडे राहीन."

"तुम्ही कुठे उतरलाय? जवळच्या शहरात?"

"हो. एक लहानसं ठिकाण आहे. बरीच छोटी-छोटी केबिन्स आहेत. 'मोटरकोर्ट' की असंच काहीसं नाव आहे. मी आज सकाळीच तिथे उतरलोय. खरंतर अजून सगळं सामानपण तिथल्या खोलीत नेऊन टाकलेलं नाही."

"तिथे उतरायला तेवढं एकच तर ठिकाण आहे. हो... आणि अजून एक जागा पण आहे. त्या मिसेस कार्लसन आहेत ना, त्यांच्याकडेपण खोल्या आहेत. उतरायची सोय तशी बरी आहे. पण तिथलं रेस्टॉरंट मात्र विशेष खास नाहीये. आणि तुमच्या खाण्यापिण्याच्या सवयी पाहाता तर तुम्हाला ते मुळीच आवडणार नाही."

"हो, मला कल्पना आहे त्याची. आणि तसं सगळीकडेच घडतं, ते काही नवीन नाही. पण आता जे काही असेल तसं चालवून घ्यायची मला सवय झाली आहे. शिवाय हे दिवस चांगले आहेत, हवा बरी आहे. दुकानात ताज्या भाज्या, फळं मिळतात. रस्त्यावरच्या छोट्या दुकानांमध्येही खायला चांगलं मिळतं. ब्रेड मिळतो, इतर काही गोष्टी मिळतात. त्यावर माझा व्यवस्थित निभाव लागतो. पण कधीतरी कुणी असं घरी जेवायला बोलावलं की, खरंच खूप बरं वाटतं. खूप छान वाटतं."

तिने हात लांब करून काउंटरवरचा रेडिओ लावला. त्याला फक्त दोनच बटणं होती. त्याच्या स्पीकर्सवर झालरीचा रुमाल घातलेला होता. "विथ टाइम इन माय पॉकेट, अँड द वेदर ऑन माय साइड..." कुणीतरी रेडिओवर गोड आवाजात गात होतं. त्या गाण्यात गिटारचं पार्श्वसंगीत होतं. तिने रेडिओचा आवाज अगदी हळू ठेवला होता. मुद्दामच.

"मी भाज्या अगदी छान चिरतो बरं का!" तो म्हणाला.

"ओके. मग हा कटिंग बोर्ड इथे आहे आणि तिकडे टेबलाच्या उजव्या बाजूच्या खणात सुरी पण आहे. मी भाज्यांचा स्ट्यू बनवणार आहे, त्यामुळे सगळ्या भाज्यांचे छोटे-छोटे चौकोनी तुकडे कापा."

मग तो ओट्यापाशी तिच्यापासून दोन फुटांच्या अंतरावर उभा राहून झटपट

भाज्या कापू लागला. गाजर, कांदे, घेवडा. फ्रॅन्सेस्काने बटाटे सोलले. आपण एका परपुरुषाच्या इतक्या निकट उभ्या आहोत, ही जाणीव तिला सतत होत होती. बटाटे सोलण्याचं काम इतकं भावनोत्कट असू शकेल, असं कधी स्वप्नातही वाटलं नव्हतं तिला.

"तुम्ही गिटार वाजवता का? मी तुमच्या ट्रकमध्ये गिटारची पेटी पाहिली."

"थोडंफार वाजवायला शिकलोय. माझ्या बायकोला लोकसंगीताची बरीच जाण होती. ज्या काळी लोकसंगीत सामान्य जनतेमध्ये इतकं लोकप्रियसुद्धा नव्हतं, अगदी तेव्हापासून तिला त्यात रस होता. तिनेच मला त्याची गोडी लावली."

'बायको' हा शब्द त्याच्या तोंडून ऐकताच फ्रॅन्सेस्का एकदम काहीशी ताठरली. का कुणास ठाऊक, पण मनातून हिरमुसली झाली. त्यालाही लग्न करण्याचा, बायको असण्याचा अधिकार नव्हता का? पण अगदी खरं सांगायचं, तर तो आणि विवाहित? या दोन गोष्टी खूप विसंगत वाटत होत्या. त्याचं लग्न झालेलं आहे, ही कल्पना तिला खूप नकोशी वाटली.

"पण मी हा असा फोटोग्राफीच्या, शूटिंगच्या निमित्ताने कित्येक महिने दौऱ्यावर असायचो, घरापासून दूर. ते तिला सहन झालं नाही. मीही तिला त्याबद्दल दोष देत नाही. पण नऊ वर्षांपूर्वी ती घर सोडून गेली. एक वर्षानंतर तिने मला रीतसर घटस्फोट दिला. आम्हाला मूल नसल्यामुळे इतर काही गुंतागुंत होण्याचा प्रश्न आला नाही. एक गिटार ती बरोबर घेऊन गेली आणि हे एक माझ्यासाठी ठेवून गेली."

"तुम्हाला ती कधी फोन वगैरे करते?"

"नाही, कधीच नाही."

तो फक्त इतकंच बोलून थांबला. फ्रॅन्सेस्काने पण तो विषय आणखी पुढे वाढवला नाही, पण मनातून तिला बरं वाटलं. 'किती स्वार्थी आहोत आपण!' असा विचारही याबरोबर डोकावून गेला. 'खरंतर तो विवाहित असला काय आणि नसला काय, आपल्याला त्याने काय फरक पडतो?' असंही तिला वाटलं.

"मी आत्तापर्यंत दोन वेळा इटलीला गेलो आहे. तुम्ही मूळच्या कुठल्या?" तो म्हणाला.

"नेपल्स."

"पण तिथपर्यंत जाण्याचा योग कधी नाही आला. एकदा मी उत्तरेला गेलो होतो. 'पो' नदीकाठी शूटिंग होतं. त्यानंतर एकदा काही कामानिमित्त सिसिलीलाही गेलो होतो."

फ्रॅन्सेस्का बटाटे सोलत होती. एकीकडे तिच्या मनात इटलीचे विचार चालू होते. पण रॉबर्ट किनसेड आपल्या अगदी निकट उभा आहे, ही जाणीव मनात सतत होती.

ढग वाहात पश्चिमेकडे जमा झाले होते. त्यामुळे सूर्यकिरणं दुभंगली होती. ढगांच्या फटींमधून चोहीकडे प्रकाश विखुरला होता. ओट्यावरच्या खिडकीतून बाहेर पाहात तो म्हणाला, ''आत्ता झकास प्रकाश पडलाय. कॅलेंडर कंपन्यांना अशा प्रकाशातली फोटोग्राफी फार आवडते. आणि धार्मिक नियतकालिकांनाही.''

''तुमचं काम इंटरेस्टिंग असेल, असं वाटतं.'' फ्रॅन्सेस्का म्हणाली. काहीतरी गप्पा, संभाषण सहजगत्या चालू ठेवण्यासाठी तिची धडपड चालू होती.

''हो. फारच. मला माझं काम प्रचंड आवडतं. मला भटकंती करणंही आवडतं आणि फोटो काढणंही.''

त्याने बोलताना 'मेकिंग पिक्चर्स' असे शब्द वापरले होते, 'टेकिंग पिक्चर्स' असे नाही, हे तिच्या लक्षात आलं. तिने त्याला त्याबद्दल छेडलं.

''हो, माझ्या दृष्टीने तसं म्हटलेलंच जास्त योग्य आहे. रविवारी सुट्टीच्या दिवशी छंद म्हणून बाहेर जाऊन जो फोटो काढतो अशा माणसात आणि फोटोग्राफी हे ज्याचं उपजीविकेचं साधन आहे अशा माणसात हा एक मोठाच फरक आहे. आज आपण जो ब्रिज पाहून आलो, त्याच्या फोटोशूटचं काम माझ्या मनाप्रमाणे मी पूर्ण केलं, की तुम्ही ते पाहा. तुमच्या अपेक्षेपेक्षा खूपच वेगळं वाटेल ते तुम्हाला. ती एक परिपूर्ण अशी कलाकृती असेल. माझी कलाकृती. कुठली लेन्स वापरायची, कॅमेऱ्याचा कुठला अँगल वापरायचा, पार्श्वभूमी कोणती, एकूण रंगसंगती कशी हवी, छायाप्रकाशाची तीव्रता कोणती ठेवायची या सर्वांचा एकत्रित, एकरस मेळ घालून तयार झालेली कलाकृती.

''गोष्टी जशा असतात, त्या तशाच्या तशा मी कधीच स्वीकारत नाही. मी त्यापासून अशी काहीतरी निर्मिती करतो की, ज्यातून माझ्या अंगचं चैतन्य, माझी सदसद्विवेकबुद्धी प्रतिबिंबित होईल. मी प्रतिमेमध्ये काव्य शोधण्याचा प्रयत्न करतो. नियतकालिकांची स्वत:ची अशी विशिष्ट शैली असते. त्यांच्याही खास मागण्या असतात, आग्रही मतं असतात. संपादकाची आणि माझी पसंती दरवेळी जुळतेच असं नाही. खरं सांगायचं तर बरेचदा मला संपादकांचं पटतच नाही. त्याचा त्या लोकांना बऱ्यापैकी त्रास होतो. ते वैतागतात माझ्यावर. पण मी काढलेल्या फोटोंपैकी कुठले छापायचे आणि कुठले नाही छापायचे, हा निर्णय शेवटी त्यांचाच असतो. पण मला तरीही असं वाटतं की, त्या लोकांनी कधीतरी चाकोरीबाहेर जाऊन वेगळं काहीतरी करून दाखवायला पाहिजे. थोडातरी धोका नको का पत्करायला? आणि मी त्यांना तसं स्पष्ट सांगतोसुद्धा. याचाच तर त्यांना त्रास होतो.

''पण खरं सांगू? तुमची कला हेच जेव्हा तुमच्या उदरनिर्वाहाचं साधन असतं, तेव्हा ही समस्या उभी राहातेच. आपल्याला बाजारात काय विकतं याचा विचार करावा लागतो. सर्वसामान्य लोकांना काय रुचतं, पचतं, ते लक्षात घ्यावं लागतं.

मग त्या लोकांची अभिरुचीसुद्धा तशी अगदी सामान्य पातळीचीच असणार ना? त्याच्याशी मिळतंजुळतं घेत आपली कला सादर करणं भाग पडतं. पण अशा गोष्टींचाच तर प्रचंड खप असतो. ही वस्तुस्थिती आहे. पण त्यामुळे होतं काय की, सर्जनशीलतेला, अभिव्यक्तीला खूप मर्यादा पडतात. मी काढलेले जे फोटो त्यांना नको असतात ते मी माझ्याकडेच ठेवतो. ते मला तशी परवानगी देतात. त्यामुळे निदान माझ्या आवडत्या फोटोंचा छान संग्रह माझ्याकडे आहे.

"आणि कधीतरी त्यातला एखाददुसरा फोटो दुसरं कोणतंतरी नियतकालिक स्वीकारतं. कधीतरी मी भेट दिलेल्या एखाद्या स्थळाबद्दल मी स्वतःच एखादा लेख लिहितो आणि त्यात मी काढलेले फोटो टाकतो. नॅशनल जिऑग्राफिकला झेपेल त्याहून जरा अधिकच धाडसी आविष्कार असलेले फोटोही कधीतरी छापण्याची अशी संधी मिळते मला.

"येत्या काही दिवसांत मी एक लेख लिहायचं म्हणतोय. 'हौशी फोटोग्राफरचे गुण' असा तो लेख असेल. बऱ्याच हौशी कलावंतांना असं वाटत असतं की, आपल्या या कलेच्या मार्गानेच जर आपण आपला उदरनिर्वाह करू शकलो असतो तर किती बरं झालं असतं! तर या अशा लोकांसाठी मुद्दाम मी तो लेख लिहिणार आहे. खरं सांगायचं कलावंताच्या सर्जनात्मक प्रतिभेचा गळा घोटणारा सर्वांत मोठा शत्रू म्हणजे मार्केट. तुम्हाला उदरनिर्वाहासाठी तुमची कला ज्या बाजारात नेऊन विक्रीस ठेवावी लागते तो बाजार. बाहेरच्या जगात सर्वाधिक महत्त्व कशाला असेल, तर ते आहे सुरिक्षततेला, आर्थिक स्थैर्याला. बहुसंख्य लोकांच्या दृष्टीने ती गोष्ट सर्वांत महत्त्वाची. लोकांना सुरिक्षतता हवी, स्थैर्य हवं. आणि ते त्यांना या नियतकालिकांकडून, उत्पादकांकडून मिळतं. त्यांना संघटित अस्तित्व मिळतं. ओळखीचं, आपुलकीचं वातावरण मिळतं. त्यांना कशाचाही धोका उरत नाही, भीती वाटत नाही. त्यांना आव्हान द्यायला काहीही अचानक पुढे येऊन उभं राहात नाही.

"नियतकालिकाला होणारा नफा, वर्गणीदारांची संख्या, जाहिराती अशा इतर गोष्टींचं कलेवर राज्य चालतं. त्यांच्या दृष्टीने सब घोडे बारा टक्के. कलावंताच्या प्रतिभेच्या वेगळेपणाला तिथे काही स्थानच उरत नाही.

"मार्केटिंगचे लोक सतत एकाच विषयावर बोलतात. मार्केटिंग क्षेत्रातल्या ज्याच्या-त्याच्या तोंडी एकच शब्द असतो, तो म्हणजे 'कन्झ्युमर' किंवा उपभोक्ता. हा शब्द ऐकला की, माझ्यापुढे बर्म्युडा पँट घातलेल्या एका बुटक्या, जाड्या माणसाचं चित्र उभं राहातं. अंगात रंगीबेरंगी शर्ट, डोक्यावर गवती हॅट. त्या हॅटला लोंबणारे कॅन ओपनर्स आणि मुठीत डॉलर्सच्या चुरगळलेल्या नोटा."

त्याने केलेलं वर्णन ऐकून फ्रॅन्सेस्काला हसू फुटलं. सुरक्षितता आणि सुखसोयींचं इतकं सुंदर स्पष्टीकरण त्याने दिलं होतं, त्याचाच ती विचार करू लागली.

"पण माझी त्याबद्दल काही तक्रार नाही. मी म्हणालोच ना – प्रवास करायला तर मला आवडतंच. शिवाय कॅमेऱ्याच्या कसरती करणं पण आवडतं. घराबाहेर पडणं, भटकंती करणंही मनापासून आवडतं. मगाचच्या त्या गाण्याच्या ज्या ओळी होत्या, अगदी तसंच्या तसं आदर्श वास्तव नसतंच कधी; पण तरीही जे काही असतं, तेही तितकंसं वाईट नसतं. त्यामुळे ते गाणंही चांगलंच आहे."

'हे अशा तऱ्हेचं बोलणं, या असल्या विषयांवर बोलणं या रॉबर्ट किनसेडच्या दृष्टीने अगदी रोजचीच बाब दिसते आहे –' फ्रॅन्सेस्काच्या मनात आलं. पण तिच्या दृष्टीने हे बोलणं साहित्यिक बोलणं होतं. मॅडिसन काउंटीत राहाणारे लोक कधी म्हणजे कधीच या असल्या विषयांवर बोलत नसत. त्यांचं बोलणं तरी कुठल्या विषयावर? हवापाणी, शेती, बाजारभाव, कुणाच्या घरी मूल जन्माला आलं, कोणाचं कोण वारलं, सरकारतर्फे राबवण्यात येणारे उपक्रम आणि खेळ. बस्स. या पलीकडे काहीच नाही. कला, स्वप्नं यांविषयी तर कधीच नाही. संगीताला मूक करून सोडणाऱ्या वास्तवाविषयीपण नाही आणि पेटीत बंद करून ठेवलेल्या स्वप्नांविषयीपण नाही.

त्याच्या भाज्या कापून झाल्या. "मी आणखी काही मदत करू?" त्याने विचारलं.

पण तिने मान हलवून नकार दिला. "नको, नको. राहिलेलं मी करीन."

मग तो परत टेबलापाशी जाऊन बसला. तोंडात एक सिगारेट पेटवून त्याचे झुरके ओढत, मधूनच बिअर पीत. ती स्वयंपाक करत होती. ती पण अधूनमधून बिअरचे घुटके घेत होती. बिअरमध्ये खरंतर फार जास्त मद्यार्क नसतोच. तरीपण जी काही थोडी बिअर पोटात गेली होती, त्याचा किंचितसा परिणाम तिला जाणवू लागला होता. ती आणि रिचर्ड वर्षातून एकदा – न्यू इयर्स इव्हला – लीजन हॉलमध्ये जाऊन एखाद-दुसरं ड्रिंक घेत. तेवढं सोडलं, तर ती फारसं कधीच ड्रिंक घेत नसे. घरातही कधी मद्याचा साठा नसे. एकदा कधीतरी लहर आली म्हणून तिने ब्रँडी खरेदी करून घरी आणून ठेवली होती. आपल्या खेड्यातल्या नीरस, कंटाळवाण्या जीवनात कधीतरी एखादा प्रेमाचा, उत्साहाचा, रोमांचकारी क्षण आलाच; तर त्या प्रसंगी असावी, म्हणून. पण ती बाटली अजूनही न उघडलेल्या स्थितीतच होती.

तिने पातेल्यात थोडं तेल घातलं आणि त्यात थोड्या कापलेल्या भाज्या घातल्या. आता त्या गुलाबी रंगावर परतून घ्यायच्या आणि मग त्यात मैदा घालून ते मिश्रण सारखं करायचं. मग त्यात भरपूर पाणी घालून त्याला उकळी येऊ द्यायची. राहिलेल्या भाज्या त्यात घालून, मीठ-मसाले वगैरे घालून ते मंद आचेवर शिजू द्यायचं. साधारण चाळीस मिनिटं. स्ट्यू शिजत ठेवून परत एकदा फ्रॅन्सेस्का थेट त्याच्या समोरच्या खुर्चीत बसली. त्या स्वयंपाकघरातलं वातावरण एकदम

नाजूक आणि हळुवार अशा आपुलकीने भरून गेलं. कदाचित, या छोट्याशा स्वयंपाकघरात त्याच्या सान्निध्यात बसून आपण खास त्याच्यासाठी स्वयंपाक करत असल्याचा तो परिणाम असावा, असं तिच्या मनात आलं. इतकंच नाही, तर एका परक्या माणसाच्या अगदी जवळ उभं राहून आपण स्वयंपाक करतो आणि तो करत असताना त्याची मदत घेतो, त्याला भाज्या चिरायला लावतो, तेव्हा स्वाभाविकच तो परकेपणा आपोआप विरून जातो. एकदा परकेपणा दूर होऊ लागला की, मग आपलेपणा चोरपावलांनी आत शिरतोच.

त्याने सिगारेटचं पाकीट तिच्या दिशेनं सरकवलं. पाकिटावर लायटरसुद्धा होता. तिने एक सिगारेट काढून तोंडात धरली आणि लायटरने ती सफाईदारपणे पेटवण्याचा प्रयत्न केला. पण लायटरची ज्योत आणि सिगारेट यांचा ताळमेळ काही जमेना. तिला अवघडल्यासारखं झालं. मग त्याने पुढे होऊन किंचित हसत तिच्या हातून तो लायटर घेतला आणि ज्योत पेटवून तिच्या समोर धरली. तिने त्यावर काळजीपूर्वक सिगारेट पेटवली. खरंतर आजपर्यंत तिच्या गावातल्या पुरुषांसमोर ती अगदी दिमाखात, सहजतेने वावरायची. एखाद्या पुरुषासमोर बावरण्याचा, संकोचण्याचा, अवघडून जाण्याचा हा अनुभव तिला नवाच होता. रॉबर्ट किनसेडच्या सान्निध्यात तिच्या व्यक्तिमत्त्वामधला स्वाभाविक डौल आणि रुबाब कुठच्या कुठे पळून गेला होता.

आकाशातलं मगाशी पांढरंशुभ्र दिसणारं प्रखर सूर्यबिंब आता लालभडक झालं होतं. कणसांच्या शेतांच्या पलीकडे आकाशात बरंच खाली उतरून आलं होतं. स्वयंपाकघराच्या खिडकीतून एक बहिरी ससाणा पंख पसरून भरारी घेताना तिला दिसला. रेडिओवर सातच्या बातम्या संपून आजच्या बाजारभावांविषयीचं वृत्त चालू होतं. पिवळ्या फॉरमायकाच्या टेबलापलीकडे बसलेल्या रॉबर्ट किनसेडकडे फ्रॅन्सेस्काने टक लावून पाहिलं. किती दूरचा, कित्येक मैलांचा प्रवास करून तो तिच्या थेट स्वयंपाकघरात येऊन पोहोचला होता.

"खूप मस्त वास सुटलाय हं," तो स्टोव्हवर उकळत असणाऱ्या स्ट्यूकडे बोट दाखवून दीर्घ श्वास घेत म्हणाला, "खूप शांत... शांत वास सुटलाय." त्याने तिच्याकडे हसून पाहिलं.

'शांत... वास? एखाद्या गोष्टीचा वास कसा शांत असू शकतो?' ती मनातल्या मनात त्याच्या बोलण्याचा विचार करू लागली. पण त्याचं बरोबर होतं. ती आजवर तिच्या कुटुंबीयांसाठी मासे, मटण बनवत आली होती. पण त्याच्या तुलनेने हा मंद, सौम्य स्ट्यू खरंच शांतच होता. कुठेही जनावरांची कत्तल नाही, मारलेले प्राणी साफ करणं नाही. आता भाज्या तेवढ्या तिने स्वतःच्या बागेतून खुडून आणल्या होत्या, तेवढीच काय ती हिंसा. तो स्ट्यूपण अगदी आवाजही न करता शांतपणे शिजत

होता. त्याचा वासपण मंदपणे दरवळत होता. त्याने तिचं स्वयंपाकघर भरून गेलं होतं. कसलाच आवाज तिथे नव्हता.

"जर तुमची हरकत नसेल, तर मला तुमच्या इटलीतल्या आयुष्याबद्दल थोडंफार सांगा ना," तो खुर्चीत मस्तपैकी रेलून पाय ताणून बसत म्हणाला. त्याने पाय ताणून घोट्यांपाशी एकावर एक ठेवले.

त्याच्या सान्निध्यात काहीच न बोलता गप्प बसून राहाण्याचा तिला संकोच वाटत होता. त्यामुळे मग तिने त्याला आपल्या पूर्वायुष्याबद्दल सांगायला सुरुवात केली. आपलं बालपण, वाढीची वर्षं, खासगी शाळेत घेतलेलं शिक्षण, तिथल्या नन्स, आई-वडील – आई गृहिणी आणि वडील बँक मॅनेजर. किशोर वयात समुद्राकाठी जाऊन खडकाच्या भिंतीला टेकून लाटांकडे पाहात भान हरपून उभं राहाणं, जगभरातून येऊन किनाऱ्याला लागलेल्या मोठमोठ्या जहाजांकडे निरखून पाहाणं. त्यानंतर जरा मोठ्या वयात भेटलेले ते अमेरिकन सैनिक. पण ते जरा उशिरा. त्यानंतर एकदा ती आणि तिच्या मैत्रिणी एका कॅफेमध्ये हसत-खिदळत गप्पा मारत कॉफी पीत बसलेल्या असताना योगायोगाने झालेली रिचर्डची भेट. युद्धाने लोकांच्या आयुष्यांमध्ये खूप उलथापालथ माजवली होती. आपलं लग्न कधी होऊ शकणार आहे की नाही याचीही त्या तरुणींना खात्री नव्हती. फ्रॅन्सेस्काने निकोलोबद्दल मात्र मौनच पाळायचं ठरवलं...

तो तिचं बोलणं लक्षपूर्वक ऐकत होता. मध्ये काहीही न बोलता. मधून-मधून तो समजल्यासारखी मान मात्र हलवत होता. अखेर, तिचं बोलणं संपल्यावर तो म्हणाला, "आणि तुम्हाला मुलं आहेत, असं म्हणालात ना?"

"होय. मायकेल सतरा वर्षांचा आहे आणि कॅरोलिन सोळा वर्षांची. दोघंही विंटरसेटला शाळेत जातात. आत्ता इलिनॉयला स्टेट फेअरला गेले आहेत. कॅरोलिनने पैदास केलेली जनावरं घेऊन, प्रदर्शनात ठेवायला.

"खरं सांगू? ही एक गोष्ट मला अजूनपर्यंत कधीच समजू शकलेली नाही. आधी ज्या प्राण्यांना इतकं मायेनं, इतकं प्रेमाने वाढवून मोठं करायचं, त्याच प्राण्यांना नंतर खुशाल कत्तलखान्याला विकून टाकायचं? अर्थात मी त्याबद्दल त्यांना कुणालाही काही बोलण्याचं धाडस करत नाही. कारण मी तोंडातून एक अक्षर जरी काढलं, तरी रिचर्ड आणि त्याचे मित्र माझ्याशी भांडायलाच उठतील. पण एकूणच या व्यवसायासाठी दगडाचं काळीज हवं."

आपण बोलण्याच्या ओघात रिचर्डचं नाव घेतलं, त्याबद्दल तिला मनातून जरासं अपराधी वाटलं. खरंतर तिने काही म्हणजे काहीच केलेलं नव्हतं. ती जराही वावगं वागलेली नव्हती. पण तरीही मनातून अपराधी वाटत होतं हे मात्र खरं. कदाचित यानंतर आपल्या दोघांमध्ये काहीतरी घडू पण शकतं अशी चाहूल मनाला

लागली असेल आणि म्हणूनच तर अपराधी वाटलं असेल. आणखीपण एक विचार मनाला सतावत होताच. 'न जाणो आज सायंकाळी आपल्या दोघांमध्ये असं काहीतरी घडलं, ज्यामुळे आपला स्वत:वरचा ताबा सुटला तर? आपल्याला तोल सावरता नाही आला तर? आणि मग ते आपल्याला झेपलं नाही तर? पण कदाचित यातलं काहीही घडणार नाही. कदाचित जेवण झाल्यावर रॉबर्ट किनसेड निघून जाईल.' तो आत्तातरी खूप शांत दिसत होता. थोडासा बुजल्यासारखा, संकोचल्यासारखापण वाटत होता. खूप चांगला होता तो.

ते एकमेकांशी बोलत राहिले. संध्याकाळ हळूहळू गडद झाली. बाहेरच्या कुरणातल्या गवताला धुक्याचा स्पर्श झाला. फ्रॅन्सेस्काचा स्ट्यू मंद आचेवर आवाज न करता शिजत होता. रॉबर्टने बिअरच्या आणखी दोन बाटल्या उघडल्या. तिने उठून डम्पलिंग्ज अलगद उकळणाऱ्या पाण्यात सोडली आणि मग मागे वळून ओट्याला पाठ टेकवून तिथेच उभी राहिली. वॉशिंग्टन-बेलिंगहॅमवरून आलेल्या रॉबर्ट किनसेडबद्दल खूप कोवळ्या भावना तिच्या मनात जाग्या झाल्या होत्या. त्याने आज इथून लवकर निघून जाऊ नये, असं तिला तीव्रतेने वाटत होतं.

मग दोघं जेवायला बसले. त्याने दोन वेळा स्ट्यू मागून घेतला. खूप मनापासून, खूप नीटनेटकेपणाने, अदबीने जेवला तो. त्याने तिच्या स्वयंपाकाचं तोंड भरून कौतुक केलं. स्ट्यू चवदार झाल्याचं पुन्हा पुन्हा सांगितलं. कलिंगडपण रसाळ, गोड होतं. बिअर थंडगार होती. संध्याकाळ निळीभोर. फ्रॅन्सेस्का जॉन्सन पंचेचाळीस वर्षांची होती... आयोवाच्या रेडिओ स्टेशनवर तिच्या आवडीचं गाणं लागलं होतं.

प्राचीन संध्याकाळ... दूरवरचं संगीत

'आता यानंतर काय?' फ्रॅन्सेस्काच्या मनात आलं. जेवण तर झालं होतं. दोघं नुसतेच एकमेकांसमोर बसून होते.

पण तो प्रश्न त्यानेच सोडवला. "आपण हिरवळीत चालायला जाऊ यात? जरा गार-गार बरं वाटेल." तिने होकार देताच त्याने लगेच आपल्या सॅकमधून कॅमेरा काढून घेतला आणि तो खांद्याला लटकावला.

किनसेडनं स्वयंपाकघराचं पोर्चकडे उघडणारं दार ढकलून उघडलं आणि तिच्यासाठी ते उघडून धरलं. दोघं पोर्चच्या पायऱ्या उतरून बाहेर पडले आणि खडबडीत पायवाटेने निघाले. मशीन शेडला वळसा घालून पूर्वेकडे वळले आणि गवताच्या पट्ट्यात शिरले. मशीन शेडमधून वंगणाचा वास आला.

चालता-चालता ते कुंपणापाशी आले. तिने एका हाताने काटेरी तार जपून धरली आणि ती ओलांडून ती पलीकडे गेली. तिच्या पायात उघडे, अगदी नाजूक सँडल्स होते. तिच्या पावलांना दवाचा स्पर्श झाला. तिच्यानंतर तोही उडी मारून अगदी सहजपणे त्या कुंपणाची तार ओलांडून पलीकडे आला.

"काय हो, या गवताच्या पट्ट्याला तुम्ही नक्की काय म्हणता? कुरण की गायरान?" त्याने विचारलं.

"गायरानच आहे हे. गुरं इथे चरतात, त्यामुळे इथलं गवत कापण्याची गरज पडत नाही. पण जरा सांभाळून चाला हं, वाटेत शेण पडलेलं असतं." आकाशात

पूर्ण चंद्र उगवला होता. आकाशाचा रंग भडक नारिंगी झाला होता, कारण सूर्य नुकताच अस्ताला गेला होता. खालच्या बाजूने एक रस्ता वळून गेला होता. त्यावरून एक कार अत्यंत वेगाने निघून गेली. तो पोरगा क्लार्कच असणार. खेळाडू होता. विंटरसेटच्या शाळेत जायचा. ज्यूडी लीव्हर्नसनबरोबर त्याचं प्रेमप्रकरण चालू होतं.

ती कित्येक दिवसांत अशा प्रकारे रमतगमत फेरफटका मारायला बाहेर पडलेलीच नव्हती. त्यांचं रात्रीचं जेवण अगदी लवकर, संध्याकाळी पाचलाच होई. मग त्यानंतर रिचर्ड टीव्हीसमोर बसायचा. बातम्या पाहायचा, नंतरचे काही कार्यक्रम पाहायचा. कधीकधी घरचा अभ्यास उरकून मुलंसुद्धा टीव्ही बघायला बसायची. विंटरसेटच्या वाचनालयातून ती घरी वाचायला पुस्तकं आणायची. शिवाय गावातल्या बुकक्लबचीपण ती सदस्य होती. ऐतिहासिक पुस्तकं, कथा-कादंबऱ्या आणि काव्य तिला आवडे. कधीकधी तर ती घराच्या पुढच्या पोर्चमध्ये जाऊन बसे. अर्थात हवा चांगली असली, तरच. तिला टीव्ही पाहायचा खूप कंटाळा होता.

पण कधीकधी रिचर्ड आतून मोठ्यांदा हाका मारत सुटायचा, ''फ्रॅनी, ये ना. हे पाहायला येच तू!'' मग ती जरा वेळ आत जाऊन बसायची. एल्व्हिसचा कार्यक्रम लागला की, रिचर्डची हाक येणार हे ठरलेलंच. शिवाय 'द एड सुलिव्हन शो'वर जेव्हा बीटल्स पहिल्यांदा आले, तेव्हाही रिचर्डने तिला बोलावून घेतलं होतं. त्या बीटल्सच्या केसांच्या अवताराकडे रिचर्ड थक्क होऊन बघत बसला होता आणि नापसंतीने मान जोरजोरात हलवत होता.

जरा वेळ आकाशात एक जाडसर लाल रेघ उमटली होती. त्यामुळे आकाश दुभंगल्यासारखं भासत होतं. तिकडे बोट दाखवत रॉबर्ट म्हणाला, ''हे जे दृश्य दिसतंय ना, त्याला मी 'बाउन्स' म्हणतो. लोक सूर्यास्तानंतर अगदी लगेच कॅमेरा आवरून ठेवून देतात. पण खरंतर सूर्य अस्ताला गेल्यानंतर काही काळ आकाशात फार सुंदर प्रकाश असतो. विविध रंगांची उधळण असते. अगदी काहीच मिनिटं तो खेळ टिकतो. सूर्य जेव्हा क्षितिजाच्या खाली गेलेला असतो तेव्हा तो थोडासा प्रकाश वरती फेकतो; आकाशात.''

फ्रॅन्सेस्का काहीच बोलली नाही. या माणसाला कुरण आणि गायरान या दोहोंमधला सूक्ष्म फरकसुद्धा महत्त्वाचा वाटतो. या अशा माणसाला काय म्हणायचं? हा आभाळातल्या रंगांची उधळण पाहून हर्षभरित होतो, छोट्या-छोट्या कविता लिहितो, पण कथा मात्र फारशा लिहीत नाही... हा गिटार वाजवतो. छायाप्रकाशातून प्रतिमा निर्माण करणं हे याचं उपजिविकेचं साधन... आणि आपलं फोटोग्राफीचं सामानसुमान सॅकमध्ये भरून हा सगळीकडे हिंडतो... हा माणूस आहे की वारा? वाराच! ह्याच्या हालचालीसुद्धा वाऱ्यासारख्याच आहेत. कदाचित वाऱ्यामधूनच याचा जन्म झाला असावा.

तो मान वर करून आभाळाकडेच बघत होता. लिवाइस जीन्सच्या खिशात हात घालून. डाव्या बाजूला खांद्यावरून कॅमेरा लटकत होता.

"द सिल्व्हर ॲपल्स ऑफ द मून

द गोल्डन ॲपल्स ऑफ द सन"

तो एखाद्या कसलेल्या नटाने नाटकात स्वगत म्हणावं तशा घनगंभीर आवाजात कवितेच्या ओळी म्हणाला.

तिने चमकून त्याच्याकडे पाहिलं. "डब्ल्यू. बी. यीट्स, द साँग ऑफ वाँडरिंग अँगस." ती म्हणाली.

"अगदी बरोबर. फार चांगलं लिहिलंय. यीट्स. वास्तव. मोजून-मापून शब्द. उत्कटता. सौंदर्य. जादू. माझ्या आयरिश मनाला त्याची कविता भावते."

त्याने अगदी मोजक्या पाच-सहा शब्दांत सगळं कसं चपखलपणे व्यक्त करून टाकलं. विंटरसेटच्या शाळेतल्या मुलांना हा यीट्स समजावून सांगण्यासाठी फ्रॅन्सेस्का किती धडपडली होती. किती परिश्रम घेतले होते तिने. पण तरीही त्यातल्या बऱ्याचशा विद्यार्थ्यांच्या डोक्यात त्यातलं फारसं काही शिरलंच नव्हतं. खरंतर त्या मुलांना तिने यीट्स शिकवायला घेण्याचं कारणही नेमकं हेच होतं. किनसेडने मगाशी पाच शब्दांमध्ये व्यक्त केलं, तेच. तिचे विद्यार्थी तारुण्याच्या उंबरठ्यावर उभे होते. सळसळणारं विद्रोही रक्त त्यांच्या धमन्यांमधून वाहात होतं. त्यांना हा कवी नक्की आवडेल, भावेल असं तिला वाटलं होतं. पण सगळ्या विद्यार्थ्यांना काव्याचा तिटकारा होता. काव्याची नावड त्यांनी आपल्याहून मोठ्या मुलांकडून नेमकी बरोबर उचलली होती. काव्यात रस घेणं जणू नामर्दपणाचं लक्षण आहे, असा काहीसा ग्रह त्यांनी करून घेतला होता. तो मोडून काढून त्यांच्या अंत:करणाला जाऊन भिडणं यीट्ससारख्या जबरदस्त कवीलासुद्धा जमलं नव्हतं.

तिने जेव्हा वर्गात ती काव्यपंक्ती वाचली होती, "द गोल्डन ॲपल्स ऑफ द सन," तेव्हा मॅथ्यू क्लार्क शेजारच्या मुलांच्या कानात काहीतरी अचकटविचकट कुजबुजला होता. त्याने दोन्ही हातांनी तरुणीच्या वक्षांचा आकार करून दाखवला होता आणि दोघं त्यावर फिदिफिदि हसले होते. त्यांच्या मागच्या ओळीत बसलेल्या मुलींनी लाजून माना खाली घातल्या होत्या.

हा असाच दृष्टिकोन ही मुलं जन्मभर बाळगणार. त्यांच्या त्या वागण्यामुळेच ती निराश झाली होती. तिचा शिकवण्याचा उत्साह मावळला होता. ते पाहून तिला स्वत:ची, स्वत:च्या बुद्धिमत्तेची, प्रामाणिकपणाची गळचेपी झाल्यासारखं वाटू लागलं होतं. तसं आजूबाजूचे लोक वरकरणी तिच्याशी चांगलं वागत, आपुलकी दाखवत. पण तरीही तिला त्यांच्यात वावरताना खूप एकटं वाटे. या इथल्या समाजात कवींचं आणि त्यांच्या कवितेचं कुणालाच कौतुक नव्हतं. या मॅडिसन

काउंटीत राहाणाऱ्या लोकांना मनातून स्वत:च्या गावंढळपणाची, असंस्कृतपणाची खंत वाटे. मग तो गावंढळपणा झाकण्यासाठी ते म्हणत, "मुलांना वाढवायला फार चांगली जागा आहे हं ही!" मग त्यावर तिला त्यांना विचारावंसं वाटायचं – "हो, पण मोठ्या माणसांना वाढवायला चांगली जागा आहे का ही?"

ते दोघंही, आधी काहीही ठरलेलं नसताना, त्यांच्या नकळतच त्या गायरानात शिरले. चांगलं बरंच अंतर कापून गेल्यावर एक मोठा वळसा घेऊन परत घराच्या दिशेने येऊ लागले. कुंपण ओलांडून ते जेव्हा घराच्या आवारात शिरले तेव्हा चांगलाच अंधार झाला होता. या खेपेला तिला कुंपण ओलांडायला त्रास होऊ नये म्हणून त्याने ती काटेरी तार खाली दाबून धरली होती.

घराजवळ पोहोचल्यावर तिला तिच्याकडच्या ब्रँडीची आठवण झाली. "माझ्याकडे थोडी ब्रँडी आहे. का त्यापेक्षा तुम्हाला कॉफी घ्यायला जास्त आवडेल?"

"दोन्हीही घ्यायला आवडलं, तर चालणार आहे का?" अंधारात त्याचे शब्द ऐकू आले. पण त्याच्या चेहऱ्यावर हसू आहे, हे तिला न पाहाताच समजलं. घराच्या अगदी जवळ पोहोचताच घरासमोरच्या दिव्याच्या प्रकाशझोतात दोघं आले. ती त्याच्याकडे न बघताच म्हणाली, "अर्थातच." पण स्वत:च्या आवाजातून तिच्या नकळत काहीतरी वेगळंच अभिव्यक्त झालं आणि त्याचीच तिला मनोमन भीती वाटली. नेपल्सला असताना मित्र-मैत्रिणी एकत्र कॅफेमध्ये बसायचे, हसत-खिदळत. तेव्हा जसं काहीसं स्वैर आणि बेपर्वा हसू बाहेर पडायचं, तसंच हसू आज बोलताना तिच्या स्वरातून बाहेर आलं.

घरात गेल्यावर तिने दोन कप शोधले. पण टवका न उडालेले दोन चांगले कप सापडणं कठीण होतं. खरंतर तडा गेलेले, टवके उडालेले कप त्याला काही नवीन नसणार, त्याला त्याचं काहीच वाटणार नाही, याची तिला कल्पना होती. पण तिला मात्र सगळं कसं परफेक्ट हवं होतं. कपाटाच्या खणात मागच्या बाजूला दोन ब्रँडीचे ग्लास पालथे घालून ठेवलेले होते. ते आजपर्यंत कधीच वापरण्यात आले नव्हते. तशी ब्रँडीची बाटलीतरी अजून कुठे उघडली होती? तिला टाचा खूप उंच करून ते ग्लास आणि ती बाटली कपाटाच्या खणातून काढावी लागली. आपल्या पायातले सँडल्स ओले आहेत आणि आपल्या अंगाला अगदी व्यवस्थित चिकटून बसलेली जीनची पँट नको तिथे जास्तच तंग आहे, याची जाणीव होऊन तिला लाजल्यासारखं झालं.

तो आधी ज्या खुर्चीवर बसला होता, त्याच जागी परत बसून तिचं बारकाईने निरीक्षण करू लागला. जुन्याच पद्धती, जुनेच मार्ग परत एकदा त्याच्यातून बाहेर पडून त्याला सतावू लागले. तिच्या केसांचा स्पर्श कसा असेल, असा विचार मनात आला. तिची छोटीशी, निमुळती पाठ आपल्या हाताच्या पंज्यात कशी छानपैकी मावेल... आपल्या देहाखाली तिचा देह... कसा बरं असेल तो स्पर्श?

अस्तित्वाच्या मुळाशी दडून बसलेल्या जुन्या भावना पुन:पुन्हा वर उसळी मारून येत होत्या, युगानुयुगांचे संस्कार झुगारून मान वर काढत होत्या. मनात दडलेला पुरुष स्वस्थ बसू देत नव्हता. मग त्याने दुसरा कसलातरी विचार मुद्दामच मनात आणण्याचा प्रयत्न केला. 'फोटोग्राफी... ब्रिजकडे जाणारा खाचखळग्यांचा रस्ता... दुसरा कोणताही विचार मनात आला तरी चालेल, पण आत्ता या क्षणी ती कशी दिसते आहे, यावर मुळीच विचार करायचा नाही.'

पण ते त्याला मुळीच जमेना. 'तिच्या रेशमी त्वचेचा स्पर्श कसा बरं असेल? आपलं पोट तिच्या नितळ पोटाला जेव्हा चिकटेल, तेव्हा कसं वाटेल आपल्याला?' परत तेच-तेच चिरंतन प्रश्न मनात उभे राहात होते. त्याने मनातल्या मनात एक शिवी हासडली. परत परत उसळी मारून वर डोकं काढणाऱ्या त्या सनातन भावनेला, मनातल्या त्या विचारांना त्याने जाणीवपूर्वक मागे ढकललं, भावनांना दडपून टाकलं आणि एक सिगारेट पेटवली. खूप प्रयत्नपूर्वक दीर्घ श्वास घेतला.

त्याची नजर सतत आपल्या अंगप्रत्यंगावरून फिरते आहे, हे तिलाही जाणवलं होतं. पण तो जरी निरखून बघत असला, तरी त्यात उद्दामपणा नव्हता. तो सावधगिरी बाळगून हळूच-हळूच पाहात होता. त्यामुळे ते पाहणं नकोसं वाटत नव्हतं. ते पाहणं तिला अस्वस्थ करणारं नव्हतं. या ग्लासांमध्ये आजतागायत ब्रँडी कुणीही कधीच ओतलेली नाही, याची त्याला पूर्ण कल्पना असणार, हे तिला माहीत होतं. शेवटी तो जन्माने आयरिश होता. कमालीचं संवेदनाक्षम मन त्याला लाभलं होतं. त्यामुळे त्या ब्रँडीचा स्पर्श कधीच न झालेल्या रिकाम्या ग्लासांमधलं कारुण्य त्याला नक्कीच जाणवलं असणार. पण त्या जाणिवेने त्याला तिची कीव किंवा दया मात्र आली नसणार. तो त्याचा स्वभावच नव्हता. त्याला मनातून दु:ख झालं असेल, वाईट वाटलं असेल. त्याच्या मनात मुक्तछंदात काव्यपंक्ती बनल्या असतील... तिला जणूकाही त्याचं मन वाचता आलं. तो नक्कीच मनात म्हणत असणार :

न उघडलेली बाटली
आणि रिकामे ग्लास
तिने ते काढण्यासाठी हात उंचावला
कुठेतरी... मिडल रिव्हरच्या उत्तरेकडे
आयोवामध्ये...
मी या डोळ्यांनी तिला निरखून पाहिलं
ज्या डोळ्यांनी ॲमेझॉनचं खोरं पाहिलं
सिल्करोड पाहिला
उंटांच्या तांड्यांनी उडवलेली धूळ पाहिली

माझ्यामागे उडत जाणारी ती धूळ
आशिया खंडाच्या आजपर्यंत न वापरलेल्या
आसमंतात भरून जाताना...

फ्रॅन्सेस्काने ब्रँडीच्या बाटलीवरचं सील उघडलं. ते उघडत असताना तिचं लक्ष स्वतःच्या बोटांकडे, नखांकडे गेलं. आपली नखं सुंदर आकारात कापलेली, रंगवलेली नाहीत याचा तिला मनातून विषाद वाटला. आपली नखं अजून लांबुळकी आणि सुंदर हवी होती. आपण त्यांची नीट निगा राखत नाही, याची तिला खंत वाटली. पण शेतात काम करायचं म्हणजे नाजूक आणि लांब वाढलेली नखं चालत नाहीत. आजपर्यंत त्या गोष्टीचं कधीच काही वाटलेलं नव्हतं तिला. आज पहिल्यांदाच वाटलं.

टेबलावर ब्रँडीची बाटली आणि दोन ग्लास. तिने एकीकडे कॉफीची तयारी केली तोपर्यंत त्याने ब्रँडीची बाटली उघडली. प्रत्येक ग्लासात अगदी जपून, योग्य तेवढीच ब्रँडी ओतली. रॉबर्ट किनसेडने यापूर्वीही जेवणानंतर अशी ब्रँडी घेतली होती, हे उघड होतं. त्याच्या हालचालींत एक सहजता, एक डौल होता. त्यातून ते जाणवत होतं.

पण असं एकूण किती स्वयंपाकघरांमध्ये बसून, किती रेस्टॉरंट्समध्ये आणि किती घरांच्या दिवाणखान्यात बसून, मंद प्रकाशात अशा हळुवारपणे त्याने ब्रँडी ओतली असेल, हा विचार तिच्या मनात चमकून गेला. ब्रँडीचा ग्लास नाजूकपणे ओठाजवळ धरलेली किती लांबसडक, नाजूक रंगवलेली नखं त्याने पाहिली असतील? निळ्या, करड्या, तपकिरी रंगाच्या, बदामी आकाराच्या किती डोळ्यांच्या जोड्यांनी परदेशातल्या संध्याकाळी त्याच्याकडे रोखून पाहिलं असेल? समुद्रात नांगरून ठेवलेल्या बोटी पाण्याच्या लाटांबरोबर किनाऱ्यावर आदळत असताना आणि जुन्या बंदरांच्या काठाला पाण्याच्या लाटा धक्के देत असताना एकंदर किती वेळा असं सगळं घडलं असेल?

स्वयंपाकघरातला दिवा खरंतर या अशा समोरासमोर बसून नजाकतीत कॉफी आणि ब्रँडीचे घुटके घेण्यासाठी फारच प्रखर होता. रिचर्ड जॉन्सनची पत्नी असलेली फ्रॅन्सेस्का जॉन्सन तो प्रखर प्रकाशझोत टाकणारा दिवा तसाच राहू देईल. पण रात्रीच्या जेवणानंतर गवतात चालायला जाणारी आणि चालता-चालता स्वतःच्या किशोरवयातील स्वप्नांच्या पुस्तकाची पानं उलटून पाहण्यात रमून गेलेली फ्रॅन्सेस्का जॉन्सन तो दिवा मालवून टाकेल. खरंतर आत्ता टेबलावर एक कँडल लावायला हवी. मंद प्रकाश टाकणारी. पण ते जरा जास्तच होईल ना? मग कदाचित त्याला भलतंसलतं काहीतरी वाटेल. मग तिने उठून तो भरमसाठ प्रकाश टाकणारा

छतावरचा दिवा मालवून टाकला. त्याऐवजी ओट्याजवळच्या सिंकवरचा छोटासा मिणमिणता दिवा लावला.

त्याने आपल्या हातातला ग्लास खांद्यापर्यंत वर उंचावला आणि तिच्या हातातल्या ग्लासाच्या अगदी जवळ आणला. "जुन्यापुराण्या संध्याकाळसाठी आणि दूरवरच्या संगीतासाठी –" तो म्हणाला. का कुणास ठाऊक, पण त्याच्या तोंडचे हे शब्द ऐकताच तिच्या आत कुठेतरी हललं. तिने जोरजोरात श्वास घेतला. तिनेपण आपल्या हातातल्या ग्लासाचा स्पर्श त्याच्या हातातल्या ग्लासाला केला. तिलापण त्याच्या मागोमाग तेच शब्द उच्चारायचे होते – 'जुन्यापुराण्या संध्याकाळसाठी आणि दूरवरच्या संगीतासाठी' – पण तिने ते नाही उच्चारले. ती नुसतं मंद हसली.

मग दोघांनीही एक एक सिगारेट ओढली. मूकपणे. आणि ब्रँडीचे घुटके घेतले. कॉफीचे घुटके घेतले. शेतातून तीतर पक्षी ओरडला. अंगणात जॅक दोन वेळा भुंकला. टेबलाजवळच्या खिडकीच्या जाळीवर बाहेरच्या बाजूने डास बसले होते. सिंकवरच्या दिव्याकडे एक पतंग झेपावला.

अजूनही खूप गरम होत होतं. वाऱ्याची एक झुळूकसुद्धा नव्हती. वातावरणात किंचित दमटपणा जाणवत होता. रॉबर्ट किनसेडला किंचित घाम आला होता. त्याच्या शर्टाची वरची दोन बटणं सोडलेली होती. तो तिच्याकडे थेट रोखून पाहात नव्हता, पण तरी डोळ्यांच्या कोपऱ्यातून तो आपल्याला निरखतोय, ही जाणीव तिला झाली. वरकरणी तो खिडकीतून बाहेर बघत बसला असला, तरीही! तो थोडासा तिरपा बसला होता, त्यामुळे त्याच्या शर्टाच्या उघड्या पडलेल्या गळ्याखालच्या छातीचा भाग दिसत होता. त्यावर घामाचे थेंब जमले होते.

फ्रॅन्सेस्काला खूप छान वाटत होतं. जुन्या आठवणी जाग्या झाल्या होत्या. पार्टी असावी, संगीत चालू असावं, अशा वेळी वाटतं, तसं छान वाटत होतं. पण खरंतर आता ह्याने जायला हवं, बराच उशीर झाला आहे, ही जाणीवही तिला मनातून होत होती. रेफ्रिजरेटरच्या वरच्या घड्याळात नऊ बावन्न झाले होते. रेडिओवर फॅरॉन यंगचं खूप जुनं गाणं लागलं होतं. 'द श्राइन ऑफ सेंट सिसिलिया...' हे गाणं. तिसऱ्या शतकातील एका रोमन हुतात्म्याबद्दलचं गाणं. फ्रॅन्सेस्काला त्या अंध संताचं चरित्र, त्याची संगीताची साधना आठवली.

त्याचा ग्लास रिकामा होता. तो खिडकीतून एकटक बाहेर बघत होता. मग त्याने मान वळवून तिच्याकडे पाहिलं. तिने ब्रँडीची बाटली उचलून त्याच्या रिकाम्या ग्लासाकडे निर्देश करत भुवई उंचावली. पण त्याने मान हलवून नकार दिला. "पहाटे परत रोझमन ब्रिजपाशी जायचंय. मला आता जायला हवं."

तिच्या मनावरचं मोठं ओझं उतरलं. पण ती, त्याचबरोबर मनोमन खूप निराश होऊन खुर्चीत बसली. तिने आपल्या मनात खोलवर डोकावून पाहिलं. 'हो. जा

इथून... आणखी थोडी ब्रँडी घ्या. थांबा ना. जा. खरंच जा.' रेडिओवर गाणं म्हणणाऱ्या फॅरॉन यंगला तिच्या मनात जी काही खळबळ चालली होती, तिच्याशी काहीच देणं-घेणं नव्हतं आणि सिंकच्या वरच्या दिव्याभोवती रुंजी घालणाऱ्या पतंगालाही तिच्या भावनांशी सोयरसुतक नव्हतं. रॉबर्ट किनसेडला मनातून नक्की काय वाटत होतं, ते कळायला मार्ग नव्हता.

तो उठून उभा राहिला. डाव्या खांद्याला सॅक लटकत होती. दुसरी सॅक त्याने त्याच्या कूलरच्या बॉक्ससोबत सांभाळून धरली होती. ती टेबलाला वळसा घालून पुढे आली. त्याने जमेल तसा एक हात पुढे केला. तिने तो हातात घेतला. ''ही संध्याकाळ, जेवण, त्यानंतरचा फेरफटका... या सगळ्यासाठी खूप खूप थँक्स... अगदी मनापासून. हे सगळंच खूप छान होतं. तुम्ही... की तूच म्हणू फ्रॅन्सेस्का? तू खूप चांगली आहेस. खूप चांगली. ती ब्रँडी तू कपाटाच्या पुढच्या भागात ठेव. हाताला सहज लागेल, अशी. कदाचित पुढे त्यातून काहीतरी चांगलं निष्पन्न होईल, तुला हवं ते घडेल.''

म्हणजे, त्याला सगळं कळलं होतं. तिला वाटलं तसंच झालं होतं. पण तरीसुद्धा त्याच्या तोंडचे ते शब्द ऐकून तिला अपमानित झाल्यासारखं मुळीच नाही वाटलं. तिच्या आयुष्यातल्या प्रेमाविषयी तो बोलत होता. आयुष्यात जे काही वाट्याला आलं, ते जास्तीत जास्त चांगल्या रितीने, आनंदाने, समाधानाने कसं जगायचं, हे तिला सुचवत होता. त्याने बोलताना अगदी जपून वापरलेले शब्द, त्याच्या आवाजातला हळुवारपणा, त्याची बोलण्याची पद्धत, हे सगळं जाणवलं तिला. फक्त त्या वेळी त्याच्या मनात एक वेगळंच काहूर दाटलेलं होतं. त्याला मनातून मोठ्यांदा ओरडावंसं वाटत होतं. त्या स्वयंपाकघराच्या भिंतीवर आपल्या मनातले शब्द कोरून ठेवण्याची इच्छा होत होती. 'अरे रिचर्ड जॉन्सन, तू खरंच का इतका मूर्ख आहेस?'

तो घराबाहेर पडला. तीसुद्धा त्याच्याबरोबर त्याला सोडायला ट्रकपाशी चालत गेली. तो आपलं सामानसुमान ट्रकमध्ये ठेवेपर्यंत तिथेच उभी राहिली. तिचा कुत्रा जॅक तिच्या मागोमाग पळत आला. त्याने उड्या मारत त्याचा ट्रक सगळ्या बाजूने हुंगायला सुरुवात केली. ''जॅक, मागे फिर,'' ती जोरात ओरडली. मग तो धापा टाकत तिच्या पायाशी येऊन बसला.

तो ट्रकमध्ये चढण्याआधी क्षणभर थांबला आणि वळून तिच्याकडे रोखून बघत म्हणाला, ''गुडबाय. टेक केअर.'' मग क्षणार्धात आत चढून बसत त्याने इंजीन सुरू केलं आणि ट्रकचं दार लावून घेतलं. पाय ॲक्सिलरेटरवर ठेवून त्याने गाडी काढली. गाडीने पुरता वेग घेण्याआधी त्याने खिडकीतून डोकं बाहेर काढलं. हसत म्हणाला, ''गाडीचं काम करून घ्यायला हवंय.''

मग त्याने क्लच दाबून गाडी जराशी मागे घेतली, परत गिअर बदलून अंगण पार करून दिव्याखाली पोहोचला. तिथून गल्लीतल्या अंधारात शिरण्याआधी परत एकदा त्याने खिडकीतून हात बाहेर काढून तिच्या दिशेने हलवला. तिनेही प्रत्युत्तरादाखल हात हलवला. त्याला आपलं हात हलवणं दिसू शकणार नाही, हे माहीत असूनही कितीतरी वेळ ती हात हलवत राहिली.

ट्रक गल्लीत शिरून पुढे गेल्यावर ती जॉगिंग करत घराच्या फाटकापाशी जाऊन अंधारात उभी राहिली आणि उंच-सखल, दगडगोट्यांच्या रस्त्यावरून त्याच्या ट्रकचे दिवे चमकत, वर-खाली होताना ती पाहात राहिली. रॉबर्ट किनसेड मुख्य रस्त्याला लागला आणि त्याची गाडी विंटरसेटच्या दिशेने धावू लागली. त्याच्या ट्रकच्या दिव्याच्या धारदार सुऱ्या अंधाराला कापत निघाल्या. जॅक घरामागच्या पोर्चमध्ये जाऊन झोपला.

तो गेल्यावर ती घरात आली आणि तिच्या झोपण्याच्या खोलीत, एकांतात अंगावरची वस्त्रं उतरवून आरशासमोर उभी राहिली, स्वतःचं प्रतिबिंब निरखत. तिचा देह अजूनही सौष्ठवपूर्ण होता. कुठे जास्त-कमी काही नव्हतं. सर्व वळणं अजूनही घाटदार होती. नितळ पोट तेवढं जरासं टपोरलेलं दिसत होतं. दोन मुलांची आई असल्याने पार्श्वभाग तेवढा थोडासा फुगीर होता. फार सडपातळ नव्हता. त्या आरशात तिचे लांबसडक पाय दिसू शकत नव्हते. पण ते अजूनही चांगले दिसतात याची तिला कल्पना होती. आपण आपल्या पायांची अजून जास्त काळजी घ्यायला हवी, ते नितळ, मुलायम राखायला हवेत असं तिच्या मनात आलं. पण आजवर त्याची कधी आवश्यकताच भासलेली नव्हती.

रिचर्डला स्त्री-पुरुष संबंधात म्हणावा तेवढा रस नव्हताच. त्याच्या दृष्टीने ते एक नैमित्तिक कृत्य होतं. कधीतरी चार-सहा महिन्यांनी, घाईघाईने उरकून टाकण्याची गोष्ट. एक मूलभूत शारीरिक गरज भागवणं हा एवढा एकच हेतू त्यामागे असायचा. तिने त्याच्यासाठी आपला देह नितळ, मुलायम राखला काय किंवा त्यावर सुगंधाची उधळण केली काय, रिचर्डला त्याचं काहीच कौतुक नव्हतं. मग कोण त्याच्यासाठी स्वतःच्या सौंदर्याची एवढी काळजी घेणार?

रिचर्डच्या दृष्टीने फ्रॅन्सेस्का ही त्याची पत्नी कमी आणि व्यवसायातली भागीदार जास्त होती. त्याबद्दल तिला त्याचा आदर होताच. पण त्याचबरोबर तिच्या अंतरंगात आणखी एक स्त्रीमनही होतंच ना. तिच्यातल्या स्त्रीला प्रणयाआधी अंघोळ करावीशी वाटे, स्वतःचा देह सुगंधी करण्याची, सजवण्याची इच्छा असे. त्याने आपल्यावर काबू करावा, आपल्यावर वारेमाप प्रेम करावं, आपल्याला भरभरून सुख द्यावं आणि आपल्याकडून भरभरून सुख घ्यावं, त्याच्या अंगातल्या जबरदस्त ताकदीपुढे आपण मोडून जावं असं तिला मनोमन वाटायचं. खरंतर आतल्या आत ती मनाची भूक,

ती अस्वस्थता जाणवायची. पण त्याचा उच्चार उघडपणेच काय, मनातल्या मनातही करण्याचं धारिष्ट्य तिच्यापाशी नव्हतं.

ती कपडे घालून परत स्वयंपाकघरात येऊन टेबलापाशी बसली. एका कागदाचा अर्धा तुकडा घेऊन त्यावर लिहू लागली. मग उठून बाहेर अंगणात आली. आपल्या फोर्ड पिकअपपाशी. तिने गाडीचं दार उघडताच तिचा कुत्रा जॅक आधी घाईने उड्या मारत आत शिरला आणि ड्रायव्हरच्या शेजारच्या सीटवर ठाण मांडून बसला. ती गाडी रिव्हर्स गिअरमध्ये घेऊन शेडच्या बाहेर काढू लागली. जॅक एकदा खिडकीतून बाहेर डोकं काढून तर एकदा आत वळून तिच्याकडे बघू लागला. तिची गाडी आता बाहेर पडून रस्त्यावरून धावू लागली होती. गल्ली संपल्यावर तिने गाडी वळवून खडबडीत रस्त्यावर आणली.

रोझमन ब्रिजपाशी अंधार होता. तिने ट्रकमधून उतरताना टॉर्च बरोबर घेतला होता. जॅक उड्या मारत पुढे पळत सुटला होता. वाटेतले अडथळे तिच्यासाठी तपासून बघत होता. ब्रिजच्या सुरुवातीला कठड्याला तिने तो बरोबर आणलेला कागद चिकटवला आणि तशीच परत घरी निघाली.

❖

ब्रिजेस... मंगळवार

रॉबर्ट किनसेड पहाटेच्या वेळी, नीटसं उजाडलेलंही नसताना आपल्या गाडीतून, रिचर्ड जॉन्सनच्या घराच्या फाटकाला लटकत असलेल्या पोस्टाच्या पेटीसमोरून गेला. तो अधूनमधून चॉकलेटचा तुकडा चघळत होता, तर मध्येच सफरचंदाचा लचका तोडून खात होता. त्याने आपल्या मांड्यांमध्ये गरम कॉफीचा कप पकडून धरला होता. त्यातली कॉफी हिंदकळून सांडू नये म्हणून तो प्रयत्नांची शर्थ करत होता. फ्रॅन्सेस्काच्या पांढऱ्याशुभ्र, अंधारात चमकणाऱ्या घराकडे पाहून त्याने डोकं जोरजोरात हलवलं. "मूर्ख असतात काही पुरुष! काही का, बरेचसे पुरुष मूर्खच असतात –" तो स्वत:शीच म्हणाला. निदान घरातली ब्रँडी प्यायला काय झालं? आणि बाहेर जाताना घराची दारं आदळलीच पाहिजेत का? अलगद लावून घेता येत नाहीत?

पहाटेची वेळ. घरासमोरच्या रस्त्यावरून त्याचा पिकअप ट्रक गेला. तो विशिष्ट आवाज फ्रॅन्सेस्काने लगेच ओळखला. ती आपल्या बिछान्यात पडून होती. जागीच. आणि तिच्या अंगावर एकही वस्त्र नव्हतं. तिला आठवत होतं त्याप्रमाणे आज एवढ्या वर्षांत पहिल्यांदाच तिने हे धाडस केलं होतं. तेही घरात एकटीच होती म्हणून. तिच्या मिटल्या डोळ्यांसमोर पिकअप ट्रक चालवणाऱ्या रॉबर्ट किनसेडची प्रतिमा आली. ट्रकच्या उघड्या खिडकीतून सुसाट वारं आत येत असेल. त्या वाऱ्यावर त्याचे केस भुरुभुरु उडत असतील. टोकांशी कुरळे केस असतील. त्याचा

एक हात स्टिअरिंग व्हीलवर असेल. दुसऱ्या हातात कॅमल ब्रँडची सिगारेट पकडलेली असेल. त्या ट्रकचा आवाज हळूहळू कमी होत ऐकू येईनासा झाला. म्हणजे तो आता रोझमन ब्रिजच्या जवळ जाऊन पोहोचला असणार. तिने मनातल्या मनात कवी यीट्सच्या कवितेच्या ओळी आणण्याचा प्रयत्न केला. तिच्या नकळत ती त्या गुणगुणू लागली. "I Went to the hazel wood, because a fire was in my head..." एकाच वेळी ती जणू समरसून ती कविता शिकवणारी शिक्षिकाही होती आणि भक्तिरसात गुंग होऊन परमेश्वराची आळवणी करणारी साधकही.

ब्रिजपासून जराशा दूर अंतरावर त्याने आपला ट्रक उभा केला. त्याला फोटोच्या रचनेत त्या ट्रकचा अडसर यायला नको होता. मग सीटच्या मागे असलेले गमबूट बाहेर काढून त्याने सरळ फूटबोर्डवरच बैठक मारली आणि ते पायात चढवले. ते चांगले गुडघ्यापर्यंत उंच होते. पायातून काढलेले लेसचे नेहमीचे बूट त्याने ट्रकमध्ये भिरकावले. मोठी हॅवरसॅक पाठीला लावून त्याचे दोन्ही पट्टे खांद्यावरून पुढे ओढून घेतले. डाव्या खांद्याला कॅमेऱ्याचा ट्रायपॉड स्टँड अडकवला. त्या घडीच्या स्टँडला पण लेदरची निमुळती बॅग होती. आणि लेदरचाच पट्टा. मग दुसरी लहान आकाराची सॅक त्याने हातातच पकडली, आणि तो ओढ्याच्या काठाकाठाने उताराच्या दिशेने चालू लागला.

त्याला आपल्या कॅमेऱ्याच्या चौकटीत तो ब्रिज एका विशिष्ट अँगलने पकडायचा होता. फोटोच्या रचनेत थोडी जान यावी म्हणून त्याने तो ब्रिज जरा तिरका घेतला आणि थोडासा झऱ्याचा भागही फ्रेममध्ये समाविष्ट केला. पण ब्रिजच्या सुरुवातीच्या भिंतीवर लोकांनी काहीबाही अचकटविचकट खरडून ठेवलं होतं. ते मात्र फोटोत येऊन चालणार नव्हतं; नाहीतर रसभंग झाला असता. ते त्याने शिताफीने टाळलं. ब्रिजच्या मागच्या बाजूने टेलिफोनच्या तारा गेल्या होत्या. त्याही जरा त्रासदायकच ठरणार होत्या. पण फ्रेम नीट पकडली असती की तो प्रश्न सुटला असता.

कोडॅक्रोमची फिल्म घातलेला निकॉन कॅमेरा त्याने बाहेर काढला. तो कॅमेऱ्याच्या जड ट्रायपॉडवर नीट बसवून त्याचे स्क्रू त्याने घट्ट पिळले. कॅमेऱ्याला चोवीस मिलिमीटरची छोटीशी लेन्स लावलेली होती. ती काढून त्याने त्या जागी आपली आवडती १०५ मिलिमीटरची लेन्स लावली. पूर्वेकडे आता फटफटू लागलं होतं. करड्या राखाडी रंगाचा प्रकाश पडला होता. मग कॅमेऱ्याच्या लेन्सच्या साहाय्याने छायाप्रकाशाचे आणि रंगसंगतीचे वेगवेगळे प्रयोग करण्यास त्याने सुरुवात केली. मध्येच कधीतरी तो कॅमेऱ्याचा ट्रायपॉड दोन फूट बाजूला सरकवून घ्यायचा आणि शॉट कंपोज करायचा. मध्येच ट्रायपॉडच्या पायांची उंची आपल्याला हवी तशी ॲडजस्ट करून घ्यायचा. त्याने कॅमेऱ्याचा एक पट्टा आपल्या डाव्या मनगटात

अडकवून ठेवला होता. कधीही पाणवठ्याजवळ काम असलं की, ही काळजी तर घ्यावीच लागायची. अचानक कॅमेऱ्याचा ट्रायपॉड कोलमडून कॅमेऱ्याला जलसमाधी मिळण्याचे प्रसंग त्याच्या डोळ्यांसमोर अनेकदा घडले होते.

आकाश आता तांबडंभडक झालं होतं. उजळून निघालं होतं. त्याने ट्रायपॉडचे पाय परत एकदा सारखे करून कॅमेऱ्याची उंची सहा इंचांनी कमी केली. पण अजूनही त्याच्या मनासारखं होत नव्हतं. मग ट्रायपॉड फूटभर डावीकडे हलवला. त्याचे पाय स्क्रू घट्ट करून व्यवस्थित बसवले. ट्रायपॉडवर कॅमेऱ्याची लेव्हल नीट केली. लेन्सचं ॲपर्चर एफ ८वर ठेवून हायपर फोकल टेक्निक वापरून शक्य तेवढी डेप्थ मिळवली. शटर बटनला त्याने केबल रिलीज जोडली. सूर्याचा चाळीस टक्के भाग आता क्षितिजाच्या वर आला होता. त्याच्या प्रकाशात ब्रिजचा जुनाट रंग तप्त, लालसर दिसू लागला होता. त्याला जसा हवा होता, तसाच.

मग त्याने डाव्या खिशातून लाइट मीटर बाहेर काढून रीडिंग्ज घेतली. एफ ८वर त्याला एक सेकंद एक्सपोजर द्यावं लागणार होतं. आपण वापरलेली कोडॅक्रोम फिल्म अशा टोकाच्या एक्सपोजरलासुद्धा दगा देणार नाही, ही त्याला खात्री होती. व्ह्यू फाइंडरमधून नीट बघून त्याने पुन्हा एकदा कॅमेरा लेव्हल केला आणि केबल रिलीजचं बटण दाबून एक सेकंद संपायची वाट पाहिली.

त्याचं शटर क्लिक् होत असतानाच त्याचं समोर लक्ष गेलं. त्याने कॅमेऱ्याला डोळा लावून तिकडे नीट पाहिलं. "त्या ब्रिजच्या सुरुवातीला ते काय फडफडतंय?" असं म्हणत, मनातल्या मनात एक शिवी हासडून कॅमेऱ्याचा स्टँड जमिनीत घट्ट रोवून तो झऱ्याच्या काठाच्या दिशेने पळत गेला. "अरेच्च्या, कागदाचा तुकडा? पण काल तर हा इथे नव्हता!"

त्याच्या मागोमाग ऊनही त्याचा पाठलाग करत होतं. ब्रिजच्या सुरुवातीच्या भागात जो कठडा होता, त्याला कुणीतरी एक कागद घडी करून अगदी व्यवस्थित चिकटवून ठेवला होता. रॉबर्टने तो उपसून काढला आणि त्याच्या टाचणीसकट व्यवस्थित घडी करून आपल्या जाकिटाच्या खिशात खुपसला. परत फिरून तो कॅमेऱ्यापाशी आला आणि व्ह्यू फाइंडरला डोळा लावून बघू लागला. एव्हाना सूर्याचा साठ टक्के भाग क्षितिजावर आला होता.

आता ॲपर्चर एफ १६वर ठेवून परत एकदा तसेच फोटो काढले. आता कॅमेरा आणि ट्रायपॉड उचलून तो सरळ चालत ओढ्याच्या मधोमध गेला. पुन्हा एकदा सगळं सेटअप करून झालं. तो जसा पुढे सरकत होता तसा ओढ्यातला गाळ मागे वाहात होता. पुन्हा एकदा तसेच फोटो शूट केले. कॅमेऱ्यात कोडॅक्रोमचा नवा रोल भरला. २४ एम.एम.ची लेन्स लावून १०५ची खिशात कोंबली. आता ओढ्यातून चालत जाऊन ब्रिजच्या जवळून फोटो घ्यायचे बाकी होते. परत एकदा लेव्हल

ॲडजस्ट करून त्याने लाइट मीटरवर रीडिंग घेतलं; तीन शॉट्स घेतले. मग खबदारी म्हणून थोडं कमी आणि थोडं जास्त एक्सपोजर घेऊन आणखी काही शॉट्स घेतले.

त्याने आता कॅमेरा उभा केला. पुन्हा काही फोटो. तोच क्रम. पद्धतशीर. त्याच्या हालचालींत कुठेही गोंधळलेपणा, नवखेपणा नव्हता. सगळं अगदी काटेकोर मोजूनमापून, शिस्तबद्ध, योजनाबद्ध. त्याची प्रत्येक हालचाल आखीवरेखीव, बेतलेली होती. विचारपूर्वक, योजनाबद्ध. यापूर्वी हजारो वेळा केलेली. प्रत्येक हालचालीमागे विशिष्ट हेतू, विशिष्ट कारण होतं. नशिबावर काहीच सोडलेलं नव्हतं. कुठे काही कमीजास्त होईल, यासाठीच ही एवढी खबदारी होती.

आता तो काठावरून निघून सरळ ब्रिजकडे गेला. कॅमेरा आणि सगळी साधनसामग्री घेऊन सूर्य फार जास्त वर येण्याच्या आत ब्रिजकडे पोहोचायला हवं होतं. त्यासाठी तो थोडा पळतच गेला. एवढं सगळं सामान घेऊन चढावरून पळत जाताना झाडाला लागून हाताला खरचटलं. तरीही तो चढ चढतच राहिला. आता तर तो चक्क झाडावर चढला. झाडावरून खाली ब्रिज तिरका दिसत होता. पाणी उन्हात चमकत होतं.

त्याने स्पॉट मीटर वापरून फक्त ब्रिजच्या छपराचं रीडिंग घेतलं आणि नंतर सावलीत गेलेल्या भागाचं. नंतर पाण्याचं. अखेर या सगळ्यामधला तोल साधण्याच्या दृष्टीने त्याने कॅमेरा सेट केला, कमी-अधिक एक्सपोजर देऊन. कॅमेरा झाडाच्या बेचक्यात ठेवून त्याने नऊ शॉट्स घेतले. मग दुसरा कॅमेरा घेऊन, फास्ट फिल्म वापरून आणखी डझनभर शॉट्स घेतले. आता तो झाडावरून उतरून खाली आला आणि काठाकाठाने पुढे निघाला. पुन्हा एकदा ट्रायपॉड उभा करून त्याने कॅमेऱ्यात नवी कोडॅक्रोम फिल्म भरली. पुन्हा एकदा आधीसारखंच कंपोझिशन करून त्याने बरेच फोटो काढले. फक्त ते ओढ्याच्या दुसऱ्या काठावरून काढले. त्यानंतर त्याने तिसरा कॅमेरा बॅगेतून काढला. जुना निकॉन एस.पी. रेंज फाइंडरवाला. त्याला एक ब्लॅक अँड व्हाइट फिल्म होती. ब्रिजवरचा उजेड दर सेकंदाला बदलत होता.

ती वीस मिनिटं किती मोलाची होती हे फक्त सैनिक, सर्जन्स आणि फोटोग्राफर्सनाच समजू शकलं असतं. तेवढं झाल्यावर रॉबर्ट किनसेडने आपलं सगळं सामानसुमान गाडीत टाकलं आणि तो आल्या वाटेनेच परत जायला निघाला. गावाच्या वायव्येकडे असलेल्या हॉगबॅक ब्रिजपाशी पोहोचायला पंधरा मिनिटं लागणार होती. जराशी घाई केली तर आणखी काही चांगले शॉट्स नक्की मिळण्यासारखे होते.

धूळ उडवत, सिगारेट शिलगावून, खाचखळग्यांच्या रस्त्यावरून आपला ट्रक भरधाव चालवत तो निघाला. उत्तरेकडे तोंड करून उभ्या असलेल्या त्या पांढऱ्या घरावरून पुढे. रिचर्ड जॉन्सनच्या मेलबॉक्सला मागे टाकून पुढे. पण ती दिसली

नाही. 'लेका, तुला काय वाटलं... ती उभी असेल? तिचं लग्न झालेलं आहे. सगळं छान चाललंय तिचं. तुझंही सगळं नीट चाललंय. ही असली गुंतागुंत हवीय कुणाला? छानशी संध्याकाळ... छानसं जेवण... सोबतीला सुंदर स्त्री. जे काही झालं, तेवढं बास झालं. गॉड! किती देखणी आहे ती. आणि तिच्यात काहीतरी आहे एवढं नक्की. काहीतरी आहे. माझी नजर तिच्यावरून हटत नव्हती.' त्याचं विचारचक्र चालू होतं.

फ्रॅन्सेस्का धान्याच्या कोठारात काम करत असताना त्याचा ट्रक तिच्या घरावरून गेला. पण गुरांच्या हंबरण्याचा इतका गोंगाट चालू होता की, त्यात रस्त्यावरचा काहीही आवाज ऐकू येणं शक्य नव्हतं. रॉबर्ट किनसेड सुसाट वेगाने हॉगबॅक ब्रिजकडे निघाला होता. वर्षानुवर्षांचा काळ मागे टाकत, प्रकाशाचा पाठलाग करत.

या दुसऱ्या ब्रिजच्या बाबतीत सारंकाही व्यवस्थित पार पडलं. हा ब्रिज एका घळीत होता. रॉबर्ट तिथे पोहोचला तेव्हा तिथे धुकं होतं. ३०० एम.एम.च्या लेन्समुळे त्याला फ्रेमच्या डाव्या कोपऱ्यात चांगला मोठा सूर्य मिळत होता. आणि उरलेल्या भागात तो ब्रिज आणि त्याच्याकडे जाणारा वळणावळणांचा सुंदर रस्ता बरोबर बसला.

तेवढ्यात एका शेतकऱ्याची भुऱ्या रंगाचे बेल्जिअन घोडे जुंपलेली गाडी व्ह्यू फाइंडरमध्ये आली. 'असे जुन्या वळणाचे शेतकरी आता दुर्मीळ झाले आहेत.' असा विचार रॉबर्ट किनसेडच्या मनात आला, आणि तो स्वत:शीच हसला. एखादा फोटो चांगला येणार हे त्याला आधीच समजायचं. तो फोटो प्रिंट होऊन आल्यावर कसा दिसेल हे काम करता-करताच त्याच्या डोळ्यांपुढे यायचं. एका उभ्या शॉटमध्ये, शीर्षक द्यायला जागा उरावी म्हणून त्याने मुद्दामच वरच्या बाजूला थोडं आकाश घेतलं.

साडेआठ वाजता त्याने जेव्हा कॅमेऱ्याचा स्टँड मिटवून बॅगेत ठेवला तेव्हा त्याला मनातून खूप समाधान वाटत होतं. सकाळी केलेलं काम उत्तम झालं होतं. फोटो तसे जुन्या धर्तीचे, ग्रामीण पार्श्वभूमी असलेले असेच होते. पण फार छान होते. परिणामकारक होते. एक फोटो तर एका शेतकऱ्याचा आणि त्याच्या घोड्यांचा मिळाला होता. तो मुखपृष्ठासाठी फारच सुंदर, अगदी योग्य होता. म्हणून तर मुद्दाम फ्रेमच्या वरच्या भागात त्याने आडवा मोकळा पट्टा राखून ठेवला होता. अक्षरांसाठी. चिन्हासाठी. त्याने असा सांगोपांग विचार करून, दूरदर्शीपणा दाखवून काढलेल्या फोटोंचं संपादकांना विशेष अप्रूप वाटत असे. रॉबर्ट किनसेडला जे भरपूर काम मिळायचं, ते त्यामुळेच.

त्याने फिल्मचे जवळजवळ सात रोल्स खर्च केले होते. त्याने आता त्याच्याजवळच्या तीनही कॅमेऱ्यातले रोल्स बाहेर काढले आणि जाकिटाच्या खिशात हात घातला, तो

उरलेले चार रोल्स खिशातून बाहेर काढण्यासाठी. आणि त्याच्या हाताला त्या मगाशी खिशात घडी करून टाकलेल्या कागदाची कड टोचली. त्याने मनातल्या मनात एक शिवी हासडली. मगाशी कामाच्या गडबडीत तो त्या चिठ्ठीचं साफ विसरला होता. त्याने ती बाहेर काढली आणि उघडून वाचली. 'आज रात्री परत एकदा एकत्र जेवायला आवडेल का, जेव्हा आजचं काम संपलं की या ना घरी! कोणत्याही वेळी आलात तरी चालेल.'

त्याच्या ओठांवर अस्फुट हसू फुटलं. त्याच्या डोळ्यांपुढे चित्र उभं राहिलं. रात्रीच्या वेळी ती चिठ्ठी बरोबर घेऊन गाडी चालवत फ्रॅन्सेस्का जॉन्सन त्या ब्रिजपाशी येते आहे... हातातली चिठ्ठी त्या ब्रिजच्या कठड्याला अडकवते आहे... रात्रीच्या अंधारात... आपण गावातल्या हॉटेलवर परत जाताच तातडीने निघाली असणार ती. रॉबर्ट किनसेड परत निघाला. त्याने वाटेत पंपावर पेट्रोल टाकलं. समोरच टेलिफोन बूथ होता. आत फोनपाशी फाटकी, कळकट फोन डिरेक्टरी होती. आर. जॉन्सन या नावाची दोन माणसं त्यात सापडली. पण पत्त्याकडे पाहून फ्रॅन्सेस्काच्या घरचा नंबर कोणता हे त्याने अंदाजाने ठरवलं.

तिचा नंबर फिरवून तो पलीकडून फोन उचलला जाण्याची वाट पाहू लागला. टेलिफोनची घंटी वाजली त्या वेळी फ्रॅन्सेस्का जॅकला त्याचं खाणं देत होती. किचनमधल्या फोनचा आवाज येताच पळत जाऊन तिने दुसऱ्या रिंगला फोन उचलला. "जॉन्सन्स." ती म्हणाली.

"हाय, मी रॉबर्ट किनसेड."

फ्रॅन्सेस्काचं काळीज तो आवाज ऐकून घशात आलं. छातीत धडधड सुरू झाली. ती धडधड वाढत-वाढत तिच्या पोटापर्यंत जाऊन पोहोचली.

"चिठ्ठी मिळाली. डब्ल्यू. बी. यीट्सच्या शब्दांमध्ये बद्ध केलेला निरोप वाचला. मी या निमंत्रणाचा स्वीकार करतोय, पण जरा उशीर होईल. आज हवा खूप छान आहे. तेव्हा त्या दुसऱ्या ब्रिजचे फोटो काढायचं मनात ठरवलंय. काय बरं नाव त्याचं? हं. सेडर ब्रिज. आज संध्याकाळी तिकडे जाणार आहे. त्यामुळे माझं काम संपेपर्यंत नऊ तर सहज वाजून जातील. मग मला जरा अंघोळ वगैरे करून, स्वच्छ कपडे घालून तिकडे पोहोचेपर्यंत साडेनऊ-दहा तरी वाजतील. तसं चालेल ना?"

खरंतर तिला मनातून तसं अजिबात चालणार नव्हतं. पण ती फक्त इतकंच म्हणाली, "हो. चालेल ना. तुम्ही तुमचं काम संपवा. ते सगळ्यात महत्त्वाचं आहे. मी काहीतरी साधंच करून ठेवीन. तुम्ही इकडे आलात की, नुसतं गरम करून वाढीन."

मग तो अचानक म्हणाला, "फ्रॅन्सेस्का, मी फोटो काढायला जाणार आहे, तेव्हा तू येशील का बरोबर? मला मुळीच त्रास होणार नाही. उलट आवडेल मला. मी साडेपाचला तुला न्यायला तुझ्याकडे येऊ का?"

फ्रॅन्सेस्काने त्याच्या बोलण्यावर क्षणभर विचार केला. तिला जायला तर नक्कीच आवडलं असतं. पण त्यांना कुणी एकत्र पाहिलं असतं तर? जर ही गोष्ट रिचर्डच्या कानावर गेली असती तर? रिचर्डला काय उत्तर देणार होती ती?

त्या नव्या रस्त्यापासून सेडर ब्रिज पन्नास यार्डांवर होता. प्रवाहाच्या वरच्या बाजूला. कॉंक्रीटच्या नव्या ब्रिजच्या जवळ. तिथे जरी ती गेली असती, तरी फारसं कुणाच्या लक्षातही आलं नसतं. का आलं असतं? काय बरं करावं? तिने जेमतेम दोन सेकंदच विचार केला आणि लगेच निर्णय घेऊनही टाकला. "हो. मलापण आवडेल यायला. पण मी माझी स्वत:ची गाडी घेऊन तिकडे येईन. तिथेच भेटू आपण. पण किती वाजता?"

"सहाच्या सुमारास. मग तेव्हाच भेटू या. नक्की. बाय."

मग राहिलेला दिवस त्याने स्थानिक वृत्तपत्राच्या ऑफिसात घालवला. तिथले जुने अंक घेऊन ते चाळले. ते गाव तसं छोटुकलं, पण फार देखणं होतं. कोर्टाची सुंदर इमारत होती. त्याच्या समोरच मुख्य चौक होता. मग तो चौकातच सावली पाहून एका बाकावर बसला. जेवणाऐवजी त्याने थोडी फळं खाल्ली, ब्रेड खाल्ला. रस्त्यापलीकडच्या कॅफेमधून आणलेला कोकपण प्यायला. तो जेव्हा कॅफेमध्ये कोक विकत घ्यायला गेला होता, तेव्हा नुकते दुपारचे बारा वाजून गेले होते.

जुन्या वेस्टर्न सिनेमामध्ये शोभेल असा तो कॅफे होता. दुपारच्या वेळी, अचानक गोळीबार सुरू झाल्यावर जसे सगळे जण आपापलं बोलणं थांबवून भयचकित नजरेने तिकडे पाहातील, तसंच काहीसं रॉबर्ट कॅफेमध्ये शिरल्यावर तिथे बसलेल्या लोकांनी त्याच्याकडे पाहिलं. त्याला हा प्रकार मुळीच आवडायचा नाही. अशा अपरिचितांच्या नजरा स्वत:वर खिळल्या की, त्याला नुसतं अवघडून जायचं. पण सगळ्या लहान गावांमध्ये असं होणार, हे ठरलेलंच होतं. कुणीतरी नवा आला? परका माणूस? कोण असेल हा? हा इथे काय करतोय?

"कुणीतरी आज सकाळी मला म्हणत होतं, तो फोटोग्राफर आहे. लोकांनी म्हणे त्याला आज पहाटे कॅमेरे आणि बरंच सामानसुमान घेऊन हॉगबॅक ब्रिजपाशी पाहिलं..."

"त्याच्या ट्रकवर वॉशिंग्टनची नेमप्लेट आहे..."

"अरे, तो आज सकाळी बरेच तास वृत्तपत्राच्या कचेरीत जाऊन बसला होता. खूप जुने-जुने अंक काढून वाचत बसला होता. छप्पर असलेल्या ब्रिजेसविषयी त्याला माहिती हवी होती..."

"होय रे बाबा. त्या टेक्सॅकोच्या इथला पोरगा आहे ना, फिशर... त्याला म्हणे याने काल संध्याकाळी ब्रिजकडे जायचा रस्ता विचारला..."

"पण त्याला काय करायचंय त्या ब्रिजबद्दल?"

"आणि छपराखालच्या ब्रिजेसचे फोटो कशाला कुणाला हवे असतील? काय

येडं का खुळं ते? ते सगळे छप्परवाले ब्रिजेस किती जुने झाले आहेत. खराब झाले आहेत. कोणत्याही क्षणी कोलमडून पडू शकतील ते.''

"आणि त्याचे केस एवढे लांब आहेत, पाहिलंत का? ते बीटल्स का काय ते लोक असतात ना, त्यांच्यापैकीच कुणीतरी आहे वाटतं. ते हिप्पीच असतात ना?'' एका माणसाच्या तोंडचं ते वाक्य ऐकून त्या टेबलापाशी बसलेले बाकी सगळे जोरजोरात हसत सुटले. मग इतर टेबलांभोवती बसलेली मंडळीपण त्या हास्यात सहभागी झाली.

किनसेड मात्र कोक विकत घेऊन लगेच तिथून निघाला. तो दारातून बाहेर पडला तरीही सगळे डोळे त्याच्यावरच खिळून होते. आपण फ्रॅन्सेस्काला आपल्यासोबत येण्याचं निमंत्रण देऊन फार मोठी चूक तर नाही केली ना, असं त्याच्या मनात आलं. ती बरोबर आल्याने त्याला काहीच त्रास होणार नव्हता, पण तिला नंतर त्या गोष्टीचा त्रास झाला असता, तर? जर तिला कुणी सेडर ब्रिजपाशी पाहिलं असतं, तर लगेच त्या गोष्टीची दुसऱ्या दिवशी या कॅफेमध्ये ब्रेकफास्टच्या वेळी चर्चा झाली असती. मग ही बातमी वाऱ्यासारखी गावभर पसरली असती. ज्याच्या-त्याच्या तोंडी झाली असती.

छोट्या गावात बातम्या किती वेगाने पसरू शकतात... अगदी रेडिओ, टीव्हीच्या बातमीपत्रापेक्षाही जास्त वेगाने, याची त्याला पूर्ण कल्पना होती. सुदानसारख्या देशात समजा वीस लाख लहान मुलांचे भूकबळी जात असले, तरीही त्या गोष्टीची या अशा गावात बातमी होणार नाही. लोकांना त्याचं फारसं काही वाटणारही नाही. गावकऱ्यांच्या सदसद्विवेकबुद्धीला त्याबद्दल थोडीसुद्धा टोचणी लागणार नाही. पण रिचर्ड जॉन्सनची बायको लांब केसाच्या एका परक्या अनोळखी पुरुषासोबत जर कुणाच्या दृष्टीस पडलीच... तर ती केवढी मोठी बातमी! मग त्या बातमीची चर्चा. चर्वितचर्वण, एकाने दुसऱ्याच्या कानाला लागणं. फ्रॅन्सेस्काचे आणि त्या परक्या माणसाचे नक्की काय संबंध असतील, त्यांच्यात काही भानगड चालू तर नसेल, अशा अर्थाचं एकमेकांना आडून-आडून सुचवणं आणि त्यात आनंद मानत राहाणं. नाहीतरी त्या गावात त्या वर्षी त्या लोकांना चघळायला दुसरा काही विषय मिळालेलाच नसणार...

त्याने जेवण उरकलं. मग तो कोर्टहाउसच्या पार्किंग लॉटवर असणाऱ्या पब्लिक बूथकडे गेला. त्याने तिचा फोन फिरवला. तिने तिसऱ्या रिंगला फोन उचलला. ती किंचित धापा टाकत होती. "हाय, मीच बोलतोय. रॉबर्ट किनसेड. परत एकदा मुद्दामच फोन केलाय.''

तिच्या पोटात त्याचा आवाज ऐकून एक मोठा गोळा आला. 'त्याला यायला जमत नसणार. नक्कीच. म्हणूनतर त्याने फोन केला असणार. हेच सांगायला.'

"मी काय ते स्पष्टच बोलतो, फ्रॅन्सेस्का. हे तुमचं गाव आहे छोटं. इथल्या लोकांना चौकशा फार. त्यांना दुसऱ्याच्या बाबतीत नाक खुपसायची, चांभारचौकशा करण्याची सवय आहे, याची मला पूर्ण कल्पना आहे. तेव्हा आज रात्री जर तुला माझ्यासोबत येणं खूप अवघड जाणार असेल, तर काही हरकत नाही. मी तुझी अडचण समजू शकतो. येच असा आग्रह नाही. तेव्हा तू काही त्या गोष्टीचं मनावर दडपण घेऊ नको. स्पष्टच सांगायचं, तर ते माझ्या पाठीमागे काय वाट्टेल ते बोलले, तरी मला त्याची काहीही पर्वा नाही. आणि काही झालं, तरी मी नंतर तुला येऊन भेटीनच. मी फक्त एवढंच सांगायला फोन केला की, माझ्यासोबत बाहेर येण्याचं निमंत्रण देऊन मी काही चूक तर नाही केली, असं मला सारखं वाटून राहिलंय. त्यामुळे तुझ्यावर तशी जबरदस्ती माझ्याकडून मुळीच नाही. अर्थात तू माझ्याबरोबर आलीस, तर मला अगदी मनापासून आनंद होईल हं."

ते दोघं आधी या विषयावर बोलले होते, त्या क्षणापासून तिच्या मनात हे सगळे विचार घोळत होते. ती म्हणाली, "नाही नाही. तसं काही नाही. तुम्हाला तुमचं काम करताना बघायची मला खूप उत्सुकता आहे. मला यावंसं वाटतंय. मी नक्की येईन. लोक काय बोलतील, याची मला काही पर्वा नाही." खरंतर तिला मनातून हे असं करण्याची भीती वाटत होती. पण तरीही एकीकडे हा धोका पत्करायला तिचं मन तयार झालं होतं. काय व्हायचं ते होऊ दे, पण आपण त्या सेडर ब्रिजपाशी त्याच्याबरोबर जायचंच, असा तिने मनोमन निर्धार केला.

"वा! मग तर फारच छान. मी आपली आधी कल्पना देऊन ठेवली. मग आपण ठरल्याप्रमाणे भेटू यात."

"चालेल." ती म्हणाली. किती संवेदनाशील होता तो! पण अर्थात ही गोष्ट तिला आधीपासूनच माहीत होती.

चार वाजता तो आपल्या हॉटेलात परत गेला. खोलीत गेल्यावर त्याने स्वतःचे काही कपडे धुतले, अंगात स्वच्छ शर्ट चढवला. अजून एक शर्ट बरोबर नेण्यासाठी घेतला. अंगात खाकी पँट घातली आणि १९६२ साली भारतात गेलेला असताना त्याने तिकडून जे सँडल्स आणले होते, ते पायात घातले. त्या वेळी दार्जिलिंगच्या मिनी रेल्वे ट्रॅकबद्दलचा एक प्रोजेक्ट त्याने हाती घेतला होता. तो खाली आला. जवळच्या एका पबमधून त्याने बडवायझर बिअरचे सहा कॅन खरेदी केले. मग ती बिअर त्याने आपल्या जवळच्या कूलरमध्ये नीट ठेवली.

खूप गरम झालं होतं. खूप गरम. आयोवामधला माध्यान्हीचा सूर्य नेहमीप्रमाणे तळपू लागला होता. दुपारभर त्या सूर्याची सगळी उष्णता रस्त्यावरच्या सिमेंट, विटा आणि मातीने शोषून घेतलीच होती. तर त्यावर हा सूर्य आता आणखी उष्णतेचा मारा करत होता.

पब तसा अंधारा आणि जरा थंडगार होता. पुढचं दार उघडं होतं. छताला मोठमोठे पंखे लटकत होते. दारापाशी एक भला मोठा स्टँड फॅनही फिरत होता. त्या सगळ्या पंख्यांचा प्रचंड मोठा आवाज येत होता. सिगारेटचा धूर, बिअरचा शिळकट वास वातावरणात भरून राहिला होता. एकीकडे ज्यूकबॉक्सवर कुठलंतरी कर्कश गाणं चालू होतं. बारमध्ये बसलेल्या लोकांच्या नजरा त्याच्यावरच खिळलेल्या होत्या. त्यातून त्याच्या विषयीचं कुतूहल आणि शत्रुत्व असे संमिश्र भाव व्यक्त होत होते. त्या सगळ्याचा एकत्रित परिणाम म्हणून वातावरण अधिकच तप्त भासत होतं.

तो बाहेर रस्त्यावर आला. आता तर त्या प्रखर सूर्यकिरणांमुळे अंग भाजतंय की काय, असं वाटू लागलं. त्याच्या मनात सॅन ज्युॲन दे फुकाच्या सामुद्रधुनी नजीकच्या किर्डेका पॉइंटची, तिथल्या धबधब्यांची आणि उंच-उंच देवदार वृक्षांची चित्रं तरळू लागली. तिथल्या मंद वाऱ्याच्या झुळकीची त्याला आठवण होऊ लागली.

फ्रॅन्सेस्का जॉन्सन मात्र आरामात दिसत होती. तिला उकाड्याचा इतका त्रास होत नसावा. ब्रिजपाशी काही झाडं होती. त्या झाडांच्या जवळच तिने आपला पिकअप ट्रक उभा केला होता. त्याला रेलून ती रस्त्यावर उभी होती. तिने ती कालचीच जीन्सची पँट परत घातली होती. ती तिच्या अंगात कशी तंग बसली होती. पायात सँडल्स आणि अंगात पांढरा सुती टी-शर्ट. तो टी-शर्टही तिच्या देहावर चांगलाच खुलून दिसत होता. त्याने दुरूनच तिच्याकडे पाहून हात हलवला आणि आपला ट्रक तिच्या ट्रकच्या जवळ आणून उभा केला.

"हाय, तू आलीस ते खरंच बरं झालं. किती उकडतंय ना!'' तो म्हणाला.

उगीच काहीतरी निरुपद्रवी, हवापाण्याच्या गप्पा. काहीतरी बोलायचं म्हणून! मनातलं खरं काय ते सांगण्याऐवजी उगीच चाचपडत, काठाकाठानं बोलत राहायचं. तो परत एकदा संकोचून गेला. त्याला खूप अवघडल्यासारखं झालं. हे तसं जुनंच होतं. लहानपणी, आवडलेल्या एखाद्या मुलीशी बोलताना हे असंच हृदयात काहीतरी धडधड झाल्यासारखं व्हायचं. पुढे मोठा झाल्यावर एखाद्या स्त्रीचं आकर्षण वाटू लागलं, तर तिच्या उपस्थितीतपण अगदी असंच व्हायचं. अशा वेळी एखाद्या गंभीर, गहन विषयावर चर्चा निघाली, तरच त्याला तोंड उघडून बोलता यायचं. पण हलक्या-फुलक्या गप्पा कधी मारताच यायच्या नाहीत. तशी मुळात त्याची विनोदबुद्धी चांगलीच तीव्र होती. तसा तो चांगलाच प्रत्युत्पन्नमती होता, पण तरीही स्वभावत: गंभीर प्रकृतीचाच होता. जे काही करायचा, ते सगळंच मन लावून. त्याच्या आईच्या मते तर तो वयाच्या चौथ्या वर्षीपासूनच प्रौढ होता. त्याच्या या परिपक्वतेचा त्याला आपल्या व्यवसायात खूपच फायदा झाला. पण फ्रॅन्सेस्का जॉन्सनसारख्या सुंदर,

आकर्षक स्त्रियांच्या सहवासात आल्यावर मात्र आपल्या या गंभीर स्वभावामुळे आपला तोटाच होतो, असं त्याला मनोमन वाटे.

"तुम्ही फोटो काढता, ते कसे... ते सगळं मला बघायचंय. काय बरं म्हणता तुम्ही त्याला? हं... फोटोशूट." फ्रॅन्सेका म्हणाली.

"वेल, मग आता लवकरच दिसेल ते तुला. आणि तो सगळा प्रकार किती कंटाळवाणा आहे, हेपण तुझ्या लक्षात येईल. निदान लोकांना तरी ते खूपच कंटाळवाणं वाटतं. हे काही एखादा माणूस पियानो वाजवत असताना समोर बसून ऐकण्यासारखं नसतं. फोटोग्राफीमध्ये फोटो काढण्याची प्रक्रिया आणि त्या फोटोचं सादरीकरण या दोन्हीही गोष्टींमध्ये खूप मोठा कालावधी जातो. म्हणजे असं की, आज मी जे फोटो काढणार आहे, त्याला आपण 'प्रॉडक्शन' असं म्हणू या. मग ते काही दिवसांनी, कधीतरी, कुठेतरी छापून येतील. त्याला आपण 'परफॉर्मन्स' म्हणू. त्यामुळे तुला आज इथे जे काही बघायला मिळेल ती नुसती इकडून तिकडे पळापळ, धडपड. पण अर्थात, तरीही तू कधीही माझ्यासोबत येऊ शकतेसच. आणि अगदी खरं सांगू? तू आज आली आहेस ना, तर मला खूप आनंद झाला आहे."

त्याचे ते शेवटचे चार शब्द ऐकून ती मनोमन सुखावली. खरंतर त्याने हे बोलून दाखवलं नसतं, तरीही चाललं असतं. त्याने नुसतं तिला 'वेलकम' एवढंच म्हटलं असतं, तरीही ते पुरेसं होतं. पण तो तेवढंच बोलून नाही थांबला. तिला पाहून त्याला खरोखरच, अगदी मनापासून आनंद झाला होता, हे तर उघडच होतं. खरंतर आपण अगदी आवर्जून त्याचं काम बघायला इकडे आलो आहोत, या आपल्या कृतीमागचा गर्भित अर्थ त्याच्या लक्षात आला तर किती बरं होईल, असंही तिच्या मनात आलं.

"माझी तुम्हाला काही मदत होईल का?" ती म्हणाली. त्याने कामासाठी वापरण्याचे रबरी बूट पायात चढवले.

"ती निळी सॅक आहे ना, ती तू घे. मी ट्रायपॉड आणि दुसरी सॅक पकडतो."

अशा रितीने फ्रॅन्सेस्काने फोटोग्राफरच्या मदतनिसाचं काम स्वत:कडे घेतलं. पण तो आधी जे काही म्हणाला होता, ते मात्र तितकंसं खरं नव्हतं. त्याला काम करत असताना बघणं, हा एक सुंदर अनुभव होता. त्याची प्रत्येक हालचाल बघणं, म्हणजे नाटकाचा प्रयोग, नाहीतर एखाद्या कुशल कलाकाराने प्रेक्षकांपुढे आपल्या कलेचं सादरीकरण करताना बघण्याइतकंच अद्‌भुत आणि रोमांचकारी होतं. फक्त ते तसं आहे, याची त्याला स्वत:ला मात्र मुळीच जाणीव नव्हती. ही गोष्ट खरंतर तिच्या कालच लक्षात आली होती आणि ती त्याच्याकडे आकृष्ट होण्यामागचं एक मोठं कारण हेही होतंच. त्याच्या हालचालींतला डौल, सारे बारकावे अचूक

टिपणारी ती सावध नजर, काम करताना स्फुरण पावणारे त्याचे बलशाली बाहू; पण त्याहीपेक्षा महत्त्वाचं म्हणजे, त्याच्या देहाच्या हालचालींतली ती सहजता. तिच्या ओळखीचे सगळेच पुरुष त्याच्या तुलनेत फिके पडतील असा तो डौल आणि ती चपळाई होती.

त्याच्या कुठल्याही हालचालीत घाई-गडबड नव्हती. काम उरकून टाकण्याची वृत्ती नव्हती. त्याच्या हालचालींत हरणाची चपळाई होती. पण त्या सहजतेतूनसुद्धा त्याच्या पीळदार बाहूंमधील ताकद लपत नव्हती. खरंतर हरणाची नव्हे... चित्त्याची चपळाई होती ती. बरोबर. चित्ताच होता तो. तो काही कुणाचं भक्ष्य नव्हता. त्याच्या बरोबर विरुद्ध होतं. तो स्वत:च शिकारी होता. तिला ते मनोमन जाणवलं आणि ती शहारली.

"फ्रॅन्सेस्का, मला तो निळा पट्टा असलेला कॅमेरा दे ना, प्लीज."

तिने सॅक उघडली. 'इतकी महागडी वस्तू सहजतेने, किती लीलया हाताळतो हा –' असं तिच्या मनात आलं. तिने स्वत: मात्र अतिशय जपून, अत्यंत काळजीपूर्वक तो कॅमेरा बाहेर काढला. व्ह्यू फाइंडरच्या क्रोम प्लेटिंगवर 'निकॉन' अशी अक्षरं होती. नावाच्या वरच्या बाजूला डावीकडे 'एफ' हे अक्षर कोरलेलं होतं.

तो ब्रिजच्या ईशान्येला जमिनीवर गुडघे टेकून ट्रायपॉडची उंची कमी करून बसला होता. त्याचा डोळा कॅमेऱ्याचा व्ह्यू फाइंडरमधून समोर बघत होता. फ्रॅन्सेस्का जवळ जाताच त्याने तिच्याकडे न बघता, नुसता डावा हात पुढे करून तिच्या हातातून कॅमेरा घेतला.

त्याने ट्रायपॉडचा स्क्रू ढिला करून त्यावर उभा केलेला कॅमेरा काढून घेतला व त्या जागी फ्रॅन्सेस्काने दिलेला कॅमेरा उभा केला. परत एकदा स्क्रू पिळून त्याने तो ट्रायपॉडवर नीट ठेवला आणि मग हसून तिच्याकडे पाहिलं. "थँक्स! तू एकदम फर्स्ट क्लास असिस्टंट आहेस की!"

ती जराशी लाजून गोरीमोरी झाली.

'ओ माय गॉड! हे काय चाललंय आपलं?' तिच्या मनात आलं. 'हा काय कुणी सुपरस्टार वगैरे आहे का? कुणी आकाशातून पडलाय का? आपल्याला लाजायला काय झालं? साधं सरळ 'यू आर वेलकम' असंपण तोंडातून बाहेर पडू शकत नाही का आपल्या?' मग तिने स्वत:च्या मनाची समजूत काढण्यास सुरुवात केली. 'त्याच्या सहवासात माझ्या सगळ्याच क्रिया, प्रतिक्रिया जराशा धीम्या झाल्या आहेत. तसा त्यात त्याचा काही दोष नाहीये. पण तो इतका विलक्षण बुद्धिमान, इतका कुशाग्र आहे ना? आणि अशा लोकांच्या सहवासात राहण्याची, त्यांच्या बरोबर काम करायची मला सवय तरी कुठे आहे? मग त्यामुळे माझी ही अशी अवस्था झाली आहे. उगीचच गोंधळून गेले आहे मी.'

तो प्रवाहात उतरला आणि तसाच चालत पलीकडच्या काठावर जाऊन पोहोचला. ती मात्र ब्रिजवरून चालत पलीकडे गेली. बरोबर त्याची सॅक घेऊन. ती त्याच्या जवळ जाऊन उभी राहिली. त्याच्या काम करण्यात एक ऊर्जा होती. एक प्रचंड सुप्त ताकद. त्याच्या मागे उभं राहून ते बघताना तिला खूप आनंद होत होता. का कुणास ठाऊक, पण एक वेगळाच आनंद. इतका या आधी कधीच झाला नव्हता. निसर्ग जसा आहे तसा पकडण्याची त्याची पद्धत नव्हती. तो जणू त्या निसर्गावर अधिराज्य गाजवत होता. आपल्याला पाहिजे तसा वळवून, वाकवून त्या निसर्गाला तो कॅमेऱ्यात बद्ध करत होता. तेही अतोनात हळुवारपणे. त्याला आकार देत होता, आपल्या मनाप्रमाणे रूप देत होता. त्याच्या स्वत:च्या डोळ्यांसमोर जी प्रतिमा होती, त्यानुसार तो त्या निसर्गाला जणू घडवत होता.

आपल्या भावभावना आणि इच्छाशक्ती तो त्या निसर्गदृश्यात भरत होता. वेगवेगळ्या लेन्सेस वापरून छायाप्रकाशाची जादू करत होता. कधी वेगळ्या फिल्म, तर क्वचित फिल्टर वापरून आपल्याला हवा असलेला परिणाम तो साध्य करत होता. नुसती लढाई करण्याची, प्रतिकार करण्याची पद्धत नव्हती त्याची; तो आपलं कसब आणि बुद्धिमत्ता वापरून हुकूमत गाजवणारा होता. शेतकरीसुद्धा रासायनिक द्रव्यांचा वापर करून, बुलडोझर वापरून जमिनीवर राज्य करायचेच की. आपल्याला हवी ती पिकं तिच्यातून काढायचेच की. पण रॉबर्ट किनसेड ज्या पद्धतीने निसर्गाला आपल्या मनाप्रमाणे वळवत होता, ती खूप लवचीक होती. शिवाय त्याचं काम संपल्यावर सगळ्या गोष्टी परत होत्या तशा पूर्वपदाला येत होत्या.

आत्ता तो खाली वाकून काहीतरी करत होता. त्याच्या ताणलेल्या जीन्समधून त्याच्या मांडीचे बळकट स्नायू जाणवत होते. भरदार पाठीवर डेनिमचा शर्टही तसाच ताणून बसला होता. त्यातूनही त्याच्या अंगातली सुप्त शक्ती दृग्गोचर होत होती. तिचं लक्ष त्याच्या शर्टाच्या कॉलरपाशी गेलं. त्याचे पांढरे केस कॉलरपर्यंत पोहोचले होते. आता कॅमेऱ्याची ॲडजस्टमेंट करण्यासाठी तो चक्क मांडी ठोकून बसला. त्याच्याकडे अनिमिष नेत्रांनी पाहात उभ्या असलेल्या फ्रॅन्सेस्काला अंतर्यामी एक वेगळाच थरार जाणवला. एखाद्या पुरुषाला पाहून कित्येक वर्षांत हे असंकाही झालंच नव्हतं. तिला खूप लाजल्यासारखं झालं. तिने सांजावलेल्या आभाळाकडे बघितलं आणि खोलवर श्वास घेतला. त्याने लेन्सवर बसवलेला फिल्टर जाम झाला होता व तो काढण्याची झटापट करता-करता रॉबर्टने एक शेलकी शिवी हासडली.

तो उठला आणि प्रवाहातून ढांगा टाकत परत एकदा पलीकडच्या किनाऱ्यापाशी गेला. तिथून पाण्याबाहेर पडून आपल्या ट्रकपाशी गेला. त्याच्या रबरी बुटांचा सपसप आवाज येत होता. फ्रॅन्सेस्का वर गेली आणि ब्रिजच्या छताखाली सावलीत

उभी राहिली. मग चालत-चालत ब्रिजच्या दुसऱ्या बाजूने बाहेर आली... तर समोर तो उभा. हातातला कॅमेरा तिच्यावरच रोखलेला. जरासं झुकून त्याने एका झटक्यात तिचा फोटो काढला. तिला काही समजायच्या आतच! मग ती मुळीच न थांबता त्याच्या दिशेने चालत राहिली, तर तो एका मागोमाग एक फटाफट फोटो काढतच सुटला. तिला संकोचल्यासारखं झालं. ती कसंनुसं हसली.

"काळजी नको करू," तो म्हणाला, "मी तुझ्या परवानगीशिवाय हे फोटो कुठेही वापरणार नाही. माझं इथलं काम झालंय. मला वाटतं, आता मी आधी हॉटेलात जाऊन जरा अंघोळबिंघोळ करून स्वच्छ होतो आणि मगच कुठे बाहेर जायचं असलं, तर जाता येईल."

"वेल, तुम्हाला पाहिजे तर तसं करा," फ्रॅन्सेस्का हळूच, पण मनापासून म्हणाली. "पण मी काय म्हणत होते, तुम्हाला माझ्या घरी शॉवर घ्यायचा असेल किंवा बाहेर विहिरीच्या पंपावर अंघोळ करायची असेल, तरी माझी हरकत नाही. मी टॉवेल आणि साबण देईन तुम्हाला."

"ओके. तू म्हणतेस तर माझीही काही हरकत नाही. तू पुढे हो. मी माझी सगळी साधनसामग्री हॅरीमध्ये – म्हणजे माझ्या ट्रकमध्ये नीट ठेवतो आणि तुझ्या पाठोपाठ येतोच."

मग तिने झाडाच्या सावलीत उभा केलेल्या आपल्या नवऱ्याचा – रिचर्डचा ट्रक बाहेर काढला आणि ती मुख्य रस्त्याला लागली. ब्रिजपासून दूर. विंटरसेटच्या दिशेने. मग घराचा फाटा आल्यावर ती आत वळली. तो आपल्या मागून येतो आहे का नाही, हे काही तिला कळत नव्हतं, कारण धुळीचं वादळ झालं होतं. पण एका वळणापाशी तिने मागे वळून पाहिलं, तर त्याच्या ट्रकचे दिवे दूरवरून चमकल्यासारखे वाटले. 'त्याने आपल्या ट्रकचं नाव हॅरी काय ठेवलंय?' या विचाराने तिला हसू फुटलं.

नक्की ते त्याच्याच ट्रकचे लाइट असणार. कारण ती घराच्या फाटकातून आत शिरली आणि लागोपाठ त्याचा ट्रक गल्लीच्या तोंडाशी पोहोचल्याचा आवाज आला. जॅक एकदा उठून भुंकला आणि परत स्वस्थ पहुडला. बहुतेक तो मनात म्हणाला असणार, 'तो कालचाच माणूस परत आलेला दिसतोय. येऊ दे बापडा.' किनसेड ट्रकमधून उतरून चालत घराकडे येत असताना वाटेत जॅकला थोपटायला थांबला.

फ्रॅन्सेस्का घराच्या मागच्या दारातून बाहेर आली.

"शॉवर घ्यायचाय?"

"अरे, फारच ग्रेट. मला रस्ता दाखव."

ती त्याला वरच्या मजल्यावर घेऊन गेली. तिने रिचर्डच्या मागे लागून ही

बाथरूम खास बांधून घेतली होती. मुलंपण मोठी होऊ लागली होती. त्यामुळे स्वत:साठी स्वतंत्र बाथरूम पाहिजेच, असा एकमेव हट्ट तिने आपल्या नवऱ्याशी केला होता. संध्याकाळी काम करून थकल्यावर, गरम पाण्याने बाथटब भरून घेऊन त्यात पहुडणं आणि अंघोळीचं सुख अनुभवणं, ही तिची हौस होती. त्यात तरुण मुलांनी मध्ये मध्ये येऊन त्रास दिलेला तिला आवडायचा नाही. तिने ही बाथरूम स्वत:च्या मनाप्रमाणे सजवली होती. त्यात कितीतरी नाजूक, सुंदर, शोभेच्या वस्तू मांडल्या होत्या. तिच्या नवऱ्याला – रिचर्डला तिथे अंघोळ करायला मुळीच आवडायचं नाही. त्याला ती बाथरूम फारच बायकी वाटायची. म्हणून तो दुसरी बाथरूम वापरायचा.

पण फ्रॅन्सेस्काच्या या खास बाथरूमकडे जायचा रस्ता त्यांच्या बेडरूममधूनच होता. ती रॉबर्टला बाथरूमपाशी घेऊन गेली. आतल्याच एका कपाटातून तिने टॉवेल्स काढून त्याला दिले. "तुम्हाला काय हवं ते घेऊन वापरा," असं ती किंचित हसून म्हणाली. स्वत:च्याही नकळत तिने दातांनी खालचा ओठ किंचित चावला.

"मला शॅम्पू वापरावा लागेल इथला. कारण माझा शॅम्पू हॉटेलात आहे," तो म्हणाला.

"हो, हे बघा," म्हणून तिने बाथरूमच्या काउंटरवर तीन वेगवेगळ्या बाटल्या काढून ठेवल्या. "यातला हवा तो वापरा." त्या तीनही बाटल्या अगदी नव्या नव्हत्या. प्रत्येक बाटलीतला शॅम्पू थोडा-थोडा वापरलेला होता.

"थँक्स," तो म्हणाला. त्याने स्वत:च्या हातातले अंघोळीनंतर घालण्यासाठी आणलेले कपडे तिच्या बेडरूममधल्या पलंगावर ठेवले. आणि सँडल्स कोपऱ्यात ठेवले. फ्रॅन्सेस्काचं तिकडे लक्ष गेलं. खाकी पँट, पांढरा शर्ट! त्यांच्या गावातला एकही पुरुष कधीच सँडल्स घालत नसे. आजकाल गावातली काही माणसं निदान गोल्फ खेळताना बर्म्युडा शॉर्ट्स घालू लागली होती. पण ती माणसंपण जरा वरच्या वर्गातली असत, शेतकरी नव्हे. आणि सँडल्स तर आजपर्यंत कुणीच कधी घातले नव्हते.

ती जिना उतरून खाली निघाली, तेव्हा वरच्या बाथरूममधला शॉवर सुरू झाल्याचा आवाज आला. तिच्या नकळत तिच्या डोळ्यांपुढे त्याचा पुरुषी, बलदंड देह उभा राहिला... कपड्यांशिवाय. मग तिची कानशिलं गरम झाली. तिला वरमल्यासारखं झालं. ओटीपोटात खूप विचित्र संवेदना झाली... मोठा गोळा आला.

त्या दिवशी सकाळी त्याचा फोन येऊन त्या दोघांचं भेटायचं ठरताक्षणी लगेच ती गाडी घेऊन चाळीस मैलांवर असलेल्या दमॉइन गावी खरेदीला गेली होती. आधी तिने मद्याचं दुकान गाठलं. तिला खरंतर असली काही सवयच नव्हती. मग उत्तम दर्जाची वाइन कुठली, असं तिने तिथल्या क्लार्कलाच विचारलं. पण त्याचंही त्या

विषयातलं ज्ञान यथातथाच होतं. मग ती त्या दुकानात हारीने मांडलेल्या शेल्फांच्या रांगांमधून चालू लागली. शेकडो प्रकारच्या वाइनच्या बाटल्यांचं प्रदर्शन मांडलेलं होतं. ती एकेका बाटलीवरचं लेबल वाचत पुढे-पुढे जात होती. इतक्यात तिला एक बाटली दिसली. त्यावर लिहिलं होतं, 'व्हॅल्पोलिसेला.' हे नाव तिच्या परिचयाचं होतं. खूप पूर्वी, लहानपणी तिने ते ऐकलं होतं. ती ड्राय इटालियन रेड वाइन होती. तिने त्या वाइनच्या दोन बाटल्या घेतल्या. शिवाय ब्रँडी मोजून ग्लासात ओतण्याचा डिकँटरपण घेतला. तिच्या मनात खूप उत्कट भावना जाग्या झाल्या. आपण खूप स्मार्ट आहोत अशा कल्पनेने ती मनोमन सुखावली.

मग ती गावातल्या कपड्यांच्या खूप मोठ्या दुकानात गेली; एक सुंदरसा समर ड्रेस खरेदी करायला. तिला हवा तसा एक ड्रेस मिळाला. फिक्या गुलाबी रंगाचा. त्याला वर नाजूकसे बंद होते, खांद्यापाशी बांधायला. त्याचा मागचा गळा भरपूर खोल होता... आणि तितकाच पुढचाही. तिने तो ड्रेस ट्रायलरूममध्ये घालून पाहिला. तिला तो घातल्यावर जरा मजेशीर वाटलं. गळ्यापासून छातीचा खालचा कितीतरी भाग उघडा दिसत होता. त्या ड्रेसला कमरेपाशी बऱ्याच चुण्या होत्या आणि बांधायला पट्टा. त्या ड्रेसला शोभतील, असे पांढरे उंची सँडल्सपण तिने खरेदी केले. त्यावर नाजूक नक्षीकाम होतं. पण त्याच्या टाचा उंच नव्हत्या.

मग घरी येऊन, दुपारी तिने खूप मन लावून स्वयंपाक केला. ढब्बू मिरच्या कोरून त्यात तिने तांबडा शिजवलेला भात, टोमॅटो सॉस आणि कोथिंबिरीचं सारण भरून त्या बेक केल्या. पालकचं चवदार सॅलड, कॉर्नब्रेड आणि जेवणानंतर खायला ॲपलसॉस सुफ्ले असा साधा, पण रुचकर बेत केला. मग ते सगळं तिने फ्रीजमध्ये ठेवलं.

आता बेडरूममध्ये जाऊन तिने तो ड्रेस उघडून पाहिला. तो होता खूप सुंदर. पण जरा जास्तच लांब होता. मग तिने सुईदोरा घेऊन त्याला दुमड घालून तो बऱ्यापैकी आखूड केला. जेमतेम गुडघ्यापर्यंत येईल इतका आखूड. तिने नुकतंच एका फॅशन मॅगेझीनमध्ये वाचलं होतं की, या वर्षी गुडघ्यापर्यंत येणाऱ्या फ्रॉक्सची फॅशन होती. खरंतर याआधी इतक्या वर्षांत कधी फॅशन वगैरे करण्याचा विचार तिच्या मनाला शिवलासुद्धा नव्हता. तिला वाटायचं, युरोपातले फॅशन डिझायनर्स दरवर्षी काहीतरी नवीन फॅड आणतात आणि जगभर लोक मेंढरांप्रमाणे त्यांचं अनुकरण करतात. पण आता विचार केल्यावर तिला वाटलं, हा आखूड ड्रेस आपल्याला खरोखरच शोभून दिसतो आहे.

आता त्या वाइनचं काय करायचं, हीपण तिच्यापुढची एक समस्याच होती. या भागातले सगळे लोक वाइन फ्रीजमध्ये ठेवत. इटलीत मात्र कुणीच वाइन फ्रीजमध्ये ठेवत नसत. मग आता नक्की काय करायचं? पण तो दिवस उकाड्याचा होता.

प्रमाणाबाहेर गरम होत होतं. त्या गरमीत स्वयंपाकघरातल्या कट्ट्यावर वाइनच्या बाटल्या ठेवणं तर शक्यच नव्हतं. मग तिला त्यांच्या घरातलं तळघर आठवलं. तिथे बऱ्यापैकी गारवा असे. मग तिने वाइनच्या बाटल्या तिथे नेऊन ठेवल्या.

वरच्या बाथरूममधला शॉवरचा आवाज बंद झाला, त्याच क्षणी स्वयंपाकघरातला फोन वाजला. तिने फोन उचलला. फोनवर रिचर्ड होता. त्याने इलिनॉयमधून फोन केला होता.

"सगळं ठीक आहे ना?"

"हो."

"कॅरोलिनने पैदास केलेल्या जनावरांची चाचणी बुधवारी होणार आहे. त्याच्या दुसऱ्या दिवशी आम्हाला आणखी काही गोष्टी बघायच्या आहेत. त्यामुळे आम्ही शुक्रवारी रात्री उशिरापर्यंत घरी पोहोचू."

"ठीक आहे. मजा करा. आणि परत येताना सांभाळून. कार नीट चालव."

"फ्रॅनी, तू नक्की ठीक आहेस ना गं? तुझा आवाज जरा विचित्रच येतोय."

"हो, हो. मी अगदी ठीक आहे. फक्त इथे प्रचंड उन्हाळा आहे. मी आता अंघोळीला निघाले आहे. अंघोळ झाल्यावर बरं वाटेल मला."

"ओके. जॅकला माझ्यावतीने थोपट."

"नक्की थोपटेन," असं म्हणून तिने बाहेरच्या पोर्चमध्ये सुस्तावून पहुडलेल्या जॅककडे पाहिलं.

इतक्यात रॉबर्ट किनसेड जिना उतरून खाली आला आणि स्वयंपाकघरात शिरला. पांढराशुभ्र शर्ट, कॉलरचा. वरची काही बटणं उघडी. बाह्या कोपरापर्यंत दुमडलेल्या, अंगात तंग खाकी पँट, पायात तपकिरी रंगाचे सँडल्स, हातात चांदीचं कडं, गळ्यात चांदीची साखळी. त्याचे केस अजून ओले होते. त्याने मध्ये भांग पाडून ते व्यवस्थित बसवले होते. सँडल्सतर खरोखर बघत राहावे असे उंची आणि स्टायलिश होते.

"मी माझे रबरी बूट ट्रकमध्ये टाकतो आणि थोडं साहित्य घरात घेऊन येतो. ते नीट पुसून व्यवस्थित ठेवायला हवं." तो म्हणाला.

"ठीक आहे. मी अंघोळीला वर चालले आहे."

"सोबत बिअर घ्यायची आहे का? बाथटबमध्ये बसल्या-बसल्या?" त्याने विचारलं.

"जास्तीची आहे का? असली तर चालेल."

मग त्याने बाहेर जाऊन ट्रकमधून आधी कूलर आणला. तो उघडून एक बिअरची बाटली काढून तिला दिली. तिने तेवढ्यात कपाटातून दोन उंच ग्लासेस काढले. तिच्याकडे बिअरचे मग्ज नव्हते; त्यामुळे ग्लासांवरच भागवावं लागलं.

तिला बिअरचा भरलेला ग्लास देऊन तो परत बाहेर गेला, ट्रकमधले कॅमेरे आणायला. ती आपला ग्लास घेऊन वरच्या मजल्यावर गेली आणि बाथरूममध्ये शिरली. त्याने बाथटब व्यवस्थित पुसून कोरडा करून ठेवला असल्याचं तिच्या लक्षात आलं. मग तिने गरम पाण्याचा नळ सोडून टब भरून घेतला. ग्लास शेजारी जमिनीवर ठेवून आधी तिने सिंकवरच्या आरशात बघत कपाटातला रेझर घेऊन आवश्यक त्या शारीरिक साफसफाईचं काम उरकलं. मग टबमध्ये भरपूर साबणाचा फेस करून तिने अलगद आत पाऊल टाकलं. त्या गरम पाण्याचा सुखद स्पर्श अनुभवत ती शांत पहुडली. अगदी थोड्या वेळापूर्वी याच ठिकाणी, अगदी असाच निर्वस्त्र अवस्थेत तो पहुडला होता... ज्या जागेचा स्पर्श त्याच्या देहाला झाला आहे, त्याच ठिकाणी आत्ता आपण पहुडलो आहोत, ही जाणीव मनाला धुंद करणारी, उत्कट होती. रॉबर्ट किनसेडच्या बाबतीतला प्रत्येक विचार असा मनाला उत्कटतेची सुखद ग्लानी आणणारा होता.

बाथटबमध्ये आपण आरामात पहुडलो आहोत आणि शेजारी जमिनीवर अगदी हाताशीच थंडगार फेसाळत्या बिअरचा ग्लास ठेवलेला आहे, ही कल्पनाच किती मोहक, किती अभिरुचीपूर्ण होती. आपल्याला आणि रिचर्डला आजवर हे असं कधीच का नाही सुचलं? पण याचं उत्तर तिला मनोमन माहीतच होतं. रूढी आणि परंपरांची जाचक बंधनं, हे त्यामागचं एक कारण होतं. सगळ्याच विवाहित जोडप्यांवर आणि एकूण समाजातल्या सर्वच नातेसंबंधांवर या रूढी आणि परंपरांचा प्रचंड दबाव होता. माणसं जेव्हा प्रथेनुसार, रूढीनुसार वागतात तेव्हा जीवन कसं नेमस्त, साचेबंद, आखीव, रेखीव असतं. जसं ठरलेलं असतं, तसंच नेहमी वागायचं. आगळंवेगळं कधी काही करायचंच नाही. त्यामुळे मनाला एक प्रकारची शांतता असते. चाकोरीबद्ध जगताना अनपेक्षित कधीच काही घडत नाही. तिलाही त्या गोष्टीची कल्पना होती.

आणि शिवाय त्यांचं ते भलंमोठं शेत. एखाद्या आडदांड, अस्ताव्यस्त पसरलेल्या पण काहीही हालचाल न करता सतत तऱ्हेतऱ्हेच्या मागण्या करत राहाणाऱ्या अपंग व्यक्तीसारखं होतं ते शेत. त्याची कामं, त्याच्या कटकटी कधी संपतच नसत. तरी गेली काही वर्षं बरंच यांत्रिकीकरण झालं होतं. त्यामुळे पूर्वीच्या तुलनेने मानवी श्रमांचा भाग आता बराच कमी झाला होता.

पण त्यापेक्षाही काहीतरी निराळंच आज इथे घडत होतं. चाकोरीबद्ध जगणं, मळलेल्या पायवाटेने जात राहाणं, हा नुसता एक भाग झाला. पण बदलाची भीती वाटते म्हणून बदल घडवून आणण्यास विरोध करत राहाणं, ही एक वेगळीच गोष्ट होती. आणि रिचर्डला अशा बदलाची कायम भीती वाटायची. कुठल्याही प्रकारच्या बदलाची. त्यांच्या वैवाहिक जीवनातही कधीच काही नावीन्यपूर्ण बदल त्याला नको

असायचा. एकूणच त्याला मुळी या विषयावर चर्चाच करायची नसे. शृंगारिकता, उत्कटता या गोष्टी त्याच्या मते फार धोकादायक होत्या. तो तर या असल्या भलत्यासलत्या गोष्टींचा विचारही मनात आणू शकला नसता.

पण तसं वागणारा त्यांच्या गावात तो काही एकटा नव्हता. सगळेच तसे होते. त्यात रिचर्डचा तरी काय दोष होता? माणसांच्या व्यक्तिस्वातंत्र्यावर गदा आणणारी नक्की कोणती गोष्ट होती बरं इथे? त्या भागातली ग्रामीण संस्कृती किंवा अगदी नागरी संस्कृतीसुद्धा म्हणता येईल. पुरुष आणि स्त्री यांमधले संबंध अधिक मोकळे, अधिक नाजूक, अधिक संवेदनाशील असायला काय हरकत होती? त्यावर ही इतकी बंधनं का होती? स्त्री-पुरुष संबंधातील नाजूक जवळीक, शृंगार, प्रणय कुठे हरवला होता?

स्त्रियांच्या मासिकांमधून या गोष्टींवर बरीच चर्चा असायची. वैवाहिक जीवनामध्ये आजकाल स्त्रियांनाही आपल्या स्वतंत्र स्थानाची जाणीव होऊ लागली होती. त्यांच्याही जोडीदाराकडून सुखाच्या मागण्या होत्या, अपेक्षा होत्या. रिचर्ड आणि त्याच्यासारख्या असंख्य रांगड्या, संवेदनक्षमतेचा पूर्णपणे अभाव असलेल्या पुरुषांना नेमकं याच गोष्टीचं भय वाटू लागलं होतं. त्यांच्या बलस्थानाला धक्का पोहोचल्यासारखं त्यांना वाटत होतं. आपल्या जोडीदाराने कविमनाचं असावं, शृंगाराच्या खेळात निपुण असावं आणि त्याचबरोबर सामर्थ्यशाली पुरुष असावं, अशी आता आधुनिक स्त्रियांची अपेक्षा होती.

या अशा अपेक्षा ठेवण्यात काहीच गैर नाही, असं स्त्रियांना वाटत होतं. पण पुरुषांना मात्र नव्हतं ना तसं वाटत. आजवर व्यायामशाळांच्या लॉकररूममध्ये पुरुषांनी एकमेकांशी ग्राम्य भाषेत केलेले हास्यविनोद, फक्त पुरुषांसाठी पार्ट्या करून त्यामध्ये अचकट-विचकट बोलणं हे आणि अशा तऱ्हेचं आयुष्य जगत आलेल्या त्या असंस्कृत पुरुषांच्या आयुष्यात कविता, शृंगार, नजाकत, जवळीक असल्या बायकी संकल्पनांना मुळीच स्थान नव्हतं. खरंतर हळवेपणाने, नजाकतीने स्त्रीशी व्यवहार करणं, तिचं मन, तिच्या भावभावना जाणून घेणं ही एक कलाच आहे. पण या पुरुषांच्या आयुष्याची वीणच इतकी जाडीभरडी होती की, त्यात या असल्या कलाकुसरीला काहीच स्थान नव्हतं. आणि म्हणूनच त्या मॅडिसन काउंटीमधल्या पुरुषांचा हा सगळा रांगडेपणा चालायचा आणि तिथल्या स्त्रिया रात्री सगळा धसमुसळा, चोरटा व्यवहार मूकपणे सहन करून नंतर भिंतीकडे पाठ करून निःश्वास टाकायच्या.

पण रॉबर्ट किनसेडच्या मनातल्या एका कोपऱ्याला या सगळ्या परिस्थितीची नक्कीच जाणीव होती. स्पष्ट जाणीव. फ्रॅन्सेस्काला त्याची खात्री होती. अंघोळ करून टॉवेलने खसखसून अंग पुसता-पुसता फ्रॅन्सेस्का आपल्या बेडरूममध्ये आली,

तेव्हा रात्रीचे दहा वाजून गेले होते. अजूनही हवेत उष्मा होताच, पण अंघोळीमुळे तिला जरासं बरं वाटत होतं. तिने कपाटातून नवा ड्रेस काढला.

तिने केस उलटे विंचरून मागे चांदीच्या क्लिपमध्ये अडकवून टाकले. कानात चांदीच्या मोठाल्या इयररिंग्ज घातल्या. हातात चांदीचं सैलसर ब्रेसलेट अडकवलं. तेपण आज सकाळीच तिने विकत घेतलं होतं.

परत एकदा तिने तोच 'विंडसाँग' नावाचा परफ्यूम अंगावर उडवला. तिच्या गालाची उंच हाडं तिच्या चेहऱ्याच्या सौंदर्यात भर घालत होती. तिने ओठांवर फिकट गुलाबी लिपस्टिक लावली... अगदी कळत-नकळत. तिच्या ड्रेसच्या रंगाला शोभेलशी. शेतात, उन्हात काम करून तिच्या मूळच्या गोऱ्यापान देहावर एक तांबूस छटा चढली होती. तिचा वर्ण त्या गुलाबी पोशाखात अधिकच लोभस दिसत होता. आखूड ड्रेसमधून उघडे पडलेले स्वतःचे घाटदार पाय आरशात पाहून तिचे तिलाच आवडले.

तिने आरशात स्वतःला सर्व बाजूंनी न्याहाळलं. एकदा डाव्या बाजूने किंचित वळून तर एकदा उजव्या बाजूने मान वाकडी करून स्वतःच्या प्रतिबिंबाकडे निरखून पाहिलं. 'आत्ता याहून जास्त काही करणं शक्य नाही –' ती स्वतःशीच म्हणाली. पण तरीही स्वतःचं रूप पाहून ती स्वतःवर भलतीच खूश होऊन मोठ्यांदा म्हणाली, "तरीही जे काही आहे ते मस्तच आहे."

ती तरंगत-तरंगत जिना उतरून स्वयंपाकघरात आली. रॉबर्ट किनसेडने दुसऱ्यांदा बिअर ओतून घेतली होती. कॅमेरे व्यवस्थित पॅक करण्याची त्याची झटापट चालली होती. त्याने मान वर करून तिच्याकडे पाहिलं.

"जीझस!" त्याच्या नकळत त्याच्या तोंडून हळूच शब्द बाहेर पडले. मनातली आयुष्यभराची उत्कटता, आयुष्यभराचा शोध, आयुष्यभर मनाशी जपलेली ती प्रतिमा सगळंकाही एकवटून आलं त्या क्षणामधून. आणि त्याच क्षणी तो फ्रॅन्सेस्का जॉन्सनच्या प्रेमात पडला. आकंठ बुडून गेला. खूप खूप पूर्वी नेपल्सहून इकडे आयोवाला आलेली, मॅडिसन काउंटीत राहाणारी फ्रॅन्सेस्का, एका रांगड्या शेतकऱ्याची बायको.

"आय मीन..." त्याचा आवाज किंचित कापरा, जरासा घोगरा आला. "मी जरा स्पष्टच बोललो तर तुला राग नाही ना येणार, फ्रॅन्सेस्का... अगं, पण तू काय सुंदर दिसते आहेस म्हणून सांगू? तुझ्याकडे पाहून रस्त्यावरचे लोक चालता-चालता कोलमडून पडतील. मी खरंच बोलतोय फ्रॅन्सेस्का... अगं तू किती सुंदर, किती रुबाबदार, किती डौलदार आणि किती सुसंस्कृत आहेस... मी बोलतोय यातला शब्दन्‌शब्द खरा आहे फ्रॅन्सेस्का."

त्याचं ते कौतुक अगदी खरं, अगदी मनापासून होतं. तिला ते जाणवलं. त्या

कौतुकात न्हाऊन निघाली ती. तिच्या आनंदाला पारावार उरला नाही. जणू खूप खूप युगांपूर्वी तिला सोडून, परकी करून निघून गेलेल्या एका अनामिक देवतेने आज स्वत:च्या हातांनी स्नेहाचा वर्षाव करून तिला भिजवून टाकलं होतं. त्या स्नेहार्द्र स्पर्शाने भिजवून टाकलं होतं. त्या स्नेहार्द्र स्पर्शाने तिची गात्रं अंतर्बाह्य सुखावून गेली होती. तो ओलावा तिच्या त्वचेच्या रंध्रारंध्रांतून तिच्या तनामनात झिरपत होता.

आणि त्याच त्या क्षणी ती रॉबर्ट किनसेडच्या प्रेमात पडली. अगदी आकंठ बुडून गेली. रॉबर्ट किनसेड, फोटोग्राफर, लेखक. वॉशिंग्टन, बेलिंगहॅम इथे राहणारा, भलामोठा आवाज करणारा ट्रक चालवणारा आणि त्या ट्रकला 'हॅरी' म्हणून प्रेमाने हाक मारणारा.

❖

रूम टू डान्स अगेन

१९६५ सालच्या ऑगस्ट महिन्यातला मंगळवार. वेळ रात्रीची. रॉबर्ट किनसेड फ्रॅन्सेस्काला अनिमिष नेत्रांनी निरखत बसला होता. तीही तशीच एकटक त्याला डोळ्यांत सामावून घेत होती. दोघांमध्ये सुमारे दहा फुटांचं अंतर असेल. पण कोणत्या अनामिक बंधनाने दोघांना बांधून ठेवलं होतं? घट्ट, खूप जवळचं, कधीच न सुटणारं असं ते बंधन होतं.

टेलिफोनची घंटा वाजली. फ्रॅन्सेका खिळल्यासारखी जागच्या जागीच स्तब्ध उभी होती. नजर त्याच्या नजरेत गुंतवून. टेलिफोनची घंटा वाजतेय, याचं तिला भानही नव्हतं. घंटा एकदा वाजली... जरा वेळाने, आणखी एकदा वाजली. मग क्षणभराची शांतता. घंटा तिसऱ्यांदा वाजण्याच्या आत त्याने आपली तिच्या नजरेत गुंतवलेली नजर कशीतरी कष्टाने काढून घेतली... एक दीर्घ श्वास घेऊन तो आपल्या मांडीवरच्या कॅमेऱ्याच्या बॅगेकडे पाहू लागला. अखेर ती नजरबंदी सुटली आणि फ्रॅन्सेस्का जागची हलली. स्वयंपाकघराच्या पलीकडच्या बाजूच्या भिंतीवर लटकणाऱ्या फोनपाशी चालत जाऊन तिने रिसीव्हर उचलला. पण तो फोन घेण्यासाठी नेमकं रॉबर्ट जिथे बसला होता त्या खुर्चीच्या अगदी निकट उभं राहावं लागलं तिला.

"जॉन्सन," फ्रॅन्सेस्का फोनमध्ये म्हणाली. "हाय, मार्ज... तू होय? हो, हो. मी ठीक आहे. अच्छा... अच्छा... गुरुवारी रात्रीचं म्हणतेस? एक मिनिटं हं..." तिने मनातल्या मनात हिशेब केला. रॉबर्ट इथे आठवडाभर राहाणार होता. तोच तसं

म्हणाला होता. आणि तो कालच आला होता. तोच तसं म्हणाला होता. आणि आज तर मंगळवार होता. फोनवर आपल्या मैत्रिणीला एक थाप मारणं फ्रॅन्सेस्काला काही फारसं जड गेलं नाही.

स्वयंपाकघराच्या पोर्चकडे जाण्याच्या दाराला खेटून फ्रॅन्सेस्का फोनवर बोलत उभी होती. तिच्या डाव्या हातात फोन होता. रॉबर्ट अगदी शेजारीच खुर्चीवर बसला होता. त्याला उजव्या हातानं सहज स्पर्श करता येईल, इतपत अंतरावर. मग बोलता-बोलता तिचा उजवा हात अगदी अलगद, अगदी सहज त्याच्या खांद्यावर विसावला. काही मोकळ्या स्त्रिया बोलता-बोलता अगदी सहज, अकृत्रिमपणे आपल्या आवडत्या पुरुषाला हलकेच स्पर्श करतात ना... अगदी तसंच. केवळ चोवीस तासांत रॉबर्ट किनसेड नावाचा पुरुष तिला आवडू लागला होता.

"ओ, मार्ज... अगं मला जरा काम आहे गं तेव्हा. मी दमॉइनला खरेदीला जाणार आहे. किती दिवस मी बरीच कामं पुढे ढकलत होतो. आता संधी मिळाली आहे, तर पुरी करायला हवीत. तुला माहीतच आहे रिचर्ड आणि मुलं गावाला गेली आहेत."

तिचा हात अजूनही त्याच्या खांद्यावर. त्याच्या भरदार खांद्यात शिरलेले मानेचे बळकट स्नायू तिच्या बोटांना स्पर्शातून जाणवत होते. मानेखालचं हाड जरासं ठळक वर आलं होतं. त्याच्या घनदाट रुपेरी केसांकडे तिचं लक्ष गेलं. त्याने व्यवस्थित भांग पाडून ते चापूनचोपून बसवले होते. पण ते बरेच लांब असल्यामुळे त्याच्या शर्टच्या कॉलरपर्यंत पोहोचले होते. इकडे फोनमधून मार्जची बडबड चालूच होती.

"हो, हो. रिचर्डचा जरा वेळापूर्वी फोन आला होता. नाही, नाही... जनावरांची चाचणी बुधवारपर्यंत होणार नाहीये. रिचर्ड म्हणालाय, शुक्रवारची रात्र होईल त्या सगळ्यांना इकडे पोहोचायला. त्यांना गुरुवारी तिथलं काहीतरी बघायचंय. खूप मोठा प्रवास आहे, शिवाय ट्रकमध्ये केवढं अवजड सामानसुमान असेल... नाही, नाही. फुटबॉलची प्रॅक्टिस अजून आठवडाभर तरी चालू होणार नाही. हो ना अगं, आठवडा लागणार आहे. निदान मायकेलने तरी मला तसंच सांगितलंय."

तिच्या हाताला त्याच्या शर्टमधूनसुद्धा त्याच्या शरीराची ऊब जाणवत होती. ती ऊब त्याच्या देहातून तिच्या तळहातात शिरली, तळहातातून खांद्यापर्यंत जाऊन पोहोचली आणि त्यानंतर ती ऊब तिच्या शरीराच्या प्रत्येक रोमारोमात जाऊन पोहोचली, अगदी सहजतेने. तिला त्यासाठी काहीच करावं लागलं नाही. फ्रॅन्सेस्का फोनवरून मैत्रिणीशी बोलत होती. त्या मैत्रिणीला कसलीच शंका येऊ नये म्हणून, तो अगदी स्तब्ध बसून होता, ही गोष्ट फ्रॅन्सेकाच्या लक्षात आली.

"अं... हो ना. अगं, तो माणूस मला रस्ता विचारायला थांबला होता,

इतकंच.'' फ्रॅन्सेस्काला जे वाटलं होतं, तेच झालं होतं. फ्लॉइड क्लार्क घरी गेल्या-गेल्या आपल्या बायकोच्या कानाला लागला होता. काल जॉन्सन्सच्या घरावरून जात असताना त्याने त्यांच्या अंगणात एक हिरव्या रंगाचा पिकअप ट्रक पाहिला होता ना, मग ती गोष्ट लगेच त्याने बायकोला सांगितली होती.

''काय? फोटोग्राफर? आता हे मला काही ठाऊक नाही. मी काही फारसं लक्ष दिलं नाही. असेलसुद्धा.'' फ्रॅन्सेस्का आता धिटाईने, सहजपणे खोटं बोलत होती.

''हो, अगं त्याला रोझमन ब्रिजचा पत्ता हवा होता... काय सांगते आहेस? जुन्या ब्रिजेसचे फोटो काढण्यासाठी आलाय? येईना का. आपल्याला काय त्रास आहे त्याचा?''

''काय? हिप्पी?'' आता मात्र फ्रॅन्सेस्का मोठ्यांदा खिदळली. इकडे रॉबर्ट किनसेडचं डोकंसुद्धा जोरजोरात पुढे-मागे हलताना तिला दिसलं. तोपण कष्टाने हसू दाबत होता. ''वेल, आता हे हिप्पी लोक कसे दिसतात, याची मला काही कल्पना नाही. पण हा माणूस अगदी अदबीने बोलला. तो एक का दोन मिनिटं तरी होता. मग लगेच गेला. आता इटलीत हिप्पी असतात का नाही, हे मला काय माहीत असणार, मार्ज? मी गेल्या आठ वर्षांत इटलीला गेलेली नाही. शिवाय मी म्हटलं ना, अगदी एखादा हिप्पी माझ्या समोर येऊन उभा राहिला, तरी ते मला कळणारपण नाही.''

आता मार्ज काय वाटेल ते बोलत सुटली होती. मुक्त, अनिर्बंध प्रेम, कळप करून राहणं आणि अमली पदार्थांची नशा वगैरे. तिने ते सगळं कुठेतरी वाचलं होतं. ''मार्ज, अगं तुझा फोन आला तेव्हा मी अंघोळीलाच निघाले होते. मी पाणी काढून ठेवलंय ना, ते गार होऊन जाईल. तेव्हा मी आता फोन ठेवते. ओके? मी परत फोन करीनच. बाय.''

आता तिला नाइलाजाने त्याच्या खांद्याशी खेळ करणारा आपला उजवा हात काढून घ्यावा लागला. कारण तो अजून तसाच ठेवण्याचं काहीच निमित्त नव्हतं. मग ओट्याजवळ जाऊन तिने रेडिओ लावला. लोकसंगीत. तिने रेडिओ नीट ट्यून केला. जोरजोरात वाद्यसंगीत वाजू लागलं.

''टॅंगरीन!'' तो म्हणाला.

''काय?''

''हे जे गाणं लागलंय ना रेडिओवर, त्याचं नाव आहे टॅंगरीन. ते गाणं एका अर्जेंटिनाच्या स्त्रीबद्दल आहे.''

परत एकदा उगीच कुठल्यातरी विषयांवर बोलणं. मुद्द्याचं न बोलता काठाकाठाने बोलणं. चाचपडत राहाणं. सगळं काही नंतरसाठी शिल्लक ठेवणं. उगाच वेळ काढण्याचा प्रयत्न करणं. आणि त्या सगळ्याच्या पार्श्वभूमीवर मनातल्या मनात दूर

कुठेतरी आयोवामधल्या एका घरातल्या छोट्याशा स्वयंपाकघरात दोन लोक बोलत असताना दार हलकेच बंद होणं... त्याचा छोटासा क्लिक् असा आवाज.

ती त्याच्याकडे पाहून हलके हसली.

"तुम्हाला भूक लागली असेल ना? मी जेवण तयार ठेवलंय. तुम्ही जेव्हा म्हणाल तेव्हा वाढते."

"हो ना. दिवस खूप लांबलचक होता. पण भरपूर काम झालं. जेवणाआधी अजून एखादी बिअर चालेल मला. तू घेशील माझ्याबरोबर एखादी?" त्याचा परत वेळकाढूपणा चालला होता. त्याला हा क्षण खूप, आणखी बराच लांबवायचा होता. त्याचा स्वत:वरचा ताबा हळूहळू सुटत चालला होता. बांध फुटत चालला होता. दर क्षणाला.

तिने बिअर घ्यायला होकार दिला. त्याने दोन बाटल्या उघडल्या. एक टेबलावर तिच्यासमोर ठेवली.

फ्रॅन्सेस्का आत्ता जी काही दिसत होती, त्यावर ती स्वत:च खूश होती. तिला खूप खूप नाजूक आणि छान वाटत होतं. खऱ्याखुऱ्या स्त्रीसारखं. हो, अगदी तसंच वाटत होतं तिला. हलकं, उबदार आणि नाजूक. ती स्वयंपाकघरातल्या खुर्चीवर बसली. पायावर पाय ठेवून. तिच्या आखूड ड्रेसचा खालचा काठ तिच्या उजव्या गुडघ्याच्या कितीतरी वर सरकला. किनसेड आता फ्रिजला रेलून उभा होता. त्याने छातीपाशी हाताची घडी घातली होती. त्यातल्या उजव्या हातात बडवायझर बिअर पकडून धरली होती. त्याचं लक्ष आपल्या गोऱ्या पायांवर खिळलेलं आहे, हे तिच्या लक्षात आलं. ती मनातून सुखावली.

तिच्या संदर्भातली प्रत्येक बारीकसारीक गोष्ट त्याच्या नजरेने बिनचूकपणे टिपली होती. खरंतर हे सगळं इथेच सोडून त्याला मगाशीच निघून जाता आलं असतं. त्याने तसं निघून जायला हवं होतं. सारासार विवेकबुद्धी ओरडून त्याला सांगत होती, 'सोड, किनसेड. नको थांबू इथे. ताबडतोब चालू लाग. त्या ब्रिजेसचे फोटो काढ. भारतात जा. वाटेत बँकॉकला थांब. तिथल्या रेशमाच्या व्यापाऱ्याच्या पोरीला गाठ. शृंगाराच्या सर्व कलांमध्ये निपुण आहे ती. पहाटेच्या वेळी जंगलातल्या तलावात तिच्यासोबत जलक्रीडा कर नग्नपणे... तू तिला सुखाच्या सर्वोच्च शिखरावर नेऊन पोहोचवल्यावर पहाटेच्या संधिप्रकाशात ती कशी मुक्तकंठाने ओरडेल, ते ऐक. पण आत्ता या इथून निघून जा. हे सगळं इथेच सोड.' त्याच्या अंतर्मनाचा, त्याच्या सदसद्विवेकबुद्धीचा आवाज आता त्याच्या कानात न ओरडता नुसता कुजबुजत होता, 'जा... निघ किनसेड. हे तुला झेपणार नाही.'

पण रस्त्यावरचा हळुवार टँगो डान्स सुरू झाला होता. कुठेतरी त्याच्या संगीताचे सूर उमटत होते. जुन्या ॲकॉर्डियनवर. ते नक्की कुठून येत होते... खूप

मागून की खूप पुढून... ते त्याला नीट समजत नव्हतं. पण ते संगीत हळूहळू त्याच्या दिशेने सरकत होतं. जवळ येत चाललं होतं. पण त्याच्या मनातला विवेक, विचार त्यामुळे धूसर होत चालला होता. आपण आत्ता काय करायला हवं, हे तो विसरत चालला होता. त्याचं मन आता फक्त एकाच गोष्टीचा विचार करत होतं, एकाच गोष्टीकडे झेपावत होतं. दुसरा काही पर्यायच त्याच्यासमोर शिल्लक नव्हता आणि ती गोष्ट होती फ्रॅन्सेस्का जॉन्सन.

"आपण डान्स करू या? तुला इच्छा असली, तरच! हे संगीत खूप छान आहे," तो गंभीर, काहीशा संकोची स्वरात, अवघडून म्हणाला. मग पुढे म्हणाला, "तसा मला काही फार उत्तम वगैरे करता येत नाही हं. पण जर तुला डान्स करायचा असेल, तर मी इथे या स्वयंपाकघरात तुला साथ नक्की देऊ शकेन."

जॅक दाराबाहेर आवाज करत होता. पंजांनी दारावर ओरखडे काढत होता. त्याला आत यायचं होतं, पण त्याला तसंच बाहेर राहू द्यायला काहीच हरकत नव्हती.

फ्रॅन्सेस्का जराशी लाजली. "ओके. पण मलासुद्धा काही फार चांगला डान्स करता येत नाही हं. म्हणजे आता विसरलेय मी सारं. इटलीत असताना तरुणपणी आम्ही नाचायचो. पण आता मात्र फक्त न्यू इयर्स ईव्हच्या डान्स पार्टीलाच डान्स होतो. तोही अगदी थोडा वेळच."

त्याने किंचित हसून हातातली बिअर टेबलावर ठेवली. ती उठून उभी राहिली. दोघं एकमेकांच्या जवळ आले. तेवढ्यात रेडिओवर निवेदक म्हणाला, "शिकागोच्या डब्ल्यू.जी.एन. रेडिओस्टेशनवरून आम्ही बोलत आहोत. ही होती तुमची ट्यूसडे नाइट डान्स पार्टी. आम्ही थोड्याशा विश्रांतीनंतर तुम्हाला परत भेटायला येऊच... तोपर्यंत ऐका..."

ते दोघं ते निवेदन ऐकून जोरजोरात हसू लागले. हे टेलिफोन्स आणि ही रेडिओवरची निवेदनं – त्यांच्या रूपाने त्या दोघांच्या विश्वात वास्तव मधूनच प्रवेश करत होतं. अर्थात त्या दोघांना ते वास्तव माहीत नव्हतं, असं नाही.

पण एव्हाना त्याने हात पुढे करून, तिचा उजवा हात आपल्या डाव्या हातात घेतलासुद्धा होता. तो काउंटरला रेलून अगदी सहजतेने उभा होता. त्याने पाय घोट्यांपाशी क्रॉस केले होते. उजवा पाय डाव्याच्या वर. त्याच्या शेजारी सिंकला टेकून ती उभी होती. टेबलाच्या वरच्या खिडकीतून बाहेर बघत होती. त्याची लांबसडक निमुळती बोटं आपल्या बोटांमध्ये गुंतली आहेत, याची तिला जाणीव होत होती. बाहेर वाऱ्याची झुळूकसुद्धा नव्हती. शेतात कणसं निश्चल उभी होती.

"ओह, एक मिनिट हं." असं म्हणत मोठ्या नाइलाजाने तिने आपला हात त्याच्या हातातून सोडवून घेत कपाटाचा उजव्या बाजूचा खण उघडला. सर्वांत

खालच्या कप्प्यातून तिने दोन मेणबत्त्या बाहेर काढल्या. त्याबरोबर ते चिमुकले पितळी कँडल स्टँडसुद्धा. ते सगळं तिने आज सकाळीच विकत घेतलं होतं.

मग त्याने चालत जाऊन त्या मेणबत्त्या तिच्या हातातून घेतल्या. अलगद वाकड्या करून त्या पेटवून स्टँडमध्ये खोचून ठेवल्या. तिने आता छताचा दिवा विझवला. खोलीत अंधार झाला. वारा मुळीच नव्हता. पिवळसर ज्योती शांत तेवत होत्या. तेवढाच काय तो प्रकाश होता. तिचं साधंसुधं स्वयंपाकघर आजवर इतकं सुंदर कधीच दिसलं नव्हतं.

परत संगीत सुरू झालं. 'ऑटम लीव्ह्ज' नावाचं खूप शांत गाणं लागलं होतं, ते एका परीने बरंच होतं.

तिला जरासं संकोचल्यासारखं होत होतं. तसंच त्यालाही. पण त्याने तसाच तिचा हात हातात घेतला, आपला हात तिच्या कमरेभोवती टाकला. ती आवेगाने ओढून घेतल्यासारखी त्याच्याजवळ आली. अचानक दोघांमधला सगळा संकोच, सगळा अवघडलेपणा गळून पडला. कसं कोण जाणे, पण त्याच्या मिठीत खूप उबदार, सुरक्षित वाटलं तिला. परकेपणा मुळीच नाही वाटला. त्यानेपण हाताने तिला आणखी जवळ ओढून घट्ट धरलं.

त्याचा गंध तिच्या नाकपुड्यांना जाणवत होता. स्वच्छ. त्याने शॉवर घेताना वापरलेल्या साबणाचा मंद गंध त्याच्या स्वतःच्या गंधात मिसळला होता. खूप छान गंध होता तो. नागरी संस्कृतीत वाढलेल्या स्वच्छ नीटनेटक्या त्याच्या गंधात एक सनातन पुरुषाचा गंध बेमालूम एकजीव होऊन गेला होता.

त्याने स्वतःच्या हातात तिचा हात गुंफून घेऊन, ते दोन्ही हात स्वतःच्या छातीवर धरले.

"छान परफ्यूम आहे." तो म्हणाला.

"थँक यू."

ते डान्स करू लागले. सावकाश. अगदी सावकाश. दोघं एकमेकांपासून फारसं लांब न जाता परस्परांच्या निकट सान्निध्यात नाचत होते. कधीकधी त्याचे पाय तिच्या पायांवर घासत होते. तिला ते जाणवत होतं. क्वचित त्याचं पोट तिच्या पोटाला टेकत होतं.

गाणं संपलं. तरीपण त्याने तिला तसंच घट्ट धरून ठेवलं. नुकत्या संपलेल्या गाण्याची धून तो गुणगुणत होता. ते बराच वेळ तसेच निश्चल उभे राहिले. मग पुढचं गाणं लागलं. त्याने पुढाकार घेऊन पावलं टाकायला सुरुवात केली. ती त्याच्या मागोमाग पावलं टाकू लागली. त्यांचा डान्स चालूच होता. बाहेर शेतात टोळांची भुणभुण चालू होती.

त्याच्या अंगातला शर्ट सुती, पातळ कापडाचा होता. त्यातून त्याच्या भरदार

बाहूंचे स्नायू तिला जाणवत होते. तो तिच्या समीप होता आणि खराखुरा होता. आजवरच्या आयुष्यात तिला माहीत असलेल्या इतर कोणत्याही गोष्टीपेक्षा तो सच्चा होता. मग किंचित खाली झुकून त्याने आपला गाल तिच्या गालावर ठेवला.

त्यांनी जो काही वेळ एकत्र घालवला होता, त्यात केव्हातरी एकदा तो स्वत:विषयी बोलताना म्हणाला होता, ''मी शेवटच्या काही काऊबॉइजपैकी एक आहे!'' त्या वेळी ते दोघं मागच्या अंगणात विहिरीच्या पंपापाशी गवतात बसले होते. तिला त्याच्या बोलण्याचा अर्थ नीटसा उमगला नव्हता, म्हणून तिने त्याला अर्थ विचारला.

''काही विशिष्ट प्रकारची माणसं ना, काही विशिष्ट काळानंतर या जगात जगण्याच्या योग्यतेची राहात नाहीत,'' तो त्यावर म्हणाला होता,''जवळपास तसंच काहीसं माझ्याही बाबतीत झालंय आताशी. हे जग ना, फारच आखीव-रेखीव, योजनाबद्ध, नीटनेटकं झालंय माझ्यासाठी. माझ्यासारख्या आणखी काही कलंदर लोकांसाठी. सगळ्या गोष्टी जागच्या जागी, जिथल्या तिथे. प्रत्येक वस्तूला आपली एक ठरावीक, नेमून दिलेली जागा. वेल, माझी स्वत:ची फोटोग्राफीची साधनसामग्री, माझा कॅमेरा... हे सगळं मीपण नीटनेटकं, व्यवस्थित ठेवतो, मला मान्य आहे ते. पण मी नुसत्या रूढी, परंपरा, नियम, कायदेकानू यांविषयी बोलत नाहीये. कोण वरिष्ठ तर कोण कनिष्ठ, कुणाचं कशाकशावरचं किती नियंत्रण, भविष्यकालीन योजना आणि अंदाजपत्रकं. कॉर्पोरेट पॉवर, चुरगळलेले सूट आणि छातीवर मिरवण्याची नावाची लेबलं यांनी भरलेलं जग.

''अर्थात सगळेच पुरुष काही सारखे नसतात. या नव्या आधुनिक जगात यांच्यातल्या काहींचं भलं होईलही. पण आमच्यासारख्या काही थोड्यांचं मात्र नाही भलं होऊ शकणार. तुला हे सगळं त्यांच्या कॉम्प्युटर्समध्ये, रोबॉट्समध्ये आणि त्यांच्या ढोंगीपणातून दिसून येईलच. जुने शब्द वापरून बोलायचं झालं तर, काही गोष्टी अशा होत्या, ज्या फक्त आम्हालाच जमायच्या. आमची रचनाच परमेश्वरानं तशी केली होती. आम्ही जे करायचो, ते कोणत्याच यंत्राला जमू शकलं नसतं. आम्ही जोरात धावतो. आम्ही शक्तिमान आहोत, चपळ आहोत. आक्रमक वृत्तीचे आणि वज्रासारखे कठीण आहोत. आमच्या अंगात धैर्य आहे. ईश्वरदत्त धैर्य. भालाफेकीत आम्ही निष्णात आहोत. समोरासमोर लढाई करण्यात वाकबगार आहोत.

''पण आणखी काही काळ गेला की, सगळी युद्धं कॉम्प्युटरच्या, रोबॉट्सच्या साहाय्याने लढवली जातील. माणूस त्या मशीन्सना नियंत्रित करेल. पण ते करण्यासाठी काही अतुलनीय धैर्याची, पराक्रमाची, शक्तीची गरज नसते. असल्या कोणत्याच गुणांची गरज नसते. खरं सांगायचं, तर माणसाचा तसा फारसा काही

उपयोगच राहिलेला नाहीये आता. आता आपल्याला गरज आहे, ती फक्त स्पर्म बँक्सची. त्यात शुक्राणू जीवित ठेवले की झालं. म्हणजे वंश सातत्याचीही सोय झाली. तेही आता लवकरच होणार आहे. बरेचसे पुरुष प्रियकर म्हणून अगदी नालायक असतात, असं स्त्रिया नाहीतरी म्हणतातच. त्यामुळे जर लैंगिकतेची जागा विज्ञानाने घेतली, तरी फारसं काय बिघडणार आहे?

"आपण मुक्त, अनिर्बंध जगणं सोडून देऊन नीटनेटकं, आखीवरेखीव, व्यवस्थित जगणं पत्करलंय. त्याला बुद्धिमत्तेचीही जोड देऊन टाकली आहे. क्षमता, बौद्धिक पात्रता यांचीही. आणि या सगळ्यामुळे काउबॉय नाहीसा होत चाललाय. जंगलातले सिंह आणि कोल्हे जसे नाहीसे होत चालले आहेत ना, तसंच काहीसं. इथे कलंदर भटक्या प्रवाशांसाठी फारशी जागा शिल्लकच उरलेली नाही.

"अशा थोड्याफार शिल्लक राहिलेल्या काउबॉइजपैकी मी एक आहे. माझ्या या कामाच्या स्वरूपामुळे मला मुक्त जीवन जगण्याचं बरंच स्वातंत्र्य मिळतं. आजच्या काळात जेवढं काही मिळू शकेल तेवढंच. अर्थात मला त्याचं काही दुःख नाही. थोडं वैषम्य मात्र वाटतं. पण हे असं होणारच होतं. आपणच आपल्याला उद्‌ध्वस्त होण्यापासून वाचवण्याचा तेवढा एकच मार्ग शिल्लक होता. माझा मुद्दा एवढाच आहे की, या पृथ्वीतलावरच्याच्या सर्व समस्यांचं मूळ आहे पुरुषाची हार्मोन्स. एका जमातीने दुसऱ्या जमातीवर आक्रमण करणं, एखाद्या योद्ध्याचा पाडाव करणं वेगळं. संहारक शस्त्र जवळ बाळगणं वेगळं. पण माणसाच्या हातात संपूर्ण निसर्गाचा विनाश करण्याची ताकद असणं, ही गोष्ट फार भयंकर आहे आणि आज आपण तेच करतोय. रेचल कार्सन, जॉन मुईर आणि आल्डो लिओपोल्ड हे सर्व जण जिवाच्या आकांताने हेच तर सांगत होते.

"ही पुरुषी हार्मोन्स हा आपल्या आधुनिक युगाला मिळालेला एक शापच आहे. ती महाप्रबळ होऊन बसली आहेत. फार मोठा विनाश करण्याचं सामर्थ्य त्यांच्याकडे आहे. दोन देशांमधलं युद्ध, निसर्गाचा संहार या गोष्टी तर बाजूलाच राहिल्या. पण आज आपल्याला एकमेकांपासून दूर ठेवायलाही ती हार्मोन्सच कारणीभूत झाली आहेत. आपल्याला या अडचणींवर लवकरच काहीतरी तोडगा काढायला हवा. कसंही करून या पुरुषी हार्मोन्सवर काबू मिळवण्याचा काहीतरी मार्ग शोधायलाच हवा.

"लहानपणीच्या गोष्टी, लहानपणीचे खेळ विसरून आता मोठं व्हायला हवं. हे आत्ता कळतंय मला. मी हे मोकळेपणे मान्य करतो. मी थोडेफार चांगले फोटो काढणार आणि या आयुष्यातून निघून जाणार. मी जगायला पूर्णपणे अपात्र होण्यापूर्वी किंवा काहीतरी भयंकर गोष्ट माझ्या हातून घडण्यापूर्वीच जाणार."

तो इतका वेळ जे काही बोलत होता, तशा प्रकारचे विचार गेली काही वर्षं

सतत तिच्याही मनात घोळत होतेच. वरकरणी पाहता, तिला ते सगळं बरोबरच वाटत होतं. पण त्याचं स्वत:चं जे वागणं होतं ते आणि त्याचे विचार परस्परविरोधी होते. त्याच्या स्वत:च्या ठायी एक आक्रमक वृत्ती होती. उसळी मारून वर उठणारी. पण त्याचं स्वत:चं त्यावर पूर्णपणे नियंत्रण होतं. त्याच्या इच्छेनुसार ती आक्रमकता बाहेर येत असे किंवा आत दडपलीही जात असे. आणि त्याच्या या गुणवैशिष्ट्यामुळेच ती मनातून गोंधळूनही गेली होती, त्याचबरोबर त्याच्याकडे आकृष्टही झाली होती. विश्वास बसणार नाही इतकी अमर्याद उत्कटता, पण त्याचबरोबर अत्यंत संयत, तोलूनमापून वागणं. एखाद्या बाणाइतकी टोकाची उत्कटता. पण तिच्यात भरपूर आर्जव आणि आपुलकी भरलेली... खोट्या दुष्ट वागण्याचा कुठे लवलेशसुद्धा नाही.

त्या मंगळवारच्या रात्री हळूहळू, आपोआप, सहजपणाने ते एकमेकांच्या जवळ येत चालले होते. आधी न ठरवताच. फ्रॅन्सेस्काच्या त्या छोट्याशा स्वयंपाकघरात, संगीताच्या तालावर, परस्परांच्या बाहुपाशात विसावून नृत्य करत असताना त्यांची मनं सांधली जात होती. फ्रॅन्सेस्काला आता त्याने घट्ट मिठीत घेतलं होतं. तिच्या छातीचा त्याच्या छातीवर दाब पडत होता. त्यालाही ते जाणवलं असेल का? – असं तिच्या मनात आलं. तिच्या अंगातला ड्रेस आणि त्याचा शर्ट – दोन्हीही इतक्या पातळ कापडाचं होतं की, त्याला ते नक्कीच जाणवत असणार, असंही तिला नंतर वाटलं.

त्याचा स्पर्श हवाहवासा होता. त्याच्या मिठीत खूप सुरक्षित वाटत होतं. हे सगळं कल्पांतापर्यंत असंच चालू राहू दे, असं तिला वाटत होतं. अजून थोडी जुनी गाणी, अजून काही वेळ असाच डान्स, त्याच्या मिठीत आणखी असंच विरघळून जाणं. ती आज पुन्हा एकदा स्त्री झाली होती. स्वत:च्या स्त्रीत्वाची जाण नव्याने परत आली होती. परत एकदा मनमुराद नाचावंसं वाटलं होतं. जणू सावकाश, हळुवार पावलांनी अविरत चालत ती तिच्या जुन्या गावाला निघाली होती. आजवर परतून कधी न गेलेल्या गावाला आज परत निघाली होती.

खूप गरम होत होतं. वातावरणातला दमटपणाही खूप वाढला होता. दूर नैर्ऋत्येला आकाशात वादळ घोंगावत होतं. खिडकीच्या काचांवर पतंगांनी मुक्काम ठोकला होता. खोलीच्या आत तेवणाऱ्या ज्योतींकडे ते आशेने नजर लावून बसले होते.

आता तो तिच्या आत खोलवर भिनत चालला होता आणि ती त्याच्यात. तिने आपला गाल त्याच्या गालापासून जरासा दूर नेऊन आपल्या काळ्याभोर डोळ्यांनी त्याच्या डोळ्यात पाहिलं आणि न राहावून त्याने तिच्या ओठांवर अलगद ओठ टेकले. तिनेही एखाद्या प्रवाहात झोकून द्यावं तसं स्वत:च्या नकळत स्वत:ला झोकून देत त्याला प्रतिसाद दिला.

दोघांनीही नृत्याचा बहाणा सोडून दिला. तिचे हात आपोआप त्याच्या गळ्यात पडले. त्याचा डावा हात तिच्या पाठीमागे तिच्या कमरेवर होता. दुसऱ्या हाताची बोटं तिच्या मानेशी, तिच्या गालाशी, तिच्या केसांशी खेळत होती. थॉमस वोल्फने आपल्या कवितेत याचा उल्लेख केला होता – Ghost of the old eagerness असं त्याने या भावनेला म्हटलं होतं. त्या भावनेने फ्रॅन्सेस्काचा पुरता ताबा घेतला होता.

आज आपल्या सदुसष्टाव्या वाढदिवशी फ्रॅन्सेस्का आपल्या खिडकीपाशी बसून बाहेरच्या पावसाकडे बघत होती. त्या पावसाकडे पाहाता-पाहाता मनात खूप साऱ्या आठवणी जाग्या झाल्या होत्या. हातात ब्रँडीचा ग्लास घेऊन ती स्वयंपाकघरात शिरली आणि एकदम थबकली. रॉबर्ट आणि ती ज्या जागी उभे होते, त्या जागेकडे ती पाहू लागली. तिच्या मनात भावनांचं नुसतं काहूर माजलं होता. त्या वेळच्या सगळ्या भावना तिच्या मनात अजूनही, इतक्या वर्षांनंतरही तेवढ्याच जिवंत होत्या. तेवढ्याच उत्कट होत्या. तनामनाला व्यापून उरल्या होत्या. त्या भावनांच्या तीव्रतेची तिला नीट कल्पना होती. आणि म्हणूनच वर्षातून केवळ एकदा, फक्त याच दिवशी ती त्या भावनांना आपल्या मनातून बाहेर येण्याचं स्वातंत्र्य द्यायची आणि कित्येक वर्षांपूर्वी जगलेल्या त्या बेधुंद क्षणांना परत एकदा जिवंत करून, तपशीलवार निरखत बसायची. तिने स्वत:च्या मनावर असं बंधन जर घातलं नसतं, तर त्या तीव्र धारदार भावनांनी केव्हाच तिच्या मनाचा ताबा घेतला असता. तिचं मन चिरून उद्‌ध्वस्त करून टाकलं असतं, भावनांच्या त्या कल्लोळाने तिला वेड लागलं असतं.

या एका दिवसाव्यतिरिक्त वर्षभरात कधीच ती या आठवणींचं गाठोडं उघडून बसत नसे. केवळ आपलं डोकं ठिकाणावर राहावं आणि सारासार विवेकबुद्धी शाबूत राहावी, यासाठीच तिला ते करणं भाग होतं. पण गेल्या काही वर्षांमध्ये या विशिष्ट दिवशी ती ते क्षण जेव्हा पुन्हा एकदा जगण्यासाठी बाहेर काढायची, तेव्हा त्यातले तपशील, त्यातले बारकावे अधिकाधिक प्रखरतेने तिच्यासमोर जिवंत होत असत. रॉबर्टचा विचार करण्यापासून ती स्वत:ला रोखू शकतच नव्हती आणि आताशा तर तिने तसा प्रयत्न करणंही सोडून दिलं होतं. आत्ता या क्षणी तिच्या डोळ्यांसमोर ज्या काही प्रतिमा होत्या, त्या सगळ्याच सुस्पष्ट होत्या, खऱ्याखुऱ्या होत्या आणि आत्तापुरत्या तरी त्या वर्तमानकाळातल्याच होत्या. आणि त्या इतक्या जुन्या होत्या – बावीस वर्षांपूर्वीच्या. पण हळूहळू तिच्यासाठी त्या वास्तव बनून येत होत्या. तिला फक्त याच वास्तवात जगण्याची इच्छा होती.

आपलं वय आता सदुसष्ट आहे याची तिला पूर्णपणे जाणीव होती आणि तिने त्या गोष्टीचा स्वीकार केला होता. त्याचा अर्थ आता रॉबर्ट किनसेडसुद्धा पंचाहत्तरीच्या घरात असणार. पण ते सत्य स्वीकारायला मात्र तिचं मन मुळीच तयार होत नव्हतं.

ती या गोष्टीची कल्पनाच करू शकत नव्हती. ही गोष्ट तिला स्वप्नातही पटणं शक्य नव्हतं. तो आज आत्ता इथे तिच्या सोबत होता. याच स्वयंपाकघरात. पांढरा शर्ट घालून. त्याचे ते लांब-लांब वाढलेले रुपेरी केस, खाकी रंगाची पँट, तपकिरी सँडल्स, चांदीचं कडं आणि त्याच्या गळ्यातली चांदीची साखळी. तो आत्ता इथे उभा होता, फ्रॅन्सेस्काच्या गळ्यात हात टाकून.

ती अखेर मोठ्या कष्टाने त्याच्यापासून दूर झाली... स्वयंपाकघरात दोघं एकमेकांच्या मिठीत ज्या जागी खिळल्यासारखे उभे होते, त्या जागेपासून दूर... मग त्याचा हात हातात घेऊन ती त्याला वरच्या मजल्याकडे जाणाऱ्या जिन्याच्या दिशेने घेऊन गेली. वर गेल्यावर पॅसेज होता आणि त्यानंतर थेट बेडरूम.

त्यानंतर जे काही घडलं त्या प्रत्येक प्रसंगाच्या इतक्या कमालीच्या सुस्पष्ट प्रतिमा तिच्या मनात कोरलेल्या होत्या की, जणू प्रत्येक प्रतिमा म्हणजे रॉबर्टने काढलेला एकेक फोटोच असावा. स्वप्नदृश्यांची मालिकाच तिच्यासमोर जणूकाही उलगडत होती. दोघांमधला वस्त्रांचा अंतराय तर केव्हाच दूर झाला होता आणि दोघं पलंगावर एकमेकांच्या मिठीत विसावले होते. त्यानंतर घडलेल्या प्रत्येक छोट्या-छोट्या गोष्टीची तिला आठवण होती. त्याची भरदार छाती तिच्या नितळ पोटावर विसावली होती आणि मग तो तसाच अलगद वर सरकला होता... तिला कुस्करत... वेड लावत. पुन्हा पुन्हा त्याचं ते तसं करणं. पुन्हा पुन्हा ते वेड लावणं. प्राणिशास्त्राच्या पुस्तकात तिने प्राण्यांच्या सवयींविषयी वाचलं होतं. काही प्राण्यांच्या जातीतले नर आपल्या मादीचं प्रियाराधन करत असताना, काही ठरावीक हालचाली पुन:पुन्हा करून तिला स्वत:कडे आकृष्ट करून घेत असतात, तसाच काहीसा प्रकार चालला होता त्याचा. असं तिच्या देहावरून आपली भरदार छाती पुन:पुन्हा फिरवत असताना कधी त्याचे ओठ तिच्या कानाच्या पाळीशी अलगद चाळा करत होते, तर कधी त्याची जीभ तिच्या मानेवरून फिरत होती. आफ्रिकेतील खडकाळ गवताळ प्रदेशात फिरलेल्या चित्त्याच्या हालचाली अशाच असतील का?

कोण होता तो? एक प्राणी. एक नर. डौलदार, रुबाबदार, भारदस्त. तिच्यावर अधिराज्य गाजवण्याचा वरकरणी त्याचा कोणताच प्रयत्न नव्हता. तरीपण ती कशी कोण जाणे, पूर्णपणे कह्यात गेली होती त्याच्या. आणि ते कह्यात जाणंसुद्धा किती सुंदर होतं, किती गोड होतं. किती वेड लावणारे क्षण होते ते!

पण त्या प्रणयात विषयसुखाचा भाग असा कितीसा होता? त्याच्या अंगातली ताकद आणि न थकता, न दमता तिच्यावर प्रेम करणं हे होतं खरं; पण त्यात स्त्रीदेहाचा उपभोग घेण्याची वृत्ती नव्हती, शरीरसुखाची लालसा नव्हती, वासना नव्हती. त्याच्यासाठी जणू ते दोन आत्म्यांचं मीलन होतं. आणि तिच्यासाठीही.

गेल्या दोन दशकांमध्ये हे 'आत्म्यांचं मीलन' वगैरे शब्द अतिरिक्त वापराने झिजून गुळगुळीत झाले असले, तरीपण तिला त्यांच्या दोघांमधल्या या अनुबंधाला दुसरं काहीच म्हणावंसं वाटत नव्हतं. ते अद्वैत होतं, ती खरीखुरी जिवाशिवाची एकरूपता होती. आणि ती नक्कीच झिजून जुनीपुराणी झालेली नव्हती.

त्या आवेगात, त्या प्रपातामध्ये कशीबशी स्वत:ला सावरत असताना ती त्याच्या कानात कुजबुजली होती. "रॉबर्ट, तू इतका शक्तिशाली आहेस की, मला भीती वाटते." खरोखरच प्रचंड ताकद होती त्याच्या अंगात. पण तो खूप सतर्कपणे, सावधपणे त्या बळाचा वापर करणारा होता. पण त्याहीपेक्षा आणखी खूप काहीतरी तिला व्यक्त करायचं होतं, बोलायचं होतं.

शरीरसुख ही एक गोष्ट होती. त्याला जेव्हा तिने अगदी पहिल्याप्रथम पाहिलं, तेव्हाच तिला त्याच्याबद्दल पराकोटीचं आकर्षण वाटलं होतं, एक वेगळीच ओढ वाटली होती. तिचं आयुष्य या बाबतीत गेली काही वर्षं इतकं ठरीव, इतकं साचेबंद, अळणी आणि सपक होऊन गेलं होतं की, त्या पार्श्वभूमीवर त्याच्याबरोबरच्या शृंगाराची नुसती कल्पनाही तिला अस्वस्थ करून टाकत होती. पण आज हे इथे जे घडलं होतं, ते मात्र काही वेगळं, काहीतरी विलक्षण होतं. अनाकलनीय होतं. त्याच्या अंगातील या अनोख्या शक्तीची तिने कल्पनासुद्धा नव्हती केली.

जणूकाही तिच्या तन-मनावर संपूर्णपणे कब्जा केला होता. सर्व बाजूंनी. आणि त्यामुळेच तर तिचं मन थरारून गेलं होतं. भयकंपित झालं होतं. तिने जेव्हा मनोमन या क्षणाची कल्पना केली होती, तेव्हाही तिच्या मनाची एक पक्की धारणा होती – या रॉबर्ट किनसेडशी कधी आपण जरी देहाने एकरूप झालो तरीही आपल्या मनाच्या कोपऱ्यातील एक जागा मात्र त्याच्यापासून अलिप्त, अस्पर्शच राहील. ती जागा असेल फक्त आपल्या कुटुंबीयांची आणि आपल्या मॅडिसन काउंटीमधल्या आयुष्याची.

पण प्रत्यक्षात मात्र तसं घडलं नव्हतं. त्याने संपूर्णच ताबा घेतला होता तिचा. तिच्या देहाच्या आणि मनाच्या प्रत्येक कणाचा. सगळंकाही हिरावून घेतलं होतं तिच्याकडून. तिची ती राहिलीच नव्हती. खरंतर ज्या क्षणी तिच्या घराच्या फाटकासमोर ट्रक थांबवून तो खाली उतरला आणि तिला पत्ता विचारण्यासाठी त्याने तिच्या दिशेने एक पाऊल टाकलं, तेव्हाच तिला हे समजायला हवं होतं.

तो चालत तिच्याकडे येत असताना एका इतिहासकालीन महापराक्रमी योद्ध्यासारखा भासला होता. आणि तो आभास नव्हता, तर ते खरंच होतं, याची प्रचिती तिला नंतर आलीच.

त्यांनी किती वेळ एकमेकांसोबत घालवला होता, कितीदा जवळ आले होते, त्याला तर काही गणतीच नव्हती. आधीच्या उत्कट प्रणयाचा आवेग तासभर टिके. मग जरासा ओसरे. तो कुशीवर वळून तिला अनिमिष नेत्रांनी निरखून पाही. एक

सिगारेट पेटवून तिच्या ओठात ठेवी आणि एक स्वत:च्या. कधीकधी तिच्या शेजारी नुसताच निश्चल पडून राही. त्याचा एक हात तिच्या देहाला जागोजागी स्पर्श करत, तिला वेड लावत फिरत राही. आणि मग काही समजायच्या आतच दोघांचं परत एकदा एकरूप होणं, त्याचं तिच्या कानात हलके कुजबुजणं, बोलता-बोलता दोन वाक्यांच्या मध्ये अचानक थांबून तिच्या ओठांचा त्याच्या ओठांनी ताबा घेणं, त्याचा हात तिच्या कमरेभोवती... ते अनावर ओढीनं, आवेगानं तिला जवळ घेणं आणि तिच्यात सामावून जाणं.

मग ती मनातल्या मनात कूस पालटे, तिचे श्वास नकळत जड होत, मनातल्या मनात तो तिला त्याच्या गावाला घेऊन जायचा... तो जिथे राहात होता त्या आदिम प्रदेशात, झपाटलेल्या मुलुखात; जिथे अजून डार्विनच्या सिद्धान्ताने मूळही पकडलेलं नव्हतं, त्याच्याही पलीकडच्या ऐतिहासिक काळात.

मग ती आपला चेहरा त्याच्या मानेपाशी खुपसून गुपचुप पडून राही. तिच्या त्वचेला त्याच्या त्वचेचा स्पर्श. आणि मग तिला नद्यांचा वास यायचा, धुरकटलेल्या लाकडाचा... रात्रीच्या वेळी डोंगरातल्या थंड हवेच्या ठिकाणाहून खळाळत खाली येणाऱ्या झऱ्यांचा वास यायचा. मग मिटल्या डोळ्यांसमोर गोठलेल्या नद्यांच्या काठाकाठांनी भटकंती करणारे काळ्यामिट्ट पोशाखातले प्रवासी तिला दिसत. कधीकधी ते प्रवासी उन्हाळ्यात हिरव्यागार कुरणांमधून चालत निघालेले असायचे, रस्ता तुडवत – कल्पांताकडे. परत परत चित्ता तिच्यावर झडप घालायचा, तिचा ताबा घ्यायचा. गवताळ प्रदेशात वारा वाहात असायचा. त्या वाऱ्यावर ती त्याला समर्पित व्हायची. इतिहासकालीन देवळातील कुमारिकेने अग्नीला समर्पित व्हावं आणि त्यात विरून जावं तद्वत.

मग ती म्हणायची, "रॉबर्ट... रॉबर्ट... मी हरवून चालले आहे."

समागमाच्या प्राणांतिक उत्कटतेचा अनुभव ही गोष्ट तिच्या आयुष्यात इतिहासजमाच झाल्यासारखी होती. आणि आता इथे या अर्धा पुरुष आणि अर्धा नर असलेल्या प्राण्यासोबत ती भावोत्कटता लाटांमागून लाटा याव्या तशी वारंवार परत येत होती. तिला त्याचं, त्याच्या त्या कणखर सोशिकतेचं आश्चर्यच वाटत होतं. त्याने तिला वेगळंच काहीतरी सांगितलं होतं. शरीरसुखातील तो परम उत्कटतेचा क्षण काही फक्त शारीरिक नसतो... त्या जागी आपल्या शरीराबरोबर आपल्या मनालाही आपण घेऊन जातो, असं त्याने तिला सांगितलं होतं. मनाच्या त्या भावोत्कटतेची एक वेगळीच खासियत असते, असंही सांगितलं होतं.

पण त्याला नक्की काय सांगायचं आहे, हे तिला नीटसं कळलंच नव्हतं. तिला फक्त एकच गोष्ट कळली होती. त्याने कुठूनशी एक अदृश्य दोरी काढून गुरांना बांधतात तसं तिला आणि स्वत:ला एकत्र दावणीला घट्ट बांधून टाकलं होतं. तिला

मुळीच हलताही येत नव्हतं. खरंतर तिचा जीव गुदमरायला पाहिजे होता ना? पण तसं मात्र झालंच नव्हतं. उलट एका कधी न अनुभवलेल्या स्वातंत्र्याचा, मोकळेपणाचा अनुभव ती घेत होती. ती स्वत:पासून मुक्त झाली होती.

रात्र तशीच पुढे सरकत होती. त्यांचं ते आदिम वर्तुळाकार नृत्य तसंच चालू राहिलं. रॉबर्ट किनसेडच्या जगात सरळ रेषांना काही स्थानच नव्हतं. त्याच्यामधला एक भाग केवळ आवाज, छायाप्रकाश आणि आकार जाणत होता; आणि तिकडेच तो तिला घेऊन चालला होता. तो तिला स्वत:बरोबर जुन्या वाटांवर घेऊन गेला. उन्हाळ्यात सूर्यकिरणांनी प्रकाशमान झालेल्या दवबिंदूंच्या उजेडात आणि शरद ऋतूतल्या लालभडक पानांच्या उजेडात वाट शोधत.

तिच्या कानात तो जे काही शब्द हलके कुजबुजत होता, ते त्याचे त्यालाच ऐकू येत होते. जणूकाही दुसऱ्याच कुणा व्यक्तीचा आवाज ते शब्द बोलत होता. ख्यातनाम कवी रिल्कच्या कवितेचा एखादा तुकडाच जणू. "त्या जुन्या घुमटाभोवती शतकानुशतकं फिरतोय मी." जणूकाही अमेरिकेत आदिवासी टोळ्यांचा मंत्रघोषच चालू होता. ती त्याच्यासाठी ज्या प्रतिमा घेऊन आली होती, त्या तिच्या कानात त्याने वर्णन करून सांगितल्या. आभाळात उठलेली धुळीचं वादळं, किरमिजी वारे, डॉल्फिन्सच्या आकाराच्या ढगांवर स्वार होऊन उत्तर आफ्रिकेच्या समुद्रकिनाऱ्यावरच्या आकाशात भरारी घेऊन निघालेले तपकिरी रंगाचे पेलिकन पक्षी.

पाठीची कमान करून ती त्याच्या दिशेने झेपावली. त्या वेळी तिच्या तोंडून काही अगम्य छोटे-छोटे अस्फुट आवाज निघाले. पण ती भाषा त्याच्या नीट ओळखीची होती. त्याच्या देहाच्या ओझ्याखाली विसावलेल्या, त्याच्या पोटाला आपलं नितळ पोट टेकवून, त्याला स्वत:त सामावून घेऊन विसावलेल्या या स्त्रीपाशी रॉबर्ट किनसेडचा युगानुयुगांचा शोध संपला. त्याला जे हवं ते तिच्या ठायी गवसलं.

आजवर अनंत निर्मनुष्य समुद्रकिनाऱ्यांवर त्याने एकट्याने भटकंती केली होती. तिथल्या वाळूत उमटलेल्या छोट्या नाजूक पावलांचा अर्थ त्याला आज समजला होता. काही जहाजं माल भरून रहस्यमयरीत्या नुसतीच किनाऱ्यावर नांगर टाकून उभी असायची आणि शहरांमधल्या रस्त्यांवरून संधिप्रकाशात बुरख्यांमागचे चेहरे त्याला निरखत जायचे. त्या सगळ्याचा अर्थही त्याला आत्ता उमजला. एखादा शिकारी मैलोन्‌मैलांचा प्रदीर्घ प्रवास संपवून जेव्हा घरी परततो आणि दुरून आपल्या गावात पेटलेल्या शेकोट्यांचा परिचित उजेड पाहातो आणि त्यानंतर त्याचा एकाकीपणा जसा विरघळून जातो, तशीच काहीशी अवस्था आज त्याची झाली होती. अखेर एकदाचा तो एकाकीपणा संपुष्टात आला होता. तो इथपर्यंत येऊन पोहोचला होता. इथपर्यंत. तो आता खूप शांत, निवांत पडून होता. तिच्याशी तादात्म्य होऊन. तिच्याविषयीच्या प्रेमामध्ये परिपूर्ण होऊन. अखेर, एकदाचा.

बाहेर फटफटू लागलं तसा तो जरा चाळवला. जराशी मान वर करून तिच्या डोळ्याला थेट नजर भिडवून तो म्हणाला, ''यासाठीच... या क्षणासाठीच मी या पृथ्वीतलावर आलो आहे, फ्रॅन्सेस्का. मी इथे प्रवास करायला किंवा फोटो काढायला आलेलो नाही. तर तुझ्यावरच्या प्रेमासाठी मी या पृथ्वीवर आलोय. हे सत्य आत्ता उमगलंय मला. मी एका खूप उंच ठिकाणाच्या काठावरून खाली, खूप खाली कोसळत चाललो होतो. ते ठिकाणही खूप पुरातन काळातलं होतं. मी युगानुयुगं खाली कोसळत होतो. मी हे जे जीवन इथे आजवर जगलोय ना, त्याच्याही कितीतरी आधीपासून. आणि ही एवढी सगळी वर्षं मी जो पडत होतो, कोसळत होतो ना, तो तुझ्याच बाहूंच्या दिशेने.''

त्यानंतर दोघंही जिना उतरून खाली आले. रेडिओ अजून चालूच होता. पहाट झाली होती. पण सूर्य ढगांच्या पातळ पडद्याआड होता.

''फ्रॅन्सेस्का, माझी एक छोटीशी मागणी, एक विनंती आहे,'' असं म्हणत तो तिच्याकडे पाहून हसला. तिची कॉफी करण्याची धांदल पाहून त्याला हसू फुटलं होतं.

''काय?'' असं म्हणून तिने त्याच्याकडे वळून पाहिलं. 'ओ, गॉड! मी वेड्यासारखी प्रेम करते त्याच्यावर' ती मनात म्हणाली. ती खूप अस्वस्थ होती. तिची पावलं स्थिर नव्हती. तोल जात होता. तिला तो आणखी हवा होता. आणखी. आणि ते हवंहवंसं वाटणं कधीच संपू नये, असं वाटत होतं.

''हे बघ, काल रात्री तू जी जीन्सची पँट आणि टी-शर्ट घातला होतास ना, तो परत एकदा घाल. पण फक्त तेवढंच हं! त्याच्या आत काही घालायचं नाही. पायात सँडल्स. तू आता या सकाळच्या वेळी जशी दिसते आहेस ना, तसा तुझा फोटो काढायचाय मला. फक्त आपल्या दोघांसाठीच असणार आहे तो फोटो.''

ती वरच्या मजल्यावर गेली. रात्रभर त्याला विळखा घालून तिचे पाय दमून गेले होते. त्यांच्यातली शक्तीच गेली होती. कपडे घालून ती खाली आली आणि त्याच्याबरोबर बाहेर कुरणात गेली. तिथेच त्याने तिचा तो फोटो काढला होता. तोच फोटो ती दर वर्षी या दिवशी बाहेर काढून निरखत बसायची.

❖

हायवे आणि भटकंती

नंतरचे काही दिवस रॉबर्ट किनसेडने आपल्या फोटोग्राफीच्या कामाला रामरामच ठोकला. फ्रॅन्सेस्कानेसुद्धा शेतीचं काम तात्पुरतं थांबवलं. घरातील रोजची अगदी अत्यावश्यक कामं तेवढी ती करत होती. दोघंही शक्य तेवढा सगळा वेळ परस्परांच्या सहवासात घालवत होते. एकमेकांच्या हातात हात घालून लांब चालायला जाण्यात... नाहीतर एकमेकांच्या बाहुपाशात बिछान्यात. दोन वेळा फ्रॅन्सेस्काच्या आग्रहाखातर रॉबर्टने गिटार वाजवून त्यासोबत गाणं म्हटलं. त्याचा आवाज तसा बरा होता. अगदी वाईट नव्हता. फक्त आपण आजवर कोणासमोरच कधी गाणं म्हटलेलं नाही, त्यामुळेच आपल्याला जरा अवघडल्यासारखं होत आहे, असं त्याने तिच्यापाशी कबूल केलं. त्याच्या तोंडचे ते शब्द ऐकून तिला हसू फुटलं आणि तिने पुढे होऊन आवेगाने त्याच्या ओठांवर ओठ टेकले. मग परत मागे सरकून आपल्या स्वत:च्या भावनांच्या शय्येवर सुखात पडून ती त्याची गाणी ऐकू लागली. व्हेल माशांच्या शिकारीसाठी निघालेली जहाजं आणि वाळवंटातले वारे यांच्याबद्दलची ती गाणी होती.

त्याच्या त्या हॅरी नावाच्या ट्रकमध्ये बसून ती त्याच्यासोबत दमॉइनला एअरपोर्टला गेली. तिथे त्याने आपल्या फिल्म्स विमानातून न्यू यॉर्कला पाठवून दिल्या. ही त्याची नेहमीची पद्धत होती. एखाद्या फोटोशूटचं काम चालू असतानाच सुरुवातीच्या काही फिल्म्स तो संपादकांकडे पाठवून द्यायचा. म्हणजे त्याचं नक्की काय प्रकारचं काम

चाललंय, याची त्यांना कल्पना येत असे. शिवाय ते फोटो काढताना कुठे काही तांत्रिक चुका झाल्या नाहीत ना, काही गडबड-घोटाळा तर झालेला नाही ना, हेपण तंत्रज्ञ एकदा बघून घेत असत.

ते काम झाल्यावर तो तिला एका उंची रेस्टॉरंटमध्ये जेवायला घेऊन गेला. दोघं समोरासमोर बसले होते. त्याने तिचे हात आपल्या हातात घेतले होते आणि एका वेगळ्याच उत्कटतेने तिच्याकडे तो पाहात बसला होता. त्यांना तसं बसलेलं पाहून वेटरला किंचित हसू फुटलं. आपल्यालाही कधीकाळी कुणाबद्दलतरी हे असं वाटलं तर किती बरं होईल, या विचाराने बहुधा त्याला हसू फुटलं असावं.

आपला हा सहवास आता खूप कमी काळाचा उरला आहे, एक-एक क्षण कमी होत चालला आहे ही जाणीव रॉबर्ट किनसेडला झालेली आहे, हे फ्रॅन्सेस्काला न बोलताच समजलं. पण त्या वास्तवाचा त्याने ज्या खिलाडू वृत्तीने स्वीकार केला होता, त्याबद्दल तिला त्याचं कौतुक वाटलं. जगातून काउबॉइजची जमात नष्ट होत चालली होती... जगात त्याच्या स्वत:सारखी माणसं खूप कमी शिल्लक उरली होती, हे सत्यही त्याने स्वीकारलं होतंच ना. तो असंच कधीतरी बोलताना म्हणाला होता, ''उत्क्रांतीच्या एका शाखेच्या एका फाट्याच्या टोकाशी मी उभा आहे आणि तिथे तो फाटा संपलेला आहे. मी जिथे उभा आहे, तो त्या रस्त्याचा शेवट आहे.'' त्या वेळच्या त्याच्या त्या बोलण्याचा अर्थ फ्रॅन्सेस्काला आत्ता जरा जरा कळत होता. त्या वेळेस तो बरंचकाही बोलला होता. तो तिच्या कानात 'शेवटच्या गोष्टी'विषयी कुजबुजला होता. त्याने एक कवितापण म्हणून दाखवली होती – 'नेव्हर अगेन – क्राइड द हाय डेझर्ट मास्टर'. त्या फाट्याच्या टोकापाशी तो एकटा, अगदी एकाकी उभा होता. त्याच्या आजूबाजूला त्याच्यासारखं कुणीच नव्हतं. तो होताच तसा – वेगळा. त्याच्यासारख्यांची जात आता नामशेष होण्याच्या मार्गावर होती.

गुरुवारी दुपारी बेभान होऊन प्रणय केल्यानंतर दोघं एकमेकांशी बोलले. हे संभाषण कधी ना कधीतरी होणारच होतं, ते व्हायला हवंच होतं, हे दोघांनाही माहीत होतं.

''आपण आता काय करायचं?'' तो म्हणाला.

ती शांत होती. मनातून तुटून-तुटून गेल्यावर माणूस जसा गप्प होतो, तशी शांत. मग ती हलकेच म्हणाली, ''मला नाही माहीत.''

''हे बघ, तू म्हणत असलीस तर मी इथेच राहातो किंवा गावात जाऊन मुक्काम करतो... तू म्हणशील तिथे राहायला तयार आहे मी. तुझ्या घरची माणसं परत आली की, मी तुझ्या नवऱ्याशी स्वत: येऊन बोलतो. आपल्यात जे काही आहे, ते त्याला सगळं स्पष्ट सांगतो. ते काम सोपं नाही, पण तरी ते मी व्यवस्थित पार पाडीन.''

तिने मान जोरजोरात हलवली, "रिचर्डला हे सगळं कधी समजूच शकणार नाही, तो नाही समजून घेणार. त्याची विचार करण्याची पद्धत वेगळी आहे. दोन व्यक्तींमधलं हे नातं... ही जादू... ही किमया... ही भावोत्कटता... आपण परस्परांशी ज्या गोष्टींबद्दल बोललो, त्या गोष्टी... आपण जे काही अनुभवलं ते सगळं त्याला समजत नाही रे. आणि कधीही नाही समजू शकणार. अर्थात म्हणून तो काही खालच्या दर्जाचा होत नाही. फक्त आजवरच्या आयुष्यात त्याने जे काही पाहिलंय, जे काही अनुभवलं आहे, त्यापेक्षा हे सगळं खूप वेगळं आहे. त्याचा सामना कसा करायचा, ते सत्य कसं हाताळायचं, हे त्याला कधीच कळणार नाही."

"मग आता काय करायचं आपण? हे... हे सगळं... जे काही घडलं... ते असंच सोडून द्यायचं?... विसरून जायचं?" त्याचा आवाज आणि चेहरा गंभीर होता. त्यावरचं हसू मावळलं होतं.

"मला ते काही माहीत नाही, रॉबर्ट!" फ्रॅन्सेस्का म्हणाली. "एक विचित्र गोष्ट अशी घडली आहे रॉबर्ट की, मी आता पूर्णपणे तुझी झाले आहे. माझ्या देहावर आणि मनावर पूर्णपणे तुझा ताबा आहे. मला हे असं कुणाच्या कह्यात जायचंच नव्हतं, तशी कधी गरजही नव्हती भासली. आणि तूसुद्धा हे काही मुद्दाम केलेलं नाहीस, याची मला कल्पना आहे. पण तरीसुद्धा हे असं घडलंय खरं. आता मी तुझ्याशेजारी गवतात बैठक मारून बसलेली नाही. तू मला तुझ्या आत कैद करून टाकलं आहेस आणि मीपण अगदी राजीखुशीने ती कैद स्वीकारली आहे."

त्यावर तो म्हणाला, "तू माझ्या आत कैद आहेस, का मी तुझ्या आत कैद आहे हे माझं मलाच नीट कळत नाहीये. तुला मी आपल्या कह्यात खरोखर केलंय की नाही, हेही मला माहीत नाहीये. पण हे बघ, तुझ्यावर अधिकार गाजवायची, मालकी सांगायची काही माझी इच्छा नाहीये. आपण दोघांनी मिळून आपलं स्वतःचं एक विश्व तयार केलं आहे आणि त्याच्या आत आपण दोघं आहोत."

"वेल, ते विश्व किंवा जे काही आहे, त्याच्या आत आपण कैद वगैरे नाही आहोत. आपण दोघं मिळून स्वतःच ते विश्व बनून गेलो आहोत. आपण दोघं एकमेकांच्यात विरघळून जाऊन हे नवंच काहीतरी निर्माण केलं. आपल्या दोघांना एकत्र गुंफून ठेवणारा हा एक अनुबंध आहे. देवा! आपण प्रेमात पडलो आहोत. दोन माणसांना एकमेकांच्या जितकं गाढ प्रेमात पडणं शक्य असेल, तेवढं!"

"चल माझ्यासोबत फ्रॅन्सेस्का, आपण एकत्र प्रवास करू. त्यात काय अडचण आहे. वाळवंटाच्या रेतीत आपण प्रेम करू. मोंबासाच्या बाल्कनीमध्ये एकमेकांजवळ बसून ड्रिंक्स घेऊ, अरेबियाला जाऊ, सकाळच्या कोवळ्या उन्हात शिडं उभारून नौका समुद्राला निघाल्या की, त्या निरखत बसू. मी तुला सिंहांचा देश दाखवीन. बंगालच्या सामुद्रधुनीपासचं एक जुनं फ्रेंच गाव दाखवीन. तिथे एक अतीव सुंदर

असं रूफटॉप रेस्टॉरंट आहे. डोंगराच्या खिंडीतून जाणारी ट्रेन आहे. छोटी-छोटी हॉटेल्स आहेत. दक्षिण भारतात वाघांचं अभयारण्य आहे. तिथे एक भलामोठा तलाव आहे. त्या तलावाच्या मधोमध एक बेट आहे. खूप आगळंवेगळं, खास आहे ते. आणि तुला असं रस्त्यावरून भरकटत जाणं रुचत नसेल, तर मी कुठेतरी एक दुकान थाटेन, आसपासच्या प्रदेशाचं शूटिंग करेन, पोर्ट्रेट्स बनवेन... आपला चरितार्थ चालवण्यासाठी जे काय लागेल ते करीन मी.''

''रॉबर्ट, काल रात्री प्रेम करता-करता तू जे काही बोललास ते अजून माझ्या लक्षात आहे. मी नाही का तुला म्हणाले, रॉबर्ट किती ताकद आहे तुझ्याकडे! त्यावर तू म्हणालास, 'मी हायवे आहे, त्यावर चालणारी भ्रमंतीपण मीच आहे आणि समुद्रात जाणारी सगळी गलबतं आणि जहाजंसुद्धा मीच आहे.' तुझं म्हणणं खरं आहे. तुला स्वत:विषयी ते वाटतं. तुला असं वाटतं की, संपूर्ण रस्ताच तुझ्यात सामावला आहे. पण तसं नाहीये. त्याहून बरंचकाही जास्त आहे. मी ते नीट स्पष्ट सांगू शकते. तू स्वत:च तो रस्ता आहेस. जिथे भासमान प्रतिमा वास्तवाला जाऊन मिळते, अशा फटीत तू उभा आहेस. त्या रस्त्यावरच्या फटीत. आणि तो रस्ताही तूच आहेस.

''तू जुन्यापुराण्या कापडी सॅक्स आहेस, तू हॅरी नावाचा ट्रक आहेस. तू आशियाकडे उडत जाणारी जेट विमानं आहेस. आणि तू तसाच असायला हवास. तू म्हणतोस ना, तू उत्क्रांतीच्या शाखेच्या शेवटच्या टोकावर उभा आहेस? मग माझी अशी इच्छा आहे की, त्या शेवटावर तू तुझ्या सर्व शक्तीनिशी प्रहार करावास. प्रचंड वेगाने. पण तसं करताना जर तुझ्याबरोबर मी असले, तर ते साध्य नाही करू शकणार तू. तुला हे कसं कळत नाही? माझं तुझ्यावर खूप खूप प्रेम आहे. अगदी जिवापाड. आणि म्हणूनच मी तुला कोणत्याही बंधनात बांधून ठेवू इच्छित नाही. अगदी क्षणभरासाठीसुद्धा. कारण तसं करणं म्हणजे एका भव्य-दिव्य, महाशक्तिशाली प्राण्याला कोंडून, डांबून ठेवणं. मी जर तसं केलं, तर तुझ्या अंतर्यामी असलेला तो प्राणी मरून जाईल.''

त्याने तोंड उघडून बोलायला सुरुवात केली. पण फ्रॅन्सेस्काने त्याला मध्येच थांबवलं.

''रॉबर्ट, माझं अजून पुरतं बोलून संपलेलं नाही. आता जर तू माझे हातपाय बांधून तुझ्या बलशाली बाहूंनी उचलून तुझ्या ट्रकमध्ये नेऊन बसवलंस आणि बरोबर घेऊन गेलास, तर मी हूं की चूंसुद्धा करणार नाही. तू नुसता माझ्याशी बोलूनसुद्धा तुला पाहिजे ते माझ्याकडून करून घेऊ शकतोस. पण तू तसं करशील, असं मला वाटत नाही. तू खूप संवेदनक्षम आहेस. माझ्या भावनांची कदर करतोस तू. आणि माझ्यावरच्या जबाबदऱ्यांची मला स्वत:ला किती जाणीव आहे, हे तू ओळखून आहेस.

"हो. हे खरं आहे की, हे सगळं खूप कंटाळवाणं आहे. माझं सगळं आयुष्यच कंटाळवाणं आहे. त्यात थरार नाही, शृंगार नाही, स्वयंपाकघरात मंद दिव्यांच्या प्रकाशात केलेलं नृत्य नाही... आणि एका स्त्रीवर जिवापाड प्रेम करून तिला कसं तृप्त ठेवायचं, याची जाणीव असणारा पुरुष नाही. सर्वांत महत्त्वाचं म्हणजे, इथे तू नाहीस. पण माझी या इथल्या जीवनाच्या बाबतीत जी काही जबाबदारी आहे, त्याची जाणीव फार जास्त तीव्र आहे माझ्या मनात. रिचर्ड, मुलं, हे घर, माझा संसार... या सगळ्यांची जबाबदारी आहे माझ्यावर. माझी कर्तव्यं आहेत. मी जर इथून कायमची निघून गेले, माझं या घरातलं अस्तित्व संपून गेलं, तर ते रिचर्ड सहन नाही करू शकणार. कदाचित त्या एका गोष्टीमुळे तो पूर्णपणे उद्ध्वस्त होऊ शकेल.

"त्याहूनही एक महत्त्वाची गोष्ट आहे. आणि ती तर महाभयंकर आहे. रिचर्डला त्याचं उर्वरित आयुष्य इथेच काढायचं आहे. ते त्याला जननिंदेला तोंड देत काढावं लागेल. लोक कुजबुजतील, त्याच्याकडे बोटं दाखवतील, त्याची हेटाळणी करतील. 'तो पाहा रिचर्ड जॉन्सन. त्याची मदमस्त इटालियन बायको कुठल्यातरी, लांब केसाच्या फोटोग्राफरसोबत काही वर्षांपूर्वी पळून गेली.' आणि माझी मुलं? जितके दिवस ती विंटरसेटमध्ये राहातील, तेवढे दिवस त्यांनापण इतर मुलांच्या चौकशांना तोंड द्यावं लागेल. किती त्रास होईल त्यांना त्या गोष्टीचा. मुलं माझा तिरस्कार करतील.

"मलासुद्धा खूप वाटतं रे, तुझ्यासोबत यावं, तुझाच एक भाग बनून जगावं. पण माझ्या डोक्यावरच्या जबाबदाऱ्यांचं हे जे वास्तव आहे ना, यापासून पळ नाही काढू शकत मी. तू माझ्यावर बळाचा प्रयोग करून इथून मला घेऊन जायचं ठरवलंस, किंवा नुसतं माझ्यावर मानसिक दडपण जरी आणलंस, तरी मी त्याचा प्रतिकार नाही करू शकणार. तुझ्याबद्दल माझ्या मनात ज्या काही भावना आहेत, त्यामुळे ते शक्य होणार नाही मला. ती ताकदच नाही माझ्यात. तुझ्यामधून तो रस्ता वेगळा करायची, काढून घ्यायची माझी इच्छा नाही, असं मी म्हणाले खरी; पण तरीसुद्धा माझ्या स्वत:च्या स्वार्थाचा विचार करून मी तुझ्यासोबत येऊ शकते, कारण तू मला खरंच हवा आहेस.

"पण प्लीज हे असलं काहीतरी करायला मला भाग नको पाडूस. हे सगळं सोडून, सगळ्या जबाबदाऱ्यांचा त्याग करून तुझ्यासोबत यायला भाग नको पाडूस. ते असं जर का केलं ना मी, तर मला जगणं कठीण होऊन बसेल. मी जर अशी बेजबाबदारपणे वागले ना, तर रॉबर्ट, तर मी कुणीतरी वेगळीच व्यक्ती, वेगळीच स्त्री होऊन जगेन त्यानंतर. तू जिच्यावर जिवापाड प्रेम केलंस, ती फ्रॅन्सेस्का नसेलच ती स्त्री."

रॉबर्ट किनसेड शांत झाला. ती त्या रस्त्याबद्दल जे काही म्हणत होती – आणि तिच्या स्वत:च्या जबाबदाऱ्यांबद्दल – ते खरंच होतं. आणि त्या जबाबदाऱ्या पार न

पाडल्याबद्दल एक अपराधी भावना तिला जन्मभर जाळत राहील व त्यामुळे ती एक वेगळीच व्यक्ती बनून राहील, हेही खरंच होतं. एका परीने तिचं म्हणणं बरोबर होतं; हे त्यालाही माहीत होतं. खिडकीतून बाहेर बघत तो स्वत:शीच झुंजत राहिला. तिच्या भावना समजून घेण्याच्या प्रयत्नात स्वत:शी झुंजत बसला. तिला रडू फुटलं.

दोघंही एकमेकांना बिलगून बराच वेळ स्तब्ध उभे होते. मग तो तिच्या कानात कुजबुजला, "मला तुला एक गोष्ट सांगायची आहे. मी ही गोष्ट पुन्हा कधीच सांगणार नाही, कधीही, कुणालाच. आणि तूपण ही गोष्ट कायमची लक्षात ठेव. या सगळ्या संदिग्धतेने भरलेल्या विराट विश्वात अशा प्रकारची निश्चितता केवळ एकदाच येते, एकदाच. परत कधीच नाही. तुम्ही अगणित जन्म घेतलेत, तरी ती परत भेटत नाही."

त्या रात्री त्यांनी एकमेकांच्या मिठीत विसावत परत त्या तादात्म्यतेचा अनुभव घेतला. सूर्योदय होऊन गेल्यावरही दोघं एकमेकांच्या मिठीत पडून राहिले. एकमेकांना जागोजागी अलगद स्पर्श करत, एकमेकांच्या कानात कुजबुजत. मग फ्रॅन्सेस्काचा डोळा लागला. तिला जाग आली, तेव्हा सूर्य चांगलाच वर आला होता. वातावरण तापलं होतं. तिला खालून त्याच्या ट्रकच्या – हॅरीच्या – दाराची खडखड ऐकू आली. ती कपडे घालून घाईने खाली आली.

त्याने कॉफी केली होती. ती स्वयंपाकघरात पोहोचली, तेव्हा तो टेबलापाशी बसून सिगारेट ओढत होता. त्याने हसून तिच्याकडे पाहिलं. धावतच त्याच्या जवळ जाऊन तिने आपला चेहरा त्याच्या मानेत लपवला. आपल्या हाताची बोटं त्याच्या केसात... त्याचे हात तिच्या कमरेभोवती. त्याने तिला जवळ ओढून फिरवलं आणि अलगद आपल्या मांडीवर बसवलं.

अखेर तो उठून उभा राहिला. त्याने अंगात आपली जुनी जीनची पँट चढवली होती. त्याचे केशरी रंगाचे पट्टे खांद्यावर अडकवले होते. स्वच्छ खाकी शर्ट घातला होता. लाल बूट पायात घातले होते. त्यांची लेस घट्ट बांधून टाकली होती. कमरेच्या लेदरच्या पट्ट्याला स्विस चाकू अडकवला होता. खुर्चीच्या पाठीवर त्याने आपलं जाकीट ठेवलं होतं. त्याच्या एका खिशातून कॅमेऱ्याची केबल डोकावत होती. काउबॉय नखशिखांत तयार झाला होता.

"मला आता निघायला हवं."

तिने मान हलवली. तिला रडू कोसळलं. त्याच्या डोळ्यांतही पाणी होतं, ते तिने पाहिलं. पण त्याने चेहऱ्यावर बळंबळंच हसू आणलं होतं. त्याचं ते खास माफक हसू.

"मी कधीतरी तुला एखादं पत्र लिहिलं, तर चालेल? मला एक-दोनतरी फोटो तुला पाठवायचे आहेत."

"हो, पाठव. चालेल." फ्रॅन्सेस्का कपाटाच्या दाराला टांगलेल्या टॉवेलला डोळे पुसत म्हणाली. एका हिप्पी फोटोग्राफरने मला एखाद-दुसरं पत्र लिहिलंच, तर त्याचं काहीतरी स्पष्टीकरण देऊ शकेन मी. पण त्याहून जास्त मात्र नको लिहू."

"तुझ्याकडे माझा वॉशिंग्टनचा फोन नंबर आणि पत्ता आहे ना?"

तिने मान हलवून होकार दिला. "मी जर फोनवर भेटलो नाही, तर तू नॅशनल जिऑग्राफिकच्या ऑफिसात फोन कर. हा घे त्यांचा नंबर," असं म्हणून त्याने एक कागद तिच्या हातात ठेवला.

"शिवाय त्या जिऑग्राफिकच्या अंकात तुला त्यांच्या ऑफिसचा नंबर मिळेलच. तिथे फोन करून संपादकांच्या ऑफिसचा नंबर माग. मी कुठल्या वेळी कुठे असतो, याची माहिती त्यांच्याकडे कायम उपलब्ध असते.

"तुला कधीही मला भेटावंसं वाटलं तर अजिबात कचरू नकोस. मी त्या वेळी जगात कुठेही असलो, तरी तू मला कलेक्ट कॉल कर. तसं केलंस की, तू फोन केल्याचं तुमच्या घरातल्या टेलिफोन बिलात दिसणार नाही, माझा नंबरपण उमटणार नाही. मी अजून काही दिवस याच भागात जवळपास असेन. तू सगळा नीट विचार कर, माझ्याशी संपर्क साध. तू कधीही नुसती एक हाक मारताच मी येईन. इथलं सगळं मिटवीन आणि तुला माझ्याबरोबर घेऊन जाईन. दोघं बरोबर वायव्येला प्रवासाला जाऊ."

फ्रॅन्सेस्का काहीच बोलली नाही. तो बोलल्याप्रमाणे खरंच येईल, याची तिला खात्री होती. तो खरोखर इथल्या सर्व गोष्टींची काळजी घेईल, याचीही. तिचा पती रिचर्ड रॉबर्ट किनसेडपेक्षा पाच वर्षांनी लहान होता, पण शारीरिक सामर्थ्य आणि बौद्धिक क्षमता या दोन्ही बाबतीत रिचर्ड रॉबर्ट किनसेडच्या जवळपासही पोहोचू शकत नव्हता.

रॉबर्टने अंगात जाकीट चढवलं. फ्रॅन्सेस्काचं मन रितं झालं, भकास झालं. "रॉबर्ट किनसेड, मला सोडून नको ना जाऊ..." असे शब्द रडत-रडत ती म्हणाली, तेव्हा ते दुसऱ्याच कुणा व्यक्तीच्या तोंडून ऐकल्यासारखे तिला ऐकू आले.

तिचा हात हातात घेऊन तो घराच्या मागच्या अंगणात उतरला आणि चालत-चालत आपल्या ट्रकपाशी गेला. ड्रायव्हरच्या बाजूचं दार उघडून त्याने आत पाऊल टाकलं. पण मग तो आत चढण्याऐवजी उतरून मागे फिरला. त्याने परत एकदा तिला घट्ट मिठीत घेतलं. बरेच क्षण त्याने तिला तसंच धरून ठेवलं. दोघंही काहीच न बोलता तिथे उभे होते, एकमेकांचा स्पर्श मनात साठवत... एकमेकांची स्पंदनं अनुभवत, परस्परांच्या स्पर्शाची ती अनुभूती मनात कायमस्वरूपी कोरून ठेवत. त्या दोघांच्या अद्वैतामधून जे एक नवीन अस्तित्व निर्माण झालेलं होतं, त्याची परत एकदा प्रचिती घेत.

मग त्याने तिला अखेरचं आपल्या मिठीतून दूर केलं आणि तो ट्रकमध्ये चढला. ट्रकचं दार उघडंच ठेवून तो थोडा वेळ नुसताच बसला. त्याच्या डोळ्यांतून घळाघळा पाणी वाहात होतं. मग त्याने अगदी सावकाश दार लावून घेतलं. त्याच्या बिजागऱ्यांचा कडकड असा आवाज झाला. नेहमीप्रमाणेच हॅरीने आत्ताही सुरू व्हायला त्रास दिला. रॉबर्टने आपल्या दणकट बुटाने ॲक्सिलरेटरवर एक लाथ हाणली. ते फ्रॅन्सेस्काला बाहेर ऐकू आलं. अखेर एकदाचा तो जुनापुराणा ट्रक सुरू होऊन फुरफुरू लागला.

त्याने रिव्हर्स गिअर टाकला आणि परत क्लच दाबून नुसताच बसून राहिला. मग किंचित हसून गल्लीकडे बोट दाखवत तिला म्हणाला, "तो रस्ता तर तुला माहीतच आहे. मी पुढच्या महिन्यात भारताच्या वायव्य भागात असणार आहे. तिथून तुला एखादं कार्ड पाठवू का?"

तिच्या तोंडातून शब्द फुटेना. पण तिने जोराजोरात मान हलवून त्याला नकार दिला. रिचर्डने मेलबॉक्समध्ये असंकाही कार्ड पाहिलं, तर फार अवघड होईल सगळं. रॉबर्टला आपली अडचण न सांगताही कळेल, असं तिला वाटलं. तसंच झालं. त्याने मान हलवली.

ट्रक रिव्हर्समध्ये शेतातल्या रस्त्यात शिरला. चाकांखाली वाळूचा खडखड आवाज येत होता. त्या आवाजाने तिथल्या कोंबड्या इतस्तत: धावल्या. त्यातल्या एका कोंबडीमागे जॅक धावला आणि भुंकत सुटला.

पॅसेंजर साइडच्या उघड्या खिडकीतून रॉबर्ट किनसेडने तिच्याकडे पाहून जोराजोरात हात हलवला. त्याच्या हातातलं चांदीचं ब्रेसलेट उन्हात चमकत होतं. त्याच्या शर्टची वरची दोन बटणं उघडी होती.

त्याने ट्रक गल्लीत नेला आणि पुढे काढला. फ्रॅन्सेस्का डोळे पुसत उभी होती. अश्रूंमधून ती समोर पाहाण्याचा प्रयत्न करत होती. पण सूर्यकिरण अश्रूंमधून वेगवेगळे रंगीबेरंगी आकार निर्माण करत होते. त्यांची पहिली भेट झाली तेव्हा तिने जे केलं होतं, तेच आत्ताही केलं. ती पळत-पळत गल्लीच्या तोंडापाशी गेली आणि खाचखळग्यांनी भरलेल्या रस्त्यावरून जाणाऱ्या त्या पिकअप ट्रककडे बघत राहिली. दूर रस्त्याच्या वळणापाशी ट्रक थांबला. ड्रायव्हरचं दार उघडून तो बाहेर डोकावला आणि ट्रकच्या फूटबोर्डवर उभा राहिला. त्याला दूरवर उभी असलेली तिची छोटीशी आकृती दिसली.

तो कितीतरी वेळ तसाच तिच्याकडे बघत थांबला होता. हॅरी उन्हात तापून निघत होता. रॉबर्ट आणि फ्रॅन्सेस्का खिळल्यासारखे उभे होते. त्यांनी एकमेकांचा निरोप आधीच घेतला होता. आता ते नुसतेच एकमेकांकडे बघत होते – आयोवामधल्या एका शेतकऱ्याची बायको आणि उत्क्रांतीच्या शेवटच्या फाट्यापाशी एकटाच उभा असलेला एक प्राणी... शेवटच्या काही काउबॉइजपैकी एक. तीस सेकंदं तो तसाच

तिथे उभा होता. त्याच्या फोटोग्राफरच्या नजरेतून काहीही सुटणं शक्य नव्हतं. जणू तो नुसत्या डोळ्यांनी फोटो काढून घेत होता. हा फोटो त्याच्या मेंदूतून कधीच पुसला जाणार नव्हता.

तो परत आत चढला. त्याने दार लावून गिअर टाकला आणि विंटरसेटच्या दिशेने निघाला. त्याच्या डोळ्यातून घळाघळा अश्रू वाहात होते. खूप पुढे गेल्यावर, वळल्यावर त्याने मागे वळून पाहिलं. दूरवर त्याला ती दिसली. गल्लीच्या तोंडाशी ती धुळीत बसली होती. गुडघ्यात मान घालून.

संध्याकाळी जरा लवकरच रिचर्ड आणि मुलं घरी परतली. जत्रेतल्या गोष्टी सांगू लागली. त्यांनी पैदास केलेल्या जनावराने नंबर पटकावला होता. ते उत्तम प्रतीचं आणि धष्टपुष्ट असल्याबद्दल त्याला एक रिबिन मिळाली होती. आता लवकरच त्याची कत्तल करण्यात येणार होती. कॅरोलिन तर घरात शिरताच फोनवर बोलण्यात गुंग झाली. ती शुक्रवारची संध्याकाळ होती. मायकेल सतरा वर्षांचा तरुण मुलगा होता, त्यामुळे तो थोड्याच वेळात, पिकअप ट्रक घेऊन निघून गेला. सतरा वर्षांची मुलं शुक्रवारी संध्याकाळी जे काही करतात, ते करण्यासाठी – चौकात उभं राहून टवाळक्या करणं, रस्त्यावरून चालत किंवा गाडीतून जाणाऱ्या मुलींची छेड काढणं इत्यादी उद्योग. रिचर्डने टेलिव्हिजन लावला. तो एकीकडे फ्रॅन्सेस्काने बनवलेल्या कॉर्नब्रेडला बटर लावून मेपल सिरपबरोबर खात होता. ते मनापासून आवडल्याचं त्याने फ्रॅन्सेस्काला सांगितलं.

ती पुढच्या पोर्चवरच्या झोपाळ्यावर जाऊन बसली. दहा वाजता टीव्हीवरचा कार्यक्रम संपल्यावर रिचर्ड तिथे आला. तो एकदा ताणून आळस देऊन म्हणाला, "वा! घरी आल्यावर कसं बरं वाटतंय!" मग तिच्याकडे रोखून बघत म्हणाला, "तू ठीक आहेस ना, फ्रॅनी? तू जराशी दमलेली दिसते आहेस... नाहीतर मग स्वप्न बघत असल्यासारखी दिसते आहेस... काय झालं?"

"मी ठीक आहे, रिचर्ड. तुम्ही सगळे व्यवस्थित, सुखरूप परत आलात, म्हणून जिवात जीव आला."

"वेल, मी झोपायला जातोय. आठवडाभर खूप दगदग झाली. फार गळून गेलोय मी. तू येतेस ना फ्रॅनी?"

"मी अजून जरा वेळ नाही येत. इथे बाहेर बसायला खूप छान वाटतंय. मी थांबते आणखी काही वेळ इथे." ती खरंतर खूप थकली होती. पण कदाचित आठवड्याच्या विरहानंतर रिचर्ड आपल्याशी जवळीक करू पाहील, अशी तिला भीती वाटत होती. निदान आज रात्री तरी त्या गोष्टीला सामोरं जाणं तिला अजिबात शक्य झालं नसतं.

तो वरच्या मजल्यावर निघून गेला. तो त्यांच्या बेडरूमचं दार उघडून आत

शिरला. तिला दाराचा आवाज आला. ती खाली पोर्चमध्ये झोपाळ्यावर बसून जोरजोरात झोके घेत होती. तिच्या पावलांना फरशीचा गार स्पर्श होत होता. घराच्या मागच्या भागातून कॅरोलिनच्या रेडिओचा आवाज ऐकू येत होता.

नंतरचे काही दिवस तिने गावात जायचं मुद्दाम टाळलं. रॉबर्ट किनसेड त्या ठिकाणापासून अगदी जवळपासच कुठेतरी भटकत असणार, ही जाणीव मनात सतत होती. जर यदाकदाचित तो कधी अचानक आपल्याला रस्त्यात भेटलाच, तर आपण आपल्या मनाला आवर नाही घालू शकणार, याची तिला पूर्ण जाणीव होती. तिची तर इतकी हळवी मन:स्थिती होती की, तो भेटला असता तर ती धावत त्याच्यापाशी गेली असती आणि त्याच्या गळ्यात हात टाकून म्हणाली असती, "चल, इथून कुठेतरी दूर निघून जाऊ." मुळात त्या सेडर ब्रिजच्या जवळ त्याला भेटायला जातानाच तिने केवढा मोठा धोका पत्करला होता. आता आणखी कोणत्याही प्रकारचा धोका पत्करण्याची तिची अजिबात इच्छा नव्हती.

पण मंगळवार उजाडला. घरातलं सामानसुमान संपत आलं होतं. रिचर्डलाही गावात जाऊन शेतीविषयक काही सामानसुमान खरेदी करायचं होतं. दिवस अत्यंत उदासवाणा होता. सतत पाऊस कोसळत होता. जरासं धुकं पडलं होतं. ऑगस्ट महिन्याच्या मानाने हवेत बऱ्यापैकी गारठा होता.

रिचर्डला हव्या असलेल्या गोष्टी खरेदी करून झाल्यावर तो आपल्या मित्रांना भेटायला एका कॅफेत शिरला. ती एका दुकानात सामानसुमान घेण्यासाठी थांबली. तिची खरेदी संपवून ती किती वाजता दुकानाच्या बाहेर येणार आहे हे तिने त्याला आधीच सांगून ठेवलेलं असल्यामुळे ती जेव्हा खरेदी संपवून सुपर व्हॅल्यू स्टोअर्समधून बाहेर आली, तेव्हा रिचर्ड बाहेर तिची वाट बघत थांबला होता. त्याने डोक्यावर हॅट घातली होती. त्याने सगळं सामान फोर्ड पिकअप ट्रकमध्ये भरायला मदत केली. तिला आत बसवून त्याने काही बॅगा तिच्या पायाशी, तर काही सीटवर तिच्या शेजारी ठेवल्या. तिला ट्रायपॉड्स, कॅमेऱ्याच्या बॅगा आणि फोटोग्राफीच्या सामानाची आठवण झाली.

"मी जरा पळत-पळत शेती अवजारांच्या दुकानात जाऊन येतो. एक गोष्ट घ्यायची राहिलीच." रिचर्ड म्हणाला.

मग ते सगळं उरकल्यावर ते युएस रूट १६९ घेऊन निघाले. विंटरसेटच्या मेन रोडचाच तो एक भाग होता. टेक्सॅको स्टेशनपासून एक ब्लॉक पुढे, दक्षिण दिशेला पेट्रोलपंपापासून अगदी हळूहळू दूर जाणारा हॅरी ट्रक तिला दिसला. तो त्याच रस्त्यावर त्यांच्या बराच पुढे होता. त्याचे वायपर्स सपसप फिरत होते.

रिचर्डने त्यांचा ट्रक जोरात पिटाळल्यामुळे जरा वेळातच ते रॉबर्ट किनसेडच्या हॅरीच्या अगदी जवळ जाऊन पोहोचले. फ्रॅन्सेस्का त्यांच्या फोर्ड ट्रकमध्ये उंचावर बसलेली असल्यामुळे तिला पुढे चाललेल्या हॅरी ट्रकच्या मागील भागात ताडपत्रीने

घट्ट बांधून ठेवलेलं सामान दिसलं. एक स्पेअर टायरपण आडवा टाकलेला दिसत होता. गिटारची केस आणि सूटकेस यांची रेखाकृती दिसत होती. मागच्या खिडकीतून पावसाचे थेंब झिरपत होते. पण तरीही त्याच्या डोक्याचा मागचा भाग तिला दिसत होता. इतक्यात कडेच्या बाजूला वाकून त्याने पुढच्या खणातून काहीतरी बाहेर काढलं. बरोबर आठ दिवसांपूर्वी त्याने असंच केलं होतं आणि त्या वेळी त्याच्या हाताचा तिच्या मांडीला हलकेच स्पर्श झाला होता. बरोबर एक आठवड्यापूर्वी दमॉइनला जाऊन तिने गुलाबी ड्रेस विकत आणला होता.

"अरे... तो पुढे चाललेला ट्रक इकडचा वाटत नाहीये. बऱ्याच लांबून आलेला दिसतोय," रिचर्ड म्हणाला, "वॉशिंग्टनचा दिसतोय. कुणीतरी बाई चालवते आहे वाटतं? लांब-लांब केस दिसतायत... नाही नाही, बाई नाहीये ती. मला वाटतं, तो फोटोग्राफर असेल. कॅफेमध्ये मगाशी त्याच्याबद्दलचं बोलणं चाललं होतं."

मग ते बराच वेळ रॉबर्ट किनसेडच्या ट्रकच्या मागोमाग जात राहिले. पुढे एक चौक लागला. तिथे बरीच रहदारी होती. सर्वच बाजूंनी वाहनांची गर्दी होती. त्यात पाऊस कोसळत होता. धुकंही होतं. ते आता अजून दाट झालं होतं.

रहदारी ठप्प झाली होती. सुमारे तीस सेकंद त्यांची गाडी तशीच थांबलेली होती. पुढे केवळ तीस फूट अंतरावर रॉबर्ट किनसेड होता. तिला अजूनही ते करणं शक्य होतं. गाडीतून उतरायचं... पळत पुढे जायचं... हॅरीचं उजव्या बाजूचं दार उघडून आत चढायचं... त्या सॅक्स आणि ट्रायपॉड्सच्या पसाऱ्यात स्वत:ला झोकून द्यायचं.

गेल्या शुक्रवारी रॉबर्ट किनसेड जेव्हा तिचा निरोप घेऊन निघाला, तेव्हा आपलं त्याच्यावर जिवापाड प्रेम आहे, हे तिने जाणलं होतंच. तरीपण त्या प्रेमाची खरी खोली, खरी तीव्रता तिला त्या वेळी समजली नव्हती. पण ही गोष्ट आता तिला कळून चुकली होती. हे इतकं पराकोटीचं प्रेम? कसं शक्य आहे? पण तेच सत्य होतं. जी गोष्ट त्याला खूप आधीच कळून चुकली होती, ती तिच्या आत्ता कुठे लक्षात येत होती.

पण स्वत:च्या शिरावर असलेल्या जबाबदाऱ्यांनी गोठल्यासारखी ती गाडीत नुसतीच बसून राहिली. समोरच्या गाडीच्या पाठीमागच्या काचेकडे डोळ्यात प्राण आणून निरखून पाहात राहिली. आजवर कधी कुठल्याही वस्तूकडे पाहिलं नसेल इतक्या जिवाच्या आकांताने ती पाहात राहिली. इतक्यात त्याच्या गाडीचा डावीकडे वळण्याचा निदर्शक दिवा लुकलुकू लागला. अजून क्षणभरात तो वळून दिसेनासा झाला असता. रिचर्ड त्यांच्या गाडीतल्या रेडिओशी काहीतरी खटपट करू लागला.

तिच्या डोळ्यांसमोर आता सगळ्या गोष्टी 'स्लो मोशन'मध्ये घडत होत्या. हे मनाने कुठले खेळ चालवले होते? त्याचं वळण आलं... हळू... अगदी हळू त्याची गाडी पुढे सरकू लागली. हॅरीवर त्याचं चांगलं नियंत्रण होतं. तिच्या डोळ्यांपुढे आता त्याची प्रत्येक कृती येऊ लागली. त्याचे ते लांबलचक पाय... पायांनी क्लच आणि

ॲक्सिलरेटर दाबणं... गिअर बदलताना त्याच्या भरदार बाहूंच्या स्नायूंची होणारी हालचाल... हॅरी ट्रक हळूहळू पुढे सरकून डावीकडे वळला. कौन्सिल ब्लफ्स, ब्लॅक हिल्स पार करून पुढे वायव्येच्या दिशेने निघाला.

तिच्या डोळ्यांतून पाणी वाहात होतं. पाऊस आणि धुक्यामुळे समोरचं नीट दिसत नव्हतं. त्याच्या ट्रकच्या दारावरची विटकी लाल अक्षरं तिला कशीबशी ओळखता आली. 'किनसेड फोटोग्राफी, बेलिंगहॅम, वॉशिंग्टन.'

वळण्याआधी त्याने स्वत:च्या बाजूच्या खिडकीची काच खाली केली होती. रस्ता नीट दिसावा म्हणून. तो वळत असताना त्याचे भुरुभुरु उडणारे केस तिला दिसले. पुढे जात असतानाच त्याने खिडकीची काच वर केली.

'ओ ख्राइस्ट, ओ जीझस अलमायटी... नो!' हे शब्द तिच्या मनात होते, पण ओठांवर फुटले नाहीत. 'माझं चुकलं, रॉबर्ट. माझं खरंच चुकलं. मी मागे राहाण्यात चूक केली... पण मला तुझ्याबरोबर खरंच नाही जाता येणार. मला का नाही जाता येणार, ते परत एकदा तुला समजावून सांगते मी... आणि मग तू मला सांग की, मी का जायला हवं.'

हायवेवरून तिला मनातल्या मनात त्याचा आवाज ऐकू येऊ लागला. 'या सगळ्या संदिग्धतेने भरलेल्या विराट विश्वात अशा प्रकारची निश्चितता केवळ एकदाच येते, एकदाच. परत कधीच नाही. तुम्ही अगणित जन्म घेतलेत तरी ती परत भेटत नाही.'

रिचर्डने ट्रक चौकातून उत्तरेला नेला. तिने क्षणभरासाठी वळून पाहिलं. पावसात आणि धुक्यात तिला हॅरीचे लुकलुकणारे दिवे दूर जाताना दिसले. हॅरीच्या शेजारून एक महाकाय ट्रेलर विंटरसेटच्या दिशेने चालला होता. शेवटच्या काउबॉयवर त्याने आपल्या चाकांनी पाण्याचा सपकारा उडवला.

'गुडबाय रॉबर्ट किनसेड!' ती मनातल्या मनात म्हणाली आणि उघडपणे रडू लागली.

रिचर्डने काळजीने तिच्याकडे पाहिलं. "काय झालं फ्रॅनी? प्लीज सांगतेस का मला, काय बिनसलंय तुझं?"

"रिचर्ड, मला थोडा वेळ एकटीला राहू दे. मी आपली आपण ठीक होईन."

रिचर्डने रेडिओवर गुरांच्या पैदाशीसंबंधीचा कुठलासा कार्यक्रम लावला. तिच्याकडे पाहून त्याने जोरजोरात मान हलवली.

❖

रक्षा

मॅडिसन काउंटीत रात्र झाली होती. १९६५ साल होतं. तिचा सदुसष्टावा वाढदिवस. गेले दोन तास फ्रॅन्सेस्का आपल्या बिछान्यात पडून होती. बावीस वर्षांपूर्वीचं सगळंकाही तिला जसंच्या तसं आठवत होतं... ऐकू येत होतं... जाणवत होतं. ते वास येत होते, ते स्पर्श जाणवत होते.

तिने सगळ्या आठवणी काढल्या. मग परत एकदा काढल्या. दूर जाणाऱ्या ट्रकचे पावसातून आणि धुक्यातून लुकलुकणारे लाल दिवे... त्या प्रतिमाचित्राने दोन दशकं तिला पछाडलं होतं. तिने आपल्या छातीला हात लावला आणि तिला त्याच्या भरदार स्नायूंचा स्पर्श तिथे आत्ता या क्षणीही जाणवला. गॉड! किती जिवापाड प्रेम होतं तिचं त्याच्यावर. आपण एखाद्या व्यक्तीवर इतकं प्रेम करू शकतो, याची तिला स्वत:ला तरी याआधी कुठे कल्पना होती. आतातर तिचं प्रेम अधिकच गाढ झालं होतं. त्याच्यासाठी काय वाटेल ते करण्याची तिची तयारी होती. फक्त आपल्या कुटुंबाला आणि कदाचित त्याचबरोबर त्याला उद्ध्वस्त करणं तिला नसतं जमलं.

ती जिना उतरून खाली गेली. पिवळ्या फॉरमायकाचा टॉप असलेल्या जुन्या किचनटेबलपाशी बसली. रिचर्डने नवीन टेबल विकत आणलं होतं. ती नको म्हणत असताना हट्टाने, मोठ्या हौसेने आणलं होतं. तरीपण हे टेबल फेकून न देता तिने अंगणातल्या शेडमध्ये नीट सांभाळून ठेवलं होतं. त्याआधी तिने ते टेबल अगदी व्यवस्थित प्लॅस्टिकमध्ये गुंडाळून ठेवलं होतं.

ते टेबल शेडमध्ये हलवण्यासाठी रिचर्ड तिच्या मदतीला लागला होता खरा, पण त्याने त्या वेळी बरीच कुरकुर केली होती. "तुला या जुन्या टेबलाचं इतकं काय प्रेम आहे, कोण जाणे!" तो म्हणाला होता. रिचर्डच्या मृत्यूनंतर मायकेलने ते टेबल तिच्यासाठी परत घरात आणलं होतं. नवीन टेबलाऐवजी आपल्या आईला त्या जागी ते जुनं टेबल का परत हवं आहे, असं त्याने एका शब्दानेही विचारलं नव्हतं.

आत्ता ती त्याच टेबलापाशी बसून होती. मग तिने उठून टेबलापाशी जाऊन दोन पांढऱ्या मेणबत्त्या आणि पितळेचे कँडल स्टँड बाहेर काढले. तिने त्या मेणबत्त्या पेटवून रेडिओ लावला. स्टेशन नीट ॲडजस्ट करून मंद संगीत लावलं.

त्यानंतर ती ओट्यापाशी जरा वेळ उभी राहिली. मान वर करून त्याच्या चेहऱ्याकडे पाहात... अगदी हलक्या आवाजात ती म्हणाली, "मला तू अजून आठवतोस रॉबर्ट किनसेड. अगदी जसाच्या तसा. खरंच आहे तू म्हणतोस ते. कदाचित तूच आता अखेरचा काउबॉय उरला आहेस. सगळेच्या सगळे काउबॉइज कदाचित एक-एक करून मृत्युमुखी पडत चालले आहेत."

रिचर्डच्या मृत्यूपूर्वी तिने रॉबर्ट किनसेडला कधी फोन करण्याचा साधा प्रयत्नसुद्धा नव्हता केला की, एक पत्रही कधी लिहिलं नव्हतं. पण अनेक वर्षं रोजच तसं करण्याचा मोह तिला व्हायचा... त्या दिशेनं पाऊल पडायचं, पण ते ती मागे घ्यायची. कारण आणखी एकदा जरी ती त्याच्याशी बोलली असती, तरी सगळं सोडून धावत ती त्याच्याकडे गेली असती. आणि तिने जर त्याला एका ओळीचं जरी पत्रं लिहिलं असतं, तरी तो ताबडतोब तिला घेऊन जायला इकडे आला असता. सगळं इतक्या टोकाला येऊन थांबलेलं होतं. इथून परत गेल्यावर त्याने तिला एक पार्सल पाठवलं होतं. त्यात काही फोटो आणि त्याचा लेख होता. तेवढं सोडलं तर त्याने तिला कधीच काही पाठवलेलं नव्हतं की, फोनही केला नव्हता. पण तसं असलं तरीही आपल्या मनातल्या भावना त्याला अगदी नीट कळतात, हे तिला माहीत होतं. त्याच्या त्या छोट्याशा कृतीमुळे आपल्या आयुष्यात केवढं मोठं वादळ उठू शकतं, केवढी गुंतागुंत, केवढी उलथापालथ होऊ शकते, याची त्याला जाणीव आहे, याचीही तिला खात्री होती.

१९६५ सालच्या सप्टेंबर महिन्यात तिने नॅशनल जिऑग्राफिकची वर्गणी भरली. 'कव्हर्ड ब्रिजेस'वरचा लेख पुढच्या वर्षी छापून आला. ज्या सकाळी ब्रिजच्या कठड्याला तिने अडकवून ठेवलेली चिठ्ठी त्याला मिळाली, त्या सकाळी कोवळ्या उन्हात रोझमन ब्रिजचे त्याने काढलेले फोटोपण त्या लेखासोबत छापून आले होते. मुखपृष्ठावरचा फोटोही त्यानेच काढलेला होता. काही लोक एक लाकडाचा गाडा

ओढत हॉगबॅक ब्रिजकडे निघाले आहेत, असं ते दृश्य होतं. तो लेखसुद्धा त्याने स्वत:च लिहिला होता.

नेहमी अंकांच्या मलपृष्ठावर लेखकांची नावं, संक्षिप्त माहिती आणि फोटो छापून येत असत. त्यात कधीकधी त्याचाही फोटो झळकायचा. तेच रुपेरी लांब केस, हातातलं चांदीचं ब्रेसलेट, अंगात जीनची पँट नाहीतर खाकी रंगाची पँट, खांद्यांना लटकणारे कॅमेरे, हातांवरच्या टरटरून फुगलेल्या शिरा. त्याचा कधी कलहारीच्या वाळवंटातला फोटो असायचा, नाहीतर भारतातल्या जयपूरमध्ये एखाद्या राजवाड्याच्या भिंतीजवळ, कधी ग्वाटेमालामध्ये बोटीत बसलेला, कधी कॅनडाच्या उत्तर भागातला. रस्ता आणि त्यावर उभा काउबॉय.

त्या फोटोंची कात्रणं कापून तिने एका पाकिटात जपून ठेवली होती. स्वत:च्या कपड्यांच्या कपाटातल्या ज्या खणात ती अंतर्वस्त्रं ठेवत असे, त्यांच्या खाली ती ते पाकीट दडवून ठेवायची. त्या ठिकाणी रिचर्ड कधीच काहीही शोधायला किंवा हात लावायला गेला नसता. एखाद्या निरीक्षकाने दूरवरून नुसतं कुणाचं निरीक्षण करावं, तसं गेली कित्येक वर्षं ती नियतकालिकात येणाऱ्या लेखांमधून, फोटोंमधून त्याचं निरीक्षण करत होती. त्याचं वय वाढत चाललं होतं हेही त्यामधूनच तिने पाहिलं होतं.

त्याच्या चेहऱ्यावरचं ते खास ठेवणीतलं हसू अजूनही टिकून होतं. तो अजूनही तसाच उंचनिंच, कणखर अंगयष्टीचा होता. पण आता त्याच्या डोळ्यांच्या आसपास जराशा सुरकुत्या उमटल्या होत्या. पूर्वी सरळ रेषेत असलेले खांदे किंचित झुकले होते. चेहऱ्याची त्वचा जराशी ओघळली होती. त्यावरून तिला त्याचं वय जाणवलं होतं. आयुष्यात तिने त्याचा देह जेवढा डोळे भरून निरखून बघितला होता, तेवढी दुसरी कोणतीच गोष्ट पाहिलेली नव्हती. त्याचं वय झालेलं पाहिल्यावर तर तिच्या मनातली त्याच्याबद्दलची ओढ अधिकच तीव्र झाली होती. म्हणजे मुळातच तिला त्याच्याविषयी इतकी जास्त ओढ वाटायची की, त्याहून आणखी काही ओढ वाटायचं शिल्लक असलंच, तर ती आता वाटत होती. तो अजूनही एकटाच असणार असं तिला मनातून माहीत होतं; नव्हे खात्रीच होती तिची. आणि खरोखरच तो एकटा होता.

टेबलापाशी बसून मेणबत्त्यांच्या मंद उजेडात तिने ती कात्रणं बाहेर काढून परत एकदा नीट निरखून पाहिली. खूप दूरवरच्या ठिकाणांहून त्या फोटोंमधून तो तिच्याचकडे निरखून पाहात होता. मग १९६७ सालच्या अंकातल्या एका खास चित्राकडे तिचं लक्ष गेलं; तो पूर्व आफ्रिकेमधील एका नदीकाठी होता. जमिनीवर उकिडवा बसला होता. कुठल्यातरी गोष्टीचा फोटो घेण्याच्या तयारीत.

तिने जेव्हा अगदी पहिल्यांदा, त्या अंकात छापून आलेल्या या फोटोकडे

पाहिलं होतं तेव्हा तिच्या एक गोष्ट लक्षात आली होती. त्याच्या गळ्यातल्या त्या चांदीच्या साखळीत आता एक पदक लटकत होतं. मायकेल बाहेरगावी कॉलेजात शिकायला होता. रिचर्ड आणि कॅरोलिन झोपल्यावर तिने मायकेलच्या टेबलाच्या खणातून एक भिंग बाहेर काढलं. त्याने शाळेत असताना पोस्टाच्या स्टँप्सचा संग्रह केला होता, त्या वेळी त्याने ते आणलं होतं. फ्रॅन्सेस्काने तो फोटो त्या भिंगातून नीट निरखून पाहिला.

"माय गॉड!" ती स्वत:च्या नकळत मोठ्यांदा म्हणाली. त्या पदकावर 'फ्रॅन्सेस्का' असे शब्द कोरलेले होते. त्या दोघांचं गुपित अशा रितीने हलकेच जगापुढे आलं होतं. पण तिने त्याबद्दल त्याला माफ केलं. हसत-हसत! त्यानंतर छापून आलेल्या त्याच्या प्रत्येक फोटोत ते पदक कायम त्याच्या गळ्यात असायचं.

इ.स. १९७५नंतर त्याचा फोटो तिला नॅशनल जिऑग्राफिकच्या अंकात बघायला मिळाला नाही. त्याचे लेख छापून येणंही पूर्णपणे बंद झालं होतं. तिने पुढचा प्रत्येक अंक चाळून पाहिला. पण कुठल्याच अंकात काही मिळालं नाही. त्या वर्षी तो बासष्ट वर्षांचा झाला असणार, असा तिने मनाशी हिशोब केला.

पुढे १९७९ साली तिच्या पतीचं – रिचर्डचं निधन झालं. त्याचं क्रियाकर्म करून मुलं आपापल्या गावी गेली. ती घरात एकटीच उरली. त्यानंतर एक दिवस तिने रॉबर्ट किनसेडला फोन करायचं मनाशी ठरवलं. आता तो सहासष्ट वर्षांचा असणार, कारण ती स्वत: एकोणसाठ वर्षांची होती. मध्ये चौदा वर्षांचा कालावधी लोटला असला, तरी अजून उशीर झालेला नव्हता. त्यानंतर एक आठवडाभर या गोष्टीवर पूर्ण विचार करून झाल्यावर, अखेर तिने त्याचं लेटरहेड बाहेर काढून त्यावरचा नंबर फिरवला.

पलीकडच्या बाजूने फोनची घंटा जशी वाजू लागली, तसं तिला छातीत धडधडू लागलं. मग पलीकडून कुणीतरी रिसीव्हर उचलला. ती घाबरून तो रिसीव्हर परत क्रेडलवर ठेवण्याच्याच बेतात होती, इतक्यात एका स्त्रीचा आवाज आला. "मॅक ग्रेगॉर इन्शुअरन्स." फ्रॅन्सेस्का ते ऐकून खुर्चीत मटकन बसली. पण तिने प्रसंगावधान राखून आपण फिरवलेला नंबर नक्की बरोबर आहे ना, याची खात्री करून घेतली. फ्रॅन्सेस्काने विचारलेला नंबर तर बरोबर होता. मग तिने त्या सेक्रेटरीचे आभार मानून फोन ठेवून दिला.

मग तिने बेलिंगहॅम वॉशिंग्टनच्या इन्फर्मेशन ऑपरेटरचा नंबर फिरवला. पण त्याच्या नावावर कोणताही नंबर नव्हता. तिने सिॲटलमध्येपण अशाच प्रकारे चौकशी केली, पण काहीच थांगपत्ता लागला नाही. मग तिने सिॲटल आणि

बेलिंगहॅम या दोन्ही ठिकाणाच्या चेंबर ऑफ कॉमर्सच्या ऑफिसातपण फोन करून चौकशी केली. त्या शहरांच्या टेलिफोन डिरेक्टरीमध्ये पाहून कृपया त्यांनी रॉबर्ट किनसेडचा नंबर शोधून द्यावा, अशी विनंतीसुद्धा तिने त्यांना केली. पण त्या दोन्ही शहरांच्या फोन डिरेक्टरीमध्ये त्याचा नंबरच नव्हता. याचा अर्थ तो कुठेही असू शकतो, असं तिच्या मनात आलं.

मग तिला नियतकालिकाची आठवण झाली. कधीही गरज पडली, तर तिथे फोन करायचा, असं त्याने तिला सांगून ठेवलं होतं. तिथली रिसेप्शनिस्ट बोलायला गोड होती. पण ती नवीन होती. त्यामुळे फ्रॅन्सेस्काला हवी असलेली माहिती मिळवण्यासाठी तिने तीन वेळा वेगवेगळ्या लोकांना फोन जोडून दिला. अखेर एक उपसंपादक फ्रॅन्सेस्काशी बोलले. ते गेली वीस वर्षं तिथे काम करत होते. तिने त्यांना रॉबर्ट किनसेडविषयी विचारलं.

त्या संपादकांना रॉबर्ट किनसेड अर्थातच आठवत होता. "तो एक अवलियाच होता," ते म्हणाले, "माफ करा, स्पष्ट बोलतो म्हणून. तो खरोखर उत्कृष्ट दर्जाचा फोटोग्राफर होता. तो स्वभावाने जरा हेकेखोर होता. म्हणजे वाईट नव्हता हं. पण आपलं तेच खरं करण्याचा स्वभाव होता त्याचा. तो खऱ्या अर्थाने कलेची उपासना करणारा होता. पण आमच्या वाचकांना ह्या अशा गोष्टी फारशा रुचत नाहीत. वाचकांना चांगली, सुंदर दृश्यं, देखणे फोटो हवे असतात. उत्तम पद्धतीने काढलेले फोटो. पण फार विलक्षण आणि धक्कादायक असंकाही नको असतं त्यांना.

"तो किनसेड जरा विक्षिप्त स्वभावाचा आहे, असं आम्ही सगळे नेहमी म्हणायचो. पण तो आमच्यासाठी जे काही काम करायचा, तेवढं सोडलं तर बाकी त्याच्या खासगी आयुष्याबद्दल आम्हा कुणालाच काही माहीत नव्हतं. एक खरं, तो अत्यंत प्रोफेशनल होता. आम्ही जगाच्या पाठीवर त्याला कुठेही पाठवलं, तरी तो तिथून काम फत्ते करूनच परत यायचा. फक्त जवळजवळ प्रत्येक वेळीच त्याचे आमच्याशी आमच्या संपादकीय धोरणाच्या संदर्भात खटके उडायचे. आता त्याचा ठावठिकाणा काय बरं? एक मिनिटं हं... मी तुमच्याशी बोलताना एकीकडे माझ्या फाइल्सपण चाळून बघतोच आहे. १९७५ साली त्याने आमच्यासाठी काम करणं थांबवलं. माझ्याकडं जो पत्ता आणि फोननंबर लिहिलेला आहे तो..." असं म्हणून त्याने ते दोन्ही फ्रॅन्सेस्काला वाचून दाखवले, पण ते दोन्ही फ्रॅन्सेस्काकडे लिहिलेले होतेच. त्या दिवसानंतर फ्रॅन्सेस्काने त्याचा शोध थांबवला. न जाणो, काय बातमी ऐकावी लागेल या आशंकेनेच.

फक्त आता तिचं मन भरकटायला मोकळं होतं, कारण ती घरात एकटीच होती. ती सतत फक्त त्याचाच विचार करत बसायची. अजूनही ती कार ड्रायव्हिंग

व्यवस्थित करू शकत असे, त्यामुळे वर्षातून एक-दोनदा ती कार घेऊन दमॉइनला जायची. तो तिला ज्या रेस्टॉरंटमध्ये घेऊन गेला होता, तिथे जाऊन ती एकटीच जेवायची. अशाच एका फेरीच्या वेळी तिने एक लेदरचं कव्हर असलेली नवी कोरी डायरी विकत आणली. मग तिने त्या डायरीत सुरेख वळणदार अक्षरात त्याच्या आणि तिच्या प्रेमप्रकरणाविषयी तपशीलवार लिहिण्यास सुरुवात केली. त्याचबरोबर तिच्या त्याच्याविषयीच्या भावना आणि विचारही तिने त्यात लिहून ठेवले. ती नंतरचे कित्येक दिवस लिहीतच होती. अखेर मोठाल्या तीन डायऱ्या लिहून संपल्यावर तिचं समाधान झालं.

विंटरसेटमध्ये आता बरीच सुधारणा होत चालली होती. काही कलोपासक व्यक्तींनी एकत्र येऊन एक संस्था सुरू केली होती. त्याचे सदस्य बहुधा स्त्रियाच होत्या. त्या संस्थेत गेल्या काही वर्षांपासून जुन्या झालेल्या ब्रिजेसचं नूतनीकरण करण्याबद्दल जोराजोरात चर्चा सुरू झाली होती. तरुण मंडळी डोंगराळ भागात छोटी-छोटी टुमदार घरं बांधत होती. समाजातील बंधनं बरीच कमी झाली होती. वातावरणात एक प्रकारचा मोकळेपणा आला होता. आता कुणाचे लांब वाढलेले केस पाहून लोकांच्या भुवया उंचावत नसत. तरीपण अजूनही पायात सँडल्स घालून फिरणारे पुरुष खूपच कमी होते आणि कवी तर नव्हतेच.

असं असूनसुद्धा फ्रॅन्सेस्काचं समाजात मिसळणं जवळजवळ बंदच झालं होतं. तिला अगदी मोजक्याच मैत्रिणी होत्या. लोक तिच्या पाठीमागे त्याविषयी आपापसात बोलत. अनेकदा ती एकटीच रोझमन ब्रिजपाशी, नाहीतर सेडर ब्रिजपाशी जाऊन उभी राहिलेली दिसायची. माणसं म्हातारपणी जरा विक्षिप्तच वागू लागतात, असंही लोक म्हणायचे आणि सोडून द्यायचे.

१९८२ सालच्या फेब्रुवारी महिन्यात युनायटेड पार्सल सर्व्हिसेसची गाडी तिच्या दारात येऊन उभी राहिली. तिच्या नावे एक पार्सल आलं होतं. पण तिने तर काहीच मागवलेलं नव्हतं. ती बुचकळ्यात पडली. तिने सही करून ते पार्सल ताब्यात घेतलं. त्यावर तिचा पत्ता स्पष्ट शब्दात लिहिलेला होता. ते पार्सल सिॲटलमधल्या एका लॉ फर्मकडून आलेलं होतं.

ते पाकीट अत्यंत नीटनेटकेपणाने चिकटवून बंद करण्यात आलेलं होतं. जादा पैसे भरून त्याचा जास्तीचा विमासुद्धा उतरवलेला होता. तिने ते घरात नेऊन काळजीपूर्वक किचन टेबलवर ठेवलं आणि व्यवस्थित उघडलं. आत तीन छोटे-छोटे बॉक्सेस होते. तेही प्लॅस्टिकमध्ये नीट गुंडाळलेले होते. त्यापैकी एका बॉक्सला टेपने एक गुबगुबीत पाकीट चिकटवलेलं होतं. दुसऱ्या बॉक्सला आणखी एक पाकीट चिकटवलेलं होतं. त्यावर तिचं नाव लिहिलेलं होतं. शिवाय पत्रव्यवहारासाठी त्या लॉ फर्मचा पत्ता लिहिलेला होता.

तिने आधी ते दुसरं पाकीट उघडून आतलं पत्र बाहेर काढलं. तिचे हात थरथरत होते.

जानेवारी २५, १९८२

श्रीमती फ्रॅन्सेस्का जॉन्सन

आर. आर. २

विंटरसेट आय ए ५०२७३

श्रीमती जॉन्सन यांस, स.न.वि.वि.

श्री. रॉबर्ट किनसेड यांच्या मालमत्तेची देखभाल आम्ही करतो.

त्यांचं नुकतच निधन झालं...

फ्रॅन्सेस्काने हातातलं पत्र टेबलावर ठेवलं. खिडकीतून बाहेर शेतात हिमवृष्टी सुरू होती. ती जरा वेळ त्या भुरुभुरु पडणाऱ्या बर्फाकडे बघत उभी राहिली. कोपऱ्या-कोपऱ्यात बर्फाचे छोटे-छोटे ढीग जमा होत होते. तिने त्या पत्रातले शब्द परत एकदा वाचले.

श्री रॉबर्ट किनसेड यांच्या मालमत्तेची देखभाल आम्ही करतो. त्यांचं नुकतंच निधन झालं...

"ओ, रॉबर्ट... नाही!" ती मान खाली घालून हलकेच रडू लागली.

एक तासानंतर पत्रातील पुढचा मजकूर वाचण्यास तिने सुरुवात केली. कायद्याची ती सरळसोट बिनचूक भाषा, तोलूनमापून वापरलेले शब्द... या सगळ्याचा तिला राग आला.

'...मालमत्तेची देखभाल...'

एक वकील आपल्या अशिलाच्या बाबतीतलं कर्तव्य पार पाडत आहे.

पण ती ताकद... धूमकेतूच्या पुच्छावर आरूढ होऊन आपल्याकडे आलेला चित्ता... ऑगस्ट महिन्यातील त्या तप्त दिवशी रोझमन ब्रिजच्या शोधात आलेला तो योद्धा... हॅरी नावाच्या ट्रकच्या फूटबोर्डवर उभा राहून आपल्याला निरखणारा माणूस... आयोवाच्या शेतातील गल्लीत गुडघे टेकून धुळीत हताशपणे बसलेल्या, शंभर मरणं एकदम मरणाऱ्या तिच्याकडे पाहाणारा माणूस... या पत्रातल्या शब्दांमध्ये कुठेच तो माणूस तिला दिसत नव्हता.

खरंतर ते पत्र हजार पानांचं असायला हवं होतं. उत्क्रांतीच्या शृंखलांच्या शेवटाबद्दल आणि मुक्त चैतन्याच्या लोप पावण्याबद्दल त्यात लिहिलेलं पाहिजे होतं. कुंपणांच्या तारांच्या जंजाळाशी झगडणाऱ्या हिवाळ्यातल्या मक्याच्या कणसांसारख्या काउबॉइजबद्दल त्यात काहीतरी कुणीतरी लिहायला हवं होतं.

त्यांनी एकमेव मृत्युपत्र लिहून ठेवलेलं आहे. त्यावरची तारीख ८ जुलै १९६७ ही आहे. आम्ही या पत्रासोबत ज्या वस्तू तुम्हाला पाठवलेल्या आहेत, त्या वस्तूंविषयी त्यांनी आम्हाला अत्यंत स्पष्ट शब्दात सूचना दिल्या आहेत. जर आम्हाला तुम्ही सापडू शकला नसतात, तर त्या वस्तू जाळून टाकण्याची त्यांनी आम्हाला सूचना दिली होती.

तुम्हाला पाठवलेल्या सामानात एक बॉक्स असून त्यासोबत एक पत्र जोडलेलं आहे. ते पत्र त्यांनी स्वत: १९७८ साली लिहिलेलं आहे. त्यानंतर ते कुणीही कधीही उघडलेलं नाही.

मि. किनसेड यांच्या देहाला अग्नी देण्यात आला. त्यांनी सूचना केल्यानुसार त्यांचं कुठेही कोणत्याच स्वरूपात स्मारक उभारण्यात आलेलं नाही. त्यांच्या खास विनंतीनुसार त्यांची रक्षा आमच्याच एका सहकाऱ्याने रोझमन ब्रिज नामक एका ठिकाणी स्वत: जाऊन विसर्जित केली.

आमच्याकडून तुम्हाला कसलीही मदत लागली, तर विनासंकोच आमच्याशी संपर्क साधावा, ही विनंती.

कळावे.

तुमचा विश्वासू,
ॲलन बी. क्विपन, ॲटर्नी ॲट लॉ

तिने एक प्रदीर्घ श्वास घेऊन डोळे पुसले. मग हळूहळू एकेक बॉक्स उघडून आतील वस्तू निरखून पाहाण्यास सुरुवात केली.

त्या छोट्या गुबगुबीत पाकिटात काय होतं, ते तिला माहीत होतं. अगदी पक्कं ठाऊक होतं. या वर्षी उन्हाळा येणार आहे, हे जेवढं खात्रीशीररीत्या माहीत होतं ना, तितकंच हेही माहीत होतं. तिने ते पाकीट अत्यंत काळजीपूर्वक उघडून त्यातील वस्तू बाहेर काढल्या. चांदीची साखळी. त्या साखळीत एक पदक होतं. त्यावर बरेच चरे उठले होते. त्यावर 'फ्रॅन्सेस्का' अशी अक्षरं कोरलेली होती. तिने पदक हातात घेऊन पालथं केलं. त्याच्या पाठीवर अत्यंत लहान अक्षरं कोरलेली होती. तिने तो मजकूर वाचला. 'हे जर कुणाला सापडलं तर फ्रॅन्सेस्का जॉन्सनला परत करा. तिचा

पत्ता : आर.आर. २, विंटरसेट, आयोवा, यु.एस.ए.' त्याच पाकिटातून एक चांदीचं ब्रेसलेटसुद्धा निघालं. ते एका पातळ टिश्यू पेपरमध्ये गुंडाळून ठेवण्यात आलं होतं. त्याबरोबर जीर्ण झालेली एक छोटी चिठ्ठीपण होती. तिने ती उघडताच आत तिला तिचं स्वतःचं हस्ताक्षर दिसलं. तिने लिहिलं होतं :

'आज रात्री परत एकदा एकत्र जेवायला आवडेल का, जेव्हा... 'पतंग दिव्याभोवती भिरभिरत असतील?' आजचं काम संपलं की या ना घरी. कोणत्याही वेळी आलात तरी चालेल.'

रोझमन ब्रिजच्या कठड्याला तिने अडकवून ठेवलेली चिठ्ठी. आपल्या आठवणींच्या साठ्यामध्ये त्याने तीसुद्धा जपून ठेवली होती.

मग तिला आठवलं. तिचं असं त्याच्याकडे काहीच नव्हतं. ही एवढी एकच गोष्ट तर होती. ती अस्तित्वात असल्याचा त्याच्याकडचा एकमेव पुरावा. आणि त्याच्या फिल्ममध्ये बद्ध असलेल्या तिच्या काही प्रतिमा. रोझमन ब्रिजला तिने अडकवून ठेवलेली चिठ्ठी आता जीर्ण झाली होती. त्यावर डाग पडले होते. जणूकाही वर्षानुवर्षं ती नोटेच्या घडीत त्याने जपून ठेवली होती.

गेल्या इतक्या वर्षांत त्याने ती किती वेळा बाहेर काढून वाचली होती, देव जाणे. डोंगरांच्या पलीकडे, मिडल रिव्हरच्या काठावर फिरताना... तिच्या डोळ्यांसमोर विविध दृश्यं आली... तो एका भल्यामोठ्या जेट विमानात बसून कुठेतरी दूरवरच्या प्रवासाला निघाला आहे, आणि विमानाच्या सीटवर बसून डोक्यावरचा छोटासा, प्रखर दिवा लावून त्या प्रकाशात ती चिठ्ठी वाचतो आहे, मग परत ती घडी करून पाकिटात ठेवतो आहे... तो वाघांच्या मुलुखात गेला आहे, जंगलात एका बांबूच्या झोपडीत जमिनीवर बसला आहे आणि टॉर्चच्या प्रकाशात बसून ती चिठ्ठी वाचतो आहे... बेलिंगहॅममध्ये एका पावसाळ्या रात्री तो एका स्त्रीचा फोटो न्याहाळत बसला आहे. ती सकाळच्या कोवळ्या उन्हात कुंपणाच्या खांबाला रेलून उभी आहे किंवा संध्याकाळी सूर्यास्ताच्या वेळी एका कव्हर्ड ब्रिजच्या खालून बाहेर मोकळ्यावर येत आहे.

त्या तीनही बॉक्सेसमध्ये एकेक कॅमेरा होता. प्रत्येकाला लेन्स लावलेली होती. कॅमेरे जुने झाले होते. त्यांच्यावर जागोजागी ओरखडे उठले होते. त्यातला एक कॅमेरा हातात घेऊन तिने उलट-सुलट करून पाहिला. त्याच्या व्ह्यू फाइंडरवर तिला 'निकॉन' असे शब्द कोरलेले दिसले. त्या निकॉनच्या लेबलच्या वरच्या बाजूला डाव्या बाजूला 'एफ' हे अक्षरही होतं. हाच कॅमेरा तिने सेडर ब्रिजपाशी त्याच्या हातात दिला होता.

अखेर तिने ते पत्र उघडलं. ते त्याने तिला लिहिलेलं होतं. त्याच्या स्वत:च्या छापील स्टेशनरीवर त्याने स्वत:च्या लांबुळक्या हस्ताक्षरात ते लिहिलं होतं. त्यावर तारीख होती १६ ऑगस्ट, १९७८.

प्रिय फ्रॅन्सेस्का,

तुला हे पत्र मिळेल तेव्हा तुझी प्रकृती चांगली असेल, तू सुखात असशील, अशी आशा आहे. हे पत्र तुला कधी मिळेल, हे मला माहीत नाही. मी हे जग सोडून गेल्यानंतर काही दिवसांनी तुला ते मिळेल. मी आता पासष्ट वर्षांचा आहे. बरोबर तेरा वर्षांपूर्वी याच दिवशी आपण भेटलो होतो. त्या वेळी मी पत्ता शोधत तुझ्याकडे आलो होतो.

माझं हे पार्सल तुला अचानक मिळाल्यावर तुझ्या आयुष्यात काही खळबळ तर माजणार नाही ना? मी हा एक धोकाच खरं म्हणजे पत्करतोय. पण माझ्यानंतर माझे हे कॅमेरे कुठल्यातरी सेकंड हँड कॅमेऱ्याच्या दुकानात विक्रीसाठी मांडून ठेवण्यात आले आहेत, ही कल्पनासुद्धा मला सहन होत नाही गं. तुझ्या हातात हे कॅमेरे जेव्हा पडतील, तेव्हा त्यांची स्थिती अगदीच खराब असेल. पण ते मी दुसऱ्या कोणाकडे सोपवू? मला जवळचं कुणीच नाही. मी ते तुला पाठवल्यामुळे तुझ्यावर काही संकट तर नाही ना ओढवणार? मी त्याबद्दल तुझी क्षमा मागतो.

इ.स. १९६५ ते १९७५च्या दरम्यान माझी भटकंती सतत चालू होती. मी त्या काळात मुद्दामच जास्तीत जास्त परदेशातील कामं स्वीकारली. त्याचं कारण असं की, रोज सकाळी उठल्यावर मनात फक्त तुझाच विचार असे. तुला फोन करावा, भेटावं, माझ्याबरोबर घेऊन यावं असा मोह व्हायचा. चैन पडायचं नाही. मग त्यावर मात करण्यासाठी मी तसं केलं. पण तरीही अनेक क्षणी असं वाटायचं : 'जाऊ दे, मरू दे हे काम. सरळ उठून आयोवाला, विंटरसेटला जावं. काय वाटेल ते झालं तरी होऊ दे, पण फ्रॅन्सेस्काला घेऊन यावं.'

पण मग मला तुझे शब्द आठवायचे. तुझ्या भावनांचा मी नेहमीच आदर करत आलो आहे. कदाचित तुझं म्हणणं बरोबरही असेल. मला नाही माहीत. मला फक्त एकच गोष्ट माहीत आहे. उन्हाळ्यातल्या त्या शुक्रवारी सकाळच्या वेळी तुझ्या घरासमोरच्या गल्लीतून बाहेर पडून दूर निघून जाणं ही माझ्या आजवरच्या आयुष्यातली सगळ्यात कठीण गोष्ट होती. एवढंच नव्हे तर जगात फारच कमी लोकांनी इतकी कठीण गोष्ट केली असेल.

मी १९७५ साली नॅशनल जिऑग्राफिक सोडलं. त्यानंतर गेली काही

वर्षं मी फक्त माझ्या आवडीच्या गोष्टींचंच शूटिंग करतो आहे. तेवढ्यात जाता-जाता कुठे काही काम मिळालं तर मी ते स्वीकारतो. पण ते साधं, स्थानिक काम असतं. त्यामुळे मला घरापासून अगदी अल्प काळच बाहेर राहाण्याची वेळ येते. आर्थिकदृष्ट्या जरा जड जातं आजकाल, पण भागतं. मी सगळंकाही चालवून घेतो. नेहमीच.

माझ्या कामापैकी बरंचसं काम प्यूजेट साउंडच्या जवळपासच्या भागात असतं. मला तसं खूप आवडतं. मला वाटतं, माणूस जसा जसा वयाने वाढू लागतो ना, तसं तसं त्याचं मन पाण्याकडे ओढ घेतं.

अगं हो, आता माझ्याकडे कुत्रापण आहे. गोल्डन रिट्रीव्हर जातीचा. मी त्याचं नाव 'हायवे' ठेवलंय. तो सर्व काळ माझ्या सोबतच असतो, प्रवासालापण बरोबर येतो. गाडीच्या खिडकीतून डोकं बाहेर काढून बघत असतो. कुठे चांगले शॉट्स मिळतायत का, हे तोपण शोधत असतो.

१९७२ साली मी माइनच्या परिसरात ॲकाडिया नॅशनल पार्कमध्ये गेलेलो असताना एका डोंगराच्या कड्यावरून खाली पडलो आणि माझ्या घोट्याला दुखापत झाली. माझ्या गळ्यातली साखळी आणि पदक त्या वेळी पडलं आणि तुटलं. पण नशिबाने त्या दोन्ही गोष्टी माझ्या शेजारीच पडलेल्या सापडल्या. मी त्या एका सोनाराकडून दुरुस्त करून घेतल्या आहेत.

मी जगतो आहे, हृदयात धूळ घेऊन. मी माझ्या स्थितीचं याहून वेगळ्या शब्दात वर्णन नाही करू शकत. तू भेटण्यापूर्वी माझ्या आयुष्यात काही स्त्रिया आल्या, पण तुझ्यानंतर मात्र एकही नाही. मी तुझ्यानंतर दुसऱ्या कोणत्याच स्त्रीशी संबंध न ठेवण्याची शपथ वगैरे घेतली नव्हती, पण मला कुणातच कधी रस नाही वाटला.

कॅनडामध्ये असताना एकदा मी एका हंसाला पाहिलं. त्याच्या मादीची एका शिकाऱ्याने शिकार केली होती. हंसाची जोडी एकदा जमली की, ती जन्मभरासाठी असते, याची तुला कल्पना असेलच. तर हा हंस नंतरचे कित्येक दिवस तळ्यावर एकटाच पोहत असायचा... गोल गोल. मी त्याला शेवटचं पाहिलं, तेव्हाही तो आपल्या जोडीदारीणीचा शोध घेत एकटाच पोहत होता. खरंतर हंसांच्या जोडीची उपमा साहित्यात अगदी झिजून-झिजून गुळगुळीत झालेली आहे, याची मला पूर्ण कल्पना आहे. तरीही माझी स्वत:ची मन:स्थितीसुद्धा त्या एकाकी हंसासारखीच झालेली आहे.

मी नेहमी कल्पना करत बसतो. सकाळची वेळ, धुकं पडलेलं असावं,

नाहीतर दुपारची वेळ असावी आणि वायव्येकडच्या पाण्यात सूर्याची किरणं पडलेली असावीत... अशा वेळी तू कुठे असशील बरं? काय करत असशील? मी जेव्हा तुझा विचार करत असतो तेव्हा तुझं तिकडे तुझ्या आयुष्यात नक्की काय चालू असतं? अर्थात गुंतागुंतीचं असं काहीच चालू नसणार! तू तुझ्या बागेतून फिरत असशील, घरापुढच्या पोर्चवरच्या झोपाळ्यावर बसली असशील, तुझ्या स्वयंपाकघरातल्या कट्ट्यापाशी उभी असशील, नाहीतर असंच काहीतरी करत असशील.

मला सगळंच्या सगळं अगदी नीट आठवतं. तुझा गंध, तुझी चव... तू मला उन्हाळ्यासारखी वाटलीस. तुझ्या त्वचेचा माझ्या त्वचेला झालेला स्पर्श आणि मी तुझ्यावर प्रेम करत असतानाचं तुझं माझ्या कानात कुजबुजणं.

रॉबर्ट पेन वॉरन याने एकदा एक वाक्प्रचार वापरला होता, '...देवाने वाऱ्यावर सोडून दिल्यासारखं हे जग मला भासतंय...' तसंच, जवळजवळ तसंच मला आजकाल बरेचदा वाटत असतं. पण हे असंकाही कायमचं जगणं शक्य नाही होत ना मला. या भावना, हे उदासवाणेपण, हा एकटेपणा अगदी असह्य झाला की, मी माझ्या 'हॅरी'मध्ये सामान भरतो आणि माझ्या 'हायवे'ला घेऊन कुठेतरी भटकायला जातो. काही दिवस नुसता भटकत बसतो.

मला स्वत:चं दु:ख कुरवाळत बसायला अजिबात आवडत नाही. मी हा असा कधीच नव्हतो आणि अजूनही नाही. तसा बराचसा वेळ मी व्यवस्थित असतो. निदान या जन्मात तू मला भेटलीस, यातच मला धन्यता वाटते. खरंतर विश्वाच्या या पसाऱ्यात आपण दोघं दोन धुळीच्या कणांप्रमाणे केव्हाच फेकले गेलो असतो कुठेतरी!

ईश्वर म्हणा किंवा हे विश्व म्हणा... जे काही आहे ना... या सर्व सृष्टीचा समतोल राखणारी जी कोणती यंत्रणा आहे ना... त्या यंत्रणेला आपल्या पृथ्वीवरच्या काळाशी, तारीख, वाराशी काहीही देणंघेणं नसतं. या जगड्व्याळ विश्वाच्या दृष्टीने चार दिवस काय आणि चार अब्ज प्रकाशवर्षं काय... सगळं सारखंच. मी ह्या गोष्टीची मनात सतत जाणीव ठेवतो.

पण शेवटी मीही एक माणूस आहे. पुरुष आहे. कितीही तात्त्विक चर्चा केली, कितीही युक्तिवाद, कारणमीमांसा केली, कितीही शब्दच्छल केला तरीही तुझ्याविषयी जी काही पराकोटीची ओढ वाटते ना, ती काही मनातून जात नाही. अगदी प्रत्येक क्षणी मला तू हवी असतेस. ज्या प्रत्येक वेदनामय, दु:खदायक क्षणी तू माझ्याजवळ नसतेस, त्या प्रत्येक क्षणाला माझ्या डोक्यात फक्त तुझा, फक्त तुझाच विचार असतो.

माझं खूप प्रेम आहे तुझ्यावर, अगदी जिवापाड, प्राणापलीकडे. आणि मी कायम प्रेम करतच राहाणार.

अखेरचा काउबॉय
रॉबर्ट

ता.क. गेल्या उन्हाळ्यात मी 'हॅरी'चं इंजीन बदललं. तो आता व्यवस्थित चाललाय.

ते पाकीट आणि पत्र पाच वर्षांपूर्वी आलं होतं. त्यानंतरच्या प्रत्येक वाढदिवसाला ते निवांतपणे उघडून बसायचं, ते पत्र वाचायचं आणि त्या सर्व गोष्टी हातात घेऊन निरखून पाहायच्या, हे आता नित्याचंच होऊन गेलं होतं. त्याचे कॅमेरे, ब्रेसलेट, साखळी आणि पदक हे सगळं तिने एका खास पेटीत घालून कपाटातल्या एका कप्प्यात नीट ठेवून दिलं होतं. ती पेटी तिने गावातल्या सुताराकडून मुद्दाम बनवून घेतली होती. त्या पेटीच्या आत धूळ जाऊ नये म्हणून तजवीज करण्यात आली होती. आतील वस्तू सुरक्षित राहाव्या म्हणून आतल्या भागात मऊ रेशमी गाद्या बसवलेल्या होत्या. ती पेटी बनवणारा सुतार स्वत:च खूश होऊन म्हणाला होता, "फारच सुंदर झाली आहे ही." त्यावर फ्रॅन्सेस्का नुसती हसली होती.

दर वाढदिवसाला सगळ्यात शेवटी ती हे हस्तलिखित काढून बसायची. दिवस मावळला की, मेणबत्तीच्या प्रकाशात ती त्यातला शब्दन्‌शब्द वाचून काढायची. पण तत्पूर्वी ती ते दिवाणखान्यातून घेऊन यायची आणि पिवळ्या फॉरमायकाचा टॉप असलेल्या टेबलावर ठेवायची. वर्षातून फक्त तेव्हाच ती एक सिगारेट ओढायची. त्याचा आवडता कॅमल ब्रँड. ब्रँडीचा एक घुटका घ्यायची आणि मग त्याच्या लेखाचं ते हस्तलिखित वाचायची.

कॉलिंग फ्रॉम डायमेन्शन झेड
रॉबर्ट किनसेड

जुने वारे आहेत इथे. त्यांना मी अजूनही समजू शकत नाही. खरंतर मी युगानुयुगे त्या वाऱ्यांची कास धरून, त्यांच्यावर आरूढ होऊन निघालो आहे. मी झेड डायमेन्शनमध्ये वास करून आहे. हे विश्व माझ्या शेजारून निघून चाललेलं आहे. ते मला समांतर असलेल्या दुसऱ्याच एका गोष्टीचा भाग आहे. जणूकाही मी खिशात हात घालून

जरासं पुढे झुकून एखाद्या डिपार्टमेंटल स्टोअर्सच्या खिडकीतून आत डोकावून पाहातो आहे.

माझ्या या झेड डायमेन्शनमध्ये फार विलक्षण क्षण आहेत. न्यू मेक्सिकोच्या लांबचलांब वळणावरून पावसाळ्यातल्या एका दिवशी माग्दालेनाच्या पश्चिमेकडे गेलं की, हायवे संपून रस्त्याचा छोटासा फुटपाथ होतो. हळूहळू त्या फुटपाथचं रूपांतर जंगलातल्या एका पायवाटेत होतं. तेही माणसांच्या नव्हे, प्राण्यांच्या पायवाटेत. मी माझ्या वायपरच्या पात्यांवरून पुढे जातो तर ती पायवाट सरळ एका जंगलात घुसते. घनदाट जंगल असतं ते, जिथे आजवर कुणीच गेलेलं नाही, असं जंगल. परत एकदा वायपर ब्लेड्सवरून पुढे जाणं, आणखी थोडं पुढं जाऊन परत थोडं मागे वळणं. या खेपेला केवढातरी हिमवर्षाव. मी छोट्या-छोट्या गवतातून पुढे निघालोय. देवदाराची झाडं. बर्फाने मढलेले सूचीपर्णी वृक्ष, पीळदार स्नायूंचे, बलशाली आणि महाधूर्त. त्या हिमवृष्टीच्याही पलीकडे, अजून थोडं मागे... मी खोल, खारट पाण्यात पोहोतोय... भाजून निघतोय, अंगाची सालपटं निघतायत. मला पुढचं काही दिसत नाहीये. फक्त भोवतालचे, पाण्यात तरंगणारे सूक्ष्म जीवाणू सोबतीला आहेत आणि त्यांच्या पलीकडे दिसतंय एक भलंमोठं शून्य.

यूक्लिड काही नेहमीच बरोबर नसायचा. त्याने समांतर असणं गृहीत धरलं. दोन समांतर गोष्टी सदासर्वकाळ समांतरच राहातील, अगदी शेवटापर्यंत, असं मानलं. परंतु, गोष्टींना याहूनही वेगळं अस्तित्व असू शकतं. खूप दूरवर दोन समांतर रेषापण एकमेकींना मिळू शकतात. तो बिंदू अदृश्य असतो. दोन रेषा एकमेकींना मिळाल्याचा तो म्हटलं तर एक भास असतो.

पण तरीही तो केवळ भास नसतो, तर त्याहूनही अधिक काहीतरी असतं, ही गोष्ट मला माहीत आहे. कधीकधी हे असं एकत्र येणं खरोखर शक्य असतं. एक वास्तव दुसऱ्या वास्तवावर सांडतं आणि त्यात मिसळून जातं. अगदी अलगदपणे. या वास्तवाची त्या वास्तवाला झालर लागावी, तसं. आपल्या काटेकोर जगातल्यासारख्या या दोन वास्तवांच्या सीमारेषा ठळकपणे वेगळ्या ओळखू नाही येत. ही वास्तवं एकत्र होताना जोराचा धडक मारल्याचा आवाजही नाही येत. वेल... फक्त श्वासांचा आवाज येतो, बस. तेवढाच एक आवाज असतो, आणि मनात कुठेतरी ते घडल्याची एक जाणीव. तो श्वास.

मग मी हळूच, अगदी अलगद या दुसऱ्या वास्तवाकडे खेचला जातो, त्याच्या आसपास घोटाळतो, त्याच्या खाली जाऊन बघतो, त्याच्याभोवती एक प्रदक्षिणा घालतो. माझ्या अंगात एका शक्तीचा संचार होतो, मी माझं मीपण त्या वास्तवाला बहाल करतो. त्या वास्तवालासुद्धा त्याची जाणीव होते. मग ते स्वतःची शक्ती घेऊन पुढं येतं आणि स्वतःला माझ्यात झोकून देतं.

आत खोलवर कुठेतरी, त्या श्वासांच्या आत एक संगीत सुरू होतं. अनोख्या वर्तुळाकार नृत्याविष्काराला प्रारंभ होतो. त्याला स्वतःचीच लय, स्वतःचाच ताल असतो. हातात भाला आणि विस्कटलेले केस घेऊन चालणाऱ्या हिममानवाला हे नृत्य शांत करतं. ते आदिम नृत्य... मग डायमेन्शन झेडमधून तो हिममानव कोसळतो... तो तिच्यात सामावून जातो...

फ्रॅन्सेस्काचा सदुसष्टावा वाढदिवस संपत आला. तिने आपल्या डेस्कचा खण उघडून त्यात ते पाकीट ठेवून दिलं. रिचर्डच्या मृत्यूनंतर ते पाकीट बँकेच्या सेफ डिपॉझिट व्हॉल्टमध्ये ठेवायचं, असं खरंतर तिने ठरवलं. तसं ते वर्षभर ती तिथेच ठेवायची. फक्त वाढदिवसाच्या काही दिवस आधी ती ते घरी घेऊन यायची. ते तीन कॅमेरे मात्र तिने त्या खास बनवून घेतलेल्या लाकडी नक्षीच्या पेटीतच व्यवस्थित ठेवले होते आणि ती पेटी आपल्या खोलीतल्या कपाटातल्या शेवटच्या कप्प्यात ठेवलेली होती.

आज दुपारी ती रोझमन ब्रिजला भेट द्यायला गेली होती. आता ती बाहेरच्या पोर्चमध्ये फेऱ्या घालत होती. मग जरा वेळाने तिने एक टॉवेल घेऊन पोर्चमधला झोपाळा स्वच्छ पुसला व त्यावर बसली. झोपाळा थंडगार पडला होता. पण तिचा काही फार वेळ तिथे बसण्याचा विचार नव्हताच. ती नेहमी अगदी थोडा वेळच त्या झोपाळ्यावर बसायची. त्यानंतर ती उठून अंगणाच्या दरवाजापाशी जाऊन जरा वेळ उभी राहिली. मग तिथून पुढे चालत गल्लीच्या टोकाशी जाऊन तिथे थांबली. तब्बल बावीस वर्षांनंतरही तिच्या डोळ्यांसमोर तो जसाच्या तसा उभा राहिला. दुपारच्या वेळी दारासमोर ट्रक थांबवून त्यातून उतरणारा, पत्ता शोधणारा. आपल्यापासून दूर निघून चाललेला त्याचा हॅरी नावाचा ट्रक तिला दिसला. तो ट्रक दूर जाऊन थांबला, आपल्या सीटवरून खाली उतरून ट्रकच्या फूटबोर्डवर उभा राहिलेला, गल्लीकडे मागे वळून पाहाणारा रॉबर्ट किनसेड.

❖

फ्रॅन्सेस्काचं पत्र

१९८९ सालच्या जानेवारी महिन्यात फ्रॅन्सेस्का जॉन्सनचं निधन झालं. मृत्यूसमयी तिचं वय ६९ वर्षं होतं. त्या वर्षी रॉबर्ट किनसेड शहात्तर वर्षांचा झाला असता. तिच्या मृत्यूचं निदान डॉक्टरांनी 'नैसर्गिकरीत्या झालेला मृत्यू' असंच केलं. डॉक्टर मायकेल आणि कॅरोलिनला म्हणाले, "त्या गेल्या. खरंतर आम्हीसुद्धा जरा बुचकळ्यातच पडलो आहोत. त्यांच्या मृत्यूला नक्की काय कारण घडलं असावं तेच आम्हाला कळत नाहीये. त्या एका शेजाऱ्याला तुमच्या घरातल्या किचन टेबलावर डोकं टेकून झोपलेल्या आढळल्या. पण नंतर लक्षात आलं, त्या तशा अवस्थेत गेलेल्याच होत्या."

सन १९८२मध्येच फ्रॅन्सेस्काने आपल्या वकिलांना एक पत्र लिहिलं होतं. आपल्या मृत्यूनंतर आपल्या मृतदेहाला अग्नी देण्यात यावा व आपली रक्षा रोझमन ब्रिजपाशी विसर्जित करण्यात यावी, अशी इच्छा त्यात तिने व्यक्त केली होती. मॅडिसन काउंटीमध्ये मृतदेहाला अग्नी देण्याची अजिबात प्रथा नव्हती. त्यामुळे फ्रॅन्सेस्काने व्यक्त केलेली इच्छा लोकांना समजताच त्यांच्यात फारच खळबळ माजली. कॅफे, टेस्कॅको स्टेशन आणि शेती अवजारांच्या दुकानात चर्चेला नुसतं उधाण आलं. तिची रक्षा तिच्या मुलांनी अजिबात गाजावाजा न करता गुपचूप विसर्जित केली.

अंतिम संस्कार पार पाडल्यावर मायकेल आणि कॅरोलिन गाडीतून रोझमन

ब्रिजपाशी गेले आणि त्यांनी फ्रॅन्सेस्काने लिहून ठेवलेल्या सूचनांचं तंतोतंत पालन केलं. खरंतर रोझमन ब्रिज त्यांच्या घराच्या इतक्या जवळ असूनसुद्धा जॉन्सन कुटुंबीयांना त्या ब्रिजबद्दल काही खास आपुलकी वगैरे नव्हती. त्यामुळे मायकेल आणि कॅरोलिन हे दोघंही आपल्या आईच्या या अत्यंत जगावेगळ्या, गूढ इच्छेमुळे फारच बुचकळ्यात पडले होते. खरंतर त्यांच्या आईचा स्वभाव अत्यंत साधा, सरळ होता. विक्षिप्तपणा त्यात कुठे औषधालाही सापडला नसता. खरंतर पतीचा देह जिथे पुरण्यात आला आहे तिथेच मृत्यूनंतर आपलाही देह पुरण्यात यावा, अशी कोणत्याही स्त्रीची इच्छा असते, ह्याची दोन्ही मुलांना कल्पना होती. म्हणूनच त्यांना फ्रॅन्सेस्काची ही इच्छा जरा विचित्र वाटली होती.

हे रक्षा विसर्जन पार पडल्यानंतर मायकेल आणि कॅरोलिन घरातील पसारा आवरण्याच्या कामाला लागले. फ्रॅन्सेस्काच्या वकिलाच्या ताब्यात एक पेटी होती, ती त्यांनी रीतसर कायद्याप्रमाणे साक्षीदारांसमोर ताब्यात घेतली आणि घरी आणली.

पेटी उघडून त्या दोघांनी मिळून त्यातल्या वस्तू एक-एक करून पाहाण्यास सुरुवात केली. कॅरोलिनने जी पिशवी उघडली त्यात एक पाकीट होतं. तिने ते बाहेर काढलं. ती जरा बुचकळ्यात पडली. तिने ते उघडलं. रॉबर्ट किनसेडने १९६५ साली फ्रॅन्सेस्काला लिहिलेलं पत्र तिने वाचलं. त्यानंतर त्याचं १९७८ सालचं पत्रही तिने वाचलं व सर्वांत शेवटी १९८२ साली सिॲटलच्या वकिलांनी फ्रॅन्सेस्काला लिहिलेलं पत्र वाचलं. पत्र वाचून झाल्यावर तिने नियतकालिकाची कात्रणं वाचली.

"मायकेल!"

तिच्या आवाजात आश्चर्य आणि औदासीन्य होतं. काहीशी खंत होती. मायकेलला ते जाणवलं आणि त्याने लगेच तिच्याकडे पाहिलं.

"काय झालं?"

कॅरोलिनच्या डोळ्यात पाणी तरारलं होतं. ती कापऱ्या आवाजात म्हणाली, "आईचं रॉबर्ट किनसेड नावाच्या एका माणसावर प्रेम होतं. तो व्यवसायाने फोटोग्राफर होता. एक दिवस नॅशनल जिऑग्राफिकमध्ये रोझमन ब्रिजचे फोटो आणि माहिती छापून आली होती, ते आठवतं? आपण सर्वांनीच तो अंक वाचला होता. ते फोटो या रॉबर्ट किनसेडनेच काढले होते. त्या सुमाराला आपल्या गावात एका लांब केसांच्या विक्षिप्त माणसाची खूप चर्चा सुरू होती बघ. गळ्यात कॅमेरे लटकवून या भागातून त्याला हिंडताना लोकांनी पाहिलं होतं. तोच तो माणूस."

मायकेल आता तिच्या समोर येऊन बसला. त्याने गळ्यातल्या टायची गाठ सैल केली आणि शर्टची दोन बटणं सोडली. "थांब, थांब. तू आत्ता जे काही बोललीस ते सगळं मला अगदी सावकाश, परत एकदा सांग. मला असं वाटतंय, माझी ऐकण्यात काहीतरी चूक होतेय."

ती पत्रं वाचून झाल्यानंतर मायकेलने खालच्या मजल्यावरचं कपाट धुंडाळलं. मग तो वरच्या मजल्यावर फ्रॅन्सेस्काच्या खोलीत गेला. आजपर्यंत कधीच ती नक्षीदार लाकडी पेटी बघितल्याचं त्याला आठवत नव्हतं. त्याने ती पेटी खालच्या मजल्यावर स्वयंपाकघरात आणून तिथल्या टेबलावर उघडली. ''कॅरोलिन, इकडे ये. ह्यात ते कॅमेरे आहेत, बघ.''

त्याच पेटीत एका कोपऱ्यात एक सीलबंद पाकीट उभं खोचून ठेवलेलं होतं. त्यावर लिहिलं होतं : 'कॅरोलिन आणि मायकेल.' ते अक्षर फ्रॅन्सेस्काचं होतं. कॅमेऱ्यांच्या मधोमध त्याला तीन लेदर कव्हर असलेल्या डायऱ्यापण सापडल्या.

''त्या डायऱ्यांमध्ये जे काही लिहिलेलं आहे, ते एकट्याने वाचण्याची माझ्यात तरी ताकद नाही. तुला धाडस होत असेल, तर तू सगळं मोठ्यांदा वाचून दाखव मला.'' तो कॅरोलिनला म्हणाला.

मग तिने पत्र उघडून मोठ्यांदा वाचलं.

७ जानेवारी १९८७

प्रिय कॅरोलिन आणि मायकेल,

आत्ता जरी माझी तब्येत अगदी ठीक असली तरी मला वाटतं सर्व गोष्टींची निरवानिरव करण्याची वेळ आता जवळ येऊन ठेपली आहे.

तुम्हाला एक अतिशय महत्त्वाची गोष्ट सांगितलीच पाहिजे. म्हणूनच मी आत्ता हे पत्र लिहीत आहे.

एव्हाना तुम्ही सेफ डिपॉझिट बॉक्स उघडून पाहिला असेलच. त्यातलं माझ्या नावे आलेलं पत्र (१९६५ सालचं) तुम्ही पाहिलं असेलच, आणि त्यानंतर आता तुम्हाला हेही पत्र सापडणार, याची मला खात्रीच होती. जर शक्य असलं तर तुम्ही दोघंही किचन टेबलपाशी बसून हे पत्र वाचा. मी तुम्हाला असं करायला का सांगितलं, हे तुम्हाला जरा वेळातच कळेल.

माझ्या स्वत:च्या मुलांना हे पत्र लिहिणं, हे सगळं सांगणं खूप जड जातंय मला. पण ते मी तुम्हाला सांगितलंच पाहिजे. माझ्या आयुष्यातली ही एक अतीव सुंदर, अत्यंत सामर्थ्यशाली अशी गोष्ट आहे. ती माझ्यासोबत मरून जाता कामा नाही आणि तुम्हाला जर तुमच्या आईला खऱ्या अर्थाने, अंतर्बाह्य समजून घ्यायचं असेल, तिच्या ठायी असलेलं सगळं चांगलं-वाईट जाणून घ्यायचं असेल, तर आज मी तुम्हाला जे काही सांगणार आहे, ते तुम्हाला ऐकून घ्यावंच लागेल. तेव्हा मन घट्ट करा.

एव्हाना एका गोष्टीचा शोध तर तुम्हाला लागलाच असेल की, त्याचं

नाव रॉबर्ट किनसेड होतं. त्याच्या नावातलं मधलं आद्याक्षर 'एल' असं होतं. त्या 'एल'चा लाँगफॉर्म काय, हे मलासुद्धा माहीत नाही. तो एक फोटोग्राफर होता. १९६५ साली या भागातल्या कव्हर्ड ब्रिजेसचे फोटो काढायला तो इकडे आला होता.

त्याने काढलेले ब्रिजचे फोटो तेव्हा नॅशनल जिऑग्राफिकमध्ये प्रसिद्ध झाले होते, तेव्हा आपल्या गावात सगळीकडे त्याची केवढी चर्चा झाली होती, ते तुम्हाला आठवत असेल ना? साधारण त्याच सुमारास मीसुद्धा नॅशनल जिऑग्राफिकची वर्गणी भरली आणि आपल्या घरी नॅशनल जिऑग्राफिकचे अंक नियमितपणे येण्यास सुरुवात झाली. अचानक नॅशनल जिऑग्राफिकमध्ये मी इतका रस कसा काय घेऊ लागले, ते कोडं तुम्हाला आता उलगडलं असेल. आणि एक सांगायचं म्हणजे, त्याने सेडर ब्रिजचे फोटो जेव्हा काढले, तेव्हा तिथे मीही त्याच्यासोबत होते. त्याच्या कॅमेऱ्यांपैकी एक मी सांभाळत होते.

एक गोष्ट तुम्ही समजून घ्या. माझं तुमच्या वडिलांवर अबोल प्रेम होतं. ती गोष्ट मला तेव्हाही माहीत होती आणि आत्तापण माहीत आहे. ते माझ्याशी खूप चांगलं वागत आणि तुमच्यासारखी दोन मुलं त्यांनीच मला दिली. तुम्ही माझा ठेवा आहात. ही गोष्ट तुम्ही कधीच विसरू नका.

पण रॉबर्ट किनसेड खूप वेगळा होता. माझ्या उभ्या आयुष्यात मी अशा माणसाला कधीच पाहिलं नव्हतं, अशा माणसाविषयी कधी ऐकलं नव्हतं की कधी वाचलंसुद्धा नव्हतं. रॉबर्ट किनसेडविषयी तुम्हाला समजावून सांगणं पूर्णपणे अशक्य आहे. एकतर तुम्ही म्हणजे मी नाही. शिवाय त्याला समजून घ्यायचं, ही गोष्ट मुळीच सोपी नाही. त्यासाठी तुम्ही स्वत: त्याला पाहिलेलं असायला हवं होतं. त्याच्या सहवासात चार क्षण घालवायला हवे होते. 'मी उत्क्रांतीच्या शेवटच्या फाट्याच्या टोकाशी उभा आहे –' असं त्याला म्हणताना तुम्ही प्रत्यक्ष पाहायला हवं होतं. कदाचित माझ्या डायऱ्या आणि सोबतची वृत्तपत्रांची कात्रणं वाचल्यानंतर तुम्हाला थोडाफार अंदाज येईलही. पण तरी त्याचा फार जास्त उपयोग नाही होणार.

एका परीने तो या पृथ्वीतलावरचा नव्हताच. ही गोष्ट मात्र अगदी सुस्पष्ट आहे. त्याच्याकडे पाहिलं की, मला चित्त्यासारख्या प्राण्याची आठवण होते, धूमकेतूच्या शेपटावर आरूढ होऊन भरारी घेणाऱ्या प्राण्याची. त्याच्या शरीराच्या हालचाली, त्याचं उठणं, बसणं, चालणं सगळं तसंच होतं. त्याच्या ठायी अमर्याद उत्कटता होती, मनाचा मोठेपणा, चांगुलपणा होता. त्याचसोबत त्याच्या व्यक्तिमत्त्वात एक अनामिक उदासी, एक खिन्नताही

होती. या तंत्रज्ञानाच्या, कॉम्प्युटरच्या अत्यंत आखीव-रेखीव आणि सुव्यवस्थित जगात त्याच्यासारख्यांची जमात लवकरच लुप्त होत चालली आहे, असं त्याला वाटायचं. तो स्वत:चा उल्लेख 'शेवटच्या काही काउबॉइजपैकी एक' असा करायचा. आपले दात आणि सुळे आता पूर्वीसारखे तीक्ष्ण राहिले नाहीत, जुनेपुराणे झाले आहेत, असं तो म्हणायचा.

मी त्याला पहिल्यांदा पाहिलं तेव्हा तो आपल्या घरासमोर स्वत:चा ट्रक थांबवून खाली उतरला आणि त्याने मला रोझमन ब्रिजचा पत्ता विचारला. त्या वेळी तुम्ही तिघं इलिनॉयच्या जत्रेला गेला होतात. माझ्यावर विश्वास ठेवा, मी काही आपण होऊन उगाच काहीतरी साहस करायचं म्हणून हे करायला गेले नव्हते. असलं काही माझ्या आयुष्यात घडेल, असं मला कधी स्वप्नातही वाटलं नव्हतं. पण मी त्याच्याकडे ओझरतं, जेमतेम पाच सेकंदं पाहिलं असेल-नसेल... आणि त्याच क्षणी माझ्या मनाला खूणगाठ पटली. मला तो हवाहवासा वाटला. अर्थात पुढे मला त्याची जी काही अनावर ओढ वाटली, तेवढी त्या क्षणी अर्थातच नव्हती वाटली.

आणि प्लीज, त्याच्याविषयी मनात कोणताही गैरसमज करून घेऊ नका. तो काही गावोगाव हिंडून तिथल्या साध्याभोळ्या मुलींना आपल्या जाळ्यात ओढणारा रंगेल वृत्तीचा माणूस नव्हता. खरंतर तो जरासा बुजरा, लाजाळूच होता आणि आम्हा दोघांमध्ये पुढे जे काही घडलं त्याला त्याच्याइतकीच मीही जबाबदार आहे. किंवा जरा जास्तच, असं म्हटलं तरी चालेल. आम्ही जेव्हा पहिल्यांदा भेटलो, त्यानंतर मीच रोझमन ब्रिजपाशी गेले, तिथे त्याच्यासाठी चिठ्ठी लिहून ब्रिजच्या कठड्याला अडकवून ठेवली आणि त्याला आपल्या घरी जेवायला येण्याचं निमंत्रण दिलं. ती चिठ्ठी त्याने सांभाळून ठेवली होती. ती त्याच्या ब्रेसलेटसोबत ठेवलेली आहे. तुम्ही ती पाहिली असेलच. इतकी वर्षं माझ्या अस्तित्वाच्या फक्त दोनच तर खुणा त्याच्यापाशी होत्या. एक म्हणजे माझे फोटो आणि दुसरं म्हणजे माझ्या हस्ताक्षरातली ती चिठ्ठी. त्याने त्या गोष्टी जिवापाड जपून ठेवल्या होत्या. मी त्याला खरोखरीच भेटले होते, मी म्हणजे त्याला पडलेलं स्वप्न नव्हतं, याचीच ती निशाणी!

मला एक गोष्ट पुरती माहिती आहे. सगळीच मुलं आपल्या आई-वडिलांचा जेव्हा विचार करतात, तेव्हा आपल्या आई-वडिलांच्या आयुष्यात शरीरसुखासारख्या गोष्टीला स्थान असू शकतं, असा विचार ती करू शकत नाहीत. त्याचमुळे मी आता तुम्हाला जे काही सांगणार आहे, त्याचा तुमच्या मनाला धक्का बसणार नाही आणि तुमच्या मनातली माझी प्रतिमा डागाळणार नाही, अशी मी आशा करते.

आपल्या जुन्या स्वयंपाकघरात मी आणि रॉबर्ट किनसेडने कित्येक तास एकमेकांच्या सहवासात घालवले. आणि कॅंडल लाइटमध्ये एकमेकांशी बोललो आणि डान्ससुद्धा केला. आणि हो, आमच्यात प्रेमसंबंधपण घडला. त्या तिथे आणि शिवाय वरच्या मजल्यावर बेडरूममध्येसुद्धा; बाहेरच्या अंगणातल्या ओल्या गवतात आणि इतर अनेक ठिकाणी... अगदी कुणी कल्पनाही करू शकणार नाही, अशा जागीसुद्धा. जे घडलं ते खूप सुंदर होतं, कल्पनातीत सुंदर, ते नुसत्या दोन शरीरांचं मीलन नव्हतं. ते दोन जिवांचं, दोन आत्म्यांचं मीलन होतं. जिवाशिवाचं तादात्म्य पावणं होतं. क्षणभराचीही उसंत न घेता कितीतरी दिवस ते चालूच होतं. मी त्याच्या मनाचा जेव्हा-जेव्हा विचार केला तेव्हा माझ्या मनात त्याच्या संदर्भात एक शब्द नेहमीच उमटला तो म्हणजे 'सामर्थ्यशाली'. कारण आम्ही जेव्हा भेटलो तेव्हा तो तसाच बनलेला होता.

त्याच्या भावनांच्या तीव्रतेविषयी काय सांगू? एखाद्या बाणाच्या अग्राइतक्या तीव्र होत्या त्याच्या भावना. त्याच्या त्या प्रेम करण्यापुढे मी असहाय होते. पण अर्थात दुर्बल नव्हते. अगतिक नव्हते. तसं मात्र मला कधीच नाही वाटलं. फक्त त्याच्या त्या प्रचंड भावनिक आणि शारीरिक ताकदीपुढे माझा जीव दडपून जात असे. एकदा हीच गोष्ट मी त्याच्या कानात कुजबुजताच तो त्यावर म्हणाला, "मी हायवे आहे, त्यावर चाललेला भ्रमंतीपण मीच आहे आणि समुद्रात जाणारी सगळी गलबतं आणि जहाजंसुद्धा मीच आहे."

मी नंतर काही दिवसांनी डिक्शनरीत त्या शब्दाचा अर्थ पाहिला. 'भ्रमंती' किंवा 'पेरेग्रिन' हा शब्द आपण कधीही ऐकला की, पहिली आठवण होते ती बहिरी ससाण्याची. पण त्या शब्दाला अर्थाच्या इतर अनेक छटा आहेत. आणि तो शब्द वापरताना त्याला त्या सर्व अर्थच्छटा माहीत असणार. पेरेग्रिन या शब्दाचा एक अर्थ आहे परका, अनोखा. दुसरा अर्थ आहे स्थलांतरित, भटक्या. या शब्दाची व्युत्पत्ती मूळ लॅटिन शब्द 'पेरेग्रिनस' या शब्दात आहे. त्या शब्दाचा अर्थ लॅटिनमध्ये परका, अपरिचित असा आहे. रॉबर्ट हे सगळंच होता –

मुलांनो, जी गोष्ट शब्दात अवतरणं कधीच शक्य होणार नाही, ती व्यक्त करण्याचा मी प्रयत्न करते आहे. मी इतकीच आशा करते की, मला जे काही अनुभवायला मिळालं, ते आयुष्यात कधीतरी तुम्हालाही अनुभवायला मिळू दे. पण खरं सांगायचं, तर तशी काही शक्यता नाही, असं आता मला वाटतंय. सध्याचं हे आधुनिक युग आहे आणि या नव्या काळात मी जे काही म्हणणार आहे, ते म्हणणं बरं दिसत नाही, याची मला कल्पना आहे. परंतु

रॉबर्ट किनसेडच्या ठायी जी काही ताकद होती, जे सामर्थ्य होतं, तशी ताकद, ते सामर्थ्य कोणत्याच स्त्रीच्या अंतर्यामी कधीच असू शकणार नाही, हे मात्र नक्की. त्यामुळे मायकेल, तुझा काही प्रश्न नाही. कॅरोलिन, तुझ्या बाबतीत बोलायचं झालं, तर रॉबर्ट किनसेड हा एकमेवद्वितीय होता. त्या आधी कधी तसा जन्माला आला नाही आणि इथून पुढे तसा परत कधी जन्माला येणं शक्य नाही.

जर तुम्ही दोघं मुलं आणि तुमचे वडील माझ्या आयुष्यात नसता, तर मी नक्की त्याच्याबरोबर निघून गेले असते. अगदी कुठेही. मी त्याच्या बरोबर जावं असा त्याचा फार आग्रह होता. कितीतरी विनवण्या केल्या त्याने. पण मला जाणं शक्य नव्हतं. आणि तो अत्यंत संवेदनाशील, भावुक मनाचा होता. त्याला माझी काळजी होती. त्यामुळे त्यानंतर माझ्या आणि तुमच्या आयुष्यात परत येऊन त्यात वादळ निर्माण करणं, ही गोष्ट त्याच्या हातून कधीच घडणं शक्य नव्हतं.

हाच एक मोठा विरोधाभास आहे. माझ्या आयुष्यात जर कधी रॉबर्ट किनसेड आलाच नसता, तर मी या इथे, या फार्महाउसवर आणखी किती वर्षं राहिले असते, याबद्दल मला शंकाच आहे. त्याच्या सोबत काढलेल्या त्या चार दिवसांतच मी एक अख्खं जीवन जगले. ते जीवन त्याने मला दिलं. एक वेगळं विश्व मला बहाल केलं. मी जे तुकड्या-तुकड्यांमध्ये जगत होते, त्याला एक परिपूर्णत्व दिलं. त्याच्याबद्दल विचार करणं मी त्यानंतर कधीच थांबवू शकले नाही. अगदी एका क्षणापुरतंसुद्धा नाही. माझ्या मनाच्या जागृतावस्थेत समजा एखाद्या क्षणी जरी तो नसला, तरी माझ्या आसपास, जवळच कुठेतरी तो सतत असायचा. त्याची जाणीव मला होत राहायची.

पण माझ्या मनात तुम्हा दोघांबद्दल आणि तुमच्या वडिलांच्याबद्दल ज्या काही भावना होत्या, त्यांच्यात या गोष्टीने कधीच फरक नाही पडला. त्या कुठेही बदलल्या नाहीत, कमी झाल्या नाहीत, लोप पावल्या नाहीत. एक क्षणभरासाठी जर मी केवळ माझ्या एकटीचा विचार केला, तर मी घेतलेला निर्णय माझ्यासाठी योग्य नव्हता. पण आपल्या संपूर्ण कुटुंबाचा विचार करता मी जे काही केलं, ते योग्यच केलं; याची मला खात्री आहे.

मला इथे प्रामाणिकपणे एक गोष्ट कबूल केलीच पाहिजे. आम्हा दोघांमध्ये जे काही आगळंवेगळं नातं होतं, त्याचा आवाका रॉबर्ट किनसेडला, फार लवकर उमगला होता. माझ्यापेक्षा कितीतरी आधी. पण मला मात्र आमच्या दोघांमधील अनुबंधाचा अर्थ खूप उशिरा उमगला... तोही जसजसे

दिवस जातील तसा, अगदी हळूहळू. कदाचित तो जेव्हा माझ्यासमोर उभा होता आणि मला बरोबर चलण्यास सांगत होता, तेव्हा मला तो अर्थ समजला असता, तर मी त्याच्याबरोबर गेलेही असते.

रॉबर्ट किनसेडच्या मते हे सगळं जगच रुक्ष, नीरस, भावनाशून्य आणि व्यवहारी बनलेलं होतं. मंतरलेल्या जादूच्या क्षणांवरचा जगाचा विश्वास उडून गेला होता. मी जेव्हा खूप विचार करते, तेव्हा कधीतरी मलाही वाटतं, मी माझा निर्णयपण असाच रुक्षपणे, कोरडेपणाने, व्यवहाराचा विचार करून तर घेतला नाही?

एक गोष्ट मला पक्की ठाऊक आहे. माझ्या मृत्यूनंतर मला कुठे पुरण्यात यावं, याबद्दल मी जे लिहिलंय, ते तुम्हाला खूपच विचित्र वाटलं असेल. कदाचित उतारवयामुळे भ्रमिष्ट झालेल्या एका स्त्रीची विनंती आहे, असंही तुमच्या मनात येऊन गेलं असेल. परंतु १९८२ साली सिॲटलच्या त्या वकिलांच्या फर्मकडून माझ्या नावे आलेलं पत्र, आणि हे मी तुम्हाला लिहिलेलं पत्र वाचल्यावर तुम्हाला त्या मुलखावेगळ्या विनंतीचा अर्थ नक्कीच कळेल. मी माझं संपूर्ण आयुष्य माझ्या कुटुंबाला दिलं आणि त्यातून उरलंसुरलं माझं 'मीपण' मी रॉबर्ट किनसेडला दिलं.

माझ्या अंतर्यामी असं काहीतरी गुपित दडलेलं होतं, जिथे माझा पती आणि तुमचा पिता रिचर्ड पोहोचू शकत नव्हता. त्याला स्पर्श करू शकत नव्हता. मला वाटतं, त्याला या गोष्टीची पूर्ण कल्पना होती. कधीतरी मला अशीपण शंका येते की, घरात माझ्या खोलीतल्या ड्रॉवरमध्ये मी जे मोठं पाकीट ठेवलं होतं, ते त्याच्या नजरेला तर पडलं नसेल ना? दमॉइन हॉस्पिटलमध्ये त्याला जेव्हा ॲडमिट करण्यात आलं होतं, तेव्हा मी त्याच्याजवळ बसले असताना तो अचानक मला म्हणाला होता, "फ्रॅन्सेस्का, तुझी स्वत:ची काही स्वप्नं होती, याची मला पूर्ण कल्पना आहे. ती स्वप्नं मी तुला देऊ शकलो नाही, याचं मला वाईट वाटतं." आमच्या दोघांच्या सहजीवनातील तो एक अत्यंत उत्कट, भावपूर्ण, अंत:करणाला स्पर्शून जाणारा क्षण होता.

तुम्हाला हे वाचल्यानंतर अपराधी वाटावं किंवा माझी दया यावी, अशी माझी अजिबात इच्छा नाही. तो माझा उद्देशच नाही. फक्त माझं रॉबर्ट किनसेडवर किती प्रेम होतं, याची तुम्हाला कल्पना यावी, एवढीच माझी इच्छा आहे. वर्षानुवर्षं मी या गोष्टीचा सामना करत राहिले, तसाच तोही करत राहिला.

तो इथून निघून गेल्यानंतर आम्ही दोघं एकमेकांशी परत कधीच

बोललो नाही. पण तरीही आम्हा दोघांमधलं नातं मात्र अगदी तसंच, तेवढंच घट्ट राहिलं. दोन जिवांना जेवढं जवळ असणं शक्य आहे, तेवढं आम्ही जवळ राहिलो. हे तुम्हाला नीटसं स्पष्ट करून सांगता येणार नाही मला. तेवढी ताकद माझ्या शब्दांमध्ये नाही. त्याने मला हे खूप छान समजावून सांगितलं होतं. तो म्हणाला होता, ''आता आपल्या दोघांच्या जिवांना वेगवेगळं अस्तित्वच उरलेलं नाही, इतके आपण परस्परांमध्ये विलीन झालो आहोत. आणि त्यातून आता तिसराच जीव निर्माण झाला आहे.'' त्यानंतर कधीच आम्हा दोघांना त्या नव्या जिवापेक्षा वेगळं, स्वतंत्र असं अस्तित्वच उरलेलं नाही. आणि तो जीव एकटा भटकत राहिला आहे.

कॅरोलिन, एकदा आपलं दोघींचं खूप मोठं भांडण झालं होतं, आठवतं? माझ्या कपड्यांच्या खणात तो एक फिक्या गुलाबी रंगाचा सुंदर ड्रेस होता. तो तुला दिसला. तुला तो घालायला हवा होता. तू मला म्हणाली होतीस, ''ममा, नाहीतरी तू आजवर तो एकदाही घातल्याचं मला आठवत नाहीये. मग तो लहान करून मलाच देऊन टाक ना!'' एक सांगू? रॉबर्टच्या आणि माझ्या शृंगाराच्या पहिल्या रात्री मी तो ड्रेस घातला होता. त्या वेळी तो ड्रेस घातल्यावर मी स्वत:ला आरशात जेवढी सुंदर दिसले होते, तेवढी त्याआधीच्या आयुष्यात कधीच दिसले नसेन. त्याच्याबरोबर घालवलेल्या क्षणांची तेवढी एकमेव छोटीशी, वेडी आठवण म्हणजे तो ड्रेस होता. म्हणूनच मी नंतर तो कधीच घातला नाही आणि तुलाही घालायला दिला नाही.

१९६५ साली रॉबर्ट किनसेड इथून निघून गेल्यावर मला एक जाणीव झाली. मला त्याच्याविषयी फारसं काहीही माहिती नव्हतं. म्हणजे त्याची कौटुंबिक पार्श्वभूमी काहीच माहिती नव्हती. त्याच्यासोबत घालवलेल्या त्या चार दिवसांत तो मला आतून-बाहेरून पूर्ण कळला होता आणि तेच तर महत्त्वाचं होतं. तेवढं पुरेसं होतं. तो आपल्या आई-वडिलांचा एकुलता एक मुलगा होता. त्याचे आई-वडील हयात नव्हते. ओहायोमधल्या एका छोट्याशा खेड्यात त्याचा जन्म झाला.

त्याचं शिक्षण कुठपर्यंत झालंय, शाळेत किंवा कॉलेजात तो जात होता का नाही... याची मला काहीच कल्पना नाहीये. पण तो अतिशय प्रखर बुद्धिमान होता. त्याची ती बुद्धिमत्ता अत्यंत मूलभूत, नैसर्गिक अवस्थेत असलेली, कोणतेही पैलू न पाडलेल्या हिऱ्यासारखी होती. गूढ होती. आणि हो, दुसऱ्या महायुद्धात तो नौदलाचा वॉर फोटोग्राफर होता. तो साउथ पॅसिफिकमध्ये काम करत होता.

एके काळी त्याचं लग्नही झालेलं होतं आणि त्यानंतर काही दिवसांतच

घटस्फोटही झाला होता. त्याची आणि माझी भेट होण्याच्या कित्येक दिवस आधीच झाला होता. त्याला मुलं नव्हती. त्याची पत्नी कोणतंतरी वाद्य वाजवायची. मुख्यत: लोकसंगीत वाजवायची आणि गायची. फोटोग्राफीच्या कामासाठी त्याला वारंवार दौऱ्यावर जावं लागे, सलग कित्येक महिने घरापासून दूर राहावं लागे. त्यामुळेच त्यांच्या वैवाहिक आयुष्यावर त्याचं सावट आलं. त्याच्या मते, त्याच्यात आणि त्याच्या पत्नीमध्ये दुरावा निर्माण होण्यास पूर्णपणे तोच जबाबदार होता.

तेवढं सोडलं तर रॉबर्टला आणखी कुणीच नातलग नव्हते. निदान माझ्या माहितीप्रमाणे तरी. तुम्ही मनोमन त्याला आपल्यातला एक माना, आपल्या कुटुंबातला एक घटक माना. सुरुवातीला ही गोष्ट खूप जड जाईल. पण निदान मला माझं स्वत:चं कुटुंब होतं, माझं स्वतंत्र आयुष्य होतं तुमच्याबरोबर. रॉबर्ट मात्र एकाकी होता. हा अन्याय होता त्याच्यावर. आणि मला त्याची कल्पना होती.

पण एक गोष्ट सांगते. लोक चार तोंडांनी कसं वाट्टेल ते बोलतात, त्याची मला पूर्ण कल्पना आहे. त्यामुळे आज हे जे काही तुम्हाला मी सांगितलं, हे आपल्या घरातच राहायला हवं. माझा पती आणि तुमचा पिता रिचर्डच्या दृष्टीनेही तेच योग्य होईल. तेव्हा यातलं काहीही या चार भिंतींच्या पलीकडे जाता कामा नये. पण अर्थात, हे माझं मत. तुम्हाला जे काही योग्य वाटेल, ते करायला तुम्ही मोकळे आहात.

आणि अर्थात, काही झालं तरी रॉबर्ट किनसेडमध्ये आणि माझ्यात जे काही होतं, त्याची मला मुळीच लाज नाही वाटत. त्याउलट मीही इतकी वर्षं त्याच्यावर वेड्यासारखं प्रेम केलं, केवढा मोठा धोका पत्करला. परंतु इतक्या वर्षांत त्याच्याशी संपर्क साधण्याचा केवळ एकदाच प्रयत्न केला मी. त्यालाही तसंच कारण होतं. तुमच्या वडिलांच्या मृत्यूनंतर प्रथम त्याच्याशी संपर्क साधण्याचा प्रयत्न मी केला, पण तो अयशस्वी झाला. तेव्हा त्याचं काही बरं-वाईट तर झालं नसेल, अशी मनातून खूप भीती वाटली मला. त्यामुळेच नंतर परत कधीच त्याच्याशी संपर्क साधण्याचा प्रयत्न मी केलाच नाही. वास्तवाला सामोरं जाण्याचं धाडस माझ्यात नव्हतं. त्यामुळेच १९८२ साली त्या ॲटर्नींच्या ऑफिसकडून माझ्या नावे ते पाकीट आल्यानंतर मला कसं वाटलं असेल, याची तुम्हाला सहज कल्पना करता येईल.

तुम्ही मला समजून घ्याल आणि माझा तिरस्कार करणार नाही, अशी आशा आहे. जर तुमचं माझ्यावर प्रेम असेल, तर मला जी गोष्ट प्रिय आहे, ती तुम्हालाही प्रिय वाटेल.

एक स्त्री होणं म्हणजे काय असतं याचा खराखुरा अनुभव रॉबर्ट किनसेडने मला दिला. हा अनुभव जवळपास कोणत्याच स्त्रीच्या वाट्याला आला असणं शक्य नाही, असं मला तरी वाटतं. तो अत्यंत सुसंस्कृत होता, प्रेमळ आणि कनवाळू होता. तो तुमच्या आदरास... आणि खरं सांगायचं तर प्रेमाससुद्धा पात्र आहे. तुम्ही दोघं त्याचा मनोमन आदर करावा, जमलं तर त्याच्यावर प्रेमही करावं... अशीच इच्छा आहे माझी. तो त्याच्या परीने, माझ्या माध्यमातून का असेना, पण तुमच्याशी चांगलाच वागला आहे. तुमच्या भल्याचाच त्याने नेहमी विचार केला.

तुमचं सदोदित भलं होवो मुलांनो...
माझे आशीर्वाद तुमच्या पाठीशी आहेत,
तुमची आई

•

पत्र वाचून संपताच त्या जुन्या स्वंयपाकघरात एकदम शांतता पसरली. मायकेलने एक दीर्घ सुस्कारा सोडून खिडकीबाहेर पाहिलं. कॅरोलिनने आजूबाजूला पाहिलं. किचनच्या सिंककडे, फरशीकडे, टेबलाकडे सगळीकडे.

त्यानंतर जरा वेळाने ती बोलू लागली, तेव्हा तिच्या तोंडातून शब्द फुटेना. काहीशा अस्पष्ट, कुजबुजत्या स्वरात ती म्हणाली, ''मायकेल, त्या दोघांचा विचार कर. इतकी वर्षं एकमेकांच्या सहवासासाठी किती व्याकूळ झाले असतील ते. पण केवळ आपल्यासाठी आणि आपल्या डॅडसाठी तिने त्याच्या सहवासाचा त्याग केला. ती आपल्याजवळ राहिली. आणि तिच्या आपल्याबद्दल ज्या भावना होत्या, त्यांचा आदर करून रॉबर्ट किनसेड तिच्यापासून दूर राहिला. मायकेल, मला तर ही कल्पनासुद्धा सहन होत नाहीये. आपण आपल्या लग्नाविषयी इतका गंभीर विचार कधीच करत नाही रे. आणि एका अतोनात सुंदर अशा प्रेमाला ग्रहण लागायला आपण कारणीभूत झालो.

''त्या दोघांनी फक्त चार दिवस एकमेकांच्या सहवासात घालवले. फक्त चारच. संपूर्ण आयुष्यतले चार दिवस. आपण इलिनॉयमधल्या त्या मूर्खासारख्या जत्रेला गेलो होतो ना, तेव्हा घडलं हे सगळं. जरा मॉमचा हा फोटो नीट निरखून बघ ना. मॉमचं हे असं रूप मी कधीच पाहिलं नव्हतं. किती सुंदर दिसते आहे ती. आणि तो फोटो चांगला आल्यामुळे नाही, तर त्याने तिच्यावर जी काही जादू केली होती ना, त्यामुळे ती इतकी सुंदर दिसते आहे या फोटोत. जरा बघ तरी. कशी मनस्विनी, उन्मुक्त दिसते आहे ती. तिचे केस वाऱ्यावर उडतायत. तिचा चेहरा कसा उजळून उठलाय, जिवंत होऊन उठलाय. किती विलक्षण सुंदर दिसते आहे ती.''

''जीझस!'' एवढा एकच शब्द मायकेलच्या तोंडून बाहेर पडू शकला. हातातल्या

छोट्याशा टॉवेलने त्याने आपलं घामाने डवरलेलं कपाळ पुसलं आणि कॅरोलिनचं लक्ष नाही असं पाहून आपले नकळत भरून आलेले डोळेसुद्धा पुसले.

कॅरोलिन परत बोलू लागली, "असं दिसतंय की, त्यानंतर इतक्या वर्षांत त्याने मॉमला कॉंटॅक्ट करायचा एकदासुद्धा प्रयत्न केला नाही आणि त्याला मरण आलं तेही बहुधा अत्यंत एकाकी अवस्थेतच. कारण त्याने त्याचे कॅमेरे मॉमकडे पाठवण्याची व्यवस्था करून ठेवली होती.

"त्या गुलाबी ड्रेसबद्दल माझं आणि मॉमचं चांगलंच वाजलं होतं. ते अजूनही चांगलं आठवतंय मला. कितीतरी दिवस आमचं ते भांडण चाललं होतं. मी खूप चिडले होते मॉमवर. तो ड्रेस तिने मला न द्यायचं कारण तरी काय, हे सारखं विचारत होते. त्यानंतर तर मी बरेच दिवस तिच्याशी अबोलासुद्धा धरला होता. पण अनेकदा विचारूनही ती फक्त इतकंच म्हणाली होती, 'नाही कॅरोलिन. तो ड्रेस मागू नकोस.'"

ते ज्या जुन्यापुराण्या टेबलापाशी बसले होते, त्या टेबलाबद्दल मायकेलला आठवण झाली. त्यांच्या वडिलांच्या मृत्यूनंतर फ्रॅन्सेस्काने ते जुनं टेबल परत स्वयंपाकघरात आणण्याचा हट्ट धरला होता.

कॅरोलिनने एक छोटंसं, गुबगुबीत पाकीट उघडलं. "हे बघ, त्याचं ब्रेसलेट, गळ्यातली साखळी आणि पदक. आणि आईने त्या पत्रात ज्या चिठ्ठीचा उल्लेख केला होता, ती चिठ्ठीसुद्धा त्यात आहे. हीच चिठ्ठी तिने त्या रोझमन ब्रिजच्या कठड्याला अडकवून ठेवली होती. म्हणून तर त्याने तिला त्या ब्रिजचे जे फोटो पाठवले आहेत, त्यात ब्रिजच्या कठड्याला लटकणारी ती चिठ्ठीपण दिसते आहे.

"मायकेल, आता आपण काय करायचं? क्षणभर विचार कर. मी जरा जाऊन येते."

ती पळत जिना चढून वर गेली. काही क्षणांतच प्लॅस्टिकमध्ये व्यवस्थित घडी करून ठेवलेला तो गुलाबी ड्रेस घेऊन खाली आली. तिने तो काढून उलगडला आणि मायकेलला दाखवला.

"जरा कल्पना कर... हाच ड्रेस अंगात घालून, याच स्वयंपाकघरात, या ठिकाणी तिने त्याच्याबरोबर डान्स केला होता. त्या दोघांनी या ठिकाणी एकमेकांच्या सहवासात काही रोमांचकारी क्षण व्यतीत केले होते. त्यानंतर अनेकदा ती आपल्याबरोबर या ठिकाणी बसत होती, स्वयंपाक करून आपल्याला जेवायला वाढत होती, आपल्याशी गप्पागोष्टी करत होती. पण त्या वेळी तिच्या मनात कोणत्या प्रतिमा तरळत असतील, याचा जरा विचार कर. आपल्याशी बोलणं, आपल्या अडचणी सोडवणं, आपण कुठल्या कॉलेजात जावं या विषयीचा सल्ला आपल्याला देणं, आणि एकंदरीतच संसार नीटनेटका, सुखाचा करणं, आनंदी राहाणं... किती कठीण

गेलं असेल तिला. ओ माय गॉड... आपण तिच्या मानाने किती निरागस, किती अपरिपक्व आहोत ना?''

मायकेलने मान हलवून होकार दिला. तो उठून सिंकच्या वरच्या भिंतीवरच्या कपाटाकडे गेला. ''काय गं, इथे आईच्या या कपाटात एखादं ड्रिंक वगैरे सापडेल का? मला तरी आत्ता एखाद्या ड्रिंकची नितांत गरज आहे. आणि हो... तुझ्या प्रश्नाचं काय उत्तर देऊ मी? कारण आपण यानंतर याचं काय करायचं, हे माझं मलाच कळत नाहीये.''

त्याने कपाट धुंडाळल्यावर त्याला एक ब्रँडीची बाटली सापडली. त्यात अगदी थोडीशी ब्रँडी शिल्लक होती. ''तुला आणि मला एक-एक ड्रिंक घेता येईल एवढी ब्रँडी यात आहे, कॅरोलिन. तुला देऊ का?''

''हो.''

कपाटात ब्रँडीचे केवळ दोन ग्लास होते. ते मायकेलने बाहेर काढून पिवळा फॉरमायका असलेल्या त्या जुन्या टेबलावर ठेवले. फ्रॅन्सेस्काच्या शेवटच्या ब्रँडीच्या बाटलीतील ब्रँडी त्याने त्या दोन ग्लासांमध्ये ओतली. कॅरोलिनने तिच्या समोरच्या वह्यांपैकी पहिली वही घेऊन वाचायला सुरुवात केली –

'रॉबर्ट किनसेड १६ ऑगस्ट १९६५ या दिवशी माझ्याकडे आला. तो सोमवार होता. दुपारची वेळ होती. उन्हं कलली होती. हवेत खूप उष्मा जाणवत होता. तो एक पिकअप ट्रक चालवत घरासमोर येऊन थांबला. तो त्या ट्रकला हॅरी म्हणायचा....'

❖

ताजा कलम :
द टॅकोमा नाइटहॉक

रॉबर्ट किनसेड आणि फ्रॅन्सेस्का जॉन्सन यांची कहाणी मी जशीजशी लिहीत होतो, तशीतशी रॉबर्ट किनसेडविषयीची माझ्या मनातली उत्सुकता वाढीस लागली. त्याच्याविषयी, त्याच्या जीवनाविषयी कुणालाच फारसं काही माहीत नव्हतं. अखेर हे पुस्तक तयार झालं आणि केवळ छपाईचं काम तेवढं बाकी होतं. त्या वेळी मी मुद्दाम सिॲटलला जाऊन रॉबर्ट किनसेडविषयी आणखी काही माहिती हाती लागते आहे का, याचा शोध सुरू केला.

रॉबर्ट किनसेडला संगीतात रस होता. शिवाय तो स्वत: एक कलाकार होता, हे मला माहीत होतं. तेवढ्या धाग्यावर मी प्युजेट साउंड एरियामध्ये त्याच्याविषयी चौकशीला सुरुवात केली. सिॲटल टाइम्सच्या आर्ट्स एडिटरने मला खूप मदत केली. त्याची आणि किनसेडची व्यक्तिश: ओळख नव्हती. परंतु इ.स. १९७९ ते १९८२ या कालावधीत प्रसिद्ध झालेले सिॲटल टाइम्सचे सर्व अंक तपासून पाहाण्यासाठी त्याने मला उपलब्ध करून दिले. या काळात प्रसिद्ध झालेल्या अंकांविषयी मला मुख्यत्वेकरून रस होता.

१९८० सालातील अंक चाळत असताना मला जॅझ संगीत प्रकारात कार्यरत असलेल्या एका कृष्णवर्णीय वादकाचा फोटो सापडला. त्याचे नाव जॉन कमिंग्ज.

त्याला लोक जॉन 'नाइटहॉक' कमिंग्ज नावाने ओळखत. तो एका वाद्यवृंदात सॅक्सोफोन वाजवायचा. ज्या अंकात त्याचा फोटो छापून आला होता, त्याच अंकात त्या फोटोखाली फोटोग्राफरचं नाव रॉबर्ट किनसेड असं छापण्यात आलं होतं. स्थानिक वाद्यवृंदांकडे चौकशी केल्यावर मला त्या जॉन नाइटहॉक कमिंग्जचा पत्ता मिळाला, पण अलीकडे बरीच वर्षं त्याने सॅक्सोफोन वाजवणं सोडून दिलं असल्याचंही मला समजलं. तो पत्ता टॅकोमा इंडस्ट्रियल एरियामध्ये एक लहानशा गल्लीतील होता. ते घर सिॲटलकडून येणाऱ्या पाच नंबरच्या हायवेपासून अगदी जवळच होतं.

मी त्याच्या घरी भरपूर खेपा घातल्या. अखेर एकदाचा तो घरी सापडला. मी चौकशीला सुरुवात केल्यावर आधी तो फारसं काही बोलायला उत्सुक नव्हता. त्याने जरा उडवाउडवीची उत्तरं दिली, परंतु मी माझी चिकाटी सोडली नाही. रॉबर्ट किनसेडविषयी माहिती मिळवण्यात मला खरोखरच रस असून त्यात काहीही काळंबेरं नाही, ही खात्री पटल्यावरच त्याने तोंड उघडलं. त्यानंतर मात्र तो दिलखुलासपणे बोलला. मी त्याच्या अनेक मुलाखती घेतल्या. त्याचं आणि माझं त्या मुलाखतींच्या दरम्यान जे काही बोलणं झालं, त्याचा संक्षिप्त आढावा मी पुढील प्रकरणात देत आहे. मी जेव्हा कमिंग्जच्या मुलाखती घेतल्या, तेव्हा तो स्वत: सत्तर वर्षांचा होता. मी प्रत्येक वेळेस त्याच्या घरी माझा टेपरेकॉर्डर घेऊन जात होतो व आमचं बोलणं ध्वनिमुद्रित करत होतो.

❖

‘नाइटहॉक’ कमिंग्जची मुलाखत

त्या वेळी मी सिॲटलला राहात होतो. ‘शॉर्टीज’कडे आमचा एक म्युझिक शो करायचं घाटत होतं. शोच्या पब्लिसिटीसाठी त्यांना माझा एक चांगला ब्लॅक अँड व्हाइट फोटो हवा होता. आमच्या वाद्यवृंदातल्या एक वादकाने मला या किनसेडचं नाव सुचवलं. त्याचा पत्ताही सांगितला. त्याच्या कामाची बरीच तारीफही केली. त्या किनसेडकडे फोन नव्हता. मग मी त्याला पोस्टकार्ड टाकलं.

तो स्वत:च आला मला भेटायला. जरा विचित्रच अवतार होता त्याचा. तसा वयस्कर होता. अंगात जीन्स होती, पायात जाडेभरडे बूट. त्याच्या पँटला दोन नारिंगी रंगाचे पट्टे होते. ते त्याने खांद्यांना अडकवले होते. तो आला आणि त्याने त्याचे जुनेपुराणे ओबडधोबड कॅमेरे बाहेर काढले. त्या कॅमेऱ्यांकडे पाहून त्याने काही फोटो वगैरे निघत असतील असं वाटतसुद्धा नव्हतं. मी मनातल्या मनात एक शिवी हासडली. त्याने माझ्या घरातल्याच एका जरा फिक्या रंगात रंगवलेल्या भिंतीपाशी मला उभं केलं. हातात माझा सॅक्सोफोन दिला आणि म्हणाला, ‘‘तुम्ही वाजवायला सुरुवात करा... आणि वाजवतच राहा. थांबू नका.’’ मग मी वाजवायला सुरुवात केली. मी एक सलग तीन मिनिटं वाजवत राहिलो आणि पाहिलं तर काय, हा पठ्ठा काही न करता नुसता मोठ्या-मोठ्या डोळ्यांनी माझ्याकडे टक लावून बघत उभा होता. त्याचे डोळे इतके गर्द निळे होते की, तसे निळे डोळे मी याआधी कधीच पाहिलेले नव्हते.

त्यानंतर जरा वेळाने त्याने फोटो घ्यायला सुरुवात केली. मग त्याने मला विचारलं, "तुम्हाला 'ऑटम लीव्ह्ज' वाजवता येतं का?" मी ते वाजवायला सुरुवात केली. मी दहा मिनिटं ते वाजवत होतो आणि तो त्याच्या वेगवेगळ्या कॅमेऱ्यांनी, वेगवेगळ्या अँग्ल्समधून फोटो घेत होता. अखेर तो थांबला आणि म्हणाला, "हं. झाले माझे फोटो काढून. उद्या देतो."

दुसऱ्याच दिवशी तो फोटो घेऊन आला. मला आश्चर्याचा धक्का बसला. खरं सांगतो, आजवर मी स्वत:चे इतके फोटो काढून घेतले; पण हे फोटो खरोखरच अप्रतिम होते. उत्कृष्ट होते. त्याने त्याचे फक्त पन्नास डॉलर्स घेतले. मला तर खूपच स्वस्त वाटले ते. मग तो जायला निघाला. त्याने माझा शो कुठे आहे ते विचारलं. मी सांगितलं.

काही दिवसांनंतर माझा शो चालू असताना माझं सहज प्रेक्षकांत लक्ष गेलं, तर एका बाजूला तो बसला होता. जरा दूरच. अगदी मन लावून ऐकत होता. त्यानंतर तो प्रत्येक आठवड्यात एकदा हजेरी लावू लागला. दर मंगळवारच्या शोला तो यायचा. थोडीशी बिअर प्यायचा. पण फार जास्त नाही.

कधीकधी मध्यंतरात मी त्याच्यापाशी जाऊन थोड्या गप्पा मारायचो. तो फारसं काही बोलायचा नाही. गप्प असायचा, पण त्याच्या चेहऱ्यावर कायम स्मितहास्य असायचं. मला म्हणायचा, "आज 'ऑटम लीव्ह्ज' वाजवणार आहात ना?"

काही दिवसांनी आमची ओळख वाढली. मला बंदरावर जाऊन बसायला, तिथलं पाणी आणि जहाजं बघत बसायला खूप आवडायचं. नेमकं त्यालाही ते आवडायचं. मग कधीकधी आम्ही दोघं मिळून तिकडे जायचो. संपूर्ण दुपारभर एकमेकांशेजारी बाकावर बसून राहायचो, गप्पा मारायचो. दोघंही तसे वयस्करच होतो. दोघांनाही वाटायचं, "आपला या जगाशी असलेला संबंध हळूहळू तुटत चाललाय."

तो बरोबर स्वत:च्या कुत्र्यालाही घेऊन यायचा. छान होता तो कुत्रा. त्याला तो 'हायवे' अशा नावाने हाक मारायचा.

त्याला जादू समजायची. नाहीतरी जॅझ म्युझिक वाजवणाऱ्या वादकांनाही जादू म्हणजे काय, ते कळतंच. कदाचित त्यामुळेच आमचं दोघांचं इतकं जमलं असावं. कधीतरी असं घडतं ना. तुम्ही एखादी धून वाजवायला सुरुवात करता. खरंतर ती धून तुम्ही त्या आधी कमीतकमी हजार वेळेला वाजवलेली असते. पण त्या दिवशी अचानक तुम्ही वाजवत असलेल्या वाद्यामधून काही अनोखी सुरावट बाहेर पडते. नव्या संकल्पना जन्म घेतात. आणि हे सगळं तुमच्या नकळतच घडतं. तो म्हणायचा – फोटोग्राफीसुद्धा अगदी तशीच असते आणि आपलं जीवनही. एक दिवस तो म्हणाला, "तुम्हाला प्रिय असलेल्या स्त्रीशी शृंगार करणंसुद्धा हुबेहूब तसंच असतं."

त्याने काहीतरी आगळावेगळा उपक्रम हाती घेतला होता. संगीताचं रूपांतर दृश्य प्रतिमांमध्ये करण्याचा तो उपक्रम होता. तो मला एकदा म्हणाला, "जॉन, तू 'सॉफिस्टिकेटेड लेडी' वाजवत असताना शेवटच्या भागात नेहमी एक तुकडा वाजवतोस ना? तर मी तो तुकडा माझ्या फिल्मवर घेतला आहे. म्हणजे असं झालं की, जलाशयापाशी फोटो काढत असताना, छायाप्रकाशाचा खेळ अगदी सुंदर साधला होता. मी कॅमेऱ्याच्या व्ह्यू फाइंडरला डोळा लावून बसलो होतो. इतक्यात एका ब्ल्यू व्हेल माशाने पाण्यातून उंच उडी मारली आणि एक छान डुबकी मारली. ते दृश्य मी मंत्रमुग्ध होऊन पाहात होतो. डुबकी मारतानाचा तो पाण्याचा आवाज कानावर आला. मी फोटो तर काढलाच, पण त्या वेळी मला तू नेहमी वाजवतोस तो तुकडा अगदी तसाच्या तसा ऐकू आला."

त्या उपक्रमाला त्याने स्वत:ला जणू वाहून घेतंल होतं. झपाटल्यागत. तो चोवीस तास फक्त त्याच गोष्टीचा विचार करायचा. त्याचा उदरनिर्वाह नक्की कशावर चालायचा, देव जाणे.

तो स्वत:च्या आयुष्याबद्दल फारसं कधीच बोलायचा नाही. तो फोटोग्राफीसाठी खूप दूरवर प्रवास करायचा, एवढं मला ठाऊक होतं. पण त्याहून फारसं काहीच मला माहीत नव्हतं. त्याच्या गळ्यात एक साखळी होती. तिला एक पदक लटकत होतं. त्यावर 'फ्रॅन्सेस्का' असं नाव कोरलेलं होतं. एकदा मी जरा जवळून निरखून पाहिल्यावर ते मला दिसलं. "काही खास आहे का?" असं मी त्याला विचारलं.

पण त्यावर बराच वेळ त्याने काहीच उत्तर दिलं नाही. नुसता पाण्याकडे टक लावून बघत राहिला. मग अचानक मला म्हणाला, "तुला किती वेळ आहे?" वेल, तो होता सोमवार. मला सुट्टीच होती. रात्रीचा शो नव्हता. मग मी म्हणालो, "वाट्टेल तेवढा वेळ आहे."

तो भरभरून बोलला. पाण्याचा भलामोठा फवारा उडावा तसा बोलत सुटला. संपूर्ण दुपारभर तो बोलतच होता. रात्री उशिरापर्यंत त्याचं बोलणं चालूच होतं. त्याने ते सगळं गेली कित्येक वर्षं मनात दडपून ठेवलं असणार, असं मला जाणवलं.

त्याने त्या स्त्रीचं आडनाव मला कधीच सांगितलं नाही. जे काही घडलं ते नक्की कुठे, कुठल्या गावात, कुठल्या ठिकाणी... हेही नाही सांगितलं. पण खरं सांगू... हा रॉबर्ट किनसेड त्या फ्रॅन्सेस्काविषयी बोलताना जणूकाही कवी झाला होता. ती खरंच एक विलक्षण स्त्री असणार. त्याने तिच्यासाठी एक पॅरेग्राफ लिहून ठेवला होता. त्याने तो मला वाचून दाखवला. मला थोडं-थोडं आठवतंय. त्याने 'डायमेन्शन झी' असं काहीतरी लिहिलेलं होतं. ते ऐकून मला ऑर्नेट कोलमनच्या 'फ्री फॉर्म इंप्रोव्हायझेशन्स'ची आठवण झाली.

आणि काय सांगू? तो बोलता-बोलता रडत होता. त्याच्या डोळ्यांतून हे एवढे

मोठाले अश्रू टपकत होते. एखाद्या खूप म्हाताऱ्या माणसाला गहिवर दाटून आल्यावर त्याच्या डोळ्यांतून जसे मोठाले अश्रू वाहातात, किंवा खूप समरसून सॅक्सोफोन वाजवत असताना जसे डोळे भरून येतात, तसं काहीसं झालं होतं त्याचं. तो मला नेहमी 'ऑटम लीव्ह्ज' हे गाणं वाजवायला का सांगायचा, ते त्यानंतरच मला कळलं. तुम्हाला खरं सांगतो, त्यानंतर माझं त्याच्यावर प्रेमच बसलं. जो माणूस एखाद्या स्त्रीवर इतकं प्राणापलीकडे प्रेम करू शकतो, त्या माणसावर कुणाचंही प्रेम बसेलच.

मग मी त्या सगळ्या गोष्टीवर खूप विचार केला. त्या स्त्रीमध्ये आणि त्याच्यात जे काही होतं, त्याची ताकद केवढी मोठी होती, याचा विचार मी करू लागलो. तो त्याचा उल्लेख 'ओल्ड वेज' – जुन्या पद्धती – असा करायचा. मग मी मनाशी ठरवलं, "ती ताकद माझ्या संगीतातून मला व्यक्त करायला हवी. त्याचं ते प्रेम, त्या जुन्या पद्धती... ते सगळंच्या सगळं माझ्या सुरावटीतून बाहेर यायलाच हवं." त्या सगळ्या प्रकरणात एक जबदस्त काव्य होतं.

मग मी एक नवी धून लिहिली. ती पूर्ण तयार करायला तीन महिने लागले. मला ती मुद्दामच सरळ, साधी ठेवायची होती. आणि भारदस्त. खरंतर खूप गुंतागुंतीच्या गोष्टी निर्माण करणं सोपंच असतं. साधं, सोपं आणि सरळ निर्माण करून दाखवण्यातच खरं आव्हान असतं. मला हळूहळू ते जमू लागलं. मग मी त्यावर आणखी थोडं काम केलं. मी पियानोवर वाजवण्याचं संगीतपण लिहिलं. अखेर एका रात्री एका शोमध्ये मी ते वाजवलं.

त्या वेळी तो प्रेक्षकांमध्ये बसला होता. नेहमीप्रमाणे ती मंगळवारची रात्र होती. मंगळवारी फारशी गर्दी नसते. त्याही दिवशी प्रेक्षागृहात जेमतेम वीस-पंचवीस माणसं होती. शोकडे फारसं कुणाचंच लक्ष नव्हतं.

तो तिथे एकटाच बसला होता. नेहमीसारखाच अगदी कान देऊन ऐकत होता. मग मी ध्वनिक्षेपकावरून घोषणा केली. "आता पुढची धून मी माझ्या खूप चांगल्या मित्रासाठी वाजवणार आहे. ही धून मी काही वर्षांपूर्वी लिहिली असून, तिचं नाव 'फ्रॅन्सेस्का' असं आहे."

मी हे बोलत असताना मुद्दामच लक्षपूर्वक त्याच्याकडे पाहात होतो. आधी तो नुसताच समोरच्या ग्लासमधल्या बिअरकडे टक लावून बघत बसला होता. पण माझ्या तोंडून 'फ्रॅन्सेस्का' हे शब्द बाहेर पडताच, त्याने सावकाश मान वर करून माझ्याकडे पाहिलं. आपल्या लांब केसांमधून दोन्ही हात फिरवून ते सारखे केले. सिगार पेटवली. त्याचे निळेभोर डोळे माझ्यावरच रोखलेले होते.

त्यानंतर मी वाजवायला सुरुवात केली. पहिल्याच झटक्यात स्वरांच्या ज्या काही रेशीमलडी त्यातून बाहेर पडल्या, तशा त्या आधी कधीच पडल्या नव्हत्या.

इतक्या वर्षांचा, इतक्या मैलांचा दुरावा त्याच्या आणि तिच्या वाट्याला आला, त्या दुराव्यामधली सगळी वेदना त्या स्वरलहरींमधून मी व्यक्त केली. तुकड्याच्या सुरुवातीला मी अशा खुबीने एक सुरावट वाजवली की जणूकाही 'फ्रॅन्सेस्का... फ्रॅन्सेस्का' असे बोलच अक्षरशः त्या वाद्यामधून बाहेर पडले.

माझं वाजवून संपलं आणि तो त्याच्या टेबलापाशी जागच्या जागी ताठ उठून उभा राहिला. तो किंचित हसला आणि बिल चुकतं करून मानेनेच माझा निरोप घेऊन काही न बोलता निघून गेला. त्यानंतर कधीही माझ्या शोला तो उपस्थित असला की, मी मुद्दाम ती धून वाजवायचो.

एक दिवस त्याने एका फ्रेममध्ये लावलेला एक फोटो मला आणून दिला. तो एका छप्पर असलेल्या जुन्यापुराण्या ब्रिजचा फोटो होता. मी ती धून तयार केल्याबद्दल त्याने खास भेट म्हणून माझ्यासाठी तो आणला होता. तो फोटो त्याने नक्की कुठे काढला होता, ते काही त्याने मला सांगितलं नाही. पण त्यावर 'रोझमन ब्रिज' असं लिहिलेलं होतं. त्याच्या वरतीच त्याची सहीपण होती.

त्यानंतर एका मंगळवारी तो शोला आलाच नाही. मला वाटतं, त्या गोष्टीलाही आता सात-आठ वर्षं होऊन गेली असावीत. त्यानंतरच्या पुढच्या आठवड्यातही तो आला नाही. मग मात्र मी जरा काळजीत पडलो. तो आजारी तर पडला नसेल... असं उगीचच मनात यायला लागलं. मग काळजीपोटी मी बंदरावर गेलो. आमच्या नेहमीच्या ठिकाणी. तिथे जरा चौकशी केली. पण कुणालाच काही माहीत नव्हतं. अखेर मी बोटीत बसलो आणि शेजारच्या बेटाकडे निघालो. त्याचं घर तिथेच होतं. घर कसलं, एक लहानसं झोपडंवजा केबिन होतं. पाण्याच्या काठीच होतं.

मी त्या केबिनच्या पुढे-मागे हिंडून बारकाईने बघत असतानाच एक शेजारी आला. "तुम्हाला काय पाहिजे?" असं त्याने मला विचारलं. मग मी सांगितलं. त्यावर त्या शेजाऱ्याने मला असं सांगितलं की, सुमारे दहा दिवसांपूर्वीच रॉबर्ट किनसेडचं निधन झालं होतं. खरं सांगतो, ते ऐकून अतोनात दुःख झालं मला. काळजावर कुणीतरी घाव घालावा, असंच वाटलं. अजूनही त्याची आठवण झाली की, तेवढ्याच तीव्रतेने दुःख होतं मला. हा रॉबर्ट किनसेड मला खूप आवडायचा. तिथे एक मांजर होतं. त्याच्याकडे पाहून मला काहीतरी विचित्र... वेगळंच वाटलं. असं वाटलं, आपल्याला माहीत नसलेल्या अनेक गोष्टी या मांजराला माहीत आहेत.

रॉबर्ट किनसेडच्या कुत्र्याचं काय झालं, असं मी त्या शेजाऱ्याला विचारलं. पण त्याला काहीच माहीत नव्हतं. खरंतर त्याची आणि रॉबर्ट किनसेडची काहीच ओळख नव्हती. मग मी ॲनिमल शेल्टरला फोन केला. रॉबर्ट किनसेडचा 'हायवे' नक्की तिकडे असणार अशी माझी खात्रीच होती. मग मी तिकडे गेलो आणि तिथून

त्या हायवेला सोडवून आणून माझ्या पुतण्याला दिलं. ते दोघं पाहाताक्षणी एकमेकांच्या प्रेमात पडले. ते पाहून मला बरं वाटलं.

एनी वे... तर हे सगळं असं आहे. किनसेडच्या निधनाची बातमी कळल्यानंतर अगदी थोड्या दिवसांत मला हाताचा, खांद्याचा त्रास सुरू झाला. मी वीस मिनिटं सलग वाजवलं की, माझा हात बधीर होऊन त्याला मुंग्या येण्यास सुरुवात झाली. पाठीच्या मणक्याची काहीतरी व्याधी उपटली होती. तेव्हापासून मी वाद्यं वाजवणं तर बंदच केलं आहे.

पण खरं सांगतो, त्याने त्याची आणि त्या स्त्रीची जी प्रेमकहाणी मला सांगितली ना, ती तर माझ्या अगदी डोक्यात गेली आहे. फार भारून टाकलंय तिने मला. त्यामुळेच तर मंगळवारी मी माझं वाद्य बाहेर काढून त्याच्यासाठी लिहिलेली ती धून त्यावर वाजवतो. या इथे, एकटा बसून.

आणि का कोण जाणे, पण वाजवत असताना, त्याने दिलेल्या त्या फोटोकडे मी बघत बसतो. त्या फोटोमध्ये असं काय आहे, कोण जाणे. पण ती विशिष्ट धून वाजवत असताना त्या फोटोवरून माझी नजर हटतच नाही.

मग मी तसाच संध्याकाळच्या कलत्या उन्हात उभा राहून माझ्या वाद्यातून स्वरांच्या लडी काढत राहातो. रॉबर्ट किनसेड आणि त्याची प्रेयसी फ्रॅन्सेस्का यांच्या स्मृतींना उजाळा देण्यासाठी मी ती धून वाजवत राहातो.

❖

‘द ब्रिजेस ऑफ मॅडिसन काउंटी’चा
चित्तथरारक समारोप

अ थाउजंड कंट्री रोड्स

पार्श्वभूमी

'द ब्रिजेस ऑफ मॅडिसन काउंटी'च्या यशानंतर दहा वर्षांनी रॉबर्ट जेम्स वॉलर यांनी हे पुस्तक लिहिलं. खरंतर ही एक स्वतंत्र कादंबरी नसून आधीच्या 'ब्रिजेस...' या कहाणीचा हा समारोप आहे. रॉबर्ट किनसेड आणि फ्रॅन्सेस्का जॉन्सन या दोघांनी जे मनस्वी चार दिवस एकमेकांच्या सहवासात घालवले, त्याचा शेवट वाचकांना हुरहुर लावून गेला... त्यांच्या पापणीला पूर आणि काळजाला चटका लावून गेला... हा खरंतर वाचकांवर अन्याय झाला होता. शेवट गोड तर सारेच गोड या साचेबंद पद्धतीने ही कादंबरी संपलेली नव्हती. रॉबर्ट आणि फ्रॅन्सेस्का या दोघांची ताटातूट झालेली आपल्याला माहीतच होती. पण म्हणून एकमेकांचा निरोप घेतल्यानंतर त्या दोघांनी जगणं सोडलं का? ते नशिबाला दोष देत रडत बसले का? की आपल्या वाट्याला जे आलं ते विनातक्रार भोगत बसले? दोघांनी एकमेकांचा शोध घेण्याचा प्रयत्न तरी कधी केला की नाही? हे आणि असे अनेक अनुत्तरित प्रश्न मागे ठेवून 'ब्रिजेस...'ची कहाणी संपली.

त्या प्रश्नांची उत्तरं देण्याचा लेखकाने 'अ थाउजंड कंट्री रोड्स' या पुस्तकात प्रयत्न केला आहे.

***का**ही गाणी निळ्या डोळ्यांच्या गवतावरून मुक्तपणे वाहात येतात,*
हजारो गावांकडे निघालेल्या धूळभरल्या पायवाटांवरून येतात.
हेही गाणं त्यातलंच...

या अशा शब्दांनी मी माझ्या 'द ब्रिजेस ऑफ मॅडिसन काउंटी' या पुस्तकाची सुरुवात केली. पण खरं सांगायचं तर मुळातच त्या दोन कहाण्या होत्या. पण कधीकधी काही कहाण्यांना वाट बघत मागे थांबावं लागतं. नाहीतर दोन कहाण्यांची एकमेकांमध्ये सरमिसळ होऊन गोंधळ उडण्याची शक्यता असते. 'ब्रिजेस...' पुस्तक पूर्ण झाल्यावर वाचकांची मला भरभरून पत्रं येऊ लागली. स्त्रियांची आणि पुरुषांची, तरुण मुलामुलींची, ट्रक ड्रायव्हर्सची, गृहिणींची, वैमानिकांची आणि तेलाच्या खाणीत काम करणाऱ्या कामगारांचीसुद्धा. शेकडो, हजारो पत्रं आली जगभरातून. पुस्तकाविषयी प्रेमाने बोलणारी, शुभेच्छा देणारी.

त्या पत्रांमधून बऱ्याच वाचकांनी रॉबर्ट किनसेड आणि फ्रॅन्सेस्का जॉन्सनविषयी आणखी माहिती जाणून घेण्याची इच्छा व्यक्त केली होती. त्यांच्या आयुष्याविषयी त्यांना जाणून घ्यायचं होतं. मॅडिसन काउंटी, आयोवा येथे त्यांनी एकत्र घालवलेल्या त्या चार दिवसांनंतर त्यांची जेव्हा ताटातूट झाली, त्यानंतर त्यांच्या उर्वरित आयुष्यात नक्की काय घडलं असेल, याची उत्सुकता सर्वांनाच होती. पण मी तर एक शांत आयुष्य जगण्यात मग्न होतो. मी माझ्या शेतातल्या घरात एकटा सुखात

राहात होतो. माझा अर्थशास्त्र आणि गणिताचा अभ्यास आणि गिटारवादन चालू होतं. त्या पुस्तकासाठी काढलेली जुनी संशोधनाची टिपणं बाहेर काढून आता परत नव्याने त्यावर काम सुरू करण्याची माझी मुळीच इच्छा नव्हती. पण तशाच स्वरूपाची विनंती करणारं आणखी एका वाचकाचं पत्र आलं. मग मात्र मला स्वस्थ बसवेना. आता राहिलेली कहाणी आपण जगापुढे ठेवायची असं मी ठरवलं.

या जगात अशक्यप्राय वाटणाऱ्या गोष्टी कशा काय घडतात, काही योगायोग कसे काय जुळून येतात याविषयी मला नेहमीच कुतूहल वाटत आलेलं आहे. 'द ब्रिजेस ऑफ मॅडिसन काउंटी' ही गोष्ट छोटीशी आहे, छोट्याशा काळात घडलेली. सुरुवातीला हे पुस्तक मी जेव्हा लिहिलं, तेव्हा माझ्या आप्तेष्टांना आणि मित्रपरिवाराला ते भेट म्हणून द्यायचं, एवढाच मर्यादित दृष्टिकोन समोर ठेवून मी ते लिहिलं. ते कधी काळी प्रकाशित होईल अशी मला कधीच आशा वाटली नव्हती. किंबहुना ते मी जेव्हा लिहिलं, तेव्हा ते पुस्तकरूपाने प्रकाशित करण्याचा हेतू मनात धरून मी लिहिलंच नव्हतं. पण आता सुमारे पस्तीस किंवा त्याहूनही अधिक भाषांमध्ये त्याचा अनुवाद झालेला आहे. एके काळी एका मोडकळीला आलेल्या झेनिथ २८६ कॉम्प्युटरवर पाच डॉलर्स किमतीचं सॉफ्टवेअर वापरून ते पुस्तक मी लिहिलं आणि एका स्वस्तातल्या प्रिंटरवर त्याच्या प्रिंट्स काढल्या.

तुमच्यापैकी ज्या कुणी या पुढच्या कहाणीविषयी उत्सुकता दाखवली, त्यांच्यासाठी मी ही कहाणी सांगत आहे. तुम्ही त्याआधी जर 'ब्रिजेस...' वाचलेलं नसेल, तर मग या पुस्तकातून तुम्हाला फारसा काही बोध होणार नाही. पण ज्यांनी आधी 'ब्रिजेस...' वाचलं असेल त्यांना इतर गोष्टींबरोबर एक आश्चर्याचा धक्काही या पुस्तकात बसेल; आयुष्याच्या उतरणीवर असताना रॉबर्ट किनसेडला ज्या सुखद गोष्टीचा शोध लागला, ती यात तुम्हाला कळेल.

रॉबर्ट जेम्स वॉलर
इन द टेक्सास हाय डेझर्ट,
डेल नॉर्ट माउंटन्स
न्यू इयर्स ईव्ह, २००१.

रॉबर्ट किनसेड

तर :

परत एकदा गरगरत फिरणारा
दोरखंड येऊ दे
त्या काळी तू फिरवायचास
तेवढ्या जोरात नाही,
पण तरीही
तोच तो फूत्कार
आणि तुझ्याभोवती, तुझ्या डोक्यावरती
गरगर फिरणाऱ्या वर्तुळाचा
अगदी तसाच आभास
आणि त्या दोरखंडाच्या वळशातून
खाली झिरपणारा सूर्य,
जमिनीवर पडलेल्या सावल्या
गरगरणारा दोरखंड
सगळं कोसळत शेवटास येऊन थांबणारं
पुन्हा एकदा... त्या अंतिम क्षणापर्यंत

...त्या अटळ वास्तवापर्यंत. तुझ्या आईच्या गर्भापासून इथपर्यंत येऊन पोहोचलेला तुझ्या आयुष्याचा लांबलचक वळणावळणांचा रस्ता : प्यूजेट साउंडच्या परिसरावर दाटून आलेलं धुकं, शॉर्टीज् बारमध्ये 'नाइटहॉक'च्या सॅक्सोफोनमधून उमटणाऱ्या 'ऑटम लीव्ह्ज' या गीतांची सुरावट ऐकत विचारमग्न अवस्थेत घालवलेल्या त्या असंख्य मंगळवारच्या रात्री.

तर हे असं आहे. तुझे दिवस आता संपत आले आहेत आणि अजूनही तू एकटाच आहेस. तुझ्या आठवणींना रेफ्रिजरेटरच्या आवाजाची पार्श्वभूमी लाभलेली आहे. शेवटचा काउबॉय आणि ते बाकीचं सगळं. तुझ्या पाऊलखुणा मिटवून टाकणारे स्वत:च जायला निघाले आहेत, किंवा त्यातले काही गेलेलेही आहेत. इंद्रधनुष्याची देवता आयरिस आपलं इंद्रधनुष्य गोळा करून जायला निघाली आहे. संधिप्रकाशाचा अभ्यास करणारे विद्वान मरण पावले आहेत. आता आवाज उरलाय फक्त तुझ्या आठवणींचा, आणि त्याला साथ आहे रेफ्रिजिरेटरच्या आवाजाची आणि मंगळवारी रात्री नाइटहॉकच्या गळ्यातून निघालेली सुरेल तान.

जर दुसरं एखादं आयुष्य तुला लाभलं असतं, तर कदाचित त्यात सगळंच वेगळं घडलं असतं. कदाचित तुझं आणि त्या स्त्रीचं जुळू शकलं असतं. तुम्हा दोघांना एकत्र येता आलं असतं. खरंतर ती स्त्री म्हणजे तुझ्या आयुष्यातील एकमेव संधी होती. पण तसं बघायला गेलं, तर जे काही घडलं त्याचा विचार करता, तुम्हा दोघांचं एकत्र जीवन व्यतीत करणं कधीच शक्य नव्हतं. त्या गोष्टीची तुला अगदी आधीपासूनच कल्पना होती.

समजा ती जर स्वत:चं घरदार आणि तिच्या कुटुंबाबरोबर असलेलं तिचं आयुष्य सोडून तुझ्याबरोबर आली असती, तरी त्याने काय झालं असतं? तू ज्या स्त्रीसमवेत त्या मंतरलेल्या रात्री आणि ते भारलेले दिवस घालवलेस, ती स्त्री मागेच उरली असती. आणि कुणीतरी अंतर्बाह्य वेगळीच व्यक्ती तुझ्यासोबत आली असती. तुझ्यासोबत येण्यासाठी उचलेलं पाऊल आणि ते पाऊल उचलण्याचा तिने घेतलेला निर्णय, या दोन्ही गोष्टींमुळे तिचं व्यक्तिमत्त्व आमूलाग्र बदलूनच गेलं असतं. पण तरीही तिने जर तुझ्याबरोबर यायचा निर्णय घेतला असता, तर तोही धोका तू नक्कीच पत्करला असतास. परिस्थितीशी जुळवून घेण्याचा प्रयत्न नक्की केला असतास.

आत्ता १९८१ सालचा नोव्हेंबर महिना आहे. सकाळची वेळ. पाण्यावर थंडगार, दाट धुकं पसरलेलं आहे. तुझ्या स्वयंपाकघरातल्या टेबलावर पत्रांचा, पाकिटांचा भलामोठा ढीग आहे. ते टेबल, तू जुन्या बाजारातून पाच डॉलर्सला विकत आणलेलं आहेस. कित्येक वर्षांपूर्वी तू फेरीबोटीमधून तुझं सगळं सामान घेऊन इकडे, या बेटावर राहायला आलास, तेव्हा त्या सामानाबरोबर हे टेबलही

इकडे आलं. बेलिंगहॅमचं तुझं अपार्टमेंट ज्या जागी होतं, ती पूर्ण इमारत पाडून तिथे भलंमोठं शॉपिंग सेंटर उभारण्याचा निर्णय जेव्हा झाला, तेव्हाच तिथलं चंबुगबाळं आवरून तू इकडे आलास. तेव्हापासून सरकारी लिफाफ्यामधून ही अशी पत्रं येत आहेत. सोशल सिक्युरिटीचे लोक तुला शोधण्याचा प्रयत्न करत आहेत. तू त्यांच्याशी का संपर्क साधत नाहीयेस, त्यांनी देऊ केलेली मदत तू का स्वीकारत नाहीयेस, हेच त्यांना कळत नाहीये. ती सगळी पत्रं तू नेहमीसारखी प्रेषकाच्या पत्त्यावर परत पाठवून देणार आहेस.

आणखीही बरीच पाकिटं टेबलावर जमा झाली आहेत. जाहिराती आहेत, परिपत्रकं आहेत, नव्या-नव्या योजनांची माहिती देणारी माहितीपत्रकं आहेत. तुम्हाला नको असणाऱ्या गोष्टी तुमच्या गळ्यात मारायचा लोकांचा धंदा आहे. तुम्हाला गरज नसणारी कार तुम्हाला खपवायला टपून बसले आहेत. आणि हो, ही होम थिएटर सिस्टिम नावाची काय भानगड आहे? तुझ्याकडे हे असलं काही विकत घ्यायला पैसे तरी आहेत का? आणि समजा असते, तरी घेतली असतीस का तू ती होम थिएटर सिस्टिम विकत? आणि ती घेऊन त्याचं नक्की केलं काय असतंस?

रॉबर्ट किनसेड अडुसष्ट वर्षांचा होता. त्याच्या पँटचे खांद्यावरून अडकवलेले केशरी रंगाचे पट्टे आता जीर्ण झाले होते. त्याने ते ओढून सारखे केले. त्याच्या शेजारीच त्याचा गोल्डन रिट्रीव्हर जातीचा कुत्रा बसला होता. हायवे नावाचा. त्याने त्याच्या अंगावरून एकदा मायेने हात फिरवला. कॅमल सिगारेट ओठात धरून तो खिडकीपाशी गेला. बाहेर दाट धुकं होतं. त्या धुक्यापलीकडे बंदर होतं. बंदरात एक मोठी शक्तिशाली बोट भलंमोठं मालवाहू जहाज साखळदंडाने ओढून नेत असणार. त्याचा आवाज दूरवरूनही ऐकू येत होता.

खिडकीजवळ चार खणांचं फायलिंग कॅबिनेट होतं. त्यानं त्याचा सर्वांत वरचा खण उघडला. आत ओळीने फोटोंच्या स्लाइड्स लावून ठेवलेल्या होत्या. अत्यंत व्यवस्थित, प्लॅस्टिकच्या फोल्डरमध्ये. खरंतर त्याचं अवघं आयुष्यच त्या खणात बंदिस्त होतं, असं म्हटलं तरी चालेल. एका ओळीत पाच फोल्डर्स आणि एकेका फोल्डरमध्ये वीस फोटो. ज्या माणसाने आपलं आजवरचं आयुष्य उत्तम छायाप्रकाशाच्या शोधात घालवलं, त्याच्या आयुष्याचा हा फोटोंच्या रूपातला आढावा होता. त्याने असंच त्यातलं एक फोल्डर उघडून त्यातली एक स्लाइड बाहेर काढली आणि दिव्याच्या उजेडात धरली. ती स्लाइड मोंबासा इथे काम करत असलेल्या एका कामगाराची होती. त्याचे पीळदार स्नायू फोटोतूनही स्पष्ट जाणवत होते. त्याने डोक्यावर लोकरीची टोपी घातली होती आणि त्याच्या चेहऱ्यावर हसू होतं. तो फोटो १९५४ सालातला होता. म्हणजे सत्तावीस वर्षांपूर्वीचा.

त्यानंतर त्याने आणखी एक फोटो उचलला. त्यात सील माशाचं एक पिलू

थेट कॅमेऱ्याकडे रोखून बघत होतं. ते १९७१ साल होतं. न्यू फाउंडलंड इथले मोठाले हिमनग तरंगताना त्या फोटोत दिसत होते. त्यापुढील फोटो मलावक्काच्या सामुद्रधुनीपाशी घेतलेला होता. सहा वल्ही असलेली होडी घेऊन काही खलाशी पाण्यात निघाले होते. त्यांच्या हातात मासेमारीचं साहित्य होतं. त्यानंतरचा फोटो उन्हाळ्यातला होता. अतिशय सुंदर निसर्गदृश्य होतं ते. त्यापुढचा फोटो जून महिन्यातला, कडाक्याच्या थंडीत बोफोर्ट सी येथे काढलेला होता. आणखी एक फोटो होता साउथ इंडियामधल्या पेरियारच्या अभयारण्यातला. फोटोत एक नितांतसुंदर तळं दिसत होतं. बाजूच्या गच्च गवतातून एक वाघ बाहेर पडत होता. त्यानंतरचा एक फोटो पोर्ट टाउनसेंड येथे काढलेला होता. सकाळची वेळ होती. एक बगळा ध्यान लावून उभा होता. त्या फोटोकडे पाहात असताना त्याला कल्पनेतच नाइटहॉकच्या सॅक्सोफोनचे सूर ऐकू आले. तो 'सॉफिस्टिकेटेड लेडी' हे गाणं वाजवत असल्याचा भास झाला.

आणखीही बरेच फोटो होते. मेक्सिकोमध्ये राहाणाऱ्या एका कॅम्पेसिनो मुलीचा फोटो. ती शेतात उभी होती. मागे वळून थेट कॅमेऱ्याकडे पाहात होती. तिने डोक्यावर गवताची भलीमोठी हॅट घातली होती. अंगात जाडाभरडा ड्रेस होता. त्या स्लाइडच्या बाजूच्या फ्रेमवर त्या मुलीचं नाव आणि तिच्या गावाचं नाव व्यवस्थित लिहिलेलं होतं. 'मारिया दे ला लुत्स, सॅन्तोस, सेलाया, मेक्सिको, १९७९.' त्याचा इतका मोठा असा तो दौरा शेवटचाच. एका नियतकालिकासाठी त्याने हे काम अंगावर घेतलं होतं. त्या फोटोशूटसाठी इतकं कमी बजेट होतं की, शेवटी त्याने स्वत:च्या पदरचे काही पैसे घालून ते काम पूर्ण केलं होतं. काम उत्कृष्ट व्हावं, ह्यासाठी हा सारा खटाटोप. 'त्या पोरीचं पुढे काय झालं, ती सध्या कुठे असते... ती अजूनही त्याच गावात राहाते का, उन्हाळ्यात शेतात मोलमजुरी करते का...' असा विचार त्याच्या मनात चमकून गेला.

मग त्याने पुढचं फोल्डर बाहेर काढून उघडलं. पहिलाच फोटो डाकोटा येथील होता. शरद ऋतूत काढलेला. फोटोत केशरी रंगाचं एक भलंमोठं मशीन होतं. मशीनच्या अंतर्भागातून एक माणूस खिडकीतून बाहेर वाकून बघत होता. त्याच्या डोळ्यांवर मोठा काळा चश्मा होता. स्लाइडच्या शेजारी सुवाच्च अक्षरात लिहिलं होतं : 'जॅक कार्माइन, व्हीट कंबाइनर, फार्मर्स फील्ड, साउथ ऑफ ग्रँड फोर्क्स, १९७५.'

या फाइलमध्ये हजारो फोटो होते. रॉबर्ट किनसेडने फक्त उत्तम दर्जाचे फोटोच जपून ठेवले होते. रॉबर्ट किनसेड फोटोग्राफीच्या दर्जाविषयी कमालीचा आग्रही होता. त्याचे मापदंड फारच वरचे होते. सगळे फोटो काढून झाले की, केवळ अतिउत्तम दर्जाचे फोटो बाजूला काढून बाकीचे नापसंत केलेले फोटो तो सरळ जाळून टाकत

असे. जे फोटो त्याने जपून ठेवले होते, त्यातील प्रत्येक फोटो नक्की कधी, कुठे, किती वाजता, कोणत्या परिस्थितीत काढलेला आहे, हे त्याला बारीकसारीक तपशिलांसह आठवत असे. फोटो शूट करण्याच्या प्रत्यक्ष क्षणाला वातावरण, छायाप्रकाश इ. कसं होतं, हेही त्याला आठवायचं. तिथल्या वातावरणात भरून राहिलेला वाससुद्धा त्याला अगदी जसाच्या तसा आठवायचा. पेरियारचा फोटो बघत असताना त्याला इंडियन करीची आठवण झाली, तर बास्क येथे काढलेल्या फोटोवरून बकऱ्याच्या लुसलुशीत मटणाचा दरवळ हवेत कसा भरून राहिलेला होता, त्याची आठवण झाली. तो ब्ल्यू फोर्टच्या समुद्राकाठी फोटो शूटला गेला असताना त्याचे खाण्यापिण्याचे जरा हालच झाले होते. छावणीत हवाबंद डब्यातलं अन्न खाऊन कंटाळा आला होता. जास्तीत जास्त वेळा हवाबंद डब्यातले मासे खाऊन त्याने गुजराण केली होती. मच्छरदाणीत बसून जेवावं लागत होतं.

त्याने त्या फोल्डरमधली शेवटची स्लाइड उचलली. पाण्यात अर्धवट बुडून गेलेल्या खडकाचा धूसर फोटो होता तो. १९७२ साली अॅकेडिया येथे कडेकपारींचं शूटिंग करण्यासाठी तो गेला होता. शूटिंग करता-करता त्याचा तोल जाऊन तो पाय घसरून तीस फूट खाली वाळूत पडला होता. कॅमेऱ्याचं शटर त्याने त्याच वेळी दाबलं असल्याने तो फोटो धूसर आला होता. पण त्या प्रसंगाची आठवण म्हणून त्याने तो जपून ठेवला होता. साहस आणि निव्वळ मूर्खपणा या दोहोंमधील सीमारेषा किती धूसर असते याची साक्ष पटवणाराच तो प्रसंग होता. पडल्यामुळे त्याचं घोट्याचं हाड मोडलं होतं. ते नंतर कधी व्यवस्थित बरं झालंच नाही. त्याचं मुख्य कारण असं होतं की, त्या अपघातानंतर त्याच्या डॉक्टरांनी त्याला सक्तीची विश्रांती घेण्याचा सल्ला दिला होता. पण त्याने तो धुडकावून लावून आपलं काम सुरूच ठेवलं होतं. त्यामुळे त्या मोडलेल्या हाडाला पूर्ण बरं होण्याची संधीच मिळाली नव्हती. त्याने तो फोटो परत त्या फोल्डरमध्ये ठेवून ते ड्रॉवरमध्ये जागच्या जागी ठेवून दिलं. ड्रॉवर बंद न करताच तो दोन्ही हात त्या ड्रॉवरवर ठेवून हातांची बोटं एकमेकांत गुंतवून बराच वेळ विचारमग्न अवस्थेत तसाच उभा राहिला.

त्या ड्रॉवरच्या पुढच्या भागात एक पत्रांचा गठ्ठा ठेवलेला होता. ही सगळी पत्रं त्याने फ्रॅन्सेस्का जॉन्सनला लिहिली होती, पण ती कधीच पोस्टात टाकलेली नव्हती. पत्रांच्या पाठीमागे एक जुनी नक्षीदार छोटी पेटी होती. त्यात काही फोटो होते. रॉबर्ट किनसेडने ती पेटी बाहेर काढली. स्वयंपाकघरातल्या टेबलावरचा पसारा दूर सारून त्यावर जराशी जागा करून ती पेटी त्याने तिथे ठेवली. खरकट्या प्लेट्स, जाहिरातींची पत्रकं आणि न उघडलेली पत्रं त्याने दूर सारली. मग जवळची एक खुर्ची ओढून तो बसला. त्याने ती पेटी अत्यंत काळजीपूर्वक उघडली. डोळ्यांवर बायफोकल चश्मा चढवला. पेटीतले फोटो कागदात गुंडाळलेले होते.

तो कागद त्याने अगदी हलकेच उचलला. वरच्याच फोटोतल्या स्त्रीकडे त्याने डोळे भरून निरखून पाहिलं.

तो फोटो सोळा वर्षांपूर्वीचा होता. आयोवामधल्या एका शेताच्या कुंपणाला रेलून फ्रॅन्सेस्का जॉन्सन उभी होती. त्याच्याकडे हसून बघत होती. तिच्या अंगात जुनी जीनची पँट आणि टी-शर्ट होता. त्याने तो फोटो मुद्दामच कृष्णधवल काढला होता. तिच्या व्यक्तिमत्त्वाला तो अगदी योग्य होता. तिच्या सौष्ठवपूर्ण देहाची वळणं त्याच्या कॅमेऱ्याने त्या फोटोत अगदी बरोबर टिपली होती. तशाच तिच्या चेहऱ्यावर उमटलेल्या सूक्ष्म रेषासुद्धा. तेव्हा ती हुबेहूब अशीच दिसत असे. त्याने जेव्हा अगदी पहिल्याप्रथम लॅबमध्ये फिल्मवरून त्या फोटोची कागदावर प्रिंट काढली, तेव्हा ती त्याला त्याच्या भूतकाळातून डोकं वर काढून आलेल्या भुतासारखी भासली. आधी तो कागद कोराच होता. मग हळूहळू पार्श्वभूमीवरील कुरणाच्या रेषा उमटू लागल्या. त्यानंतर पुढचं कुंपण आणि त्याला रेलून उभी असलेली एक मानवी आकृती उमटली. त्यानंतर फ्रॅन्सेस्काचा ठळक चेहरा दृश्यमान झाला. १९६५ सालच्या ऑगस्ट महिन्यातली ती सकाळ होती. पाण्याच्या ट्रेमध्ये त्याने तो फोटो डेव्हलप करायला ठेवला होता. जणूकाही त्या फोटोतून सजीव होऊन ती त्याच्याकडे आली.

रॉबर्ट किनसेडने तो फोटो हातात घेऊन न्याहाळला. त्या दिवशी तो फोटो काढल्यानंतर आजपर्यंत हजारो वेळा त्याने तो असा हातात घेऊन न्याहाळला होता. त्या पेटीत तिचे आणखी सव्वीस फोटो होते. पण हा विशिष्ट फोटो त्याचा सर्वांत आवडता होता. त्या फोटोत खास असं काही नव्हतं. फक्त फ्रॅन्सेस्का आणि ती ताजी, टवटवीत सकाळ. अंगात पातळसा सुती टी-शर्ट घातलेली फ्रॅन्सेस्का. तिचा रेखीव देह त्यातून अधिकच उन्मादक दिसत होता. टी-शर्टच्या आत तिने काहीच घातलेलं नाही, हे त्या फोटोतूनही लक्षात येत होतं.

त्याने आपले दोन्ही तळवे टेबलावर त्या पेटीच्या दोन्ही बाजूंना टेकवले. आपली निमुळती लांबसडक बोटं टेबलावर टेकवल्यावर त्याला तिचा स्पर्श आठवला. आजही, इतक्या वर्षांनंतरही तो स्पर्श त्याला अगदी जसाच्या तसा आठवला. तिच्या घाटदार देहाची वळणं त्याच्या बोटांना जाणवली. त्या स्पर्शाची आठवण त्याच्या मनाला कासावीस करून गेली. आत्ता या क्षणी आपले हात, आपली बोटं किंचितही न हलवता, नुसत्या कल्पनेनेच तो तिच्या पूर्ण शरीरावर अलगद, अगदी हळुवार हात फिरवून पाहू लागला. अगदी नखशिखांत. फ्रॅन्सेस्का जॉन्सनच्या शरीरावर.

त्याला आणि फ्रॅन्सेस्काला सारंकाही झुगारून देऊन, सगळा एकाकीपणा दूर करून एकमेकांच्या जवळ येण्याची ती तेवढी एकमेव संधी तेव्हा मिळाली. इतक्या वर्षांचा एकाकीपणा, मूकपणा, रितेपणा... रस्ता फुटेल तिकडं भरकटणं, जेट

इंजिनांचा आवाज, ते छायाप्रकाशाच्या मागे वेड्यासारखं धावत सुटणं... ते सगळं केवळ त्या तेवढ्या काळापुरतं संपलं. तिच्यासाठी अगदी काय वाट्टेल ते सोडून द्यायची तयारी होती त्याची. कसलाही त्याग करण्याची तयारी होती. ते रस्ते, ते फोटो काढणं, सगळं काही. पण त्या दोघांच्या मधोमध जो रस्ता होता, त्यावर खूप अडथळे होते. खूप कठीण निर्णय घ्यावे लागणार होते. तिच्यासमोर जे काही पर्याय होते, त्यामधून योग्य पर्यायाची निवड करणं तिच्यासाठी महाकर्मकठीण काम होतं. आणि अखेर तिने निर्णय घेतला होता. तिच्या दृष्टीने तिला जो योग्य वाटला, तो निर्णय तिने घेतला व त्या निर्णयाशी ती चिकटून राहिली. त्याच्याबरोबर येण्याऐवजी तिने आपल्या कुटुंबीयांसोबत आयोवातच राहाणं पसंत केलं.

देवा! तो सगळ्याच्या सगळा भूतकाळ अगदी जसाच्या तसा आपल्या मन:पटलासमोर जिवंत उभा करणं जमायचं त्याला. प्रतिमांचं रूपांतर क्षणार्धात रसरशीत भावनांमध्ये व्हायचं. इतकं जिवंत, इतकं खरंखुरं भासायचं की, त्याचा त्याला त्रास व्हायचा. त्याच्या जिवाची तडफड व्हायची. त्याचं पोट तिच्या पोटाला टेकलेलं, ती आवेगानं जवळ येताना तिच्या शरीराची झालेली कमान, बेडरूमच्या खिडक्यांच्या पडद्यांमधून आत झिरपणारी उन्हाळ्यातली गडद रात्र... मधूनच चमकणारी विजेची रेघ. तिचं नाजूक स्मितहास्य. त्याला स्पर्श करण्यासाठी आतुरलेली तिची बोटं, त्याच्यापासून दूर राहाणं शक्य न झाल्यामुळे त्याला बिलगलेली ती, तिथे त्या बिछान्यात, प्रणयाच्या उत्कट रात्रीनंतर उजाडलेली ती सकाळ आणि तिचे हात त्याच्या अंगावर.

"मी जर तुला स्पर्श करून हे सगळं घट्ट पकडून ठेवलं नाही ना, तर ते माझ्या हातातून निसटून जाईल, अशी मला भीती वाटते." असं म्हणत ती त्याला आणखी घट्ट बिलगली...

पण तरीही व्हायचं ते झालंच. सगळं निसटून गेलं. सदर्न आयोवामधल्या तिच्या शेतापुढून, तिच्या घरासमोरच्या छोट्याशा गल्लीतून तो जेव्हा आपल्या गाडीतून त्या शुक्रवारी सकाळी निघाला, तेव्हाच ते सगळं गेलं. सूर्य तळपत होता, झाडं मुकाट उभी होती. जगाचं हृदयसुद्धा मूक झालं होतं. आपल्या हॅरी नावाच्या ट्रकच्या फूटबोर्डवर उभं राहून त्याने एकदा मागे वळून तिच्याकडे पाहिलं. कितीतरी वेळ अनिमिष नेत्रांनी तो बघतच राहिला. तिला डोळ्यांत पुरेपूर साठवून घेतल्यानंतर तो तिथून निघाला. फ्रॅन्सेस्का त्या गल्लीच्या टोकापर्यंत त्याच्या गाडीमागे आली आणि नंतर हातात डोकं धरून हताशपणे तिथे त्या उन्हाच्या फुफाट्यात, धूळभरल्या रस्त्यावर मटकन खाली बसली. त्याने दुरूनच तिला पाहिलं.

कोण म्हणतं, आग पुरती विझू शकते असं? जराशी फडफड होते, थोडीशी विझते; पण पुरती कधीच नाही विझत. या सगळ्या कपोलकल्पित गोष्टी आहेत,

थापा आहेत. नीरस, कंटाळवाण्या माणसांनी उठवलेल्या भूलथापा नुसत्या. या माणसांना आपल्या अंगाला एखाद्या स्त्रीचा उष्ण स्पर्श, तिचं बिलगणं नको आहे. त्यासोबत येणारी जबाबदारीपण नको आहे. आत्ता फ्रॅन्सेस्का जॉन्सनच्या फोटोकडे पाहात असताना, वर्षानुवर्षं आणि मैलोन्‌मैल दूर गेलेल्या तिच्या देहावरून आत्ता परत तितक्याच उत्कटतेने हात फिरवताना, त्याला ते सगळं पूर्वीचं जसंच्या तसं परत हवं होतं. तिचा अनावृत्त स्पर्श त्याच्या शरीराच्या गात्रागात्रांना हवा होता. तिच्या कानात त्याला स्वत:लाही नीटसं न कळलेलं काहीबाही कुजबुजायचं होतं. ते सगळे शब्द त्याला जरी नीटसे कळले नसले, तरी हृदयाला कुठेतरी स्पर्श करून गेलेले, भावलेले, अंतरीची खूणगाठ पटवून गेलेले होते. आज इतक्या वर्षांनीसुद्धा फ्रॅन्सेस्काच्या स्पर्शाच्या नुसत्या कल्पनेने तो उत्तेजित झाला होता. त्या गोष्टीने त्याचं त्यालाच हसू आलं. तिचा नुसता विचार मनात येताच त्याच्यात हा एवढा बदल होऊन जाई.

रॉबर्ट किनसेडने पँटच्या डाव्या खिशातून एक पाकीट काढलं आणि त्यातून एक लहानशी कागदाची घडी बाहेर काढली. तो लहानसा कागद त्याने आजवर हजारो वेळा उघडला असेल आणि त्या कागदावर फ्रॅन्सेस्का जॉन्सनने स्वत:च्या हस्ताक्षरात लिहिलेल्या डब्ल्यू. बी. यीट्स कवीच्या काव्यपंक्ती दहा हजार वेळा तरी वाचल्या असतील. तिने लिहिलं होतं :

आज रात्री परत एकदा एकत्र जेवायला आवडेल का, जेव्हा... 'पतंग दिव्याभोवती भिरभिरत असतील.' आजचं काम संपलं की या ना घरी! कोणत्याही वेळी आलात तरी चालेल.

तिचं ते जुनंपुराणं हस्ताक्षर. खूप पूर्वी एका ऑगस्ट महिन्यातल्या उन्हाळ्यातल्या सकाळी तिने तो मजकूर लिहिला होता. तो दिवस खूप गरम होता. रॉबर्ट फ्रॅन्सेस्काच्या शेतातल्या घरात, साध्यासुध्या स्वयंपाकघरात आइस-टीचे घुटके घेत बसला होता. आणि त्याच रात्री फ्रॅन्सेस्काने त्या छप्पर असलेल्या ब्रिजच्या काठापाशी जाऊन स्वहस्ताक्षरातलं हे निमंत्रण त्या ब्रिजच्या कठड्याला अडकवून ठेवलं होतं. रोझमन ब्रिज, मॅडिसन काउंटी, आयोवा इथला.

त्याच्या मनात विचारांचं वादळ उठलं. 'एकदा, फक्त एकदा तिच्याशी बोलायला मिळावं, आपल्या तिच्याविषयी काय भावना आहेत, हे तिला सांगण्याची संधी मिळावी, तिच्या सहवासात व्यतीत केलेल्या त्या केवळ चार दिवसांत आपल्या आयुष्याला कसं पूर्णत्व मिळालं हे तिला सांगता यावं... तिला धन्यवाद देण्याची संधी मिळावी, निदान तिच्याकडे डोळे भरून बघता यावं, तिचा चेहरा निरखता यावा. केवळ अजून

एकच क्षण तिच्यासोबत घालवायला मिळावा... माझं तुझ्यावर अजूनही तेवढंच प्रेम आहे आणि मी अजून तुझी वाट पाहात आहे, हे तरी तिला सांगायला मिळावं.' पण ते शक्य नव्हतं. आत्ता नाही आणि नंतरही कधीच नाही. तिला तिचं घरदार होतं; नवरा होता, मुलंबाळं होती. तो मागे झुकला. त्याच्या रुपेरी केसांमधून त्याने दोन्ही हात फिरवले. त्याचे केस नेहमीसारखेच विस्कटलेले आणि लांबलचक वाढलेले होते, शर्टच्या कॉलरच्याही खाली येऊन पोहोचले होते. काही शेवटचं बोलावंसं वाटत होतं तिच्याशी, अजून फक्त एकदाच भेटायचं होतं, तिच्या घराकडे जाणारा रस्ता बाहेर होताच. शेवटच्या काउबॉयला तो दोर परत एकदा चढून जावंसं वाटत होतं. ते खरं म्हणजे करायलाच हवं होतं. थकल्या-भागल्या घोड्यावरून अखेरची मांड ठोकून दौडत निघायला हवं होतं. उत्क्रांतीची शेवटची फांदी तुटून पडेपर्यंत आणि घोडा दमून रस्त्यात पडेपर्यंत पुढे जायलाच हवं होतं.

पाण्यावर धुकं पसरलेलं असताना काठाशी दबा धरून बसणं, आणि इतक्या साऱ्या वर्षांच्या पाऊलखुणा त्याच्या डोक्यावर... काठापाशी दबा धरून बसणं... पण कशाच्या काठापाशी? कशाच्याही नाही.

स्वतःच्या कपात कॉफी ओतून घेऊन तो कपाटापाशी चालत गेला. त्याने कपाट उघडलं. आतल्या खणात त्याचं फोटोग्राफीचं सामान होतं. झाकण लावलेल्या पाच लेन्सेस, मऊ लेदरच्या बॅगेत विसावल्या होत्या. निकॉनचे दोन कॅमेरे... 'एफ' असा मार्क असलेले. आणि रेंजफाइंडर. जाडसर कापडात नीट गुंडाळलेला. एका व्यावसायिकाची आयुधं. जुनीपुराणी. वेगवेगळ्या धातूच्या बटणांचे, चेन्सचे ओरखडे उठलेली. वालुकामय आणि खडकाळ प्रदेशातून फिरून, ठिकठिकाणचा मार खाऊन आलेली, हॅरी नावाच्या ट्रकमध्ये बसून प्रचंड भ्रमंती करून आलेली. आफ्रिका खंडात, आशिया खंडात विमानाने प्रवास करून आलेली.

त्याच्या फ्रीजच्या बर्फाच्या कप्प्यात कोडॅक्रोम फिल्मचा २५ II स्पीडचा शेवटचा रोल ठेवलेला होता. त्या लोकांनी कित्येक दिवसांपूर्वी तसल्या रोल्सचं उत्पादन बंद करून टाकलं होतं. तेव्हाच त्याने बाजारातून घाईघाईने तसले पाचशे रोल्स विकत आणून जिवापाड सांभाळून ठेवले होते. त्याने ते नंतर अगदी जपून वापरले होते. त्यानंतर नियतकालिकांनी अलीकडे कोडॅक्रोम ६४चा वापर करण्यास सुरुवात केली होती, त्यामुळे हे खास रोल्स तो फक्त स्वतःच्या महत्त्वाच्या कामापुरतेच जपून-जपून वापरे.

तर हे सगळं असं होतं. हे शेवटी असंच होणार याची त्याला अगदी सुरुवातीपासूनच कल्पना होती. पाण्यावर पसरलेलं दाट धुकं, दारासमोर धुकं आणि आज हा त्याचा शेवटचा फिल्मचा रोल. अगदी मूलभूत गोष्टी. रक्त, हाडं, त्या हाडांना चिकटलेलं मांस आणि त्याच्या मनातले विचार. सगळ्या गोष्टींचा शेवट

होतो तेव्हा सगळ्याचीच राख होऊन जाते. त्यापुढे आणखी काहीच उरत नाही. जे घडणार असतं ते अटळच असतं. ते बदलू शकत नाही. जे काही घडायचं होतं ते विधिलिखित फार आधीच, अगदी सुरुवातीलाच कुणीतरी लिहून ठेवलेलं असणार. नियतीनेच बहुधा. किती विचित्र, एकाकी, शांत आयुष्य. अगदी सुरुवातीपासून त्याच्या आयुष्याची जडणघडणच तशी होती आणि ती कायम तशीच राहिली. अपवाद फक्त त्या चार दिवसांचा. सौम्य प्रकाशात चमकणारे १९६५मधले ते चार दिवस.

सगळ्या आयुष्याचं सार त्या चार दिवसांत. ॲकेडियाच्या कड्यांवरून आणि आफ्रिकेच्या समुद्र किनाऱ्यावरून मैलोन्‌मैल चालल्यानंतर, आकाशगंगा जिथे एकमेकांत मिसळून जातात अशा छोट्याशा खेड्यातला संधिप्रकाश अनुभवल्यानंतर, रेशमाच्या व्यापाऱ्याच्या मुलीसोबत जंगलातील जलाशयात प्रणयक्रीडा केल्यानंतर, तिच्या हसण्याने त्या जंगलातील शांततेचा क्षणभरासाठी भंग झाल्यानंतर... त्या सगळ्या अनुभवांना मागे टाकणारे ते चार मंत्रमुग्ध दिवस. आणि अंतर्मनात खोलवर कुठेतरी काळाच्या विव्हळण्याची सततची जाणीव. जगणं नावाची ही विचित्र गोष्ट हातातून निसटून जात असल्याची जाणीव. सगळंच किती क्षणभंगुर असतं याचा सततचा सल. काम करायचं, खायचं-प्यायचं, ताठ कण्यानं चालायचं आणि अखेर लटपटत्या पावलांनी कसंतरी चालायचं. सगळ्याचं रूपांतर अखेर नुसत्या बुळबुळीत फेसात होताना पाहायचं. शिल्लक उरतात त्या फक्त प्रतिमा. तुम्ही आधीच्या आयुष्यात जो काही जगण्याचा उत्सव भोगला असेल, त्याच्या मूक आठवणी.

भारत नाहीतर आफ्रिकेचं द्वीपकल्प
किंवा मलाक्काची सामुद्रधुनी
सगळं आहे तसंच
वाळूवर फिरणारी माणसं
नाहीतर समुद्राच्या लाटांवर
बोटी ढकलणारी माणसं
काही जातात
तर काही नुसती बघत उभी राहातात
उद्या
परत एकदा
ती माणसं सगळं असंच करतील.

एकदा एखादी कल्पना त्याच्या मनात घर करून बसली की, ती जायचीच नाही. तो खिडकीपाशी जाऊन उभा राहिला. बाहेरच्या धुक्याकडे निरखून बघत.

खरंतर सकाळ आत्ता तर कुठे सुरू झाली होती. तरीसुद्धा ती थकल्या-भागल्यासारखी दिसत होती.

रॉबर्ट किनसेडने स्वयंपाकघराच्या टेबलाचा खण उघडला. शाळा आणि कलाप्रदर्शनांसाठी त्याने अनेकदा फोटोग्राफीची जी कामं केली होती, त्यांच्या मोबदल्याचे कितीतरी चेक्स आत नुसतेच साठलेले होते. त्याने ते वटवायचे कष्टही घेतले नव्हते. त्याने सगळ्या चेक्सवर लिहिलेल्या रकमेची मनातल्या मनात बेरीज केली. ती ७४२ डॉलर्स भरली. ते प्रसिद्धीच्या झोतातले, भारलेले दिवस केव्हाच संपले होते. नॅशनल जिओग्राफिकचं काम करत असताना, चांगलं काही सापडताच त्या दिशेने धाव घेण्याचे दिवसपण आता संपले होते.

त्याशिवाय काही रोख रक्कमही होती. एकंदर सत्त्याऐंशी डॉलर्स होते. नोटांच्या स्वरूपात. त्याच्याशेजारी नाण्यांनी भरलेला एक कॉफीचा डबा होता. त्यात सुमारे पन्नास डॉलर्स असतील. त्याच्या हॅरी नावाच्या ट्रकचं इंजीन मात्र नवं होतं. त्या इंजिनाचा फक्त अडुसष्ट हजार मैलांचा प्रवास झालेला होता. कसलाही गाजावाजा न करता प्रवास करायचा, सामानपण अगदी कमी न्यायचं, गरज पडली तर ट्रकमध्येच झोपायचं. अजूनही त्याला ते सहज जमलं असतं. अजून एकदा तिथे जाणं सहज शक्य होतं. त्याला आणि त्याच्या 'हायवे' नावाच्या कुत्र्याला.

"वेल, हायवे... तुला काय वाटतं? आपण हे करावं का? तिथे जायचं, रोझमन ब्रिजला भेट द्यायची, खूप जुन्या गोष्टींच्या आठवणींना उजाळा द्यायचा. आणखी काही करायचं नाही. तिचा वावर ज्या-ज्या ठिकाणी झाला असेल, ज्या-ज्या भूमीला तिच्या पावलांचा स्पर्श झाला असेल, त्या-त्या ठिकाणी जायचं. नाहीतरी नुसतं इथं एकटंच स्वत:ची कीव करत बसण्यापेक्षा ते कितीतरी बरं. शिशिर ऋतू झाडांचे कसे खराटे करून टाकतो, फुलपाखरांचं जगणं कसं कठीण करून टाकतो हे हताशपणे बघत बसण्यापेक्षा ते कितीतरी बरं. आपल्या आयुष्यात जे कधीच घडू शकणार नाही त्याची खंत करत इथे अश्रू गाळत बसण्यापेक्षा ते कितीतरी बरं."

हायवे उठला आणि शेपूट हलवत, धापा टाकत रॉबर्ट किनसेडच्या जवळ येऊन बसला.

"आता ती कशी दिसत असेल बरं? तिच्यात बराच बदल झाला असेल की, फारसा बदल झालाच नसेल?"

बाहेरच्या बाजूला अनेक पाइन वृक्ष धुक्यात वेढलेले, ओले झालेले. लाकडी जमिनीवर कुत्र्याच्या शेपटीचा टपटप आवाज. परत एकदा आवाज, टपटप.

वयाच्या अडुसष्ट वर्षांपैकी बराचसा काळ एकाकी जगणं. त्यातील काही

एकाकीपणा परिस्थितीमुळे आलेला, तर काही स्वत:हून स्वीकारलेला. मनात आलेले विचार बोलून दाखवायला समोर दुसरं कुणी माणूसच नसल्यामुळे ते विचार उसळी मारून पुन्हा स्वत:कडेच परत येतात. शिवाय समजा कुणीतरी, क्वचित कधीतरी समोर असलंच, तरी ते विचार ऐकून त्यापासून कुणाला काय बोध होणार? पण तरीही कधीतरी ते विचार मनातून जिभेवर व जिभेवरून बाहेर हवे तसे कोसळतातच. जणूकाही तुमच्या मेंदूला आता आणखी मूकपणे बसून राहाणं मंजूर नसल्यासारखे. एकदा आधीचे साचून राहिलेले विचार शब्दरूप होऊन बाहेर पडले की, दुसरे विचार त्यांच्या जागा घेऊ शकतात.

बऱ्याच लोकांना तर एक पूर्ण दिवस किंवा काही तास पूर्णपणे एकटं राहिलं की, तेवढंसुद्धा पुरतं. त्यानंतर त्यांची ही अशी स्थिती होते. रॉबर्ट किनसेडचं तर जवळजवळ सगळं आयुष्यच असं एकाकीपणे गेलं होतं. कधीकधी एखादा फोटो काढण्यापूर्वी सगळी तयारी करत असताना तो स्वत:शीच पुटपुटायचा. कधीकधी जेवण बनवत असताना स्वत:शी बोलायचा. ते बोलणंही कसलं? तर कॅमेऱ्याच्या शटरचा स्पीड, मसाले, कॅमेरे किंवा चीझ... काय वाटेल त्या विषयांवर तो स्वत:शी बोलायचा. त्याचं ते असं बडबडणं चालू असताना त्याचा कुत्रा आनंदाने जवळ बसून, शेपटी आपटत त्याचं बोलणं ऐकायचा. त्याचं बोलणं, त्याचा मतितार्थ त्याला कळायचा नाही. फक्त शब्दोच्चारांचा ध्वनी ऐकून बेटा खूश व्हायचा. रॉबर्ट किनसेड आपल्याला उद्देशून काहीतरी बोलतोय, असं समजून आनंदाने शेपटी हलवायचा.

"तिची मुलं आता मोठी झाली असतील. घरापासून दूर, वेगळी राहू लागली असतील. पण तिला जाऊन भेटण्याचं धाडस मात्र होत नाहीये. आणि तिला पाहिल्यावर करायचं तरी काय? शिवाय मला पाहून तिची प्रतिक्रिया काय होईल. ती काय करेल, याचीही काहीच कल्पना करता येत नाही. किंवा कदाचित तिच्या दृष्टीने ते चार दिवस एव्हाना इतिहासजमासुद्धा होऊन गेले असतील. कदाचित ती जे काही घडलं, ते विसरूनसुद्धा गेली असेल. नुसती धूसर आठवण शिल्लक उरली असेल तिच्या मनात. त्या दिवसांबद्दल विचार करायला तिला आवडतही नसेल कदाचित."

पण हे खरं नव्हतं, ते रॉबर्ट किनसेडला मनोमन माहीत होतं. रॉबर्ट किनसेड आणि फ्रॅन्सेस्का जॉन्सन यांची मनं एकमेकांमध्ये गुंतून इतकी एकरूप होऊन गेली होती की, ती कधी विलग होणं शक्यच नव्हतं. जोपर्यंत त्यांच्या मनामध्ये गतस्मृतींना उजाळा देण्याची क्षमता होती, तोपर्यंत ते एकमेकांना विसरूच शकत नव्हते. या गोष्टीबद्दल त्याच्या मनात कधीच संशय नव्हता. गेल्या सोळा वर्षांत त्याने ज्या-ज्या रस्त्यांवर भ्रमंती केली होती, त्या प्रत्येक रस्त्यावर त्याच्या सोबत

त्याच्या मनात बसून तीही आली होती. ती सदोदित, सदासर्वकाळ त्याच्याच बरोबर होती. त्याला ते पक्कं माहीत होतं. तिच्या मनातही आपण अगदी असंच घर केलेलं असणार, याचीसुद्धा त्याला खात्री होती. पण कधीकधी तो मुद्दामच असा विचार करायचा की, तिला आठवण येत नसेल, ती आपल्याला विसरून गेली असेल. तसा विचार केला की, त्याच्या मनातला सल थोडाफार कमी व्हायचा. तिच्याविषयी विचार करताना त्याच्या उरात उठणारी वेदनेची कळ थोडीफार सुसह्य व्हायची.

तिच्याबरोबर डान्स करत असताना त्याला तिच्याविषयी जे प्रेम वाटलं होतं, तेव्हा क्षणभर काळसुद्धा थबकला होता. विश्वाचं रहाटगाडगं क्षणभरासाठी थांबलं होतं. त्या बेभान क्षणी त्याच्या अंतर्यामी दडलेल्या भटक्या प्रवाशाला दुरून घराचे दिवे पेटलेले दिसले होते, सगळ्या रेल्वेगाड्या थांबल्या होत्या, त्यांच्या कर्णकर्कश शिट्ट्या वाजायच्या बंद होऊन त्या शांत झाल्या होत्या. रिल्क कवीच्या मनोऱ्याभोवती घिरट्या घालणारं त्याचं मनसुद्धा क्षणभरासाठी स्तब्ध झालं होतं.

त्याच्या पाठीमागे अचानक निर्जीव रेफ्रिजरेटरमध्ये नव्याने धुगधुगी निर्माण झाल्यासारखी घरघर ऐकू आली. रॉबर्ट किनसेडने अजून एक कॅमल सिगारेट ओढली. त्याने दोन वेळा खोकून घसा साफ केला आणि समोर पसरलेली सकाळ पाहात राहिला. मग त्याला आयोवामधल्या त्या जुन्या फार्महाउसच्या स्वयंपाकघराची आठवण झाली. संपूर्ण आयुष्यभर या विश्वाकडे एखाद्या तीक्ष्ण दृष्टीच्या साक्षीदाराच्या डोळ्यांनी तो आजवर बघत आला होता. त्याची फोटोग्राफरची नजरसुद्धा त्याच्या कॅमेऱ्याइतकीच सगळे बारकावे अचूक टिपणारी होती. त्यामुळे आज इतक्या वर्षांनंतर त्याच्या स्मृतिपटलावर ते स्वयंपाकघर, त्यातील बारीकसारीक बारकाव्यांसहित, जसंच्या तसं उमटलं. फरशीवर अंथरलेल्या जुनाट जीर्ण लिनोलियममधल्या भेगा, टेबलावरचा फॉरमायका, सिंकजवळ ठेवलेला रेडिओ आणि दिव्याभोवती उडणारे पतंग.

आणि तिथे उभी असलेली फ्रॅन्सेस्का, त्याच्याकडे बघत असलेली. अंगात फिकट गुलाबी रंगाचा ड्रेस आणि पायात पांढरे सँडल्स. फ्रॅन्सेस्का जॉन्सन. तिच्या आयुष्यातला सर्वांत मोठा धोका पत्करून त्याच्याकडे आकृष्ट होत असलेली; आणि तो तिच्याकडे. जर या जगात पाप असलंच, तर ते पाप त्या दोघांनी मिळून केलं होतं. अगदी अर्धं अर्धं. दोघंही त्यात सारखेच सहभागी होते. त्या सायंकाळी तो तिथे तिच्यासमोर उभा होता, तिच्याकडे एकटक पाहात. तिच्या सडपातळ, तांबूस-गौर पायांकडे बघत. तिच्या अंगातील तोकड्या ड्रेसची शिवण संपून पाय जिथे उघडे पडले होते, त्या रेषेकडे बघत. आणि मग त्याच्या आतून त्याच्या जुन्या-पुराण्या वाटांनी त्याला दिलेले धक्के. त्या वाटांचा निषेध करावा का त्यांचं कौतुक करावं हे त्याला कळेना. पण त्या जुन्या वाटांचा अखेर विजय झाला होता. दूर रस्त्यावर चाललेल्या टँगो नृत्याचा आवाज हळूहळू जवळ ऐकू येऊ लागला होता.

जुन्या वाटा एका तप्त उन्हाळी रात्री तिच्या पलंगावरच्या चादरीत कशातरी गुरफटून गेल्या होत्या. फ्रॅन्सेस्काच्या ओटीपोटावरच्या घर्मबिंदूंवरून, तिच्या वक्षांवरून घसरत त्या त्याच्या खांद्यावरच्या घर्मबिंदूमध्ये मिसळून गेल्या होत्या. तिथून त्याच्या चेहऱ्यावर आणि त्याच्या पोटावर येऊन विसावल्या होत्या. त्या जुन्या वाटा आणि त्यांच्या खऱ्याखुऱ्या प्रतिमा, बुलफायटिंगमधल्या लाल-जांभळ्या चादरीचा फलकारा, दूरवरून टाळ्यांचा कडकडाट करणारे प्रेक्षकांचे घोळके. तिचं इतक्या वर्षांचं मन मारून जगणं आणि त्याचंही मनातली घुसमट मनातच दाबून जगणं... दोघांचं बांध फुटल्यासारखं परत परत एकमेकांमध्ये विलीन होणं... तेवणाऱ्या मेणबत्त्यांचं मेण ओघळत होतं... पाऊस कधी येत होता आणि तसाच निघून जात होता. दक्षिण आयोवातल्या त्या खेड्यावर पहाट अलगद उतरून जराशी विसावली होती.

जरा फटफटलं आणि लगेच तो तिला घेऊन कुरणात गेला. तिथे कुंपणाच्या एका खांबाला त्याने तिला टेकून उभं केलं. तिथे त्या क्षणीच त्याने आपल्या कॅमेऱ्याच्या जादूने तिचं रूपांतर नितांतसुंदर अशा कृष्णधवल प्रतिमेत केलं. तीच प्रतिमा आता त्याच्या टेबलावरच्या खणात एका बॉक्समध्ये होती. एका वेगळ्याच स्वयंपाकघरात. सिॲटलमध्ये. धुक्याने वेढलेल्या एका सकाळी.

परत एकदा त्या भल्यामोठ्या दोराला पीळ भरण्याची वेळ झाली. त्याचा ट्रक – हॅरी ओलाचिंब झाला होता. त्याला तंबाखूचा उग्र दर्प येत होता. परत एकदा सगळे तसेच उपचार. सोळा वर्षांपूर्वी तो करायचा, तसंच सगळं, त्याच क्रमाने. मुद्दाम काहीही बदल न करता केलेलं. ट्रकच्या मागच्या भागात स्पेअर टायरच्या कडेला खोचून उभी केलेली सूटकेस; कपडे वाळत घालायच्या दोरीने करकचून बांधून ठेवलेली. पण या खेपेस त्याने गिटार मात्र बरोबर नाही घेतलं. गेल्या कित्येक वर्षांत त्याने गिटार वाजवलेलंच नव्हतं. पण मग त्याने जरा वेळ त्यावर विचार केला. परत आत गेला आणि स्वयंपाकघरात फ्रीजजवळ भिंतीच्या सापटीत उभं केलेलं गिटार त्याने बाहेर काढलं. त्याची केस खूपच खराब झाली होती. त्यावर बुरशी आली होती. आतल्या गिटारची स्थिती तरी काय असणार होती, देव जाणे. त्यामुळे त्याने ती केस उघडून बघण्याचे कष्ट घेतलेच नाहीत. त्याने खांदे उडवून ती केस बाहेर आणून ट्रकमध्ये ठेवली. ती त्याने दोरीने सूटकेसच्या शेजारी बांधून टाकली. मग सूटकेस आणि गिटारची केस अशा दोन्हीवरून ताडपत्री घालून व्यवस्थित बांधली. ती दोरी आवळून बांधत असताना गिटारची केस जराशी हलली आणि आतील गिटारमधून हलकासा, मधुर आवाज निघाला. आज इतक्या दिवसांनी त्या गिटारला अंधारातून बाहेर यायला मिळाल्यामुळे जणू ते कृतज्ञ होतं आणि आता मला हातात घेऊन माझ्या तारा छेड आणि संगीत निर्माण कर, असं ते रॉबर्ट किनसेडला सांगत होतं.

पूर्वी रॉबर्ट ट्रकच्या मागील भागातील सामानाची बांधाबांध करून झाली की, उडी मारून खाली उतरायचा. पण आज मात्र त्याने तसं नाही केलं. दोन्ही पाय आधी खाली सोडून तो अगदी जपून खाली उतरला. उतरतानासुद्धा त्याने चांगला पाय जमिनीवर आधी टेकवला आणि दुखरा पाय नंतर टेकवला. दुखरा पाय कधी दगा देईल ते सांगणं कठीण होतं.

या वेळी कॅमेऱ्याची एकच सॅक त्याने बरोबर घेतली होती. त्यात एक निकॉन एफ कॅमेरा आणि एकुलती एक लेन्स होती – त्याची आवडती लेन्स, १९५ मिलीमीटरची. आणि त्याच्याकडे शिल्लक असलेला शेवटचा कोडॅक्रोम IIचा रोल. तो शेवटचा रोल घेऊन रॉबर्ट या अखेरच्या प्रवासाला निघाला होता. त्याने या सफरीचं नामकरणसुद्धा केलं होतं – 'लास्ट टाइम'.

बरोबर थर्मास, कॅमेरा, सूटकेस, कॅमल सिगारेटची तीन मोठी खोकी, वॉटरफ्रंट स्टोअरच्या सेलमध्ये विकत घेतलेली. चायनीज बिअरच्या कॅन्सने भरलेला बॉक्स, जुनी स्लीपिंग बॅग. जर जवळचे पैसे संपत आले तर सरळ ट्रकमध्येच स्लीपिंग बॅग उघडून झोपायचं, असं त्याने मनाशी ठरवलं होतं. १९६५ साली तो जे पुस्तक प्रवासाला घेऊन निघाला होता ते आता अगदीच जीर्ण झालं होतं. पानं सुटली होती. पण ते त्याने आजही बरोबर घेतलं होतं. त्या पुस्तकाचं नाव होतं, 'द ग्रीन हिल्स ऑफ आफ्रिका.' पण ते पुस्तक त्याने तेव्हापासून कधी वाचलंच नव्हतं. त्याने एकवार स्वत:च्या पेहरावावरून नजर फिरवली. त्याच्या पायात जुनेपुराणे, जाडेभरडे लाल बूट होते. त्यांचे सोल्स चौथ्यांदा बदलून झाले होते. फेडेड जीन्स, खाकी शर्ट आणि नारिंगी रंगाचे पँटचे पट्टे, खांद्यावरून खाली आलेले. ड्रायव्हर-सीटच्या पाठीवर टाकलेलं जाकीट, त्याचा एक खिसा उसवलेला आणि एका बाहीवर कॉफीचा डाग पडलेला – लुटारू, दरोडेखोरांची परंपरागत वेषभूषा म्हटलं तरी चालेल.

शेजारच्या सीटवर त्याचा कुत्रा हायवे बसला होता. सीटच्या खालीच त्याची खाण्याची ताटली आणि पाणी पिण्याचं भांडं ठेवलेलं होतं. एक पोतं भरून डॉग फूडही तिथेच होतं. शिवाय सुट्ट्या नाण्यांनी भरलेला कॉफीचा डबाही रॉबर्टने आठवणीने बरोबर घेतला होता.

या वेळी रस्ता जरा वेगळा घ्यायचा असं त्याने ठरवलं होतं. वर्षाच्या या दिवसांमध्ये उत्तरेला, विशेषत: रात्री, कडाक्याची थंडी पडत असे. त्यामुळे अशा प्रदेशातून प्रवास न करणंच योग्य. पण नक्की कोणत्या मार्गानं जायचं हे मात्र त्याने अजून ठरवलेलं नव्हतं. एकूणच इथून पुढे कोणतीही योजना आखायची नाही, कसलाही आराखडा बनवायचा नाही, शिस्तबद्ध, बेतशीर जगायचंच नाही, असं त्याने ठरवलेलं होतं. सुरुवात साउथ ओरेगॉनपासून करायची, नंतर हवं तर कॅलिफोर्नियाला

जायचं आणि मग तिथून पूर्वेकडे कूच करायची. आयोवा अजून तरी आहे तिथेच होतं. ते काही उठून दुसरीकडे जाणार नव्हतं. त्यामुळे उत्तर कॅलिफोर्नियामधून निघाल्यावर पूर्व दिशा पकडून प्रवास सुरू करायचा, इतकंच त्याने ठरवलं होतं.

'जाता जाता कदाचित साउथ डाकोटाला भेट देऊ, ब्लॅक हिल्समध्ये भ्रमंती करू,' असाही विचार त्याने केला. गेल्या खेपेला तो जेव्हा आयोवामधील मॅडिसन काउंटीला गेला होता, तेव्हा असाच गेला होता. मग पुन्हा १९७३ साली परत एकदा तो ब्लॅक हिल्सला गेला होता. त्या भागात पुराणवस्तू संशोधनाचं काहीतरी खोदकाम चालू होतं. तिथल्या फोटोग्राफीच्या कामासाठी तो गेला होता. एका खूप मोठ्या प्रकाशनासाठी त्याने ते काम अंगावर घेऊन पार पाडलं होतं. तो त्याचा शेवटचाच उपक्रम होता. त्या वेळी त्याचा गाइड म्हणून एक रांगडा, भांडखोर माणूस त्याला मिळाला होता. "कदाचित अजून तो तिथेच असेल," त्याच्या मनात आलं. "तसं असलं तर त्याला भेटून त्याची खुशाली विचारावी, तिथल्या ढाब्यावर जेवावं, आणि तिथे तो पूर्वीचा ॲकॉर्डियन वाजवणारा माणूस अजूनही असेल, तर त्याला वाजवताना ऐकावं." रॉबर्ट किनसेडने आपल्या ट्रकच्या ड्रायव्हरच्या सीटवर ताठ बसून समोरच्या काचेतून निरखून पाहिलं. समोरचं दृश्य एकदा डोळे भरून मनात साठवून घेतलं. हे सगळं इतके दिवस इथेच होतं आणि कळत-नकळत त्याच्यामध्ये भिनून गेलं होतं. कसं, ते त्याला स्वत:लाही कळलं नव्हतं.

"तुला माहीत आहे का?" तो आपल्या कुत्र्याला म्हणाला, "मी आता खूप दमलोय. मी गेले कित्येक दिवस इथे असा रडत-कुथत जगतोय. पण या अशा जगण्याचाच कंटाळा आलाय मला. कदाचित तुलासुद्धा आला असेल. नुसत्या जुन्या वाटांबद्दल, जुन्या दिवसांबद्दल व्यर्थ बडबड करत मी इथे फिरत असतो, मी पूर्वी जे काही काम करायचो, त्या कामाच्या जुन्या फायली उघडून बघतो, त्याच्याबद्दल विचार करत बसतो. स्वत:च्या वाढत्या वयाला आणि त्याचबरोबर आलेल्या रानटीपणाला शिव्या देतो. शेवटी हार मानतो. माझ्या या आयुष्याचं जे काही भजं होऊन बसलेलं आहे, त्याच आयुष्याकडे परत वळतो. वास्तवाचा स्वीकार करणं ही एक गोष्ट झाली. पण स्वत:च्या स्वप्नांचा एक-एक करत हळूहळू चक्काचूर करणं म्हणजे रोज थोडं-थोडं मरण्यासारखंच आहे."

त्याने बोलता-बोलता क्षणभर थांबून कुत्र्याकडे रोखून पाहिलं. "तू थोर कवी कमिंग्ज याच्या त्या सुप्रसिद्ध काव्यपंक्ती कधी ऐकल्या आहेस का रे? कमिंग्ज म्हणजे, तो आपला मित्र नाइटहॉक नव्हे, बरं का. हा कमिंग्ज दुसरा. हा मिस्टर ई.ई. कमिंग्ज. तो आपल्या नावाची आद्याक्षरं मुद्दाम स्मॉल लिपीत लिहायचा. त्याला कॅपिटलमध्ये लिहायला आवडायचं नाही. मला ती कविता आठवते का बघतो... वेल, अगदी सगळी कविता तशीच्या तशी आठवणार नाही... पण ती डॉक्टरांबद्दल

होती. डॉक्टर्स, आणि त्यांच्या त्या अवघड केसेस. कधीच बरे न होऊ शकणारे रुग्ण. आणि आपल्या आकाशगंगेच्या पलीकडे पसरलेल्या वेगवेगळ्या, कितीतरी जास्त सुंदर आकाशगंगा... खरंतर तुम्ही फक्त त्यांचा शोध घ्यायला हवा, म्हणजे त्या तुम्हाला सापडतात.''

तो कुत्र्याला पाहून हसला. ''मी आलोच परत एका मिनिटात.''

रॉबर्ट किनसेड परत घराकडे गेला. त्याने कपाटाचं दार उघडून आतल्या खणातून एक सॅक बाहेर काढली. त्याच्या मागे एक जुनापुराणा ट्रायपॉड ठेवण्यात आला होता. त्याच्या पुढेच चार शर्ट टांगून ठेवण्यात आले होते. त्यानंतर त्याने त्या कपाटाच्या खालच्या कप्प्यात जरा शोधाशोध केल्यावर त्याला हवा असलेला बंद गळ्याचा काळा स्वेटर सापडला. तो स्वेटर त्याने अनेक वर्षांपूर्वी आयर्लंडमध्ये विकत घेतला होता. त्याने तो ट्रायपॉड स्वेटरमध्ये नीट गुंडाळला. मागे एका हँगरला त्याचं खास फोटोग्राफरचं जाकीट लावलेलं होतं. त्याने ते खाली काढून अंगात चढवलं.

मग स्वयंपाकघरात जाऊन तिथल्या कपाटातून कॅमेरे काढून त्याने ते आणि त्या बरोबर लागणारं इतर सामानसुमान व्यवस्थित सॅकमध्ये भरलं. कपाटाच्या एका खणात अजून ट्राय एक्स ब्लॅक अँड व्हाइट फिल्मचे त्रेचाळीस रोल्स शिल्लक होते. त्याच खणात एक मानपत्र पडलं होतं. एका नियतकालिकातर्फे रॉबर्ट किनसेडला ते देण्यात आलं होतं.

रॉबर्ट किनसेड यांस
'छायाचित्रण' विषयातील
अनन्यसाधारण कामगिरीबद्दल
बहाल करण्यात येत आहे.

त्याखाली नियतकालिकाचं आणि संस्थेचं नाव कोरण्यात आलं होतं. शिवाय त्या खाली असा मजकूर लिहिण्यात आला होता :

'हृदयात पावित्र्यापेक्षाही साहस असलं पाहिजे.'

त्याने एका प्लॅस्टिकच्या थैलीत रोल्स भरले, मग इकडेतिकडे बारकाईने पाहात तो स्वेटरमध्ये गुंडाळलेला ट्रायपॉड एका खांद्याला लटकवला. दुसऱ्या खांद्याला त्याने ती सॅक अडकवली. त्याने घराचं दार काळजीपूर्वक बंद करून कुलूप लावून घेतलं.

त्यानंतर तो ट्रकमध्ये परत आला. आपल्या कुत्र्याकडे बघून म्हणाला, "तयार आहेस का भिडू?" मग त्याने इंजीन चालू केलं. "चल, निघू या. जे काय घ्यायचं राहिलं असेल ते राहू दे. आता रस्त्यात घेऊ ते."

रॉबर्ट किनसेड फेरीबोटीने मुख्य शहरात जेव्हा येऊन पोहोचला तेव्हा धुक्यातून सूर्य जरासं तोंड बाहेर काढू बघत होता. परत एकदा आपला ट्रक त्याने रस्त्यावर आणला. गल्लीबोळांमधून मार्ग काढत तो थेट गावाबाहेर पडला. बंदरातून जात असताना तो आणि नाइटहॉक जिथे गप्पा मारत बसत असत, ती जागा लागली. त्या ठिकाणी बसून दोघांनी एकमेकांपाशी अनेकदा आपली मनं मोकळी केली होती. कोणताही आडपडदा न ठेवता एकमेकांना स्वत:विषयी सगळं खरं-खरं सांगून टाकलं होतं. ऑलिंपियाला पोहोचल्यावर त्याने बँकेत जाऊन आजपर्यंत कॅश न केलेले काही चेक्स वटवून पैसे काढले. तिथेच बसून त्याने एक पोस्टकार्ड घेऊन नाइटहॉकला पत्र लिहिलं. आपण काही दिवसांकरता गावाला जात असून काही दिवसांतच परत येऊ, असं त्याला कळवलं. म्हाताऱ्या माणसांना सतत कसली ना कसली काळजी करत बसण्याची सवय असते, त्यामुळेच हा नाइटहॉकपण नक्कीच आपली काळजी करत राहील, याची रॉबर्ट किनसेडला खात्री होती.

मग त्याने समुद्राच्या काठाकाठाने ड्राइव्ह करत दक्षिणेला जायचं ठरवलं. मेटाउनपाशी आल्यावर त्याने गाडी वळवली आणि मोकळ्या गावातल्या रस्त्यावर आला. आता इथून पुढे लहान खेडेगावांमधल्या, आतल्या रस्त्यांवरूनच प्रवास करायचा, असं त्याने ठरवलं. त्याचा कुत्रा हायवे नाक खिडकीतून बाहेर काढून बसला होता. त्याचे कान वाऱ्यावर फडफडत होते.

तर, अशा रितीने १९८१ सालच्या नोव्हेंबर महिन्यात तो प्रवासाला निघाला. काही गोष्टी शेवटी एकदा करायच्या, एक अखेरचा प्रवास फक्त एकदाच. दोर आवळून सामान घट्ट बांधून आपल्या ट्रकमध्ये बसून रॉबर्ट किनसेड आयोवाच्या दिशेने निघाला; मॅडिसन काउंटीमधल्या ब्रिजेसकडे निघाला.

❖

फ्रॅन्सेस्का

फ्रॅन्सेस्का जॉन्सनला अजूनही स्वत: म्हातारं झाल्यासारखं मुळीच वाटत नव्हतं. ती खरंतर आता साठ वर्षांची होती. पण ती तेवढी अजिबात दिसत नसे. तिची मित्रमंडळी तिला अनेकदा तसं बोलून दाखवत. वाढत्या वयाने आपल्या खुणा तिच्या चेहऱ्यावर आणि शरीरावर अजिबात उमटवलेल्या नव्हत्या. वयाच्या चाळिशीला तिच्या केसात एखाद-दुसरी रुपेरी तार चमकू लागली होती, तेवढीच. पण एकंदर तिचे केस अजूनही काळेभोरच होते. तिचा बांधा या वयातही सौष्ठवपूर्ण होता.

खुद्द तिच्या नवऱ्याने – रिचर्डनेच तिला एकदा सांगितलं होतं, "फ्रॅनी, आम्ही सगळे दिवसेंदिवस म्हातारे होत चाललो आहोत, पण तुझ्यात मात्र फारसा फरक पडेल असं वाटत नाही."

पण अर्थातच तिच्या अंतर्यामी केवढातरी बदल घडून आला होता. ती आपल्या खोलीतल्या आरशासमोर उभी राहून स्वत:कडे निरखून बघत होती. पण वयानुसार जो काही थोडाफार बदल शरीरात झाला होता, तो सगळा तिच्या कपड्यांमुळे झाकून गेला होता, याची तिला जाणीव होती. पण ती आपल्या आहार-विहाराच्या बाबतीत अत्यंत काटेकोर होती. शिवाय आयुष्याबद्दल तिचा दृष्टिकोन सकारात्मक होता. ती डोक्यावर मोठमोठ्या हॅट्स घालून स्वत:चं उन्हापासून संरक्षण करत असे. रोज नियमितपणे चालायला जात असे. कधीकधी चालायला निघाल्यावर घरापासून चार मैलांवर असलेल्या रोझमन ब्रिजला ती भेट देत असे आणि चालत घरी परत येत

असे. या सर्व गोष्टींचा एकत्रित परिणाम म्हणून ती अशी अजूनही छान, प्रमाणबद्ध होती. शिवाय तिच्या मनात सतत एक विचार असायचा. अचानक कधीतरी रॉबर्ट किनसेडची भेट होईल का... असा विचार. कधीतरी, कुठल्यातरी मार्गाने रॉबर्ट किनसेड आपल्याला येऊन भेटेल, अशी आशा तिच्या मनात घर करून होती. खरंतर या विचारानेच तिला स्वत:ची काळजी घेऊन आपलं शरीर आणि मन अगदी जसंच्या तसं राखायला प्रवृत्त केलं होतं. इतक्या वर्षांपूर्वी ती जशी दिसत होती, तसंच दिसत राहावं आणि रॉबर्ट किनसेड भेटलाच, तर त्याला तसंच पूर्वीसारखं दिसत सामोरं जावं, असं तिला मनोमन वाटायचं. त्याने दुरूनसुद्धा आपल्याला झटकन ओळखावं असं तिला वाटायचं. त्या वेळी इतक्या वर्षांपूर्वी ज्या उत्कटतेने त्याला मी हवीहवीशी वाटले होते, तेवढ्याच असोशीने, तेवढ्याच उत्कटतेने त्याला मी आजही हवीहवीशी वाटले पाहिजे, असं तिला वाटायचं.

तिने १९६५ साली विकत घेतलेला तो गुलाबी रंगाचा ड्रेस अजूनही तसाच जपून ठेवला होता. त्याचा उपयोग ती मापदंड म्हणून करायची. मधूनच कधीतरी ती तो घालून बघायची. गेली सोळा वर्षं तिचं हे चाललं होतं. कधीतरी तो घट्ट वाटायचा. मग ती खूप मेहनत करून वजन कमी करायची. तो ड्रेस पहिल्याइतका सैलसर बसेपर्यंत. तसं झालं की, ती आरशातल्या तो ड्रेस घातलेल्या स्वत:च्या प्रतिबिंबाकडे निरखून बघायची. पुढून, मागून, कडेने. मग स्वत:शीच, गाल्यातल्या गालात हसायची, आणि म्हणायची, "याहून फार जास्त चांगलं दिसणं काही मला शक्य नाही. पण खेड्यात राहाणाऱ्या मुलीच्या मानाने मी खरंच चांगली दिसते हं!" मग ती गाल फुगवून स्वत:च्या प्रतिबिंबाकडे बघायची आणि स्वत:चं असं मोठ्यांदा कौतुक केल्याबद्दल स्वत:शीच खुदकन हसायची. त्यानंतर तो ड्रेस उतरवून व्यवस्थित घडी घालून प्लॅस्टिकमध्ये गुंडाळून परत कपाटात होता तसा ठेवायची.

रिचर्डला जाऊन एक वर्ष झालं होतं. त्यांचं शेतसुद्धा पूर्वीसारखं राहिलं नव्हतं. दुभती जनावरं तिने विकून टाकली होती. जमीन दुसऱ्यांना कसायला दिली होती. मुलंही आता मोठी होऊन परगावी गेली होती. तिचं तसं ठीक चाललं होतं. तिच्याजवळ अगदी भरपूर पैसे, मालमत्ता यापैकी काही नसलं तरी चरितार्थ व्यवस्थित भागण्याइतके पैसे तिला मिळत. कसायला दिलेल्या जमिनीचं भाडं नियमित मिळत होतं. तिने चार पैसे शिल्लक टाकले होते. शिवाय रिचर्डच्या मृत्यूनंतर विम्याचे जे काही थोडेफार पैसे मिळाले होते, तेही तिथेच गुंतवून टाकले होते.

रिचर्ड विंटरसेटच्या दफनभूमीत चिरशांती घेत पहुडला होता. त्याच्या स्वत:च्या आईवडिलांच्या कबरीशेजारीच. असे अनेक आईवडील व त्यांची मुलं रांगेने आपल्या कबरीत चिरनिद्रा घेत पहुडलेली होती. रिचर्डने त्या दफनभूमीत जेव्हा मृत्यूनंतर

स्वत:ला पुरण्यासाठी जमिनीचा तुकडा विकत घेतला होता, तेव्हा त्याच वेळी त्याने फ्रॅन्सेस्कासाठीही स्वत:च्या शेजारचा जमिनीचा तुकडा विकत घेऊन टाकला होता. फ्रॅन्सेस्काला मृत्यूनंतर आपल्या पतीच्या कबरीशेजारी पुरण्यात यावं, अशीच तिची इच्छा असणार, हे त्याने गृहीत धरून टाकलं होतं. परंतु, त्याचं हे अनुमान मात्र चुकलं होतं, हे काही वर्षांनंतर ज्या काही घटना घडणार होत्या, त्यावरून सिद्ध होणारच होतं.

रिचर्ड! किती चांगला, कनवाळू, प्रेमळ होता तो. तो सज्जन होता यात तर काही शंकाच नव्हती. शिवाय त्याचं त्याच्या परीने आपल्या पत्नीवर प्रेम होतंच. फक्त ते व्यक्त करताना त्याला जरा अवघडल्यासारखं वाटे. पण त्याचं ते प्रेम फ्रॅन्सेस्कासाठी पुरेसं नव्हतं. रिचर्डला जी फ्रॅन्सेस्का माहीत होती, तो खऱ्या फ्रॅन्सेस्काचा नुसता मुखवटा होता. एका शेतकऱ्याच्या पत्नीचा, मायाळू प्रेमळ आईचा, तिने आयुष्यभरासाठी घेतलेला मुखवटा होता तो. तिच्या व्यक्तिमत्त्वाचे सर्वांत वरचे पापुद्रे होते ते. एक प्रकारे ते असत्याचेच पापुद्रे होते. ती स्वत: अंतर्यामी वेगळीच स्त्री होती. जी स्त्री रोज सकाळी आपल्या पतीसाठी, मुलांसाठी नाष्टा बनवायची आणि तिचा पती रेडिओवर बातम्या आणि बाजारभाव ऐकत बसायचा. १९६५ सालच्या एका तप्त उन्हाळी रात्री याच रेडिओवर 'टँगरीन' आणि 'ऑटम लीव्हज' ही गाणी वाजली होती आणि त्या गाण्याच्या तालावर त्या रात्री रॉबर्ट किनसेड नावाच्या माणसासोबत तिने भान हरपून नृत्य केलं होतं. हा रॉबर्ट किनसेड एखाद्या वादळी वाऱ्याच्या झोतासारखा तिच्या आयुष्यात शिरला होता. त्याने तिचं अवघं विश्व व्यापून टाकलं होतं.

त्या स्वयंपाकघरातल्या स्टोव्हपाशी उभं राहून स्वयंपाक करताना तिच्या मनात विचार यायचा, 'ओ माय गॉड! आपल्या अनुपस्थितीत या स्वयंपाकघरात जे काही घडलं, ते जर रिचर्डला कळलं, तर? आपल्या पत्नीने याच घरात एका लांब केसांच्या, दुसऱ्याच कोणत्यातरी स्थळ-काळामधून उठून आलेल्या फोटोग्राफरला आपलं तन, मन आणि सर्वस्व समर्पित केलं असेल, याची तो कल्पना तरी करू शकेल का? रॉबर्ट किनसेडने तिथल्या स्वयंपाकघरातल्या टेबलावर तिच्या देहाचा कब्जा घेतला होता, तेव्हा त्यावरचे पेपर नॅपकिन्स कसे हवेत उडाले होते, याची त्याला थोडीतरी कल्पना असेल का? नाही, कधीच नाही. या अशा गोष्टींची तर रिचर्डने कधी स्वप्नातही कल्पना केली असणं शक्य नाही. असत्यावर असत्य. त्या असत्याचेच एकमेकावर साठलेले पापुद्रे.'

पण आतल्या आत कुठेतरी खोलवर रिचर्डला या सगळ्याची एक अनामिक जाणीव होती हे नक्की. त्याचे मृत्युशय्येवरचे शब्द तिला अजून आठवत होते. अगदी अस्पष्ट, घोगऱ्या, खोल गेलेल्या आवाजात, शुद्ध हरपण्यापूर्वी तो तिच्याशी

बोलला होता, ''फ्रॅन्सेस्का, तुझी स्वत:ची अशी स्वप्नं होती याची मला कल्पना आहे. मी ती स्वप्नं तुला देऊ शकलो नाही, याबद्दल आय ॲम सॉरी!''

हे शब्द उच्चारून झाल्यावर अत्यंत कष्टाने, शरीरातील उरलीसुरली सगळी ताकद गोळा करून त्याने हॉस्पिटलच्या बेडवरून आपला क्षीण हात फिरवला. त्याचे डोळे पाणावले होते. त्या चार शब्दांमधून त्याने जे काही व्यक्त केलं होतं, त्याहून कितीतरी जास्त त्या ओल्या डोळ्यांमधून व्यक्त झालेलं तिने तेव्हा पाहिलं. तिने त्याचा खरखरीत रांगडा तळवा आपल्या हातात घेऊन आपला गाल त्यावर ठेवला. संपूर्ण आयुष्यात केवळ त्या क्षणी, फक्त एकदाच, तिने रॉबर्ट किनसेडसोबत जे काही केलं होतं, त्याबद्दल तिला मनापासून वाईट वाटलं. आणखी एका बाबतीत तिला अत्यंत वाईट वाटलं. तिच्यात अंतर्यामी खोलवर जे काही दडलेलं होतं, त्याची तिला स्वत:लासुद्धा जाणीव नव्हती. मग एक दिवस अचानक रॉबर्ट किनसेड नावाचा माणूस तिच्या आयुष्यात आला. तिचं आयुष्यच बदलून गेलं. पण तिच्या अंतर्यामी हे जे काही सुप्त स्थितीत होतं, ते तिच्या पतीला, रिचर्डला मात्र कधीच कळू शकणार नव्हतं.

रिचर्ड जसा होता, त्याहून वेगळा तो कधी होऊ शकला नसता हे खरं होतं. पण त्याचबरोबर फ्रॅन्सेस्काविषयी मात्र त्यानं बरंचकाही जाणलं होतं. तिच्या भावभावनांशी तो परिचित होता. फक्त ही गोष्ट फ्रॅन्सेस्काला उमगली नव्हती. त्याच्या काहीतरी नक्कीच लक्षात आलं होतं, आणि त्याचमुळे तो मनातून खूप दुखावला गेला होता. फ्रॅन्सेस्काच्या स्वप्नातला राजकुमार आपण नाही हे वास्तव त्याला कळून चुकलं होतं. त्यांच्या लग्नाला आता तीस वर्षं होऊन गेली होती. फ्रॅन्सेस्काने त्याला जन्मभर साथ दिली होती, दोन सोन्यासारखी मुलं दिली होती. त्याच्या सुखदु:खात सहभागी झाली होती. पत्नीची सगळी कर्तव्यं तिने पार केली होती. पण तो सगळा मुखवटा होता. त्याच्या आतल्या खऱ्याखुऱ्या फ्रॅन्सेस्काच्या जवळ तो कधी पोहोचूसुद्धा शकला नव्हता.

ते जुनंपुराणं घर आता शांत होतं. फ्रॅन्सेस्काने 'द मॅडिसोनियन'चा ताजा अंक उघडला आणि गावातल्या लोकांबद्दलच्या बातम्या वाचल्या. ताज्या घडामोडी, विशेष कार्यक्रम, चर्चमध्ये होणारे जेवणाचे कार्यक्रम, फुटबॉलचे सामने, लग्नं, जन्म-मृत्यू या सगळ्या बातम्या तिने तपशीलवार वाचून काढल्या. हे तिचं जग होतं. गेली छत्तीस वर्षं तिने इथे काढली होती. पण तरीही अजूनही हे जग तिला परकंच वाटायचं.

तिची मैत्रीण मार्ज क्लार्क हिला जाऊन सहा महिने झाल्यानंतर तिच्या नवऱ्याने – फ्लॉइडने – फ्रॅन्सेस्काला बाहेर जेवायला येण्याचं निमंत्रण दिलं होतं, पण तिने काहीतरी सबब सांगून त्याचं मन न दुखावता मोठ्या खुबीने त्याला नकार दिला

होता. त्यानंतर काही दिवसांनी गावची जत्रा भरली, त्या वेळी त्याने तिला परत एकदा बाहेर जेवायला येण्याविषयी सुचवलं. या वेळी बार्बेक्यू पार्टीचं निमित्त होतं. परत एकदा त्याचं मन न दुखावता, आणखी कुठलीतरी सबब सांगून तिने त्याला नकार दिला. 'खूप कामं आहेत... शिवाय कदाचित मुलं भेटायला येतील,' असं काहीतरी सांगून तिने वेळ मारून नेली. त्यानंतर मात्र फ्लॉइड क्लार्कने तिला परत कधी विचारलं नाही. कधीतरी दुकानात सामान आणायला गेल्यावर त्याच्याशी गाठ पडे. त्या वेळी तो अदबीने तिला सामान उचलायला मदत करत असे. फ्लॉइड अलीकडे बराच वाळला होता. मार्ज गेल्यापासून नक्कीच त्याचे खाण्यापिण्याचे हाल होत असणार.

फ्रॅन्सेस्काने पेपर खाली ठेवला, डोळ्यांवरचा चश्मा काढला आणि ती बाहेरच्या शेताकडे बघत राहिली. शिशिर ऋतू होता. तिला शेताकडे पाहाता-पाहाता रॉबर्ट किनसेडची आठवण झाली. खरंतर तो तिच्या मनात सततच असायचा. पण दिवसातून कधीतरी काही क्षणी तिला उगीचच असं वाटायचं की, रॉबर्ट किनसेड हा आपल्या मनाचा खेळ असेल. तो प्रत्यक्षात नसेलच. नुसती आपली कल्पना असेल. पण ती कल्पना आपण इतके वेळा केली असेल की, आता आपल्याला तो खराच आहे असं वाटू लागलं असेल. पण त्याने तिचे जे फोटो काढले होते, ते त्यानेच तिला पाठवले होते. शिवाय नॅशनल जिओग्राफिकमध्ये त्याने काढलेले फोटो आणि त्या जोडीला त्याचे स्वत:चेही फोटो छापून आले होते.

'तो अजूनही पूर्वीसारखीच भटकंती करत असेल का?' तिच्या मनात आलं, 'तो अजून हयात असेल ना?' कधीकधी आकाशातून जात असणाऱ्या जेट विमानाकडे ती बघत बसायची. रॉबर्ट किनसेड त्यात बसून जकार्ता, नाहीतर नैरोबीला चालला असेल अशी मनाची कल्पना करत राहायची. कधीतरी तिच्या मनात यायचं, 'आपण नॉर्थ वेस्टला जावं आणि त्याचा शोध घ्यावा.' पण नंतर असंही वाटायचं की, 'त्याच्या ज्या काही गोड आठवणी मनात आहेत, त्यांच्या सोबतीनेच राहिलेलं जीवन व्यतीत करावं.' 'आपण दोघांनी जे चार दिवस एकत्र घालवले होते, तेवढेच कदाचित आपल्या नशिबात लिहिलेले असतील,' असाही विचार तिच्या मनात चमकून गेल्यावाचून राहायचा नाही.

कदाचित त्याचा पुरेसा शोध घेतल्यावर तो तिला भेटलाही असता. तिला पाहून आधी त्याच्या चेहऱ्यावर प्रश्नचिन्ह उमटलं असतं. मग त्याने स्वत:च्या आठवणींचा कप्पा उघडला असता आणि थोडी शोधाशोध केल्यावर ती त्याला तिथे सापडली असती. तिला त्याने ओळखलं असतं. ('हां... त्या आयोवामधल्या कव्हर्ड ब्रिजेसच्या जवळ राहाणारी स्त्री!') मग तो तिच्याशी अगदी अदबीने, औपचारिकपणे वागला असता. दोघांनी एखाद्या रेस्टॉरंटमध्ये बसून कॉफी घेतली असती. मग जरा वेळाने

घड्याळाकडे दृष्टिक्षेप टाकून तो उठला असता आणि एखादं काम आठवल्याचं सांगून तिथून निघाला असता.

मग रेस्टॉरंटच्या लाल पार्टिशनच्या बूथमध्ये ती एकटीच राहिली असती. घरापासून कितीतरी दूर. 'आपण उगीच त्याचा शोध घेत इथपर्यंत आलो,' असा मनात विचार करत तिथेच बसून राहिली असती. एका भटक्या माणसाच्या आयुष्यात आपलं स्थान केवळ चार दिवसांचा विरंगुळा एवढंच होतं, त्याहून अधिक काहीही नाही या वास्तवाची जाणीव झाल्यानंतर उरलेलं आपलं आयुष्य किती दु:खी होईल, या विचारांनी तिच्या जिवाचा थरकाप झाला. गेली इतकी वर्षं ज्या गोष्टीच्या बळावर ती जगत आली होती, ती गोष्टच उद्ध्वस्त होऊन गेली असती. त्यानंतर उरलेलं विस्कटलेलं, वीण उसवलेलं जीवन कसंतरी जगत राहावं लागलं असतं तिला.

पण नाही. यातलं काहीही कधीच घडणं शक्य नव्हतं. तिला याची जवळजवळ पूर्ण खात्री होती. पण त्या दोघांमध्ये जे काही घडलं होतं, त्याला कित्येक वर्षं लोटली होती. मधूनमधून नॅशनल जिओग्राफिकमध्ये त्याचा फोटो छापून यायचा. त्यामुळे अजून तिला त्याचा चेहरा तरी नीट आठवत होता. पण तसं नसतं, तर तिच्या मनातली त्याची प्रतिमा एव्हाना धूसर होऊन गेली असती. पण आता ते फोटोसुद्धा जुने झाले होते. कदाचित आज जर तो तिच्या समोर येऊन उभा राहिला असता, तर तिने त्याला ओळखलंसुद्धा नसतं. 'तो आता अडुसष्ट वर्षांचा असेल,' तिच्या मनात आलं. 'अडुसष्ट वर्षांचा चित्ता?' ती कल्पना करणंसुद्धा कठीण जात होतं. 'तो कदाचित आजारी असेल किंवा अगदी असहाय, अंथरुणाला खिळलेल्या अवस्थेत असेल. आणि तशा अवस्थेत मी त्याला पाहू नये अशी त्याची इच्छा असेल,' तिला वाटलं.

फ्रॅन्सेस्काने वरच्या मजल्यावरच्या आपल्या बेडरूममध्ये जाऊन कपाटातून तो गुलाबी ड्रेस बाहेर काढला. खोलीच्या उजव्या कोपऱ्यात कॅरोलिनचा जुना रेकॉर्ड प्लेअर होता. तो ती तिथेच ठेवून गेली होती. तो ड्रेस तिने अंगात चढवला. रेकॉर्ड प्लेअरवर 'ऑटम लीव्ह्ज' हे गाणं लावलं आणि आरशातल्या स्वत:च्या प्रतिबिंबाकडे पाहिलं. तिला हसू फुटलं. रॉबर्ट किनसेड नावाच्या एका माणसाने तिच्यावर किती जिवापाड प्रेम केलं होते, हे तिला आठवलं. आपल्यावर एखादी व्यक्ती इतकं असीम प्रेम करू शकते, अशी तिने त्याआधी कधी कल्पनासुद्धा केली नव्हती.

आता तिची वॉकला बाहेर पडण्याची वेळ झाली होती. तिने कपडे बदलून अंगात जीन्स आणि डेनिमचा शर्ट चढवला, जिना उतरून खाली गेल्यावर बाहेर पडण्यापूर्वी तिचं लक्ष कॅलेंडरकडे गेलं. तिचा वाढदिवस जवळ आल्याचं तिच्या लक्षात आलं.

इकडे फ्रॅन्सेस्का आरशाकडे पाठ फिरवून खाली निघाली असतानाच, रॉबर्ट

किनसेड पॅसिफिक समुद्राच्या जवळून तिच्याच घराकडे प्रवास करून येत होता. आपल्या हॅरी नावाच्या जुन्या-पुराण्या ट्रकमध्ये बसून. आपल्या हायवे नावाच्या कुत्र्याशी गप्पा मारत. समुद्राच्या जवळ आल्यावर तो दक्षिणेकडे वळला. स्वत:ला 'रॉबर्ट किनसेड – लेखक आणि फोटोग्राफर' असं म्हणवून घेणाऱ्या त्या माणसाने आपला दुखरा घोटा एकवेळ ताणून सरळ केला. परत एकदा मनोमन इच्छा केली. ज्या गोष्टी आजवर घडू शकल्या नव्हत्या आणि इथून पुढेही कधीच घडण्याची तिळमात्रही शक्यता नव्हती, त्या घडाव्या अशी मनोमन वारंवार इच्छा केली.

❖

कार्लिस्ले मॅकमिलन

खूप वळसे आणि वळणं असलेलं चाकोरीबाहेरचं जीवन जगून झाल्यावर कार्लिस्ले मॅकमिलन वेस्टर्न साउथ डाकोटामधील योर्क्स काउंटीमध्ये राहायला आला होता. तो त्या एकाकी ठिकाणी येऊन स्थायिक होण्यासाठी काय चित्रविचित्र परिस्थिती कारणीभूत झाली, ही एक वेगळीच कहाणी आहे. तो तिथे आल्यानंतर ज्या काही जगावेगळ्या घटना घडल्या, त्यांनी त्याला पूर्णपणे वेढून टाकलं.

पण सध्यातरी इतकंच माहीत करून घेणं पुरेसं आहे की, तो एक सुतार होता आणि आपल्या कामात अत्यंत निष्णात होता. उत्तर कॅलिफोर्नियात राहाणाऱ्या एका म्हाताऱ्या सुताराच्या हाताखाली ही विद्या शिकून तो इतका तरबेज झाला होता. पण अनेक वर्षं शहरात राहिल्यानंतर कार्लिस्लेला तिथे राहाण्याचा कंटाळा आला होता. त्याच्या अंगच्या कौशल्याला तिथे फारसा वाव मिळत नव्हता. जुनी घरं पाडून तिथे आता टुमदार अपार्टमेंट्स उभी राहात होती. त्याच्यासारख्या सुताराची कोणालाच कदर नव्हती. मग आपल्या जवळची सगळी पुंजी बरोबर घेऊन, चंबूगबाळं आवरून कार्लिस्ले उत्तर अमेरिकेच्या प्रदीर्घ प्रवासाला निघाला. एकटाच. योर्क्स काउंटीत आल्यानंतर त्याचा शोध संपला. त्याला ज्या तऱ्हेचं जीवन हवं होतं, ते त्याला मिळालं. त्याला जे जग मुळीच समजत नव्हतं, किंबहुना ज्या जगात थांबण्याची त्याची यत्किंचितही इच्छा नव्हती, त्या जगापासून हे ठिकाण खूप खूप दूर होतं. त्याने साउथ डाकोटात मुक्काम ठोकला. पहिली काही वर्षं स्वत: राहात असलेल्या

घराच्या नूतनीकरणात गेली. हे घर तीस एकर जमिनीच्या तुकड्यावर होतं. सालामांडर नामक एका गावाच्या उत्तरेला सुमारे साडेआठ मैलांवर हे घर होतं.

बऱ्याच लोकांच्या जीवनाच्या बाबतीत जे घडतं, तेच याच्या आयुष्याच्या बाबतीतही घडलं होतं. त्यातील काही घटना केवळ योगायोगाने घडलेल्या होत्या तर काही गोष्टी त्याने स्वेच्छेने केल्या होत्या. त्या दोन्हींच्या एकत्रित परिणामातून त्याचं आजचं आयुष्य आकाराला आलं होतं. त्यातल्या काही गोष्टी आपोआप घडलेल्या, तर काही त्याने घडवून आणलेल्या होत्या. काही निर्णय घेतले होते. त्यातले काही योग्य ठरले होते, तर काही अयोग्य. त्याच्या आयुष्यात ज्या काही घटना घडल्या होत्या त्यामागे जसे त्याचे स्वत:चे प्रयत्न कारणीभूत होते तशाच अत्यंत अनपेक्षितपणे काही गोष्टी झाल्या होत्या, त्याही कारणीभूत होत्या. थोडक्यात बोलायचं, तर एक सर्वसामान्य आयुष्य त्यामुळे पूर्णपणे बदलून गेलं होतं. सगळीच अनिश्चितता भरून राहिली होती.

अगदी सुरुवातीपासूनच त्याच्या आयुष्यात इतर सामान्य माणसांपेक्षा जास्त अनिश्चितता होती. पस्तीस वर्षांपूर्वी विन मॅकमिलन नावाच्या एका स्त्रीच्या पोटी त्याचा जन्म झाला, तोच अनौरस अपत्य म्हणून. ज्या माणसापासून तिला हा मुलगा झाला होता, त्याचं आडनाव तिला आठवत तरी नव्हतं किंवा कदाचित माहीतच नसावं. त्यामुळेच त्याच्या आईने त्याच्या वडिलांविषयी फारसं काहीच सांगितलं नव्हतं. आपल्या न पाहिलेल्या वडिलांची एक धूसर अशी काल्पनिक प्रतिमा त्याच्या मनात होती.

त्यामुळेच किशोरवयात गल्ल्यांमधून भटकत असताना आणि पुढील आयुष्यातसुद्धा, वडील म्हटलं की, स्वत:च्याच मस्तीत बेधुंदपणे मोटारसायकलवरून सुसाट वेगाने जाणाऱ्या एका कलंदराची प्रतिमा त्याच्या डोळ्यांसमोर उभी राही. आणि त्या कल्पनाचित्रातली ती मोटारसायकलसुद्धा लांब पल्ल्याच्या प्रवासासाठी बनवण्यात आलेली असावी. चांगलं अवजड, भलंमोठं धूड होतं ते. त्याच्या स्वप्नातला तो माणूस समुद्राच्या किनाऱ्याने सुसाट वेगाने जायचा. सूर्य मावळतीला आलेला असताना तो कड्याकपारींच्या रस्त्यांवरून भरधाव जायचा. त्याच्या मागच्या सीटवर एक स्त्रीपण बसलेली असायची. तिच्या हातांचा विळखा त्याच्या कमरेभोवती असे. आणि तिचे केस वाऱ्यावर उडत असायचे. हे कल्पनाचित्र खूप खूप जुनं होतं. ती स्त्री म्हणजे आपली आई, अशी कल्पना कार्लिस्ले मॅकमिलन मनोमन करायचा.

ती स्त्री आणि तो माणूस काही थोडेच दिवस एकमेकांच्या सहवासात आले असणार. पण तेवढंही पुरेसं होतं. त्यातूनच त्यांच्या प्रेमाला फळ आलं होतं आणि कार्लिस्ले मॅकमिलन नामक मुलगा जन्माला आला.

त्या माणसाबरोबरचा गरम रेतीतला शृंगार नंतर कित्येक दिवस त्या स्त्रीच्या

स्मरणात होता. पाठीला रेतीचे चटके अजूनही जाणवायचे. सप्टेंबर महिन्याची अखेर होती ती. त्या माणसाचं जरासं तऱ्हेवाईक वागणं, त्याचा तो काहीसा बुजरा स्वभावपण तिला आठवायचा. त्याचं वागणं विक्षिप्त होतं. पुढे तिला जेव्हा मुलगा झाला, तेव्हा त्या मुलातही आपल्या वडिलांचा तो तऱ्हेवाईकपणा काही प्रमाणात उतरला होता. ती मुलाला त्याच्या वडिलांविषयी, म्हणजेच तिच्या प्रियकराविषयी तिच्या स्मरणात असलेल्या काही गोष्टी सांगायची. त्याला काही गुप्त गोष्टी माहीत होत्या आणि त्याच्या भूतकाळातलं मंद संगीत त्याला ऐकू यायचं. हा भूतकाळ त्याचा एकट्याचाच होता. एवढं सगळं जरी असलं, तरी त्याचं आडनाव मात्र तिच्या पूर्णपणे स्मरणातून गेलं होतं. खरंतर त्याने एकदा केव्हातरी तिला आपलं आडनाव सांगितलं होतं. दोघं संध्याकाळच्या वेळी शेकोटीपाशी घरी बनवलेली बिअर पीत बसले होते. दोघांच्याही आयुष्यातला उमेदीचा काळ होता तो.

त्याविषयी आपल्या मुलाला सांगताना ती म्हणाली, "त्या काळी नावाला विशेष महत्त्वच नसे आमच्या लेखी. कार्लिस्ले, हे सगळं तुला समजणार नाही. मला कल्पना आहे त्याची. पण त्या काळी आमच्या भावना खरंच तशा होत्या. मला त्या गोष्टीची आता खंत वाटते. माझ्या स्वत:साठी नाही, पण तुझ्यासाठी वाटते."

तिची आणि तिच्या प्रियकराची कहाणी ही एवढीच होती. कार्लिस्ले जेव्हा बारा वर्षांचा होता, तेव्हा तिने त्याला ती सांगितली होती. तेव्हा मेंडोसिनोमध्ये असलेल्या त्यांच्या घराच्या पायऱ्यांवर दोघं बसले होते. ते घर त्यांचं स्वत:चं नव्हतं. भाड्याचं होतं. कार्लिस्ले हडकुळा, अशक्त आणि अबोल होता. त्याच्या आईने आपले दोन्ही हात त्याच्या गळ्यात टाकले. त्याच्या डोक्याला आपलं डोकं टेकवलं आणि ती भरभरून बोलली. तिने नुकतीच अंघोळ केली होती. तिच्या ओल्या केसांचा वास त्याला अजूनही कधीतरी आठवायचा. आईच्या केसांचा वास आणि आईचा उबदार मायेचा स्पर्श. त्याने तिचं बोलणं मन लावून ऐकलं होतं. तिने जे काही घडलं ते प्रामाणिकपणे, जसंच्या तसं, कोणताही आडपडदा न बाळगता त्याला सांगितलं होतं. त्याबद्दल त्याला तिचं कौतुक वाटलं होतं. तिच्याविषयी आदरसुद्धा वाटला होता. त्या माणसाच्या अद्भुतरम्य आठवणींमध्ये, त्या अनिर्बंध प्रणयक्रीडेच्या आठवणींमध्ये ती रमून गेली होती. ते सगळं तिने कार्लिस्लेला नि:संकोचपणे सांगितलं होतं. त्यांच्या प्रेमातून कार्लिस्लेचा जन्म झाला या गोष्टीचाही तिला अत्यानंद झाला होता. पण अगदी खरं सांगायचं, तर त्या कोवळ्या वयात आपल्या स्वत:च्या आईच्या आणि तिच्या प्रियकराच्या शृंगाराविषयी ऐकणं, त्याची कल्पना करणं, ही गोष्ट कार्लिस्लेच्या दृष्टीने अजिबात सोपी नव्हती.

जे सगळं काही ती सांगत होती ते ठीक होतं. ती प्रामाणिक होती. अत्यंत प्रेमळ होती. पण कार्लिस्लेच्या दृष्टीने तेवढं पुरेसं मात्र नव्हतं. कार्लिस्ले मॅकमिलनला

मनोमन आपल्या वडिलांची उणीव भासायची. ते आपल्या आयुष्यात असायला हवे होते, असं त्याला वाटायचं. एका किशोरावस्थेतल्या मुलाच्या मनात जी काही भावनांची वादळं चालू होती, जे काही शारीरिक बदल घडून येत होते, त्याला एका पुरुषाच्या, वडिलांच्या आश्वासक पाठ थोपटण्याची गरज होती. सगळं काही ठीक होईल, तू एक चांगला पुरुष होशील, हे त्याला कुणीतरी समजावून सांगण्याची, धीर देण्याची गरज होती.

त्यामुळेच कितीतरी दिवस तो खूप संतापलेला असायचा. आपल्या आयुष्यातल्या या काही न कळणाऱ्या घडामोडींविषयी साशंक असायचा. विन मॅकमिलन नावाच्या स्त्रीने एका ओळखपाळख नसलेल्या, वाटेत भेटलेल्या पुरुषाशी शृंगार केला आणि तो नंतर सहजपणे उत्तरेच्या दिशेने निघून गेला या गोष्टीचा त्याला खूप राग यायचा. त्या गोष्टीवर खूप विचार केल्यावर आणि थोडंफार आयुष्य जगून झाल्यावर अखेर त्या गोष्टीचा त्याच्या मनाने स्वीकार केला व तो शांत झाला. निदान काही प्रमाणात तरी.

१९४५ सालच्या शिशिर ऋतूमध्ये त्याच्या आईचा आणि तिच्या त्या अनामिक प्रियकराचा संबंध आला होता. दुसरं महायुद्ध त्या वेळी नुकतंच संपलं होतं. सगळं सामाजिक जीवन विस्कटून गेलं होतं. एकीकडे विजयाचा उन्माद होता, तर दुसरीकडे आयुष्यं उलथीपालथी होऊन गेली होती, भावनांचा नुसता कल्लोळ माजला होता. जनजीवन काही काळासाठी ठप्प झाल्यासारखं झालं होतं. लोकांच्या मनात हळूहळू भविष्याबद्दलची बेफिकिरी निर्माण होऊ पाहात होती. आत्ताच्या क्षणाचा मनमुराद आनंद लुटणं, उन्मुक्त आयुष्य जगणं ही आधुनिक जगाची पद्धत बनून गेली होती. त्यामुळे तो माणूसही असाच बेधुंद आयुष्य जगत असला तर त्यात काही गैर नव्हतं, अशी कार्लिस्ले मॅकमिलनने स्वतःची समजूत काढली. स्वतः कार्लिस्ले जेव्हा तीस वर्षांचा झाला, तेव्हातर त्याला असंही वाटलं की, त्या माणसाच्या जागी आपण असतो, तरी कदाचित आपणही असंच वागलो असतो.

पण तरीही अजूनही मनात ती अनिश्चितता आणि त्यापोटी आलेली अस्वस्थता मात्र होतीच. आपलं अस्तित्व अपूर्ण असल्यासारखं त्याला वाटत होतं. आपण नक्की कुणाच्या पोटी जन्म घेतला, कुणाचं रक्त आपल्या धमन्यांमधून वाहात आहे, कुणाच्या गुणसूत्रांचा प्रभाव आपल्या व्यक्तिमत्त्वावर पडला आहे, हे जाणून घेण्याची प्रचंड उत्सुकता त्याला वाटत असे. काही लोक त्याला म्हणायचे की, तू थोडाफार रेड इंडियन वाटतोस. त्याची गालाची हाडं वर आली होती. नाकसुद्धा मोठं होतं. त्याचे केस तांबूस-तपकिरी रंगाचे आणि बरेच लांब होते. तो कधीकधी ते मागे बांधत असे. 'अपाचे इंडियन' ग्रुपमधल्या

लोकांसारखे. लोकांनी तसं म्हटलेलं त्याला आवडायचं; पण त्यात किती तथ्य होतं, देव जाणे. कधीकधी तर लोक सरळच विचारायचे, "तुझ्यात इंडियन रक्ताचा अंश आहे का?" ते ऐकल्यावर तो काही न बोलता खांदे उडवून गप्प राहायचा. लोकांना जी काही समजूत करून घ्यायची असेल, ती त्यांनी खुशाल करून घ्यावी, असं त्याचं मत होतं.

आणखी एक गोष्ट होती. तो सतत ऐकू येणारा हलकासा टपटप असा आवाज – त्याने त्या आवाजाला 'टपटप' असंच नाव देऊन टाकलं होतं. तो खूप लहान असताना त्याला तो आवाज ऐकू येण्यास सुरुवात झाली होती आणि तो तसा येतच राहिला होता. तो आवाज मागून कुठूनतरी, खूप दूरवरून आल्यासारखा भासायचा. तो कुठून यायचा कोण जाणे. लुकलुक करणारे संदेश त्याच्या गुणसूत्रांकडून त्याला मिळायचे. त्याच्या अंतरंगात आत खोलवर खूप शांतता भरून राहिली होती. कदाचित त्याचमुळे ते संदेश त्याला स्पष्ट ऐकू न येता नुसतेच भावायचे. त्यांची फक्त जाणीव तेवढी व्हायची. एखाद्या एकाकी, ओसाड, जुनाट रेल्वेस्टेशनवरच्या ऑफिसात तारायंत्राशी एखादा उंदीर, घूस किंवा तसलाच प्राणी खेळत असावा तसा टप्... टप्... टप्... आवाज त्याला सतत जाणवायचा. त्या आवाजाचे वेगवेगळे पॅटर्न्स त्याला ऐकू येत.

सुरुवातीला त्याला ही गोष्ट असंभाव्य, किंबहुना अशक्य कोटीतली वाटली होती. पण मग त्याने असा निष्कर्ष काढला की, त्या टपटप आवाजाद्वारे आपले वडील दुरून कुठूनतरी स्वत:च्या गुणसूत्रांमधून आपल्याला संदेश पाठवत आहेत. त्याने स्वत:पुरतं त्या गोष्टीचं असं स्पष्टीकरण लावलं होतं : मी अस्तित्वात आहे, याची माझ्या वडिलांना काहीच कल्पना नाहीये. पण त्यांच्या गुणसूत्रांना मात्र माझ्या अस्तित्वाची कल्पना नक्कीच आहे, कारण तेही माझाच एक भाग आहेत. मी इथे या पृथ्वीतलावर जगतोय, याची त्या गुणसूत्रांना नक्कीच कल्पना आहे. त्यांच्या जनुकांना कल्पना आहे. माझ्या शरीरात मी माझ्या वडिलांच्या खुणा वागवतो आहे. त्यांचं रक्त माझ्या धमन्यांमधून वाहतंय. त्यांचीच जेनेटिक ब्लूप्रिंट माझ्यापाशी आहे. त्यामुळेच एका परीने मी आहे याची त्यांना कल्पना आहे. त्याचं हे तर्कशास्त्र अजबच होतं. पण त्याचा जास्त कीस काढण्याची गरज नव्हती. त्याचा हा युक्तिवाद त्याला स्वत:ला व्यवस्थित पटला होता.

त्यामुळेच आपले वडील जवळपास कुठेतरी आहेत, असं कार्लिस्ले मानू लागला होता. त्याच्या कानात त्या संदेशांची टपटप सुरू झाली की, तो अगदी लक्षपूर्वक ऐकायचा. नुसतं ऐकायचाच नाही तर त्यावर तो प्रतिक्रियापण द्यायचा. त्यांच्याशी बोलायचा, "कोण आहेस तू? अरे बाबा, जरा मोठ्या आवाजात बोल ना. नीट ऐकू येत नाहीये मला. आणि हो, 'ऑन एअर' राहा बरं का.

आणि मला तुझ्याबद्दल काहीतरी माहिती सांग ना. म्हणजे मला स्वत:बद्दल जरा जास्त समजेल. काहीतरी असं आहे, हे माझं मलाच माहीत नाहीये... ही गोष्ट मला नक्कीच माहीत आहे.'' पण ते संदेश फारच बारीक आवाजात, क्षीण होत जाणारे असे असत. ते सुरू व्हायचे आणि अगदी लगेच कमी-कमी होत बंद होऊन जायचे. एकदा ते थांबले की, त्याला खूप एकटं वाटायचं आणि स्वत:विषयी वाईट वाटायचं.

कार्लिस्लेला वडील तर होते. पण त्यांचा काही ठावठिकाणा नव्हता आणि सावत्र वडिलांशी त्याचं कधीच जमलं नाही. मग पुढे एका वयस्कर सुताराने त्याच्या आयुष्यातली वडिलांची जागा काही प्रमाणात घेतली. त्या सुताराचं नाव होतं कोडी मॅक्स. त्याने कार्लिस्लेला आपल्या पंखांखाली घेतलं. सुतारकामातील सर्व कौशल्यं कार्लिस्लेने या कोडी मॅक्सकडून आत्मसात केली. शिवाय हाती घेतलेली गोष्ट तडीस नेण्याचा गुणसुद्धा कार्लिस्लेने त्याच्याकडूनच उचलला. 'प्रत्येक गोष्ट जास्तीत जास्त बिनचूक करण्याचा प्रयत्न करावा,' असं कोडी नेहमी म्हणत असे.

योर्क्स काउंटीमध्ये येऊन स्थायिक झाल्याला कार्लिस्लेला आता एक वर्ष झालं होतं. त्याचं घरही जवळजवळ पूर्ण होत आलं होतं. आत्ता कार्लिस्ले स्वत:च बनवलेल्या एका टेबलापाशी बसून आपल्या आईला पत्र लिहीत होता,

हाय विन,

तू कशी आहेस? ठीकच असशीलच म्हणा. व्हायोलिन शिकायला कुणी नवीन विद्यार्थी मिळाले की नाही? अजूनही त्या आर्ट गॅलरीत काम करतेस का तू? माझं घर आता बांधून पुरं होत आलंय. छान दिसतंय आता. कोडीने मला जे काही शिकवून तयार केलं, त्यामुळेच हे शक्य झालं. मी इथे बाहेरची कामं घ्यायला सुरुवात केली आहे. आजकाल भरपूर काम असतं मला. या परिसरात खूप जुन्या इमारती आहेत. त्यात भरपूर उत्तम दर्जाचं टिकाऊ लाकूड वापरलेलं आहे. पण इथल्या शेतकऱ्यांना त्याचं फारसं कौतुक नाही. त्यांना बांधकामासाठी लाकडाऐवजी धातू वापरायची इच्छा असते. मग जुनी घरं पाडण्याची कामं मी घेतो आणि त्यातून निघालेल्या भंगराबरोबरच जुनं लाकूडसुद्धा ते मलाच देऊन टाकतात. अशा रितीने मला मोठ्या प्रमाणात उत्तम प्रतीचं, जुनं लाकूड मिळतं.

मी बरेच वर्षांपासून एक गोष्ट करण्याविषयी तुला सांगत आलोय. पण आता ती गोष्ट खरोखरच करण्याची वेळ जवळ येऊन ठेपली आहे. मला माझ्या वडिलांचा काहीतरी थांगपत्ता लागतो आहे का, हे बघायचं आहे. झाल्या गोष्टीला खूप वर्षं लोटली आहेत, याची मला पूर्ण कल्पना आहे.

पण तरीसुद्धा तू तुझ्या स्मरणशक्तीला ताण दे. काहीतरी थोडेफार तपशील आठवत असतील तर बघ. ते जेव्हा आपलं गाव सोडून गेले, त्यानंतर ते कुठे जाणार आहेत, त्याविषयी काही बोलले होते का? नक्की कोणत्या कंपनीची मोटारसायकल होती त्यांची, ते तरी तू मला सांगू शकशील का? दुसऱ्या महायुद्धात ते मिलिटरीत होते, असं तूच मला एकदा सांगितलं होतंस. पण ते कोणत्या विभागात होते?

तुला जर मिसेस मॅक्स भेटल्या, तर त्यांना माझा नमस्कार सांग. बाय द वे, तुला खरंच हेन्री मिलर कधी भेटला होता का गं?

तुझा लाडका,
कार्लिस्ले.

❖

परत एकदा – तोच रायडर

रस्त्यावरून धावणाऱ्या चाकांच्या रबरी टायर्सचा आवाज. जणूकाही झाडं पळत असून हॅरी स्थिर उभा असल्यासारखा तो भास. खूप छान वाटत होतं. परत एकदा रस्त्यावर. आभाळात ढगांचे काळसर गडद वेडेवाकडे आकार दिसत होते. पावसाची बारीक भुरभुर चालू होती.

कोलंबिया नदीच्या उत्तरेला असलेल्या एका उद्यानापाशी रॉबर्ट किनसेड थांबला. गेल्या दोन तासांत त्याचा दुखरा घोटा आखडून गेला होता. त्यासाठी थोडा व्यायाम, थोडी हालचाल करण्याची गरज होती. गाडी थांबताच हायवे उडी मारून उतरला आणि उड्या मारत इकडे-तिकडे पळत सुटला, गवतात नाक खुपसून हुंगू लागला. बागेतल्या पिकनिक टेबलांचा आणि झाडांचा वास घेऊन पाय वर करून आपली हद्द त्याने अधोरेखितपण करून ठेवली. खरंतर तो या उद्यानात परत कधी येणार होता, देव जाणे.

किनसेड त्या ओल्या गवतातून जपून पावलं टाकत निघाला. मध्येच थांबून खाली वाकून त्याने आपला दुखरा घोटा जरासा चोळला. त्यानंतर परत चार पावलं चालून पाहिलं. आता आखडलेला पाय पुष्कळसा ठीक झाला होता. फारसं दुखतही नव्हतं. पंधरा मिनिटं लोटल्यानंतर त्याने शीळ घालून हायवेला बोलावून घेतलं. निघण्याची वेळ झाली असल्याचा इशारा दिला. ट्रकचं दार उघडून धरलं. हायवे लगेच आत चढून बसला. रॉबर्ट किनसेड ट्रकला वळसा घालून पलीकडच्या दारापाशी गेला आणि आत चढून ड्रायव्हरच्या जागेवर बसला. गेली तीस वर्षं ज्या

पद्धतीने ट्रकमध्ये चढून बसल्यावर तो आपले लांबसडक पाय एकदा ताणायचा, तसे त्याने आत्ताही ताणले. अलीकडे पायाचा घोटा वारंवार दुखायचा. मध्येच कधीतरी गरगरल्यासारखंसुद्धा वाटायचं. तसं जर होत नसतं, तर कदाचित वीस वर्षांपूर्वी प्रवासाला निघाल्यावर त्याला जसं ताजंतवानं वाटायचं, तसं आत्ताही वाटलं असतं. अजूनसुद्धा तो पूर्वी इतकाच सडपातळ आणि कणखर होता. उत्तम मित-आहार आणि त्या जोडीला भरपूर व्यायाम याचं ते फळ होतं.

हे आजारपण, चकरा येणं जेव्हा सुरू झालं, तेव्हा काही दिवस त्याने त्या गोष्टींकडे दुर्लक्ष केलं. बऱ्याच वर्षांपूर्वी इंडियाच्या दौऱ्यावर असताना त्याला कानाचं इन्फेक्शन झालं होतं. त्यामुळेच या चकरा येत असाव्यात असं त्याला वाटलं. इंडियात त्याला ते इन्फेक्शन झालं तेव्हा तो म्हैसूरला गेलेला होता. त्याने चार दिवस ते दुखणं अंगावर काढलं, पण उभं राहिल्यावर त्याचा तोल जाऊ लागला. पुढे तर उभं राहाणंसुद्धा अशक्य झालं. बाथरूमला जाण्यासाठीसुद्धा जमिनीवरून खुरडत जाण्याची वेळ आली. परंतु तरीही त्याने त्यावर उपचार घेतले नाहीत.

दोन महिन्यांपूर्वी सिॲटलमध्ये एका डॉक्टरला त्याने आपली प्रकृती दाखवली, तेव्हा तो डॉक्टर रॉबर्ट किनसेडला तपासत असताना थक्क झाला. आपल्या पांढऱ्या कोटाच्या खिशात हात घालून तो किनसेडकडे टक लावून बघत राहिला. नऊ वर्षांपूर्वी किनसेडच्या पायाच्या घोट्यांच्या हाडाला जेव्हा दुखापत झाली होती, तेव्हा एकदा तो डॉक्टरांकडे गेला होता. त्यानंतर तो परत कधी डॉक्टरांच्या दवाखान्याची पायरी चढला नव्हता.

"तुम्हाला चकरा कशाने येतात, ते नक्की सांगता येणार नाही," तो तरुण डॉक्टर म्हणाला, "कदाचित तुम्ही इंडियाला गेलेले असताना तुम्हाला लॅबीरिन्थायटिस झाला असावा. पण अर्थात त्याला आता खूप वर्षं लोटली आहेत. पण तुम्हाला अजूनही मधूनमधून चकरा येतात. त्यामुळे कदाचित ही रुधिराभिसरणाशी संबंधित समस्या असू शकेल. तुमच्या वयाच्या हिशेबाने तुमचं वजन योग्य आहे. तुमची प्रकृती उत्तम आहे. पण एक सांगू? तुम्ही धूम्रपान मात्र ताबडतोब बंद करायलाच हवं. अगदी या क्षणापासून. बरं... तुम्हाला जेव्हा गरगरतं किंवा चक्कर येते, तेव्हा त्या जोडीला डोकं दुखतं का? अंग ठणकणं वगैरे?"

"नाही, फारसं नाही. पण कधीतरी छातीत अस्वस्थ वाटतं." किनसेड म्हणाला.

"तुमच्या बऱ्याच तपासण्या कराव्या लागतील. म्हणजे आपल्याला तुमच्या दुखण्याचं नीट निदान करता येईल. तुम्हाला 'अंजायना' नामक हृदयरोग असू शकतो. तसं म्हटलं तर हा काही रोग नाही. पण अशा प्रकारचं छातीत अस्वस्थ वाटणं, हे भविष्यात हृदयाला घातक ठरू शकतं. यातून पुढे काही गंभीर आजार उद्भवू शकतो. त्याची ही नांदी असू शकते."

रॉबर्ट किनसेड शर्टाची बटणं लावत उठला. त्याने डॉक्टरांचे आभार मानले.

''तर मग, तुम्ही काय करायचं ठरवलंय?'' डॉक्टरांनी विचारलं.

''काहीही नाही,'' रॉबर्ट किनसेड म्हणाला, ''उगाच त्रास दिला मी तुम्हाला, डॉक्टर.''

''काहीच नाही? अहो असं काय? मी तुम्हाला बरं करीन. निदान तसा प्रयत्न करीन. फक्त त्यासाठी तुम्हाला बऱ्याच तपासण्या करून घ्याव्या लागतील. त्यांचे निकाल बघूनच मला तुमच्यावर उपचार करता येतील.''

पण अशा काही तपासण्या करून घेण्यासाठी रॉबर्ट किनसेडकडे पैसेच नव्हते. शिवाय त्याला तपासण्या करून घेण्यात काहीच रस नव्हता. त्याच्या दृष्टीने आयुष्य येतं आणि जातं – एवढंच खरं होतं. काही लोकांचं आयुष्य लहान असतं, तर काहींचं मोठं. भीतीच्या करुण रुदनाच्या पलीकडे कुठेतरी जीवनाचा खरा मार्ग होता.

दुसऱ्या महायुद्धात वॉर फोटोग्राफर म्हणून काम करत असताना अनेकदा तो स्वत: मरणाच्या दारातून परत आलेला होता. त्याच्या घराच्या भिंतीवर त्याच काळातला एक फोटो लटकत होता. १९४३ सालच्या नोव्हेंबर महिन्यात काढलेला. वेळ सकाळी नऊची. त्या फोटोत बेटिको आयलंडच्या जवळ एका विमानातून पॅराशूटच्या साहाय्याने सैनिक खाली उतरताना दिसत होते. किनसेडला त्या सैनिकांचा तो तसा फोटो काढण्याचा हुकूम त्याच्या वरिष्ठांनीच दिला होता. तो फोटो काढण्यासाठी त्याच्यासारख्या फोटोग्राफर्सना आपला जीव धोक्यात घालावा लागला होता. शत्रू मागावर होता. पुढे समुद्र उसळत होता. अशा परिस्थितीत वॉटरप्रुफ बॅगमध्ये कॅमेऱ्याची फिल्म ठेवून, हातातील कॅमेरा हात उंच करून, पाण्याच्या वर धरून तो समुद्राच्या आत तीनशे यार्डांपर्यंत गेला होता. सैनिक समोर उड्या मारून जिवाच्या आकांताने पळत होते. त्यातील अनेक त्याच्या डोळ्यांसमोर मृत्युमुखी पडले होते. ते समुद्रकिनाऱ्यापर्यंत पोहोचूसुद्धा शकले नव्हते.

किनसेडच्या आजूबाजूला मशिनगन्सच्या फैरी झडत होत्या. त्या तशा झडल्या की, समुद्राच्या पाण्याची कारंजी उंच उडत होती. त्याने टिपलेल्या फोटोंमधील तरुण सैनिकांच्या चेहऱ्यांवर भीतीचं सावट स्पष्ट दिसत होतं. आपल्या घरापासून कित्येक मैल दूर येऊन एकाकीपणे लढणाऱ्या त्या सैनिकांच्या डोक्यावर मृत्यूची टांगती तलवार होती. डोक्यावर रायफली धरून समुद्राच्या पाण्यातून किनारपट्टीच्या दिशेने चालत येणाऱ्या त्या सैनिकांपैकी काहींना अगदी क्षणार्धातच मरण पत्करावं लागणार होतं, अशी तिथली परिस्थिती होती.

बेटिकोच्या त्या २९१ एकराच्या वालुकामय किनारपट्टीवर काँक्रीट आणि नारळाच्या झाडांचे ओंडके वापरून बंकर्स बनवण्यात आले होते. येत्या केवळ तीन दिवसांच्या कालावधीत त्या ठिकाणी राहाणारे कमीत कमी तीन हजार सैनिक

मृत्युमुखी पडणार होते. पहिला दिवस मावळत आलेला होता. किनसेड फोटोग्राफीचं काम करत होता. त्याच्यापासून केवळ दोन फुटांवर त्याचा मदतनीस वाळूत गुडघे टेकून काम करत बसला होता. तो त्या पूर्वी नेब्रास्कामधील शेतात काम करत असे. आत्ता तो कॅमेऱ्यात फिल्म भरत बसला होता. अचानक हवेतून सणकन एक बंदुकीची गोळी भिरभिरत आली आणि त्याच्या कपाळाचा वेध घेऊन गेली. तोंडातून एक अक्षरही बाहेर न काढता तो पोरगा मागच्या मागे कोसळला.

डॉक्टरांच्या ऑफिसातून बाहेर पडून किनसेड पार्किंग लॉटमध्ये उभ्या असलेल्या आपल्या पिकअप ट्रकपाशी आला. ट्रकमध्ये चढून बसल्यावर त्याने एक सिगार शिलगावला. तो जरा वेळ स्टिअरिंग व्हीलवर हात ठेवून पुढे झुकून रेलून विचारमग्न अवस्थेत बसून राहिला. त्याचे लांबसडक केस विस्कटून गेले होते. नेहमीसारखे. "जाऊ दे खड्ड्यात," असं स्वत:शीच पुटपटत तो परत ताठ झाला. त्याने ट्रकचं इंजीन सुरू केलं. त्याला कनिंग्जची डॉक्टरांवरची आणि बाहेर कुठेतरी असणाऱ्या एका वेगळ्याच विश्वावरची कविता आठवली. ती तो स्वत:शीच गुणगुणत राहिला.

आपण अत्यंत जुनाट आहोत, बुरसटेलेले आहोत, आपलं वागणं या काळाशी मुळीच सुसंगत नाही; याची रॉबर्ट किनसेडला पूर्ण कल्पना होती. एखादी गोष्ट कालबाह्य होऊन जाते आणि मग त्याचे अवशेष नुसतेच निष्क्रिय होऊन पडून राहातात ना, तसंच काहीसं. त्याने फोटोग्राफीच्या तंत्राला वाहिलेल्या एका नियतकालिकाची वर्गणी भरलेली होती. शिवाय तो स्थानिक वृत्तपत्रही घेत असे. पण त्याला टेलिव्हिजन पाहायला मात्र मुळीच आवडत नसे. दोन वर्षांपूर्वी सिॲटलमध्ये एक जीनची पँट खरेदी करून परत येत असताना, तो सहज एका इलेक्ट्रॉनिक्सच्या दुकानात शिरला होता. तेथे वेगवेगळ्या आकारचे कमीत कमी बत्तीस टीव्ही लावलेले होते. त्या सगळ्या टीव्हीच्या पडद्यांवरून कोणत्यातरी सामन्याचं थेट प्रक्षेपण सुरू होतं. किनसेड डोळ्यांची उघडझाप करत त्या प्रकाराकडे बघत राहिला होता. प्रदीर्घ झोपेतून जागा झाल्यासारखा. अचानक झोपेतून जाग यावी आणि समोर एक अनोळखी, अज्ञात प्रदेश पसरलेल असावा, असं त्याला वाटलं.

नारिंगी रंगाचे पट्टे खांद्यावरून लटकत सोडणाऱ्या माणसाला अशा अचंबित मुद्रेने दुकानात उभं राहिलेलं पाहून दुकानाचा क्लार्क त्याच्यापाशी आला. "साहेब, तुम्हाला टीव्ही खरेदी करायचा आहे का?" असं त्याने किनसेडला अदबीने विचारलं. पंचवीस वेगवेगळ्या मॉडेल्सची 'सेल'मध्ये विक्री चालू होती. वीस टक्के बचत होणार होती. किनसेडने वळून त्या माणसाकडे नीट निरखून पाहिलं. तो खूप गोंधळून गेला होता. आपल्या समोरच्या त्या तरुण क्लार्कला कुणीतरी अदृश्य

वायरींनी त्या टेलिव्हिजनच्या पडद्यांना घट्ट बांधून ठेवलं आहे, असा त्याला भास झाला. जणूकाही त्या मशीन्सनीच त्या माणसाला आपल्याकडे पाठवलं आहे, असंही त्याला वाटून गेलं. टीव्हीच्या पडद्यावर सामना चालू होता. प्रेक्षकवर्ग टाळ्यांचा कडकडाट करत आनंदाने आरडाओरडा करत होता. खेळाडूंची वाहवा करत होता.

क्लार्क टीव्हीच्या पडद्यांकडे बघत हसून म्हणाला, ''या खेळाडूंना पैसे भरपूर मिळतात. आणि इतरही बरंचकाही मिळवता येतं.''

किनसेडने त्याला उत्तर देण्यासाठी तोंड उघडलं, पण त्याला काहीच सुचेना. आपण या सगळ्या जगापेक्षा किती वेगळे आहोत, हे त्याला जाणवलं. थंडीने काकडत हातात फावडं घेऊन बर्फ खणावं लागणाऱ्या आपल्या स्वत:च्या जगापासून आपण खूप दूर झालो आहोत, असं त्याला वाटलं. पण त्या जगातली थंडी खरीखुरी होती, नैसर्गिक होती. याउलट या नागरी संस्कृतीत सभोवताली वावरणाऱ्या माणसांच्या चेहऱ्यावर जे थंडगार भाव होते, ते मात्र हाडं गोठवणारे होते. तो दुकानातून बाहेर पडून फुटपाथवर आला. समोरून तीन भंगार माणसं त्याच्या दिशेने येत होती. त्यांच्यापैकी एकाच्या हातात एक म्युझिक सिस्टिम होती, तर बाकीच्या दोघांच्या हातात एक-एक स्पीकर होता. ते दोन्ही स्पीकर्स त्या मशीनला जोडलेले होते. त्या मशीनमधून कर्णकर्कश संगीत वाजत होतं. त्याला एक शब्दही किनसेडला समजत नव्हता. किनसेड ज्या बेटावर राहात होता तिकडे जाण्यासाठी तो फेरीबोटीत चढला आणि घराकडे निघाला. तो बसला नाही. पुढच्या टोकापाशी उभाच राहिला. बोचऱ्या वाऱ्याचा आणि पावसाचा मारा थेट अंगावर झेलत.

माध्यान्ह उलटून गेल्यानंतर रॉबर्ट किनसेडने अॅस्टोरिया, ओरेगॉन येथे कोलंबिया नदी ओलांडली. नदीच्या भल्यामोठ्या ब्रिजखालून फेरीबोट जाऊ लागली. आजूबाजूला बरीच वर्दळ होती. फेरीबोटीत त्याचा ट्रक निश्चल उभा होता. सत्तावीस वर्षांचा जुनापुराणा ट्रक, हॅरी.

''हायवे, मी एकदा या ठिकाणी मोटार सायकलवरून आलो होतो,'' तो आपल्या झोपाळू कुत्र्याला म्हणाला. हायवेने झोपेतून दचकून जागं होत कान ताठ केले आणि किलकिल्या डोळ्यांनी त्याच्याकडे पाहिलं.

''ते १९४५ साल होतं. त्या वेळी हा ब्रिज बांधलेलासुद्धा नव्हता. ओरेगॉनपासून वॉशिंग्टनपर्यंत फेरीबोटीनेच जावं लागे. माझी बाइक कोणती होती, माहीत आहे? एरियल स्क्वेअर फोर. इतकी सुंदर, गुळगुळीत होती. अगदी तान्ह्या बाळाच्या अंगासारखी तुकतुकीत. शिवाय वेगवानही होती. मी गरीन्सचा जॉब सोडून आल्यावर माझ्यापाशी जे काही पैसे साठलेले होते, त्यातून मी ती खरेदी केली होती. सेकंड हँड. ती पुढे मी उगाच विकली, असं आता वाटतं. मी बिग सरपासून निघालो होतो.

स्थायिक होण्यासाठी जागेच्या शोधात होतो. पुन्हा एकदा काम सुरू करण्याचा विचार होता. पण ही खूप जुनी गोष्ट आहे, हायवे. तेव्हा तुझा जन्मसुद्धा झालेला नव्हता. आणि मीसुद्धा तरुण होतो रे तेव्हा, खूप तरुण.''

फेरीबोटीतून खाली उतरल्यावर त्याला जवळच एक किराणा मालाचं छोटंसं दुकान दिसलं. तिथे त्याने थोडी फळं, ब्रेड, चीझ, भाज्या असं सामान खरेदी केलं. गेली कित्येक वर्षं तो या अशाच साध्यासुध्या आहारावर जगत होता. त्याने आपल्या जवळचा कॉफीचा डबा उघडून त्यातून ४.६३ डॉलर्सची चिल्लर काढून सावकाश मोजण्यास सुरुवात केली. तेव्हा काउंटरवरची कॅशियर पोरगी कंटाळा आल्यासारखा चेहरा करून छताकडे बघत बसली होती.

त्यानंतर तो एका छोट्याशा लॉजमध्ये शिरला. लॉजचा मॅनेजर चुरगळलेली जीन घालून, चेहऱ्यावर तीन दिवसांचे दाढीचे खुंट वाढवून बसला होता. कुणी आपल्या कुत्र्याला घेऊन त्याच्या लॉजच्या खोलीत राहाण्यास त्याची काहीच हरकत नव्हती. फक्त त्या कुत्र्याने इतरांना त्रास दिल नाही, म्हणजे झालं, इतकंच त्याचं म्हणणं होतं. आपला कुत्रा हायवे हा इतर कुत्र्यांपेक्षाच काय, पण अनेक माणसांपेक्षाही चांगलं वागणारा आहे, असं किनसेडने त्याला सांगितलं.

त्यावर मॅनेजर हसून म्हणाला, ''अहो मिस्टर, त्यात नवल ते काय? खरंतर त्या तसल्या माणसांशी तुमच्या कुत्र्याची तुलना करणं, म्हणजे तुमच्या कुत्र्याचाच अपमान केल्यासारखं होईल. माझ्यासारखं हे असलं हॉटेल काही वर्षं चालवून बघा. मानवजातीचे काय-काय नमुने भेटतात म्हणून सांगू?'' असं म्हणत त्याने काउंटरवरून एक किल्ली किनसेडकडे सरकवली. ''आठ नंबरची खोली. सरळ दारातून पुढे जा आणि डावीकडे वळा.''

रॉबर्ट किनसेड खोलीत आला. नेहमीप्रमाणे आत्ताही एकटाच होता तो. फक्त हायवेची काय ती सोबत होती. त्याने जेवण खोलीतच मागवलं. दोघं जेवले. जेवताना दोघंही गप्पच होते. हायवे आपलं डॉग फूड खात असताना मचमच करत होता आणि किनसेडची सुरी चीझच्या स्लाइसमधून फिरत असताना किंचित आवाज येत होता; तेवढाच काय तो आवाज. त्यानंतर दोघं नदीकाठी फिरायला निघाले. नदीच्या पात्रात बोटींची, जहाजांची बरीच वर्दळ चालू होती. दोघं ती निरखून बघत बसले. तिथे मोठमोठी गंजकी पिंपं आणि दोरखंडांची वेटोळी ठेवलेली होती. हायवेला अचानक त्यात खूपच रस वाटू लागला आणि तो उड्या मारत इकडे-तिकडे फिरू लागला. लॉजच्या समोर मोठा पार्किंग लॉट होता. त्यात तीस जागा होत्या. त्यापैकी एका जागेत हॅरी ट्रक निमूटपणे उभा होता. त्या पार्किंगमध्ये आणखी एकही वाहन नव्हतं.

दोघं खोलीत परतले. किनसेड तिथे फरशीवरच आडवा झाला. हायवे घाईघाईने

त्याचं तोंड चाटायला धावला, पण किनसेडने त्याला दूर ढकललं. मग त्याने पाय वर करून थोडा व्यायाम केला. त्यानंतर त्याने तीस जोर काढले. त्याला जरासा दम लागला. त्याने अंगातले कपडे काढून एक पातळसा टी-शर्ट घातला. शॉर्ट्स चढवून दुखऱ्या घोट्याला टायगर बाम चोळलं. त्यानंतर 'द ग्रीन हिल्स ऑफ आफ्रिका' हे पुस्तक वाचायला घेऊन तो बिछान्यावर आडवा झाला. जवळच फरशीवर हायवेपण लोळला.

बिछान्यावर अंथरलेल्या चादरीला एक भोक होतं. किनसेडने ते पांघरूण उचलून सरळ त्या भोकाला डोळा लावून पलीकडच्या भिंतीवरच्या डागाकडे टक लावून पाहिलं आणि परत वाचनावर आपलं लक्ष केंद्रित केलं. तो वाचनात गुंग होऊन गेला आणि थोड्याच वेळात कुणीतरी दरवाजावर टकटक केलं. किनसेड त्या आवाजाने दचकला. हायवेनेसुद्धा गुरगुरण्यास सुरुवात केली. "कोण आहे?" किनसेड जरा ओरडून म्हणाला.

"मी आहे, जिम विल्सन, मॅनेजर." बाहेरून आवाज आला.

किनसेडने जीन्सची पँट अंगात चढवत दार उघडलं.

दारात जिम विल्सन दोन बिअरच्या बाटल्या हातात धरून उभा होता. "आज खूपच कंटाळवाणं वातावरण आहे. मला वाटलं तुम्हाला कदाचित बिअर पीत गप्पा मारायला आवडतील. आणि हो, जर तुम्हाला नको असेल तर तसं स्पष्ट सांगा, मी जातो. मला काही राग वगैरे येणार नाही हं." असं बोलत असतानाच त्याचं लक्ष किनसेडच्या बिछान्याकडे गेलं. तो ओशाळला. "अरेच्चा, तुम्ही झोपण्याची तयारी केलेली दिसते. सॉरी हं."

"मी वाचत पडलो होतो," असं म्हणत किनसेडने दार उघडलं. हायवे त्याच्या अगदी जवळ उभा होता. किनसेडने त्याला थोपटलं. पण हायवेचा मात्र जिम विल्सनवर मुळीच विश्वास नव्हता. तो घशातून गुरगुर आवाज करत उभा होता. "शूऽऽ अरे ठीक आहे. ठीक आहे." असं म्हणत किनसेडने त्याला शांत केलं.

जिम विल्सनने बिअरच्या दोन्ही बाटल्या उघडून त्यातली एक किनसेडच्या हातात ठेवली. मग बंद दरवाजावर पाठ घासत तो हळूहळू सरकून जमिनीवरच्या झिजलेल्या कार्पेटवरच पाय पसरून बसला. किनसेड खोलीतल्या एकुलत्या एक खुर्चीत बसला. ती खुर्चीपण जुनीपुराणी होती. मधूनच किनसेड हलल्यावर कुरकुर असा आवाज करत होती.

हायवे पलंगापाशी बसून विल्सनकडे टक लावून बघत राहिला. मग जरा वेळाने दोन्ही पंजे पुढे ठेवून त्यावर डोकं टेकून पडून राहिला. पण त्याचं लक्ष अजूनही विल्सनकडेच होतं.

मॅनेजर हातातली बिअर उंच उचलत म्हणाला, "हिअर, टू बेटर डेज!"

किनसेडने उत्तरादाखल आपल्या हातातली बिअर उंच उचलून धरली.
"तुम्ही कुठे निघाला आहात? मी विचारलं तर चालेल ना?"
"खास काही नाही. या भागात थोडीफार भटकंती करायचा विचार आहे. घरात राहून-राहून अगदी उबग आला. मग म्हटलं निदान घराबाहेर पडून काही दिवस फिरून परत जावं." किनसेडने बिअरचा घुटका घेतला. एक सिगारेट शिलगावली. खरंतर किनसेडचा स्वभाव काही फारसा संशयी वगैरे नव्हता. पण उगाच कुणी त्याच्या जाण्या-येण्याबद्दल नसत्या चौकश्या करू लागलं, तर तो सरळ उत्तर कधीही देत नसे. जगातल्या काही अविकसित देशांत भटकताना अशी काळजी घेण्याची त्याला सवय होती. कारण असली माहिती जर लोकांना मिळाली तर त्याचा दुरुपयोग होण्याची बरीच शक्यता असे.
"एखादी सिगारेट ओढली तर चालेल का?" मॅनेजर हात पुढे करत म्हणाला. किनसेडने आपलं सिगारेटचं पाकीट त्याच्या पुढ्यात टाकलं आणि आपला लायटरही त्याला दिला.
"हा लायटर तुम्ही बरीच वर्षं वापरत आहात वाटतं?" मॅनेजर म्हणाला. लायटरच्या खडबडीत पृष्ठभागावरून हात फिरवत त्याने सिगारेट पेटवली. लायटरवर आर.एल.के. अशी आद्याक्षरं कोरलेली होती. ती इतकी झिजली होती की, धड वाचतासुद्धा येत नव्हती.
"मी खूप खूप वर्षांपूर्वी, म्हणजे चाळीसच्या दशकात मॅनिलामध्ये विकत घेतलाय तो. युद्ध संपल्यावर मी जहाजाने घरी निघालो होतो."
"वेल, माझं दुसरं महायुद्ध थोड्याशाच वर्षांनी हुकलं," असं म्हणत त्याने सिगारेटचं पाकीट आणि लायटर किनसेडला परत दिला. "व्हिएतनाम युद्धाच्या सुमाराला मात्र मी तसा बऱ्यापैकी मोठा होतो. अर्थात माझं ते युद्ध हुकलं असतं, तरी मला त्याचं काही विशेष वाटलं नसतं म्हणा."
जिम विल्सनचा चेहरा थकल्यासारखा दिसत होता. त्याचे डोळे सुजले होते. एकूणच तो सुस्तावल्यासारखा दिसत होता. त्या खोलीतल्या कार्पेटसारखाच जुनाट आणि कळकट होता तो. खरंतर तो नक्कीच किनसेडपेक्षा चांगला पंचवीस वर्षांनी तरुण असणार. पण तो वयापेक्षा बराच मोठा दिसत होता. 'हा नक्की भरपूर दारू पीत असणार,' किनसेडच्या मनात आलं.
सगळे जुने सैनिक एकमेकांना भेटल्यावर जो प्रश्न विचारतात, तोच विल्सनने किनसेडला विचारला, "तुम्ही कुठल्या तुकडीत होतात?"
"माझ्या बऱ्याच बदल्या झाल्या इकडून तिकडे. पण जास्त वेळ मी मरिन्समध्येच होतो. पॅसिफिकमध्ये. युद्धाचं छायाचित्रण करायचो मी."
"काय सांगताय? मी अजून कुठल्याही वॉर फोटोग्राफरला भेटलेलो नाही.

म्हणजे व्हिएतनामच्या युद्धात मी असे काही फोटोग्राफर पाहिले होते. पण प्रत्यक्ष कुणाशी कधी ओळख होण्याची वेळच नाही आली. त्यांच्यातले काही तर खरोखर इतके बिनधास्त होते. खूप धोका पत्करायचे.''

किनसेड त्यावर काहीच बोलला नाही. त्याने हातातल्या बिअरचे घुटके घेतले.

''तुम्ही युद्धातून सहीसलामत परत आलात का?'' विल्सन म्हणाला, ''काही जखमा होणं किंवा गोळी लागणं वगैरे झालं नाही?''

''ते माझं नशीबच म्हणायचं. दुसरा काही शब्दच नाही त्याला. माझ्या डाव्या बरगडीच्या जरा खाली गोळी चाटून गेली. जखम करून गेली. पण तिथल्या डॉक्टरांना माझ्या त्या एवढ्याशा जखमेकडे लक्ष द्यायला फुरसत कुठे होती. मग त्यांनी त्यावर सल्फाची पावडर ओतली. पाच मिनिटांत त्यावर पट्टी बांधून आपल्या इतर कामाला लागले. दुसऱ्या पेशंट्सना बँडेज करण्याच्या, प्लॅस्टर करण्याच्या कामाला. साधारण आठवड्यात मी बरासुद्धा झालो. युद्धात जखमी झालेल्या सैनिकांना जे 'पर्पल हार्ट' मेडल मिळतं, तेवढंसुद्धा मला मिळालं नाही, इतकी किरकोळ जखम होती ती.''

असं म्हणून गालातल्या गालात हसत स्वतःच्याही नकळत किनसेडने टी-शर्टच्या खालून हात घालून बरगडीवरून तळवा फिरवला आणि जुन्या जखमेचा व्रण चाचपला.

मॅनेजरने पाय ताणून आळस दिला. मग एक पाय जवळ घेतला. गुडघ्यावर हात ठेवून तो बसला. त्याच्या डाव्या हातात बिअरची बाटली होती. ''च्यायला, मीसुद्धा पुरवठा विभागात होतो. त्यामुळे युद्धात मला कष्टदायक असं काहीच काम पडलं नाही. मी आपला सायगावच्या जवळपास रेंगाळत थांबलो होतो. आम्ही मजेत व्हॉलीबॉल खेळायचो. जेवढं शक्य असेल तेवढं रोगराईपासून दूरच राहायचो. मी कसातरी युद्ध संपण्याची वाट बघत एकेक दिवस ढकलत जगत होतो. आमच्यातल्या काही लोकांनी मात्र रणांगणावर जाऊन प्रत्यक्ष युद्धात भाग घेतला होता. बरेचसे जखमीसुद्धा झाले होते. तुम्ही जिथे होता, तिथेसुद्धा याहून काही फारसं वेगळं नसणार, हो ना?''

''अजिबात नाही. तिथेसुद्धा अगदी महाभयंकर युद्धपरिस्थिती होती. जपान्यांच्या तावडीतून जर सुटका झालीच, तर चाल करून यायला मलेरिया आणि इतर कितीतरी रोग होतेच ना. आमच्यातल्या काही तरुण पोरांचे तर फार हाल झाले. खरंच, खूप हाल झाले. समुद्र किनाऱ्यावरून पळायचं, मागावर शत्रू लागलेला. या उघड्या किनाऱ्यावरून कधी एकदा आडोसा गाठतो आणि या शत्रूच्या तावडीतून वाचतो, एवढा एकच विचार मनात असायचा. एक लक्षात घ्या, ही तरुण पोरं युद्धात भरती होण्याआधी शेतकरी, विक्रेते, मेकॅनिक तर असायचे.''

''हॅरी एस. ट्रूमन यांनी या लोकांवरती बॉंब टाकण्याविषयी तुम्हाला काय वाटतं?''

त्याचा तो प्रश्न ऐकून किनसेड क्षणभर थांबला. त्याने हातातल्या बिअरकडे पाहिलं आणि मग जिम विल्सनकडे पाहिलं. "आपल्याकडे काही जण... खरंतर आपल्याकडे बरेच जण तीन वर्षं सरहद्दीवर होते. माझ्यासारखे काही वॉर फोटोग्राफर्स म्हणा, किंवा वार्ताहर जेव्हा युद्धावर जातात, स्वत:मधील साहसी वृत्ती जगापुढे सिद्ध करण्यासाठी... तेव्हा खरंतर ते नको ते धोके पत्करत असतात. त्याला काय म्हणायचं ते मलाच माहीत नाही. पण खरं सांगू? मला स्वत:ला तरी या सगळ्या प्रकारात रोमांचकारी असं काहीही वाटत नाही."

त्याने बिअरचा एक घुटका घेतला. "जपानी सैनिक अत्यंत शूर लढवय्ये होते. मला जपानच्या समुद्रातून त्या लोकांच्या साम्राज्यात घुसण्यात काहीही स्वारस्य नव्हतं. मला लवकरात लवकर त्या सगळ्या मरणकळांपासून बाजूला व्हायचं होतं. घरी जायचं होतं. केवळ मलाच नाही, तर युद्धभूमीवरच्या बऱ्याच लोकांना तसंच वाटत होतं. काय वाटेल ते झालं तरी त्यांना मायदेशी परत यायचं होतं."

किनसेडने एवढं बोलून खांदे उडवले आणि तो जिम विल्सनच्या डोक्याच्या वरच्या बाजूच्या भिंतीवरच्या कुठल्यातरी डागाकडे बघत बसला. त्याने जिम विल्सनच्या प्रश्नावर दिलेलं उत्तर तसं त्याच्या सिगारेटच्या धुराइतकंच धूसर होतं.

तो कुजबुजत्या स्वरात पुढे बोलू लागला. "मी तिथून घरी आलो. एक मोटारसायकल विकत घेतली. ती घेऊन बिग सरपर्यंत गेलो. तिथून समुद्राच्या काठाकाठाने इथपर्यंत आलो. ती युद्धाची सगळी परिस्थिती, ते भयानक वातावरण, त्या आठवणी मनातून काढून टाकण्यासाठी. पण खरं सांगायचं, तर अशा गोष्टी मनातून कधी जात नाहीत. मन:पटलावर त्या सगळ्या प्रतिमा कोरल्या जातात. सुस्पष्ट. त्यासोबत तो वास – दारूगोळ्याचा... सडलेल्या मानवी अवयवांचा, डिझेलच्या धुराचा, जळक्या तेलाचा, प्रवाळाचा आणि धुळीचा वास. बोटींमधून समुद्रकिनाऱ्याकडे जाणं, वाटेत किनाऱ्याच्या जवळपास एखाद्या खडकाजवळ अडकून लटकत थांबणं, अखेर कंटाळून पाण्यात उडी टाकणं आणि जमेल तसं पोहत नाहीतर गुडघाभर पाण्यातून बदकाप्रमाणे फेंगडी पावलं टाकत कष्टाने मार्ग काढत किनारा गाठणं. तेव्हा आम्ही स्वत:ला तळ्यात राहाणारी बदकं म्हणवून घ्यायचो."

या युद्धाचा विषय बदलून दुसऱ्या कुठल्यातरी विषयावर बोलायचं, असं जॅक विल्सनने ठरवलं. "बिग सर फार सुंदर ठिकाण आहे. मी जेव्हा सॅन फ्रॅन्सिस्कोच्या युनिव्हर्सिटीत शिकत होतो, तेव्हा कधीतरी तिकडे जात असे. तिकडे पर्यटकांची खूप वर्दळ असते. ट्रेलर्समध्ये राहणारे प्रवासीपण बरेच असतात त्या भागात. अर्थात तुम्ही जेव्हा तिकडे गेला होता, तेव्हा आत्तापेक्षा बरंच वेगळं असणार तिथे. त्या वेळी शांत असेल, नाही का?"

"हो, हो. खूपच शांत. तिथे स्थायिक असणाऱ्यांची संख्या जेमतेम शंभर

असेल. पण सगळीकडून प्रवाशांचा लोंढा तिकडे यायचा. तिथून मग पुढे ते लोक दुसरीकडे जायचे. बरेचसे लोक कलावंत असत, वादक असत. निदान ते तसा दावा तरी करत. मला स्वतःला काही त्यांची कला कधी पाहायला किंवा ऐकायला मिळाली नाही. खरं सांगायचं तर त्या तथाकथित कलाप्रेमींमधले खरेखुरे कलाविष्कार करणारे अगदी हाताच्या बोटांवर मोजण्याएवढेच होते. बाकीचे नुसते तोंडाने बडबड करणारे. तिथे स्थायिक असणारे लोक मात्र स्वतःचं पोट कसंबसं भरायचे. पण एक मात्र खरं, मी तिथे अगदी थोडेच दिवस होतो. त्यामुळे माझं हे जे मत बनलेलं आहे, ते कदाचित चुकीचंसुद्धा असू शकतं.''

कदाचित बिअर पिण्याचा परिणाम असेल, त्या संध्याकाळच्या वेळेचा असेल किंवा दुसऱ्या माणसाशी बोलण्याची गरज म्हणून असेल, खूप दिवस मनातल्या गोष्टी मनातच दडपून ठेवल्याचा तो परिणाम असेल... पण रॉबर्ट किनसेड त्या दिवशी भरभरून बोलत राहिला. एका परीने अगदी अनोळखी, परकी माणसं नेहमी बरी असतात. उद्या सकाळी हा जिम विल्सन परत इथे एकटा असेल. शिवाय आत्ता त्याला रॉबर्ट किनसेडबद्दल जी माहिती मिळेल ती तशी अपुरी, संदर्भहीनच असेल. त्यामुळे संपूर्ण चित्र उभं राहाण्यास त्या माहितीचा तसा काहीच उपयोग होणार नाही. नाहीतरी फ्रॅन्सेस्का जॉन्सन वगळता रॉबर्ट किनसेडच्या आयुष्यात असं मोठं काय घडलं होतं? कोणत्याही व्यक्तीसमोर अगदी सगळंच्या सगळं उघडं करायचं नाही, काहीतरी हातचं राखून ठेवायचंच, अशी रॉबर्ट किनसेडची सवय होती.

त्याने दोन्ही हातांनी कपाळावर आलेले केस मागे सारले आणि क्षणभर टक लावून जमिनीकडे बघत बसला. मग परत एकदा त्याने जिम विल्सनकडे पाहिलं. ''तिथे बिग सरमध्ये मला एक तरुणी भेटली. ती व्हायोलिन वाजवायची. मी तिचं व्हायोलिन हातात धरून तिच्यासोबत एका निर्जन समुद्रकिनारी गेलो. आम्ही उत्तरेच्या दिशेने साधारण मैलभर चाललो. समुद्राच्या काठाकाठाने जात-जात एका टोकाला जाऊन पोहोचलो. जमिनीचा एक पट्टा पाण्यात शिरला होता. तिथे गेलो. ती म्हणाली, 'एकदा जर या भागाला लाटांनी वेढलं, तर आपल्याला परत जाता येणार नाही. परत ओहोटी येऊन पाणी ओसरेपर्यंत इथेच थांबावं लागेल.' पण मला त्याची काहीही फिकीर नव्हती. तिने मला युद्धाविषयी अजिबात काही विचारलं नाही. तिचा भाऊ युद्धात इटलीमध्ये मारला गेला होता. वेदना आणि भय या दोन्ही भावनांशी ती पूर्ण परिचित होती.

''आम्ही बराच वेळ तिथे थांबलो. ती व्हायोलिन वाजवत होती. लाटा काठावर येऊन आदळत होत्या. सागरी पक्षी शीळ घालत होते. बघता-बघता दिवस मावळला. तिचं नाव विन होतं. मला ती आजही आठवते. ती सुंदर होती. रुढार्थाने नसेलही कदाचित, पण काहीतरी होतं तिच्यात. जेमतेम विशीची असेल. तारुण्याने,

चैतन्याने मुसमुसलेली होती. मी रेतीत पहुडलो होतो. अजूनही सगळं जसंच्या तसं आठवतंय मला. तिचं व्हायोलिनवादन मी अगदी कान देऊन ऐकत होतो. ती म्हणाली, 'शूबर्ट* वाजवते आहे.' त्या संगीताने मंत्रमुग्ध होऊन मी युद्धकाळात घडलेलं सगळं काही विसरण्याचा प्रयत्न करत होतो. ते सगळं पुन:पुन्हा डोळ्यांसमोर नाचत होतं. पण ती स्मृतिचित्रं पुसून टाकायचा मी प्रयत्न करत होतो.

"मी जिथे पहुडलो होतो, तिथून जेमतेम वीस यार्डांवर लाटा आदळत होत्या. ती किती वेळ वाजवत होती, कोण जाणे. मी रेड वाइनची बाटली हातात घेऊन किती वेळ तिथे पहुडलो होतो, तेही आठवत नाही. एकीकडे मी विचारमग्न होतो, तर दुसरीकडे मनात काहीही विचार येऊ न देण्याचा आटोकाट प्रयत्न करत होतो. जरा वेळाने सूर्य अस्ताला जाण्याच्या सुमारास तिने वाजवणं थांबवून हातातलं व्हायोलिन एका खडकाला टेकवून ठेवलं आणि ती रेतीत माझ्या शेजारी येऊन बसली... माझ्या अंगाखालची रेती किती उबदार होती, ते आजही मला चांगलं आठवतं. ती हात टेकून माझ्यापाशी रेलून बसली होती. माझ्या चेहऱ्याकडे एकटक बघत होती. मग मी उठून कामट्या जमा करून शेकोटी पेटवली आणि आम्ही रात्र तिथेच काढली."

आपल्या या भंगार हॉटेलरूममध्ये आत्ता काहीतरी थेरपी – उपचारपद्धती चालू आहे, याची विल्सनला जाणीव झाली. समोर बसलेला हा किनसेड नामक माणूस नुसत्या भूतकाळात घडलेल्या हकिकती सांगत नव्हता. या ठिकाणी वेगळंच काहीतरी घडत होतं. हा किनसेड हे सगळं का सांगत होता, त्यातून त्याला नक्की काय साधायचं होतं, हे कळायला काहीच मार्ग नव्हता. पण भूतकाळाचा पट तो इथे स्वत:शीच उलगडून बघत होता हे नक्की. आणि आयुष्याच्या या टप्प्यावर असताना तसं करणं त्याला गरजेचं वाटत होतं. त्याच्या आयुष्यात काहीतरी खूप महत्त्वाचं घडून गेलं होतं. त्या क्षणांची उजळणी करणं त्याच्या दृष्टीने फार महत्त्वाचं होतं. त्यामागे दुसरं-तिसरं काही कारण नसून, त्या आठवणी मनात खोलवर नीट कोरल्या जाव्यात, हाही त्याचा हेतू असू शकेल. आदिवासी लोक रात्रीच्या वेळी शेकोटीभोवती बसून जुन्या लोककथांना उजाळा देतात, तसाच काहीसा प्रकार.

"तुम्ही सांगताय त्यावरून तरी ती एक इंटरेस्टिंग स्त्री असेल, असं वाटतंय."

किनसेडने हात लांब करून बिअरची बाटली उचलली. पण तसं करत असताना त्याचा हात जोरात लॅंपशेडवर आपटून ती हादरली आणि खोलीभर

शूबर्ट :– १९व्या शतकातील महत्त्वाचा ऑस्ट्रियन संगीतकार. (मोठ्या आकाराची व्हायोलिन, ज्याचे खुर्चीवर बसून दोन पायांमध्ये घेऊन त्याचे वादन केले जाते.

सावल्यांचा थरथराट झाला. हायवेने घाबरून कान ताठ करून वर पाहिलं. किनसेडने हाताने लँपशेड पकडून तिला स्थिर केलं.

"माझ्या बिग सरमध्ये कायमचं राहाण्याच्या बेताविषयी आम्ही बोललो. मीही त्या गोष्टीवर अगदी नीट विचार केला. पण बाहेरचं जग मला खुणावत होतं. कितीतरी गोष्टी अजून पाहायच्या राहून गेल्या होत्या. माझ्या मनात खूप गोष्टींची गर्दी दाटलेली होती. अजून किती गोष्टी पाहायच्या होत्या, करायच्या होत्या, अनुभवायच्या होत्या. युद्धातून सहीसलामत परत आलेल्या माझी अवस्था एखाद्या स्प्रिंगसारखी होती. घट्ट आवळलेल्या स्प्रिंगसारखी. या स्प्रिंगचं एक टोक माझ्या आत खोलवर कुठेतरी घट्ट बसवलेलं होतं. तुझं आयुष्य अजून बाकी आहे, आणि या आयुष्यात तुला खूप काही करायचंय, खूप काही बघायचंय, असं माझं मन मला सांगत होतं."

"मग तुम्ही काही दिवसांनंतर तिथून निघालात?"

"हो. अगदी लवकरच मी निघालो. मलाही त्या गोष्टीची जाणीव होती. अचानक एक क्षण असा आला. मी माझं सामान बांधून जाण्याच्या तयारीत मोटारसायकलपाशी उभा होतो आणि माझ्या अगदी निकट ती उभी होती. तिच्या एका हाताची बोटं माझ्या कमरेच्या पट्ट्यात अडकवून माझ्या डोळ्यांत बघत ती उभी होती. क्षणभर माझंही मन विचलित झालं. वाटलं. 'नकोच जायला!' मोजून दहा मिनिटांनी मी तिथून निघालो. पण का कुणास ठाऊक, नीट निरोप घेऊन निघाल्यासारखं वाटतच नव्हतं. आम्ही दोघं इथून पुढेसुद्धा एकमेकांच्या संपर्कात नक्की राहू, असं मला मनापासून वाटत होतं. आम्ही एकमेकांना परत भेटण्याचं वचन दिलं होतं. आणि त्या क्षणीतरी ते नक्कीच पाळण्याचा आमचा इरादा होता. पण जसं सगळ्या बाबतीत घडतं, तसंच याही वेळेस घडलं. वेळ आणि अंतर या दोन्ही गोष्टी आमच्या आड आल्या. मी तिला त्यानंतर दोन-तीन वेळा लिहिलं, 'मी सिॲटलच्या परिसरात स्थायिक होण्याचं ठरवलं असून, सध्या जागा शोधत हिंडतोय,' असं तिला कळवलं.

"पण त्या सुमाराला ती स्वत: दुसरीकडे कुठेतरी गेलेली होती. शिवाय माझीही भटकंती चालूच होती. त्यामुळे तिने मला कदाचित लिहिलंसुद्धा असेल आणि पोस्ट खात्याने तिचं पत्र गहाळ केलं असेल, तरी ते कळायला काही मार्ग नाही. ती एक अत्यंत बुद्धिमान आणि सुज्ञ, व्यवहारी स्त्री होती. तिच्या वयाच्या मानाने फारच परिपक्व होती. काळाच्याही पुढे होती. त्यामुळे तिचं सगळं व्यवस्थित झालं असेल, असा माझा अंदाज आहे. नाहीतरी त्या वेळी कोणत्याही कायमस्वरूपी बंधनात स्वत:ला जखडून घेण्याची तिचीपण तयारी नव्हती आणि माझी पण.

"गॉड... फार फार पूर्वीचा काळ होता तो. अगदी जन्मजन्मांतरीच्या पूर्वीचा!" असं म्हणत रॉबर्ट किनसेडने एक दीर्घ श्वास घेऊन तो हळूहळू सोडला. "तू युनिव्हर्सिटीत प्रोफेसर होतास ना?" त्याने जिम विल्सनला विचारलं.

"हो. नऊ वर्षं शिकवत होतो. पण तो शिक्षकी पेशा नाही झेपला मला. अरे ते कसलं आयुष्य? सगळे नुसते संभावित, दुढ्ढाचार्य विद्वान जमलेले. समतेच्या आणि बंधुभावाच्या गप्पा मारत एकीकडे आपले मानपान जपणारे. आपल्या स्वत:च्या आसनाला धक्का पोहोचू नये याची काळजी घेणारे. ढोंगी सगळे एकजात. मग मी ती नोकरी सोडली आणि टक्के-टोणपे खात इकडून तिकडे काही वर्षं भटकलो. अखेर हे हॉटेल चालवायला घेतलं. अर्थात हे काम करत मी आणखी किती वर्षं इथे काढीन, ते काही सांगू शकत नाही."

असं म्हणत हॉटेल मॅनेजर जिम विल्सनने उभा राहून जोरदार आळस दिला. "चला, आता मी निघतो. सहा नंबरमधल्या प्लंबिंगचा निकाल लागलाय. उद्याची सकाळ त्यातच जाईल. तुमच्याशी बोलून खूप बरं वाटलं. आणि तुम्ही तुमच्या या कुत्र्याविषयी जे काही बोललात, ते अगदी खरं आहे बरं का! अनेक मानव-प्राण्यांपेक्षाही जास्त मॅनर्स आहेत त्याला. तो इथे कधीही येऊन राहू शकतो. तुमच्याबरोबर किंवा तुमच्या शिवायसुद्धा." असं म्हणत त्याने रॉबर्ट किनसेडच्या समोर हात पुढे करून धरला.

"गुड लक. मलापण बोलून बरं वाटलं," किनसेड म्हणाला. त्याने जिमशी हस्तांदोलन केलं आणि जिम बाहेर पडताच खोलीचं दार लावून घेतलं. बिछान्यावर पडून त्याने पुस्तक उघडलं आणि त्यातील नायकाच्या साहसकथांमध्ये रमून गेला. पण थोड्याच वेळात त्याला वाचनाचा कंटाळा आला. त्याने पुस्तक मिटून ठेवून दिलं आणि बिछान्याशेजारचा दिवा मालवून टाकला.

जरा उशिराने त्याला झोप लागली. झोपेत त्याला एक विचित्र स्वप्न पडलं. त्यातील काही गोष्टी खरोखरच्या घडलेल्या होत्या, तर काही नुसते त्याच्या कल्पनेचे खेळ होते. स्वप्नात तो सिंगापूरच्या जुन्यापुराण्या रॅफल्स बारमध्ये एका खलाशाशी बोलत होता. झोपत त्याचा हात पलंगावरून खाली लोंबकळत होता. त्या हाताचा जमिनीवर झोपलेल्या हायवेला स्पर्श होताच त्याने तो हात चाटला.

बाहेरच्या बाजूला एक भलंमोठं जहाज ब्रिजच्या खालून पलीकडे निघालं होतं. त्या जहाजाचं नाव होतं, 'पॅसिफिक व्हॅगाबाँड'. त्या अजस्त्र जहाजात माल खच्चून भरला होता. कोरियामध्ये बनलेले टेलिव्हिजन संच त्यात होते. ते पुढे उतरवून घेऊन दुसऱ्या मालवाहतूक जहाजात भरून, तरावा बंदराकडे पाठवण्यात येणार होते.

❖

शोध

साउथ डाकोटाचा संपूर्ण परिसर शरद ऋतूच्या विळख्यात होता. वादळी, धुरकटलेली सकाळ होती. खेडेगावातला पोस्टमन एका घरापाशी थांबला. घराबाहेरच्या पोस्टबॉक्सवर लिहिलेलं होतं : कार्लिस्ले मॅकमिलन, रूट ३. ते घर एका खडबडीत बोळकांडीत होतं. घरापासून पन्नास यार्डांवर कार्लिस्ले लाकूडफाटा घेऊन चालला होता. त्या घराला अजूनही लोक 'विलिस्टन्स प्लेस' म्हणूनच ओळखत. ते घर खूप वर्षांपूर्वी विलिस्टन नावाच्या एका म्हाताऱ्या माणसाच्या मालकीचं होतं. अमेरिकेच्या ग्रामीण भागाची खरी हीच तर गंमत होती. पहिल्यांदा ज्या माणसाने एखादं घर बांधलं असेल, नंतरही सतत ते घर त्याच्याच नावाने ओळखलं जायचं. मग त्याचे मालक नंतर कितीदाही बदलले, तरी.

पोस्टमनचं लक्ष कार्लिस्लेकडे गेलं. त्याने जोरजोरात हॉर्न वाजवून कार्लिस्लेसाठी पत्र आलं असल्याचं त्याला सांगितलं. या मॅकमिलनला फारशी पत्रं येत नसत. त्यामुळे आज कधी नव्हे ते त्याला कुणीतरी पत्र पाठवलं होतं, ते त्याला सांगितलंच पाहिजे, असं पोस्टमनला वाटलं. कार्लिस्लेने आवाजाच्या रोखाने पोस्टमनकडे पाहून हसून जोरजोरात हात हलवला. मग तो झपाझप चालत घरापाशी पोहोचला. एव्हाना पोस्टमन दारावरच्या पत्राच्या पेटीत पत्र टाकून पुढेही निघून गेला होता. पोस्टमन पुढे ज्या घरी निघाला होता, ते घर होतं ॲक्सेल याचं. हा बिचारा ॲक्सेल गेले दोन दिवस रोज दाराबाहेरच्या पत्रपेटीला टेकून पोस्टमनची वाट बघत तिष्ठत

उभा असायचा. सरकार दरबारकडून त्याचा पिकावरील सबसिडीचा चेक येणार होता. तो अजूनही आला नव्हता. सरकारच्या दप्तरदिरंगाईबद्दल तो पोस्टमनशी कुरकुर करायचा.

कार्लिस्लेने विलिस्टनचं जुनं घर विकत घेऊन त्याचं जेव्हा नूतनीकरण केलं, तेव्हाच त्याला एक नवा साथीदारही मिळाला होता. तो साथीदार म्हणजे दुसरं-तिसरं कुणी नसून एक भलामोठा गलेलठ्ठ बोका होता. कार्लिस्लेचं घर बांधण्याचं काम चालू असतानाच एक दिवस तो तिथे उगवला होता. कार्लिस्लेनं आपलं काम थांबवून क्षणभर त्याच्याकडे निरखून पाहिलं. त्याचा डावा कान फाटलेला होता. त्याच्या अंगावर दाट फर होती. त्याचे डोळे पिवळे होते. तो बोकासुद्धा कार्लिस्लेकडे रोखून पाहात होता. मग तो दुपारच्या जेवणाला तिथेच थांबला आणि रात्रीच्या जेवणापर्यंत तिथेच घुटमळत राहिला. अखेर त्याने तिथे कायमचा मुक्काम ठोकला.

"वेल... तुझ्या आकाराकडे बघून तुला 'डंपट्रक' हे नाव चांगलं शोभून दिसेल. त्यामुळे तुझी हरकत नसेल, तर मी तुला याच नावाने हाक मारत जाईन," बोक्याने डोळ्यांची एकवार उघडझाप केली. कार्लिस्लेच्या चेहऱ्यावर हसू फुटलं.

कार्लिस्ले पत्रपेटीतून पत्र हातात घेऊन चालत-चालत पोर्चपाशी आला तेव्हा डंपट्रक पोर्चच्या कठड्यावर बसून होता. मग दोघंही घरात शिरले. डंपट्रक आपल्या आवडत्या जागी, चुलीमागे उबेत जाऊन बसला. कार्लिस्लेने चहाच्या किटलीतून कपभर चहा ओतून घेतला. ही जुनीपुराणी, पोचे आलेली किटली त्याने अशीच एकदा फॉल्स सिटीच्या जुन्या बाजारात विकत घेतली होती. त्याचं काम गेले तीन महिने घराच्या पुढच्या खोलीत चाललं होतं. त्याने त्याची कुऱ्हाड टेबलाला टेकून उभी करून ठेवली होती. त्याने हातातला चहाचा कप टेबलावर ठेवला.

आज आलेलं पत्र त्याच्या आईकडून, विनकडून आलेलं होतं. दहाच दिवसांपूर्वी त्याने आपल्या आईला पत्र लिहिलं होतं. तरीपण विनकडून लगेच उत्तर यावं हे जरा नवलविशेषच होतं. तिला पत्रं, चेक्स आणि महत्त्वाची कागदपत्रं हरवण्याची सवय होती. पण याचा अर्थ तिची स्मरणशक्ती क्षीण होती असा मात्र नाही. शूबर्टचे मोठे-मोठे उतारे तिला मुखोद्‌गत होते. शिल्पकलेच्या इतिहासामधले किचकट तपशील तिला जसेच्या तसे आठवत.

२० नोव्हेंबर १९८१

प्रिय कार्लिस्ले,

देवा... तुझ्या घरी पत्रपेटी आहे हे केवढं मोठं नशीब आहे, कार्लिस्ले. तुझ्या मानाने इतकी व्यवस्था असणं म्हणजे फारच झालं. याचा अर्थ तू तिथे

चांगलाच रुळला आहेस, असं म्हणायला हरकत नाही. तू नवीन घर विकत घेतलं आहेस, त्याचं स्वत:च्या हाताने नूतनीकरण करतो आहेस, हे सगळं वाचून मला खूप आनंद झाला. कदाचित, एक दिवस मीच तिकडे निघून येईन. सगळं काही डोळ्यांनी पाहाण्यासाठी. एनी वे, मला खरंच खूप खूप आनंद झाला आहे.

बरं, तुझ्या आयुष्यात कुणी इंटरेस्टिंग मुलगी वगैरे आली आहे की नाही? मी तुला सरळ हे असं विचारते आहे, त्याबद्दल सॉरी हं. पण मी कितीही जगावेगळी असले, तरी मीसुद्धा शेवटी एक आईच आहे. आणि सगळ्या आया याबाबतीत सारख्याच असतात. मीपण या अशा गोष्टींचा विचार करतेच. माझा तर विश्वासच बसत नाही की, काही दिवसांत तुझ्या वयाची तिशी उलटून तू चाळिशीच्या दशकात पदार्पण करशील. मला एक नाहीतर दोन नातवंडं आवडतील हं.

बरं, गेल्या पत्रातून तू मला काही प्रश्न विचारले होतेस, त्याकडे वळते. तू तुझ्या वडिलांविषयी विचारलं होतंस. त्यांच्याविषयी मला जे काही आठवत असेल ते सगळं मी तुला सांगावं, अशी तू विनंती केली होतीस. पण मी त्यासंदर्भात त्याआधी तुला जे काही सांगितलं होतं, तेच परत सांगू शकते. ते सैन्यात होते. युद्ध संपण्यापूर्वी ते सरहद्दीवर फोटोग्राफर म्हणून काम करत होते. मला वाटतं, ते नौदलात होते. मला भेटण्याच्या अगदी थोडेच दिवस आधी त्यांना परत पाठवण्यात आलं होतं; असं मला वाटतं. त्यांना युद्धाविषयी बोलण्याची अजिबात इच्छा नसे. त्यांना तो विषयसुद्धा काढलेला आवडायचा नाही. त्यांचं नाव होतं रॉबर्ट. पण त्यांचं आडनाव काय होतं, हे मात्र मला आता खरोखरच आठवत नाही. मी पार विसरले आहे. पण मुळात मला ते कधी माहीत होतं की नाही, देव जाणे.

१९४५ सालच्या सप्टेंबर महिन्याच्या अखेरीस माझी आणि रॉबर्टची गाठ पडली. ज्या दिवशी बेला बार्टोकचा मृत्यू झाला ना, त्याच दिवशी. त्याची मोटारसायकल लाल रंगाची होती. त्याचे बार आणि इतर काही पार्ट्स क्रोम प्लेटेड होते. पेट्रोल टाकीवरती चंदेरी रंगाचा एक लोगो होता. त्या मोटारसायकलच्या नावाचा. पण नक्की काय नाव होतं, ते नेमकं आठवत नाही मला. फक्त 'ए' या अक्षराने सुरू होणारं नाव होतं, इतकंच आठवतंय. आपली स्मरणशक्ती फार तोकडी असते ना, आणि काही काही गोष्टी जाम आठवत नाहीत, तर काही भलत्यासलत्या गोष्टी उगीचच स्मरणात असतात. मी एकदा त्याच्या मोटारसायकलमध्ये

पेट्रोल भरलं होतं, तेव्हा मी त्या लोगोकडे बराच वेळ टक लावून पाहात उभी होते. पण आता डोळ्यांसमोर मला फक्त पहिलंच अक्षर येतंय. आणि गंमत म्हणजे त्याने मला सिंगापूरच्या एका खलाशाबद्दल एक हकिकत सांगितली होती, ती मात्र मला अगदी जशीच्या तशी आजही आठवते. किती विचित्र!

मला त्याच्या आणखी काही गोष्टी आठवतात. तो हातात नेहमी एक ब्रेसलेट घालायचा. मला वाटतं, उजव्या हातात घालायचा. तो उंच आणि सडपातळ होता. खांद्यावरून सस्पेंडर बेल्ट घालायचा. मला त्याचा चेहरा आता नीटसा आठवत नाही. मला साधारण इतकंच आठवतं की, तो काही खास देखणा वगैरे निश्चितच नव्हता. अगदी खरं सांगायचं तर, रंगरूपाचे हे चार सामान्य लोकांचे मापदंड त्याच्या बाबतीत मुळी लागूच नाही पडत. त्याच्यात काहीतरी वेगळं होतं. तो सामान्यांपेक्षा खूपच वेगळा दिसायचा. मला त्याची एक गोष्ट अगदी सुस्पष्टपणे आठवते, ती म्हणजे त्याचे डोळे. ते डोळे कसे दिसायचे ते आजही स्मरणात आहे माझ्या. ते डोळे एका वयोवृद्ध माणसाचे होते. त्याचं स्वत:चं वय त्या वेळी काय होतं, देव जाणे. पण ते डोळे त्याच्या वयापेक्षाही जास्त वयाचे वाटायचे. (त्याची त्या वेळेस नुकती तिशी उलटून गेलेली असावी.)

पण आता त्याचं काय? आता या सगळ्या गोष्टी इतक्या जुन्या-पुराण्या वाटतात. मी स्वत:च त्या वेळी इतकी तरुण होते. फक्त एकोणीस वर्षांची होते मी. खूप बंडखोर होते. घोडीच्या अवखळ पिल्लासारखी. कलावंताच्या कलंदर आयुष्याची खूप वेगळीच स्वप्नं माझ्या डोळ्यांत होती. निसर्गाच्या निकट सान्निध्यात मला आयुष्य घालवायचं होतं. पण तो मला अजूनही आठवतो. सैन्यातून परत आल्यानंतर त्याने लांब केस ठेवले होते. मोटारसायकलवरून जाताना ते केस तो निळ्या रुमालाने बांधायचा. मी तुला आधीच म्हटलं ना, रूढार्थाने तो देखणा मुळीच नव्हता. पण तरीसुद्धा लेदर जाकीट, जीन्स आणि बूट घालून मोठ्या दिमाखात मोटारसायकलवर स्वार होऊन जाणाऱ्या त्याचं रूप नक्कीच भुरळ घालणारं होतं. डोळ्यांना गॉगल लावून आम्ही दोघं त्याच्या मोटारसायकलवरून बिग सरचे सगळे ब्रिजेस पालथे घालायचो.

बरं, तुझं घर बांधण्याचं काम कसं काय चाललंय ते मला कळव. इथे सगळं कसं शांत आहे. कधीतरी मला भेटायला ये ना. काहीही असलं तरी मला तुझे वडील अजून आठवतात. खूप एकाकी, पण खूप प्रेमळ. तसे आम्ही दोघांनी फक्त तीन ते चारच दिवस एकमेकांच्या सहवासात काढले.

पण आमच्यात जे घडलं, त्याबद्दल मला जराही दुःख वाटत नाही, कारण त्यांच्यामुळेच मला तू मिळालास.

तुझी आई,

विन

ता.क. परवा मला मिसेस मॅक्स भेटल्या. मी त्यांना तुझा नमस्कार कळवला. त्यांनीही तुझी खुशाली विचारली. त्यांना तू स्वतःच्या मुलाइतकाच प्रिय आहेस. त्या सारख्या तुझ्याबद्दल आणि कोडीबद्दल प्रेमाने बोलत असतात. त्यांना कधीतरी चार ओळींचं पत्र जरूर लिही, खरंच. जोनाथन आला होता. तुझा सावत्र बाप. तुझ्या वयाची सहा वर्षं तो आपल्यासोबत राहात होता ना? सॅन फ्रॅन्सिस्कोहून जाता-जाता इकडे थांबला होता. मग आम्ही कॉफी प्यायला गेलो. त्याने मला त्याच्या विश्वस्त निधीविषयी सांगितलं. त्याची स्वतःची एक कादंबरी प्रकाशनाच्या मार्गावर आहे. त्याच्या अलीकडच्या दोन लग्नांबद्दल, बायकांबद्दलही बरंच बोलला. त्याने मला बाहेर जेवायला येण्याचंही निमंत्रण दिलं. पण मी नाही गेले. मी त्याच्यात एकेकाळी काय पाहिलं असावं, असा आज मला प्रश्न पडतो.

कार्लिस्ले मॅकमिलनने कागदाचा ताव फाडून घेतला. खिशातून सुतारकामाची पेन्सिल काढली. विनकडून जी काही माहिती मिळाली होती ती त्याने त्या कागदावर एकापुढे एक मुद्देसूद लिहून काढली.

नाव 'रॉबर्ट'
मोटारसायकलचं नाव 'ए' या आद्याक्षराने सुरू
ब्रेसलेट?
डब्ल्यू डब्ल्यू II – पॅसिफिक. नौदल?
युद्धपूर्व आणि युद्धाच्या काळात फोटोग्राफर.
सिंगापूर = भरपूर प्रवास?
वय = नुकतीच तिशी उलटून गेलेली.

त्याने कागदावर एक टेबल आखून एकेका ओळीत एकेका मुद्द्याची नोंद केली. आता जशी-जशी एकेका मुद्द्याबद्दल आणखी माहिती गोळा होईल, तसतशी ती एकेका रकान्यात भरत जायचं, असं त्याने मनाशी ठरवलं. काही छोटे-

छोटे धागेदोरे जरी हाती आले तरी त्यांची नोंद करायची, असंही ठरवलं. पण प्रश्न असा होता की, सुरुवात नक्की कशापासून करायची? त्याला काहीतरी मुद्दा हवा होता. विचार करून डोकं फुटून जायची वेळ आली होती. काही म्हटल्या काही सुचत नव्हतं. त्याने जुनी नियतकालिकं आणि वृत्तपत्रं वाचून पालथी घातली.

अखेर कंटाळून कार्लिस्ले शांत बसून राहिला. इतक्यात टेलिफोनची कर्कश घंटी वाजली. तो त्या आवाजाने दचकून उडी मारून उठला. त्याचा जुना मित्र बडी रीम्स फोनवर होता. ओकलंडमध्ये असताना दोघांनी एकत्र खूप खट्याळपणा, दंगामस्ती केलेली होती. बडी होताच तसा रासवट, दांडगट. पण मनाचा खूप चांगला होता. सरळ होता. सुतारकामात तर निपुण होताच, पण माणूस म्हणूनही अत्यंत सज्जन होता.

"कार्ल्या, साल्या तुझा आवाज ऐकून किती बरं वाटलं. तुझ्या आईने मला हा नंबर दिला. तू सध्या काय उद्योग करतोयस लेका? आणि तुझा पत्ता काय? तू साउथ डाकोटामध्ये कुठेतरी असतोस, असं मला विनकडून समजलं. ते ठिकाण नकाशावर तरी आहे की नाही? माझ्या इथून तुझ्याकडे येता येतं का नाही? का तुझ्याकडे येण्यासाठी काही परग्रहावर प्रवास करण्याचा पासपोर्ट वगैरे लागतो?"

कार्लिस्लेला हसू फुटलं. बडी अजिबात बदलला नव्हता. दोन वर्षांपूर्वी त्यांनी जेव्हा एकमेकांचा निरोप घेतला, त्यानंतर बडी न्यू मेक्सिकोमधील एका कम्यूनमध्ये राहाण्यासाठी गेला.

"बडी, तू कुठे आहेस?"

"ओकलंडला. नुसतं भंगार बांधकाम करतो आणि वीकएंड आला की, स्वत:ला दारूत बुडवतो. गेल्या आठवड्यात आपण काय-काय घाण काम केलं ते विसरण्याचा प्रयत्न करत बसतो. तू अलीकडे स्वत:साठी एक घर बांधलंयस असं मी ऐकलं. नवीन बांधलं आहेस किंवा जुनं विकत घेऊन ते सगळं परत नव्याने बांधून काढलं आहेस, असंच काहीतरी कानावर आलं."

त्यावर कार्लिस्लेने त्याला विलिस्टन प्लेसच्या नूतनीकरणाच्या कामाविषयी सांगितलं. "मी त्या घरावर जे काही काम केलं ते इतकं भारी झालंय की, गावात त्याची बरीच चर्चा झाली. त्यामुळे मला आसपासच्या गावांमधून बरीच कामं मिळाली," कार्लिस्ले त्याला म्हणाला.

"बरं, तिकडे बायकांची परिस्थिती कशी काय आहे? त्या बाबतीत तुझं काही काम चाललंय की नाही? का त्या भागात फक्त जरठ कुमारिका आणि तुरुंगातले कैदी राहातात?" बडी म्हणाला.

"तशी थोडीफार संधी मिळते मला बायकांमध्ये मिसळायची. सध्या एका

मुलीबरोबर चांगली दोस्ती झाली आहे माझी. ती इथेच एका कॅफेमध्ये काम करते. हे बडी, तुझ्या कम्यूनमध्ये राहाण्याबद्दलच्या ज्या काही भन्नाट कल्पना होत्या, त्यांचं काय झालं?''

''जीझस ख्राइस्ट! कार्ली, अरे तो एक मोठा विनोद होता लेका. तुला आठवतं का, मी मुळात तिकडे गेलो तो एका पोरीच्या पाठीमागे. तिचे पाय किती लांबलचक, सुंदर, सडपातळ होते त्याचं वर्णन मी तुला लिहून कळवलंसुद्धा होतं. मी तुला असंही लिहिलं होतं की, जर तू इकडे आलास तर आपण दोघं मिळून तिच्याबरोबर मजा करू.''

कार्लिस्लेने मान जोराजोरात हलवली. त्याच्या चेहऱ्यावर हसू होतं. बडीने त्या पत्रात त्या मुलीचं वर्णन करताना काय काय तारे तोडले होते, ते त्याला आजही अगदी नीट आठवत होतं. त्याचं कम्यूनमधलं आयुष्य कसं मस्तीत चाललं होतं, हेपण त्याने अगदी चवीने लिहिलं होतं.

''हो, चांगलं आठवतं ना,'' कार्लिस्ले म्हणाला, ''मग पुढे काय झालं त्याचं?''

''वेल, त्याचं असं झालं की, ती पोरगी एका गिटार वाजवणाऱ्याबरोबर पळून गेली. तो पोरगा मादक द्रव्यांची बरीच लफडी करणारा होता. तो साठच्या दशकातली जुनी गाणी गायचा, फुला-पानांची, शांती आणि मुक्त प्रेमाची गाणी. अगदी खरं सांगायचं, तर मला रस होता तो फक्त त्या शेवटच्या मुद्द्यात – मुक्त प्रेमात. आणखी एक गोष्ट अशी की, आमच्या त्या कम्यूनमध्ये खरोखरीच मेहनतीचं काही उपयुक्त काम करू शकणारा मी एकटाच होतो. त्यामुळे त्यांनी मला तिथे कामालाच जुंपलं. माझ्याकडून आर्मी स्टाइल किचन्स, मोठाले जेवणाचे हॉल्स आणि झोपायचे हॉल्स बांधून घेतले. उरलेले मात्र चिलीम ओढत, गांजा ओढत, मजा मारत, चकाट्या पिटत बसायचे. आणि वर तो कुठला बरं जर्मन तत्त्ववेत्ता... नीत्शे का कुणीतरी... त्याच्या तत्त्वज्ञानाविषयी मोठ्या-मोठ्या गप्पा मारत बसायचे.''

''हां हां... फ्रीडरीश नीत्शे.'' ''हो. तोच तो. तुम्हा कॉलेज शिकलेल्या पोरांचा मला इतका राग येतो ना, कार्ली. तू जर सुतारकामात इतका निष्णात नसतास ना, तर मी तुझ्याशी कधी एक अक्षरही बोललो नसतो. वेल... तो तुझा नीत्शे, ती पानं, फुलं, प्रेमगीतं या सगळ्याशी मला कितपत देणं-घेणं असणार याची तुला कल्पना आहेच. त्यामुळे त्या पाना-फुलांची गाणी गाणाऱ्या गिटारवाल्याबरोबर माझी पोरगी पळून गेल्यानंतर मीपण तिथून सटकलो. तिने आणि मी एकमेकांचा साधा निरोपसुद्धा घेण्याचे कष्ट घेतले नाहीत. तो गिटारवाला गिटार वाजवण्यातही काही खास नव्हता. जाम भंकस होता. आपण दोघं जेसी लेनचं गिटार ऐकायला जायचो, आठवतंय? त्या जेसीच्या पायाशी बसण्याचीसुद्धा या गिटारवाल्याची लायकी नव्हती.''

दोघांचं फोनवरचं संभाषण बराच वेळ चाललं होतं. बोलण्याच्या ओघात कार्लिस्लेने बडीला तो स्वत: वडिलांचा शोध घेत असल्याचं सांगितलं. बडीचं बोलणं कितीही धक्कादायक असलं, तरी त्याच्यापुढे एखादी समस्या ठेवली की, तो ती सोडवण्यात एकदम व्यवहारचतुर होता. शिवाय नेहमीप्रमाणे आत्ताही त्याला स्वत:च्या समस्या सोडवण्याच्या कौशल्यावर पूर्ण भरवसा होता.

"मी तुझ्यासाठी या आमच्या इकडच्या भागात जरा चौकशी सुरू करतो. सॅक्रामेंटोपासूनच सुरुवात करतो. गेल्या महिन्यात मी फ्लीटवूड मॅक कॉन्सर्टला गेलो होतो, तेव्हा एका स्त्रीशी माझी ओळख झाली. आत्ता मी तिलाच भेटायला निघालो आहे. ती दिसायला काही खास नाही. पण स्वत:च्या शरीराचा वापर आपल्या सुतारकामाच्या करवतीसारखा करण्याची कला तिला अवगत आहे."

कार्लिस्ले हसला. बडी अजूनही तसाच होता. तिशी उलटून गेली, चाळिशीची चाहूल लागली तरी या वयातही तीच आचरट बडबड, तसंच मुक्त, बेबंद वागणं.

"सॅक्रामेंटोमध्ये माझ्या ओळखीची माणसं आहेत. मोटारसायकल मालकाचं नाव, पत्ते हुडकून काढण्याच्या बाबतीत त्यांची मदत नक्की होऊ शकेल. पण देवा रे... ही सगळी माहिती तीस वर्षांपूर्वीची आहे ना. एक सांगू? हे सरकारी ऑफिसातले लोक खूप जुनी-जुनी माहिती, कित्येक वर्षांपूर्वीच्या नोंदी जपून, सांभाळून ठेवतात. त्यामुळे तिथून काहीतरी माहिती मिळू शकेल. ओके, मी काही गोष्टी टिपून घेतो. त्यांचं नाव रॉबर्ट होतं ना? आणि त्यांच्या मोटारसायकलचं नाव 'ए' या अद्याक्षरापासून सुरू होत होतं ना? दुसरं महायुद्ध संपल्यानंतर लगेच त्यांनी ती विकत घेतली असणार. म्हणजे १९४५ सालच्या ऑगस्ट नाहीतर सप्टेंबर महिन्यातच असणार किंवा त्याच सुमाराला कधीतरी. युद्धानंतर बे एरियामध्ये एकूण किती मोटारसायकलींची विक्री झाली असेल बरं? वाट्टेल तेवढ्या असतील. लक्षावधी असतील."

"पण त्यांनी ती मोटारसायकल युद्ध संपल्यासंपल्या लगेच विकत घेतली होती की नाही, याबाबत मला जरा शंका आहे. कदाचित युद्धावर जाण्यापूर्वी त्यांनी ती कुठेतरी सुरक्षित ठेवून पण दिली असेल."

"ओह, गुड. कार्ली, म्हणजे युद्धापूर्वी किती मोटारसायकली विकल्या गेल्या, हे आपल्याला बघावं लागेल. म्हणजे आपलं शोधण्याचं काम जवळपास निम्मं झालं असं धरू या. ठीक आहे. मी प्रयत्न करून बघतो. पण इतकी जुनी माहिती कॉम्प्युटरवर असण्याची शक्यता फारच कमी आहे. फायलींचा ढिगारा काढून शोधावं लागणार. पण तरी काहीतरी करून ते जमवतो. बरं, ती एका कॅफेत काम करते ना?" बडी म्हणाला.

"काय? कोण?" कार्लिस्लेने बुचकळ्यात पडून विचारलं.

"कोण काय? तुझी सध्याची मैत्रीण? तिच्यावरच डोळा ठेवून आहेस ना?"

"हो, इथल्या एका रेस्टॉरंटमध्ये काम करते ती. पण माझा काही डोळा वगैरे नाहीये हं तिच्यावर. त्या रेस्टॉरंटचं नाव आहे 'डॅनीज कॅफे.' तिथले टर्की सँडविचेस फार प्रसिद्ध आहेत. ग्रेव्ही आणि मॅश्ड पोटॅटोजपण फार छान असतात."

"वा, ऐकून छान वाटतंय. सुंदर बायका आणि गरमागरम जेवण. का त्याच्या उलट? एनी वे, मी तुझ्या संपर्कात राहीन. आणखी एक गोष्ट, कार्ली, 'एक मूर्ख माणूस म्हणून मरायचं नाही' हे माझं नवं घोषवाक्य आहे."

"काय?"

"कशा पद्धतीने मरायचं नाही, याची मी एक यादी बनवतोय. त्यामुळे त्या प्रकारच्या विचित्र परिस्थितीत कधीच सापडायचं नाही, अशी काळजी घेऊनच वावरतो मी."

"उदाहरणार्थ?"

"कधीही हॉस्पिटलमध्ये मरायचं नाही. तशी वेळच स्वत:वर कधीही येऊ द्यायची नाही. ही गोष्ट अत्यंत महत्त्वाची आहे. त्याऐवजी आपण बांधलेल्या सर्वांत सुंदर घराच्या छपरावर शेवटचा खिळा ठोकत असताना खाली पडून तिथल्या तिथे मरण आलं, तरी चालेल. अजून एक मूर्खासारख्या पद्धतीनं मरण म्हणजे के-मार्टच्या समोर जुन्या भंगार कॅडिलॅक गाडीचा धक्का बसून मरणं, तेही अंडरवेअरच्या जाहिरातीच्या बोर्डच्या समोर."

कार्लिस्ले जोरजोरात हसू लागला. बडीच्या या आचरट बडबडीची त्याला अनेकदा उणीव भासायची, त्याची आठवण यायची.

"आणखी एक गोष्ट, रिटायरमेंट कम्युनिटीमध्ये एखादा म्हातारा लॉनवरचा कचरा साफ करत असला आणि त्याने बागेतली दगडमाती जोरात रस्त्यावर फेकली, तर त्याखाली चिरडून अजिबात मरायचं नाही, असं मी ठरवलंय. आत्तापर्यंत तरी कशा प्रकारचं मरण पत्करायचं नाही, याची ही एवढीच यादी लिहून झाली आहे माझी. पण ती लिहून पूर्ण झाली, की मी ती तुला पाठवून देईन. काळजी घे स्वत:ची, कार्ली. तुझ्याशी बोलल्यावर खूप बरं वाटलं. माझ्या हाती जर काही माहिती लागली, तर तुला लगेच फोन करीन."

"थँक्स, बडी. मला पण बरं वाटलं तुझ्याशी बोलून. तुझी खरंच खूप मदत होणार आहे मला."

त्यानंतर सात तासांनी बडीने परत फोन केला. मागच्या बाजूला चाललेल्या रहदारीचा आवाज ऐकू येत होता.

"कार्ली, मी बोलतोय. मी सॅक्रामेंटोमधल्या एका फोनबूथमध्ये आहे. मी मोटार व्हेईकल्स ब्यूरो ऑफ रेकॉर्ड्समध्ये गेलो होतो. तिथे नॅन्सी नावाची एक मस्त पोरगी

भेटली. तिने खूप मदत केली मला. ते काम तसं मुळीच सोपं नाही हं. पण अर्थात माझ्या कल्पनेपेक्षा खूपच कमी त्रास झाला. आम्ही तीन तास फायली शोधत बसलो होतो. पण काही महत्त्वाच्या गोष्टी आम्हाला सापडल्या. तुझ्याकडे कागद पेन्सिल असेल, तर जरा लिहून घे. १९४५ सालच्या ऑगस्ट आणि सप्टेंबर महिन्यात रॉबर्ट नावाच्या अठ्ठावीस वर्षांच्या माणसाने सॅन फ्रॅन्सिस्कोमध्ये मोटारसायकलीचं रजिस्ट्रेशन केलेलं आहे. बऱ्याच हर्ली कंपनीच्या होत्या. काही इंडियनसुद्धा होत्या. पण 'ए' या आद्याक्षराने सुरुवात होणारी फक्त एकच मोटारसायकल विकली गेली होती. 'एरियल स्क्वेअर फोर' की असंच काहीतरी नाव होतं तिचं. २४ सप्टेंबर १९४५ या तारखेचं रजिस्ट्रेशन आहे. ती सेकंडहँड घेतली असल्याचंही त्यात नमूद करण्यात आलं आहे. ते 'स्क्वेअर फोर' म्हणजे बहुदा त्या मोटारसायकलचे सिलिंडर्स कशा पद्धतीने लावण्यात आलेले असतात, त्याच्याशी संबंधित काहीतरी असावं. आणि...''

कार्लिस्ले त्याला मध्येच थांबवत म्हणाला, ''बडी, नाव सांग ना, कुणी रजिस्टर केली होती ती?''

''अरे, खरंच की. ते तर सगळ्यात महत्त्वाचं. मी विसरलोच होतो रे. नाव होतं रॉबर्ट. रॉबर्ट एल. किनसेड. पत्ता लिहिलेलाच नव्हता. 'जनरल डिलिव्हरी' असं नमूद करण्यात आलेलं होतं. सॅन फ्रॅन्सिस्को, एवढाच उल्लेख होता. फोन नंबरपण लिहिलेला नव्हता. अर्थात अगदी लिहिलेला असता, तरी त्याचा काही उपयोग झालाच नसता. कारण छत्तीस वर्षांपूर्वीचा जुना टेलिफोन नंबर आत्ता अस्तित्वातसुद्धा नसणार.''

''मला आडनावाचं स्पेलिंग सांग बरं जरा.''

बडीने नावाचं स्पेलिंग सांगितलं. ते कार्लिस्लेने काळजीपूर्वक लिहून घेतलं.

''मला पळायला हवं कार्ली. माझी ती मदनमस्त मैत्रीण चार फुटांवर उभ्या असलेल्या माझ्या पिकअप ट्रकमध्ये माझी वाट पाहात बसून आहे. गुडलक. आणि इकडून मला करण्यासारखं आणखी काहीही असेल तर नक्की सांग रे.''

''परत एकदा थँक्स, बडी. याचा खूप उपयोग होईल मला.''

''अरे असू दे यार. बाय बाय.''

बडीशी बोलणं झाल्यावर कार्लिस्लेने कागदावरची टिपणं उघडली व त्यात लगेच दुरुस्ती केली. नावाच्या रकान्यात त्याने नुसतं नाव लिहून पुढे रिकामी जागा सोडली होती त्या जागेत त्याने एल. किनसेड असं लिहिलं. म्हणजे नाव रॉबर्ट, मधलं नाव 'एल' या अक्षरापासून सुरू होणारं आणि आडनाव किनसेड असंच असणार नक्की. मोटारसायकलचं नाव 'ए' या अक्षरापासून सुरू होणारं – 'एरियल स्क्वेअर फोर' असं असण्याची शक्यता आहे.

त्याने परत एकदा लिहिलेले सगळे मुद्दे डोळ्यांखालून घातले. मग स्वयंपाकघरातील

फ्रीजमधून त्याने बिअर आणली. परत एकदा टेबलापाशी बसून त्याने एका नव्या कागदावर काहीबाही लिहिण्यास सुरुवात केली.

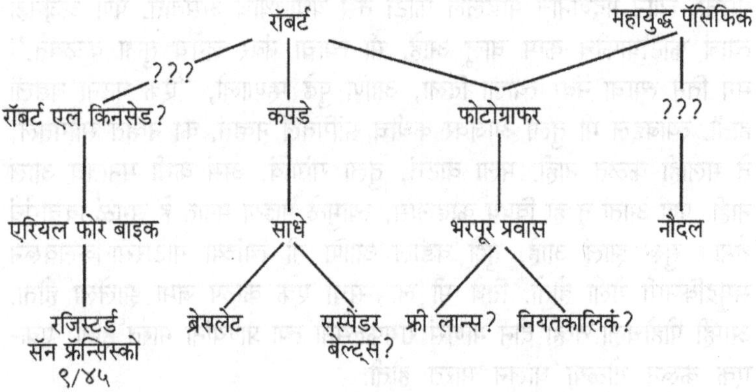

पण त्याने काढलेल्या त्या मुद्द्यांपैकी प्रत्येक मुद्दा एका डेड एंडपाशी येऊन थांबला होता. त्याला अपवाद दोनच मुद्द्यांचा. फोटोग्राफर आणि सैन्यात नोकरी. कदाचित मिलिटरी ऑफिसच्या कागदपत्रांत काही नोंदी, उल्लेख सापडण्याची शक्यता होती. त्याने दुसऱ्या दिवशी सकाळी आपल्या आईला फोन करून विचारलं, "मॉम, तुझ्या ओळखीचे कुणी वयस्कर फोटोग्राफर आहेत का? त्यांच्याकडून मला काही जुनी माहिती कळू शकेल का?"

"कार्लिस्ले, हे तू का विचारतोस? तुझ्या वडिलांची माहिती काढण्यासाठी तुझी ही खटपट चालली आहे का?" तिने विचारलं.

"हो," कार्लिस्ले म्हणाला. मग बडीकडून वडिलांविषयी जे काही कळलं होतं ते सगळं त्याने तिला सांगितलं.

"किनसेड?" ती म्हणाली, "त्याचं आडनाव मला आज आठवत असतं आणि तुला ते सांगता आलं असतं, तर किती बरं झालं असतं. पण मुळात ते मला माहीत तरी होतं की नाही, हेही मला सांगता येणार नाही. पण मी तुला पूर्वी एकदा म्हणाले होते ना, बहुतेक त्याने एकदा मला त्याचं आडनाव सांगितलं होतं. पण कार्लिस्ले, तुला खरंच नक्की या सगळ्याचा शेवटपर्यंत पाठपुरावा करायचा आहे का? कदाचित तुझ्या आणि माझ्या पदरी निराशा येईल."

"कम ऑन, मॉम. कुणीतरी फोटोग्राफर असेलच ना तुझ्या ओळखीचा? मी त्याच्याशी बोलेन. या देशातल्या फोटोग्राफीच्या इतिहासाबद्दल, वाटचालीबद्दल त्याला काहीतरी माहिती असेलच ना," कार्लिस्ले म्हणाला.

"वेल, फ्रॅन्क मॉस्कोविट्झ आहे असा एक फोटोग्राफर. तो गावाबाहेर एका केबिनमध्ये राहातो. रशियन गल्चच्या जवळ डोंगराळ भागात. मला वाटतं तो सत्तरीच्या घरात असेल. तो कधीही आर्ट गॅलरीत आला की, चांगल्या गप्पा मारतो. त्याने प्रदर्शनात मांडलेले फोटो तसे यथातथाच असतात. पण अजूनही त्याचं फोटोग्राफीचं काम चालू आहे. मी त्याचा नंबर लगेच तुला कळवते." मग तिने त्याचा नंबर त्याला दिला, आणि पुढे म्हणाली, "एक घटना घडली होती. त्याबद्दल मी तुला आजवर कधीच सांगितलं नव्हतं. का नव्हतं सांगितलं, ते मलाही कळत नाही. मला वाटतं, तुला सांगावं, असं कधी मनातच आलं नाही. पण आता तू हा विषय काढलास, त्यामुळे माझ्या मनात हे सगळं विचारांचं थैमान सुरू झालं आहे. तुझे वडील आणि मी त्यांच्या मोटारसायकलवरून समुद्रकिनारी गेलो होतो. तिथे सी लायन्सचा एक कळप जमा झालेला होता. आम्ही पोहोचलो तेव्हा दोन माणसं रायफल्सनी त्या प्राण्यांना मारत होती. एक-एक करून गोळ्या घालून मारत होती.

"तो सगळा प्रकार पाहून माझ्या मनाला अत्यंत वेदना झाल्या. मग तुझ्या वडिलांनी मला मोटारसायकलपाशी थांबायला सांगितलं आणि त्या माणसांनी जिथे गोळीबार चालवला होता, त्या ठिकाणी गेले. त्यांनी सरळ त्या माणसांच्या हातातल्या बंदुका काढून घेऊन त्या समुद्रात फेकून दिल्या. त्या लोकांनी खूप आरडाओरडा केला. ते अत्यंत संतप्त झाले होते. त्यातल्या एकाने मारामारी करायला सुरुवात केली. पण तुझे वडील एक रेसभरही मागे हटले नाहीत. ते ठामपणे तिथे उभे राहून त्यांच्याकडे बघत होते. अखेर ते लोक किनाऱ्याकडे परत गेले तेव्हाच तुझे वडील माझ्यापाशी आले.

"त्यांच्या चेहऱ्यावर संताप स्पष्ट दिसत होता. त्या लोकांशी नक्की काय बोलणं झालं, असं मी विचारताच ते म्हणाले, 'हे पाहा, मी युद्धात असंख्य निरपराधांचे नाहक बळी जाताना अनेक वेळा पाहिलं आहे. असंच निरपराध प्राण्यांचा बळी घेण्याचं सत्र जर इथे तुम्ही सुरू ठेवलंत, तर मी जशा तुमच्या बंदुकी समुद्रात फेकल्या, तसं तुम्हालाही उचलून फेकायला मागेपुढे बघणार नाही. तसं करताना मला थोडासुद्धा खेद होणार नाही.' त्या संपूर्ण घटनेच्या आधी कदाचित मी तुझ्या वडिलांच्या तेवढी प्रेमात नसेनही. पण त्या घटनेनंतर मात्र मी त्यांच्या आकंठ प्रेमात पडले."

कार्लिस्ले आणि त्याची आई आणखी काही वेळ फोनवर बोलले. त्यांचं बोलणं संपल्यावर कार्लिस्लेने ताबडतोब आईने दिलेला त्या फोटोग्राफरचा नंबर लावला. एका म्हाताऱ्या आवाजाच्या माणसाने फोन उचलला. "मॉस्कोविट्झ," तो म्हणाला.

कार्लिस्लेने स्वत:ची ओळख करून दिली आणि जुन्या काळच्या अमेरिकन

फोटोग्राफर्सची चौकशी सुरू केली. "तुम्ही रॉबर्ट किनसेड नावाच्या कुणा फोटोग्राफरला ओळखत होता का?" कार्लिस्ले म्हणाला.

"नाव तर ऐकल्यासारखं वाटतंय. पण नीट काही सांगता येणार नाही. पण हा माणूस जर खरोखरच बराच प्रसिद्ध वगैरे असला तर मग 'हूज हू'च्या यादीत कदाचित त्याची माहिती मिळू शकेल."

कार्लिस्लेने असा विचारच केला नव्हता. त्याने तातडीने हा नवा मुद्दा लिहून घेतला.

"मि. मॉस्कोविट्झ, त्या काळात एखादा फोटोग्राफर जर फोटोग्राफीच्या कामासाठी प्रचंड भ्रमंती करत असेल, तर तो कुणासाठी काम करत असण्याची शक्यता आहे?" कार्लिस्ले म्हणाला.

"तसं नेमकं सांगणं कठीण आहे. आमच्यापैकी अनेक जण स्वतःच्या मर्जीनेच भ्रमंती करत फोटोग्राफीचं काम करत असतात. त्या काळी एखाद्या फोटोग्राफरला मुद्दाम काम देऊन परदेशी पाठवण्याची ऐपत फारशा नियतकालिकांची नव्हतीच. म्हणजे फक्त फार बडी प्रस्थं असलेली नियतकालिकंच असं करत असणार. म्हणजे 'टाइम्स', 'लाइफ', 'लुक', 'नॅशनल जिओग्राफिक' अशी हाताच्या बोटांवर मोजण्याइतकीच नावं उरतात."

त्यानंतर मॉस्कोविट्झ मुद्दा सोडून अवांतर विषयांवर बोलत सुटला. कॅमेरा इक्विपमेंट, फिल्म्स, स्वतःचं काम प्रकाशित करण्याची संधी न मिळाल्यामुळे पदरी आलेली निराशा... कार्लिस्ले शांतपणे ऐकत होता. त्याचं मन मोडू नये म्हणून. अखेर म्हातारा श्वास घेण्यापुरता क्षणभर थांबताच त्याने लगेच म्हाताऱ्याचे आभार मानले आणि तो फोन ठेवू लागला. त्याने बाहेर जाण्याची सबब सांगितली.

पण त्याला थांबवत मॉस्कोविट्झ पुढे म्हणाला, "तुमची आई फार चांगली आहे मि. मॅकमिलन. फारच चांगली. ती ज्या आर्ट गॅलरीतून काम करते, तिथे ती माझे फोटो कधीच प्रदर्शनात लावत नसली, तरी ती स्वभावाने खूप चांगली आहे."

"वेल, मि. मॉस्कोविट्झ... कधीतरी ते आर्ट गॅलरीचे लोक तुमचे फोटो लावतीलही."

"हं. कदाचित तसा दिवस उजाडेलसुद्धा," असं म्हणून मॉस्कोविट्झने फोन ठेवला.

कार्लिस्लेने स्टोव्हमध्ये लाकूडफाटा भरून ठेवला आणि तो झाकून ठेवला. तो लगेच झोपला. बाहेरून वाऱ्याचा घोंगावणारा आवाज येत होता. त्याला तो बिग सरपासून सुसाटत जाणाऱ्या मोटारसायकलसारखा भासला.

पहाटेचं तांबडं फुटून एक तास उलटून गेला होता. हवेत जरासा गारवा होता.

रॉबर्ट किनसेड ओरेगॉन हॉटेल सोडून बाहेर पडला. त्याने इग्निशन की फिरवून आपला हॅरी ट्रक चालू करण्याचा प्रयत्न केला. पण इंजीन फुरफुर असा आवाज करून बंद पडलं. काहीतरी बिघाड होता. परत त्याने चोक देऊन किल्ली फिरवली. पण काही उपयोग झाला नाही. मग हातात टूल बॉक्स घेऊन, अंगात पातळ जाकीट चढवून तो खाली उतरला. किनसेडने गाडीचं बॉनेट उघडलं. हायवे खिडकीतून मान उंच करून बघण्याचा प्रयत्न करत होता. किनसेडने परत एकदा इंजीन चालू करून कान देऊन ऐकलं. त्यानंतर मान हलवून त्याने बॉनेट बंद केलं.

तो परत ट्रकमध्ये चढला. "हायवे, आपल्याला गाडी गॅरेजमध्ये न्यावी लागणार. त्यांनी त्या झेन तत्त्वज्ञान आणि बाइक दुरुस्तीबद्दलच्या पुस्तकात लिहिलंय तसा ट्रक दुरुस्ती हा काही रोमँटिक वगैरे प्रकार नसतो हं. निदान आपला हा हॅरी ट्रक दुरुस्त करणं तरी मुळीच रोमँटिक काम नाहीये. निदान मला तरी तसं कधी वाटलं नाही. पण तरी ट्रक आणि बाइक्स काही एकसारख्या नसतात. आता आपला हॅरीच बघ ना. तसा एकदमच चांगला आहे. त्याच्या परीने तरी. पण रस्त्यावरून आपल्या आवडीच्या बाइकवरून भन्नाट जाण्यात जे सुख आहे, ते काही ह्या हॅरीला चालवताना आपल्याला मिळत नाही बुवा. त्यापेक्षा ती एरियल बाइकच मी ठेवून घेतली असती, तर बरं झालं असतं. तुला माझ्या पाठीमागच्या सीटवर बांधून बसवलं असतं आणि पाचशे सीसीच्या त्या बाइकवरून आपण दोघं आरामात भटकायला गेलो असतो."

हायवेने किनसेडचं जाकीट हुंगून वास घेतला. नेहमीपेक्षा काही वेगळा वास येत नाही, अशी एकदा खात्री पटल्यावर ट्रकमधल्या स्वत:च्या जागेवर पडून राहिला. किनसेडने चश्मा घालून नकाशा उघडला आणि ट्रकचा हीटर सुरू केला. समोरची धुरकटलेली काच हळूहळू साफ होऊ लागली.

रूट नं. १०१वरून नॉर्थ कॅलिफोर्नियाच्या दिशेने जायचं आणि नंतर पूर्वेकडे जायचं असं त्याने ठरवलं. त्यामुळे त्याला ब्लॅकहिल्सच्या जरासं दक्षिणेला जाणं भाग पडलं असतं, पण नंतर परत उत्तरेला जाता आलं असतं. शिवाय घरी परतताना त्या ब्लॅक हिल्सना भेट देण्याचा पर्यायसुद्धा होताच.

बुटक्या, हिरव्यागार टेकड्यांपलीकडे मधूनच पॅसिफिकचं दर्शन होत होतं. समुद्र किनाऱ्याच्या रस्त्याने किनसेड सुमारे पंचेचाळीस मैल गेला असेल. रस्ता चढउताराचा होता. उजवीकडे, डावीकडे वळणं होती.

रात्री त्याला जे स्वप्न पडलं होतं त्याचा अर्थ लावायचा त्याने खूप प्रयत्न केला. झोपेनंतर त्याच्या शरीराला चांगली विश्रांती मिळून ते ताजंतवानं झालेलं होतं. पण त्याचं मन मात्र जुन्या सिंगापूर बेटात अडकून पडलं होतं. ते बेट जेव्हा बंधमुक्त होतं आणि जगाच्या मध्यभागी होतं, तेव्हाच्या आठवणींमध्ये. चाचे, लुटारू, चोरटी

मालवाहतूक करणारे स्मगलर्स, कमरेला चाकू लटकावून हिंडणारे डाकू, खिशात नकाशे बाळगणारे आणि पुढचा दरोडा कुठे टाकायचा याची बिनधास्त गुप्त खलबतं करणारे. रॉबर्ट किनसेडने लहान असताना या असल्याच तर जगाची स्वप्नं बघितली होती.

आता या सगळ्या गोष्टी खूप साचेबंद वाटतात. पण त्या काळी त्या तशा वाटत नसत. टपऱ्यांमधून छतांना कुरकुर आवाज करत फिरणारे पंखे फिरत असायचे. आणि ती ज्यूलिएट नावाची स्त्री मोठ्या गळ्याचा काळा ड्रेस घालून पियानो वाजवत बसलेली असायची. एका रात्री तिचं लक्ष स्वत:कडे वेधून घेण्याच्या धडपडीत दोन माणसांनी अक्षरश: एकमेकांचा गळा घोटायलाही कमी केलं नव्हतं. तिने स्वत: मात्र त्यांना एकदाही प्रोत्साहन दिलं नव्हतं. कारण तिला त्या दोघांमध्येही काडीइतकासुद्धा रस नव्हता.

किनसेडला ती अजूनही आठवत होती. तिचं पियानो वाजवणं त्याला आवडायचं. त्या वेळी तो स्वत: तिशीच्या घरात होता. घराबाहेर पडून कामं घ्यायला त्याने नुकतीच सुरुवात केली होती. ज्युलिएट नावाची ती स्त्री तशी त्याच्यापेक्षा वयाने बरीच मोठी होती. साधारण चाळिशीची असेल. त्या दोघांमध्ये तसं काहीही घडलं नव्हतं. त्या वयात त्याला तिच्यासारख्या परिपक्व, प्रौढ स्त्रीची भीती वाटणं अगदी स्वाभाविक होतं. ती अनुभवी होती, तर तो अगदीच अजाण. तो त्या रॅफल्स बारमध्ये बसून होता. त्याने आपल्या ग्लासातली बिअर संपवली आणि तो ग्लास हातात घेऊन तो त्यातून आरपार तिच्याकडे पाहू लागला. जणूकाही कॅमेऱ्याच्या लेन्समधून पाहावं, तसं. तिची प्रतिमा त्या काचेतून जरा धूसर, वेडीवाकडी दिसत होती. पण तरीही ती सुंदर दिसत होती, ह्यात शंकाच नाही. 'तिचं काय झालं असेल, जपान्यांच्या हल्ल्यामधून ती सहीसलामत सुटली असेल का?' असा विचार त्याच्या मनात आला. 'नक्कीच सुटली असेल. तिच्यासारखी माणसं स्वत:ला कोणत्याही कठीण परिस्थितीतून बाहेर काढू शकतात.' असंही त्याला नंतर वाटलं. ती खूपशी किनसेडसारखीच होती. अखेरच्या काही काउबॉइजपैकी एक.

आत्ता आपल्या ट्रकमधून कॅलिफोर्नियाच्या दिशेने निघाल्यावर तो एक गाणं गुणगुणू लागला. चाळीस वर्षांपूर्वी ज्यूलिएट जे गाणं आपल्या पियानोवर रोज वाजवायची, तेच गाणं. त्या गाण्याला 'सेलर्स टँगो' म्हणत, त्याची त्याला आठवण झाली. स्वप्नातला एक चेहरा त्याच्या डोळ्यांसमोर आला. पण त्या व्यक्तीचं फक्त नावच त्याला आठवलं, आडनाव नाही. 'मोरक्कन विंड' नावाच्या जहाजावर तो काम करत असतानाचा त्या शिपवरच्या फर्स्ट मेटचा तो चेहरा होता. 'त्या जहाजाचं नाव अजून इतक्या वर्षांनी मला कसं काय आठवलं बुवा?' काही काही गोष्टी आपल्या स्मरणात राहातात, आणि काही मात्र आपण अगदी साफ

विसरून जातो. हे असं का घडतं, हेसुद्धा एक कोडंच आहे. या फर्स्ट मेटबरोबर रॅफल्स बारमध्ये बसून त्याने अनेकदा बिअर प्यायली होती.

त्या फर्स्ट मेटचं नाव होतं ॲबे. त्याचं आडनाव काय होतं, देव जाणे. तो त्याच्या महत्त्वाकांक्षेबद्दल, स्वप्नांबद्दल खूप भरभरून बोलला होता. एक शिडाचं जहाज विकत घेण्याचं त्याचं स्वप्नं होतं. पण आर्थिकदृष्ट्या त्याला तेव्हा तरी ते शक्य नव्हतं. किनसेडने त्याच्याशी बोलता-बोलता याच संदर्भात त्याने नुकत्याच पूर्ण केलेल्या एका कामाविषयी ॲबेला सांगितलं. हे कामही याच विषयाशी संबंधित होतं. 'ओल्ड चायना सी स्कूनर ट्रेड'बद्दलचं ते फोटोग्राफीचं काम होतं. तो ज्या शिडाच्या जहाजाचे फोटो काढत होता, त्या जहाजाचा कॅप्टन बराच म्हातारा होता. तो आता लवकरच निवृत्त होणार होता. त्याला आपल्या जहाजासाठी एखाद्या तरुण कॅप्टनची गरज होती. किनसेडने त्या ॲबे नावाच्या माणसाला समजावलं, पैशाचा प्रश्न काहीतरी करून सोडवता येईल. कारण त्या म्हाताऱ्या कॅप्टनचं त्याच्या त्या छोट्याशा जहाजावर जिवापाड प्रेम होतं. त्या जहाजाचं नाव होतं 'पालादीन'. ते जिथे नांगरून ठेवण्यात आलं होतं, तिकडे किनसेडने त्याला पाठवलं. त्या मेटने – ॲबेने – किनसेडचा हात हातात घेऊन जोरात दाबला आणि त्याचे मनापासून आभार मानले.

या सगळ्या आठवणींचं मोहोळ त्याच्या त्या स्वप्नामुळे उठलं. रॉबर्ट किनसेडच्या उरात अशा शेकडो, हजारो आठवणी होत्या. ओरेगॉनच्या किनाऱ्यावरून पुढे जात असताना त्याने सिंगापूरच्या दिशेने एकवार पाहिलं. त्याच्या मनात आलं, 'खरंच, त्या ॲबे नावाच्या माणसाला शेवटी ते शिडाचं जहाज सापडलं का नाही?' कारण शिडाच्या जहाजांच्या खरेदी-विक्रीचा तो अगदी अखेरचा काळ होता. मग त्याला नक्कीच ते सापडलं असेल, अशी किनसेडने मनोमन आशा केली. जुलिएट, ॲबे, मारिया, जॅक आणि त्या जुन्या काळातल्या, त्याच्या त्या जगातल्या अशाच असंख्य लोकांचं पुढे काय बरं झालं असेल, असा विचार त्याच्या मनात आला. त्या सर्वांच्या आठवणी आपल्या मनात अजूनही तितक्याच ताज्या आहेत, या विचाराने त्याला भरून आलं... त्या लोकांबद्दलच्या कृतज्ञतेने त्याचं मन भरून आलं.

त्याने उजव्या बाजूला एक नजर टाकली, तर दूरवर एक दीपस्तंभ त्याच्या दृष्टिपथात आला. त्याने कल्पनेनेच त्याला कॅमेऱ्याच्या फ्रेममध्ये बंदिस्त केलं. पण मग त्याचा फोटो काढण्याचा विचार त्याने तसाच सोडून दिला. सकाळच्या कोवळ्या उन्हातल्या दीपस्तंभाचे पुष्कळ फोटो अनेकांनी काढले होते.

मग तो तसाच रस्त्याने पुढे निघाला. फोटो काढण्यासाठी शोधक नजरेने इकडे-तिकडे पाहू लागला. वाटेत एक वळण होतं. इथे अनेक पर्यटक आपापल्या गाड्या उभ्या करून खाली उतरून समोर उसळणाऱ्या समुद्राचे फोटो काढायचे.

त्याने उतरून आपल्या बॅगेत हात घालून ट्राय-एक्सच्या अनेक रोल्समध्ये शोधलं. त्यात कोडॅक टेक्निकल पॅनचा एकुलता एक रोल त्याला सापडला. त्यावर एएसए २५ असं छापलं होतं. ती स्लो फिल्म होती. लाइन ड्रॉइंग्ज आणि इतर ग्राफिक डिझाइन्सच्या कॉपीसाठी खास बनवण्यात आली होती.

पण या टी-पॅनची एक खासियत होती. तो रोल खूप जास्त स्पीडला एक्स्पोझ करायचा आणि फारच वेगळ्या पद्धतीने डेव्हलप व्हायचा. त्यामुळे ज्या ऑब्जेक्टचा फोटो काढायचा, त्याच्या आजूबाजूचा सर्व परिसर पूर्णपणे धूसर होऊन जायचा आणि फोटोमध्ये त्या ऑब्जेक्टची कृष्णधवल प्रतिमा बघणाऱ्याच्या अक्षरश: अंगावर यायची. त्याने पूर्वी एकदा स्कॉटलंडमध्ये फोटो काढताना या तंत्राचा वापर केला होता. ग्लॅन्कोच्या द्वीपकल्पावर, तिथे समुद्रकिनाऱ्यापासून आत शंभर यार्डांवर एका छोट्याशा बेटावर एक छोटासा किल्ला उभा होता. ते बेट इतकं छोटं होतं, की, त्या किल्ल्याने संपूर्ण बेटच व्यापून टाकलं होतं. भोवतालच्या नितळ पाण्यात त्या किल्ल्याचं सुस्पष्ट प्रतिबिंब पडलं होतं. त्याचा त्याने फोटो काढला. तो जेव्हा प्रिंट होऊन आला, तेव्हा त्या किल्ल्याच्या करड्या रंगाच्या भिंती आणि बुरूज त्या फोटोत पांढरे दिसत होते आणि भोवतीचं पाणी काळंभोर. फोटो पाहिल्यावर असं वाटत होतं की, तो किल्ला जणूकाही त्याच्या स्वत:च्या प्रतिबिंबावरच उभा आहे. 'कदाचित या लाइट हाउसचा फोटोसुद्धा तेच तंत्र वापरून आपल्याला अगदी तसाच काढता येईल,' त्याच्या मनात आलं, 'पण फोटो काढताना आपण तो एका वेगळ्या तिरप्या अँगलमधून काढू.'

गाडी मागे फिरवून मग तो आल्या रस्त्याने उलट परत निघाला. बाहेरच्या बाजूला असलेलं ते लाइट हाउस मनातल्या मनात विविध काल्पनिक फ्रेम्समध्ये तो पकडत होता. अखेर एकदाचा त्याला जसा हवा होता तसा शॉट मिळेल अशी जागा सापडली. मग तिथे गाडी थांबवून तो उतरला. त्याने आपल्या सॅकमधून निकॉन-एफ कॅमेरा काढून त्यात तो टी-पॅन रोल घातला. किनसेडनं आपलं जाकीट अंगात चढवून गाडीतून कॅमेऱ्याचा स्टँड बाहेर काढताच हायवे ताबडतोब उडी मारून खाली उतरला आणि सैरावैरा धावत सुटला, शेपूट हलवत इकडे-तिकडे हुंगून पाहू लागला. जमिनीला नाक लावून पाहू लागला.

किनसेडने सरावाने बुटाची एक लाथ मारून कॅमेऱ्याचा स्टँड उघडून हवा त्या जागी स्थिर उभा केला. मग त्याची उंची अदमासानेच अगदी पाहिजे तशी अचूक ॲडजस्ट केली. त्यावर आपला कॅमेरा त्याने व्यवस्थित ठेवला आणि जाकिटाच्या खिशातून केबल रिलीज बाहेर काढून हातात घेतलं.

किनसेडचं मन आता जोरात कामाला लागलं होतं. एकीकडे हाताने साहित्याची जुळवाजुळव करत असताना मनात विचारचक्र चालू होतं. शॉट कुठून घ्यायचा,

कसा घ्यायचा, त्यासाठी कोणतं तंत्र वापरायचं या सर्वांचा उत्कृष्ट मेळ तो घालत होता. मग त्याने केबल रिलिज स्क्रूने त्या निकॉन कॅमेऱ्याला जोडून टाकला. हे सगळं करत असताना एक हलकीशी स्मितरेषा त्याच्या चेहऱ्यावर चमकून गेली आणि मग बघता-बघता त्याचं हास्यात रूपांतर झालं. तो मोठ्यांदा हसला. हायवेने बुचकळ्यात पडून त्याच्याकडे पाहिलं.

"अरे, मला हसू आलं, कारण आज इथे मी जे करतोय ना, ते करायला मला सर्वांत चांगलं जमतं. पण गेल्या कितीतरी वर्षांत मी ते केलं नव्हतं ना, म्हणून मला हसू आलं." अचानक आपल्या शरीरात एका अनामिक ऊर्जेचा संचार होत असल्याचं त्याला जाणवलं. गेली काही वर्षं नैराश्यात आणि आत्मवंचनेत काढत असताना ही ऊर्जा, हा जोश कुठे लुप्त झाला होता, कोण जाणे.

रॉबर्ट किनसेड, जुन्या जमान्यामधला एक ख्यातनाम छायाचित्रकार, आपल्या कॅमेऱ्याच्या साहाय्याने पुस्तक आणि मासिकांच्या लक्षावधी वाचकांना मंत्रमुग्ध करणारा जादूगार... आपला आगळावेगळा दृष्टिकोन आपल्या मंतरलेल्या प्रतिमांमधून त्यांच्यासमोर मांडणारा कलावंत आता परत कामाला लागला होता. त्याने खाली वाकून व्ह्यू फाइंडरला डोळा लावून पलीकडे परत एकदा पाहिलं. बारीकसारीक ॲडजेस्टमेंट्स करून फोटो काढण्यासाठी तो तयार झाला. त्याने आपल्या अंत:चक्षूसमोर स्कॉटलंडमधला किल्ला आणला आणि आत्ता करत असलेल्या कामामध्ये त्या प्रतिमेची पुनर्निर्मिती करण्याचा प्रयत्न केला. आपल्या अंगातील सर्व तांत्रिक कौशल्य पणाला लावून तो ते प्रत्यक्षात आणण्यासाठी सिद्ध झाला.

नेहमीप्रमाणेच शॉट घेण्यापूर्वी त्याने डोळे मिटले. समोरचं दृश्य कॅमेऱ्याच्या फ्रेममध्ये बंदिस्त केल्यानंतर ते फोटोच्या रूपात सुंदरशा फ्रेममध्ये भिंतीवर टांगलेलं कसं दिसेल, याची त्याने मनोमन कल्पना करून पाहिली. 'समजा हे चित्र कित्येक दिवस, कित्येक महिने, कित्येक वर्षं असंच भिंतीवर टांगलेलं आपल्या डोळ्यांसमोर राहिलं, तर आपल्याला त्याचा कंटाळा तर येणार नाही ना?' असा विचार त्याने मनात आणून पाहिला. ही त्याची नेहमीची कसोटी होती. त्या प्रश्नाचं उत्तर जर होकारार्थी आलं, तरच तो शॉट घेण्यात काहीतरी अर्थ होता. नाहीतर सगळ्या प्रयत्नांवर पाणी पडणार होतं. त्यापेक्षा पॅकअप करून त्या ठिकाणाहून निघून गेलेलंच बरं.

त्या फोटोची फायनल प्रिंट बनली की, ती कशी दिसेल हे त्याने मिटल्या डोळ्यांसमोर आणलं. मग आपल्याला हवा तसा परिणाम अचूक साधायचा असेल तर त्याचं डेव्हलपिंग आणि प्रिंटिंग करताना नक्की काय करावं लागेल याचाही पूर्ण विचार केला. त्यानंतर त्याने लाइट मीटर बाहेर काढून, सुरुवातीचं रीडिंग घेतलं. ते दीपगृह पांढऱ्याशुभ्र कॉंक्रीटचं होतं आणि त्याची काळीशार सावली पडली होती.

असा तीव्र कॉन्ट्रास्ट शूट करायचा, तोही हाय कॉन्ट्रास्ट फिल्मवर, म्हणजे फार नाजूक काम होतं. आता त्याने आपलं लक्ष पूर्णपणे कॅमेऱ्यावर केंद्रित केलं. परत एकदा लागेल ती ॲडजस्टमेंट केली. थोडंसं ओव्हरएक्सपोझ करायचं, सावलीमधले थोडेसे डिटेल्सपण येतील असं बघायचं, आणि नंतर फिल्म डेव्हलप करत असताना वॉश्ड आउट हायलाइट्स बाहेर येतील असं बघायचं. त्यानंतर आणखी काही दुरुस्त्या कराव्या लागल्या, तर त्या प्रिंट घेण्याच्या वेळी करायच्या. त्याने केबल रिलीजवर बोट ठेवलं. रिफ्लेक्स मिररचा 'क्लिक्' असा आवाज झाला. हा शॉट नक्कीच उत्कृष्ट आला असणार, याची त्याला जवळजवळ खात्रीच होती. मग त्याने अगदी त्याच पद्धतीने आणखी एक शॉट काढून ठेवला. 'एक जादा निगेटिव्ह असलेली बरी. म्हणजे नंतर काही नवे प्रयोग करावेसे वाटले, तर ते करता येतील,' तो स्वत:शी म्हणाला.

काम संपल्यावर त्याने कॅमेरा बंद करून गळ्यात अडकवला. कॅमेऱ्याचा स्टँड उलटा करून त्याने त्याच्या पायांचे स्क्रू ढिले करून त्याची नीट घडी केली. ट्रकमधला थर्मास काढून त्याने स्वत:साठी कपभर गरम कॉफी ओतून घेतली. एकीकडे खिशातून मिल्की वे चॉकलेट काढून त्याचं वेष्टन उघडलं. मग तो एका जवळच्या खडकावर बसला. समोर अथांग पसरलेल्या पॅसिफिककडे टक लावून बघता-बघता त्याने हायवेचे कान कुरवाळले. तो स्कॉटलंडमध्ये असताना एका जोडप्याच्या घरी जवळपास दोन आठवडे मुक्काम ठोकून राहिला होता. त्या जोडप्याची त्याला आत्ता तीव्रतेने आठवण झाली. तो तिथे असताना त्यांच्या लग्नाचा पन्नासावा वाढदिवस होता. त्यानिमित्त त्यांच्या छोट्याशा गावात त्यांच्यासाठी लहानशी पार्टी आयोजित करण्यात आली होती. खूप मजा होती. लोक फिडल्स आणि बॅग पाइप्स वाजवत होते, नाचत होते, हास्यविनोद करत होते. एका तरुणीने त्याला त्यांच्या पद्धतीचं पारंपरिक नृत्य शिकवण्याचा प्रयत्न केला. युद्धात विजयी होऊन आलेल्या वीराच्या नृत्यप्रकाराचं तो अनुकरण करू लागल्यावर जमलेल्या लोकांना प्रचंड हसू फुटलं. त्यांनी टाळ्यांचा कडकडाट केला. मग रॉबर्ट किनसेडलाही हसू आलं.

त्याने त्या वयस्कर जोडप्यासाठी कपबश्यांचे दोन जोड भेट म्हणून आणले होते. त्यानंतर पुढची नऊ वर्षं अधूनमधून तो त्या जोडप्याला पत्रं पाठवत असे आणि तेही त्याला पत्रं पाठवत. पुढे मात्र त्यांचा हा पत्रव्यवहार थांबला. काही दिवसांनी त्या जोडप्याच्या शेजाऱ्याचं किनसेडला पत्र आलं. केवळ दोन महिन्यांच्या अवधीत दोघांचंही निधन झालं होतं. आधी पत्नी गेली आणि त्यानंतर थोड्याच दिवसांत पतीही वारला. त्या शेजाऱ्याला ती स्त्री कशाने गेली, याचं नक्की कारण माहिती नव्हतं. पण तिचा नवरा मात्र तिच्या वियोगाचं दु:ख सहन न झाल्यामुळेच नंतर काही दिवसांतच गेला होता.

समोर पाण्यावर दूर, वीस मैलांच्या अंतरावर आकाशात खूप ढग जमा झाले होते. रॉबर्ट किनसेड ज्या जागी बसला होता, तिथे सूर्य चांगलाच तळपत होता. तो हातातलं चॉकलेट सावकाश चघळून खात होता. तो तसा किती काळ तिथे बसला होता, याची त्याला जाणीवही नव्हती आणि पर्वाही नव्हती.

❖

फ्रॅन्सेस्का

आयुष्यातली अशीच आणखी एक सकाळ उगवली... आणि हळूहळू अंगावर चालून आली. फ्रॅन्सेस्का जॉन्सन आपले पळण्याचे काउबॉय बूट्स पायात चढवून रोजच्यासारखी तयार झाली. तिने आपले लांब केस बांधले, डोक्यावर घट्ट चिकटून बसणारी लहानशी कॅप चढवली, स्वयंपाकघराच्या दाराजवळच्या खुंटीला टांगलेला कोट काढून हातात घेतला. तिच्या फार्महाउसपासून मुख्य रस्त्यापर्यंतचा छोटासा रस्ता लाकडी फळ्यांचा बनवलेला होता. हिवाळा सुरू होण्याआधी टॉम रिंक्लरला बोलावून घेऊन त्याची डागडुजी करावी लागणार आहे, अशी तिने मनातल्या मनात नोंद करून ठेवली. आयोवामधली कडाक्याची थंडी पडण्यास एकदा का सुरुवात झाली की, मग पुढच्या वसंत ऋतूपर्यंत डागडुजीचं नावसुद्धा काढणं शक्य नव्हतं.

नोव्हेंबर महिना होता. उन्हाळ्यात भडक तांबूस केशरी दिसणारा सूर्यप्रकाश आता फिकट पिवळा झाला होता. पण सकाळपासून अजूनतरी वारा सुटला नव्हता. हवेत थोडासा झोंबरा गारवा होता. पण तरीही आपण चालायला गेल्यावर आपल्याला छान वाटेल, अशी तिला खात्री वाटली.

आज चालायला निघाल्यावर ती उजवीकडे वळून रोझमन ब्रिजच्या दिशेने गेली. पहिला अर्धा मैल संपेपर्यंत रस्त्यावर एक चिटपाखरूसुद्धा नव्हतं. रस्त्यावरच्या दोन्ही बाजूंच्या शेतांत सुमारे एक महिन्यापूर्वीच पिकांची कापणी झाली होती. एक

लांबलचक कंटाळवाणा हिवाळा अंगावर घेण्यासाठी आयोवा प्रांत मान खाली घालून तयार झाला होता. इतक्यात तिच्याजवळून अन्नधान्याच्या पोत्यांनी भरलेला एक ट्रक निघून गेला. तो विंटरसेटकडे निघाला होता. ट्रक ड्रायव्हरने फ्रॅन्सेस्काकडे पाहून हात हलवला. तिनेही हात हलवून त्याला प्रतिसाद दिला. काही वेळाने तिला स्वत:च्या मागून एक वाहन येत असल्याची चाहूल लागली. तिने बाजूला होऊन त्या वाहनाला वाट करून दिली.

तो फ्लॉइड क्लार्क होता. त्याच्या नव्या कोऱ्या पिकअप ट्रकमधून निघाला होता. तिला पाहून तो ट्रक थांबवून खाली उतरला.

"मॉर्निंग फ्रॅनी, कशी आहेस तू?"

"गुड मॉर्निंग, फ्लॉइड. आहे... ठीक आहे. नेहमीसारखं चाललंय. उत्तरेकडच्या खिडक्यांवर प्लॅस्टिक चढवणं, बाकीच्या खिडक्या घट्ट बंद करणं. आणखी एका हिवाळ्याला तोंड देण्यासाठी घरात लागेल ती सगळी तयारी करून ठेवणं," ती म्हणाली. आता या फ्लॉइडने ही संधी साधून परत एकदा आपल्याला 'डेट'वर येण्यासाठी विचारू नये, अशी ती मनातल्या मनात देवाची प्रार्थना करत होती.

"वेल, तुला घरात काही जड सामानसुमानाची हलवाहलव करण्याची गरज पडली ना, तर मी आणि माझा मुलगा मॅट येऊ बरं का. मॅट तरुण आहे. चांगला ताज्या दमाचा गडी आहे. आपल्या म्हाताऱ्या माणसांप्रमाणे जन्मभर ओझी वाहून-वाहून स्वत:च्या पाठीचं वाटोळं करून घेतलेलं नाहीये त्यानं."

फ्रॅन्सेस्काने त्याचे आभार मानले. तो जे काही म्हणाला, ते खरंच होतं. आयोवाच्या ग्रामीण भागातील शेतकऱ्यांमध्ये पाठीच्या दुखण्याचं प्रमाण खूप वाढलं होतं. त्यांना रोजच काहीतरी अवजड सामान हलवण्याची गरज भासायची, तेही अगदी तातडीने. शिवाय जवळपास मदतीला येण्यासारखं कुणीच नसायचं. मग ते लोक सगळी हलवाहलव स्वत:च करायचे आणि मग त्याचे परिणाम भोगत बसायचे. तिच्या पतीला रिचर्डलासुद्धा जाण्यापूर्वीची शेवटची दहा वर्षं या पाठीच्या दुखण्याने ग्रासलं होतं.

एखादी गोष्ट करणं मुळीच योग्य नाही हे मनातून माहीत असूनही ती करण्याची प्रबळ इच्छा होण्याचं हे आणखी एक उदाहरण होतं. तिला स्वत:ला तर तो प्रकार चांगलाच ठाऊक होता. पण अर्थात त्याच्या अगदी बरोबर विरुद्ध वागणंसुद्धा तिला माहीत होतंच की. त्यामुळे काय बरोबर आणि काय चूक, हे सांगणं एकूण कठीणच होतं.

फ्लॉइड समोर अस्वस्थपणे उभा होता. तो त्याच्या ट्रकच्या कडेचा आरसा उगीचच नीट करण्याचा प्रयत्न करत होता. 'नजीकच्या भविष्यकाळात कोणते बरं कार्यक्रम आहेत? ती संधी साधून आता हा आपल्याला 'डेट'ला बोलावणार,'

तिच्या मनात आलं. 'हं, लीजनला न्यू ईयर्स डान्स होणार होता. ती संधी नक्कीच सोडणार नाही हा!'

तसं बघायला गेलं, तर फ्लॉइड क्लार्कमध्ये वाईट काहीच नव्हतं. तो ठीक होता, पण त्याच्यात खास आवडण्यासारखंही काहीच नव्हतं, हेही तितकंच खरं. तिने त्याच्याबद्दल कितीही विचार केला, तरी त्याचा शेवट हा असाच व्हायचा. आणि म्हणूनच त्याच्याशी नव्याने कोणत्याही प्रकारचं नातं जोडण्याची तिची मुळीच इच्छा नव्हती. मग ते नातं अगदी साधंसुधं, निरुपद्रवी का असेना. आपण दोघांनी 'डेट'वर जायला सुरुवात केल्यावर गावातल्या कॅफेत बसून लोकांची त्यावर काय चर्चा होईल, याची तिला पूर्ण कल्पना होती. अर्थात तिला त्याची काही फिकीर होती, असं नाही. (पण लोक म्हणतील – 'मी फ्लॉइड क्लार्कला फ्रेनीबरोबर पाहिलं. त्याची तरी काय चूक आहे? या वयातही काय सुंदर दिसते ती! आणि त्याची बायको मार्ज... जिवंत होती तेव्हा बोलून-बोलून त्याच्या डोक्याचं नुसतं भुस्कट पाडलं होतं त्या बयेने.' मग कुणीतरी असंही म्हणेल, 'मला नाही तसं वाटत, आर्च. खरं सांगू, ती मिसेस जॉन्सन आहे ना... तिचं काही खरं नाहीये... मला नक्की काय ते सांगता येणार नाही... पण काहीतरी गडबड आहे. वेगळीच आहे.') फ्रॅन्सेस्काला खरंतर असल्या कशातच रस वाटत नसे, पण ही गोष्ट अप्रत्यक्षपणे, हळुवारपणे, समोरच्याचं मन न दुखावता त्याच्यापर्यंत पोहोचवण्याचा तिचा प्रयत्न असे.

आत्तासुद्धा त्या फ्लॉइड क्लार्कने 'डेट'विषयी काही सुचवण्यापूर्वीच त्याला थांबवण्यासाठी एक छोटीशी, निरुपद्रवी थाप मारायचं तिने ठरवलं. "कदाचित या वर्षी या इथल्या कडाक्याच्या थंडीतून माझी काही दिवसांसाठी तरी सुटका होईल. मायकेलने मला सुट्टीत फ्लॉरिडाला बोलावलंय. मलाही पटलीय ती कल्पना. मी कदाचित जाईनही," ती म्हणाली. खरं म्हणजे मायकेलने अजून तरी असं काही निमंत्रण दिलेलं नव्हतं. पण तो नक्कीच तसं म्हणेल, याची तिला कल्पना होती. तशी ती पूर्वी एकदा त्याच्याकडे जाऊन राहिली होती. पण तेवढंच पुरेसं होतं. नातवंडांमध्ये ती काही काळ रमली, हे खरं; पण सुट्टी लागल्यावरचं ते कृत्रिम मजामस्तीचं वातावरण तिला विशेषसं रुचलं नव्हतं. शिवाय मायकेलची दुसरी पत्नी तिच्याशी जरा तुटक वागली होती.

तिच्या तोंडचे शब्द ऐकून फ्लॉइड क्लार्कचा चेहरा किंचितसा पडला. पण तो स्वत:ला सावरून म्हणाला, "वेल, मग त्याबद्दल मी तुला कसा दोष देणार? मी आणि मार्जसुद्धा हिवाळ्यात अनेकदा टेक्सासला ब्राउन्सव्हिलला जाऊन राहायचो. काही काळासाठी का होईना, पण इथल्या कडाक्याच्या थंडीतून सुटका झाली की, आम्हाला बरं वाटायचं."

फ्रॅन्सेस्काला आठवलं. फ्लॉइड क्लार्कची बायको मार्ज तिला त्यांच्या टेक्सासमध्ये घालवलेल्या दिवसांचं खूप रसभरीत वर्णन करून सांगायची. तिथले हिवाळी क्रीडाप्रकार, गोल्फच्या टूर्नामेंट्स, तिथे भर चौकात केलेलं नृत्य आणि ब्राउनव्हिल चेंबर ऑफ कॉमर्सने आयोजित केलेल्या कॉकटेल पार्ट्या... या सर्वांचं वर्णन करताना ती थकत नसे.

फ्रॅन्सेस्का फ्लॉइडच्या त्या बोलण्यावर काहीच उत्तर न देता गप्प राहिली. नुसती मान खाली घालून स्वत:च्या पायातले बूट निरखत उभी राहिली. दोघांमध्ये शांतता पसरली. ती जाणीव होऊन दोघंही प्रचंड अवघडून नुसते उभे राहिले.

"वेल," शेवटी फ्लॉइड म्हणाला, "मला आता घरी जायला हवं. नाहीतर स्वत:च्या डोक्यातली कुठलीतरी नवी योजना राबवण्यासाठी आमच्या मॅटने आमचं शेत गहाण टाकलेलं असायचं. बरं, फ्रॅनी, तू तुझी शेतजमीन विकण्याचा तर बेत करत नाहीयेस ना?"

"ओह, फ्लॉइड, मला वाटतं मी सध्यातरी तसं काही करणार नाही. आमचं शेत विकण्याचा विचार मी अजून केलेला नाही. पण आठवड्यातून किमान एकदा तरी इस्टेट एजंटांचे मला फोन येत असतात. मी शेत विकावं, म्हणून ते गळ घालत असतात. मला वाटतं, सध्या जमिनीचे भाव गगनाला भिडले आहेत."

जमीन न विकता आहे त्याच घरात, आहे त्या ठिकाणी राहाण्यामागे आपलं नक्की काय कारण आहे, हे काही तिने त्याला सांगितलं नाही. आपण मॅडिसन काउंटीतच कायम राहाणार आहोत, कारण भविष्यात कधीतरी, कुठूनतरी रॉबर्ट किनसेड नावाचा माणूस कदाचित आपला शोध घेत इथे येईल, अशी आपल्या मनात अजूनही आशा आहे, हे कुणाला कसं सांगणार होती ती? खूप खूप रोमँटिक आणि बालिश आशा होती ती. डोळ्यांत ताऱ्यांची स्वप्न घेऊन रमलेल्या तरुण मुलींसारखी. पण त्या आशेला ती घट्ट चिकटून तिथे राहात होती.

"होय... जमिनीचे दर भरमसाठ वेगाने वाढत आहेत," तो म्हणाला, "खरंतर मॅटचं म्हणणं बरोबर आहे. तो मला सारखं सांगत असतो, केवळ गुंतवणूक म्हणून तरी जमीन खरेदी केली पाहिजे. तो नेहमी म्हणतो, जमिनीचं कुणी जादा उत्पादन करू शकत नाही."

फ्रॅन्सेस्का त्याच्याकडे पाहून हलकेच हसली. त्याचं म्हणणं पटलं म्हणून नव्हे, तर आपण त्याचं बोलणं लक्षपूर्वक ऐकतो आहोत, असं भासवण्यासाठी. ती खरंतर खूप कंटाळली होती. हा फ्लॉइड कधी एकदा आपल्या ट्रकमध्ये बसून निघून जाईल, असं तिला झालं होतं.

क्षणभरानंतर तो खरंच तिथून निघाला. "काळजी घे गं स्वत:ची फ्रॅनी, भेटूच नंतर." असं जाण्यापूर्वी तो म्हणाला.

"गुडबाय फ्लॉइड, बरं झालं थांबून माझी विचारपूस केलीस," ती म्हणाली.

"अगं, म्हणजे काय? तुझा गोड, हसरा चेहरा पाहून बरं वाटतं," तो म्हणाला.

गोठलेल्या चिखलातून फ्लॉइडने आपला ट्रक बाहेर काढला. तो भरधाव वेगाने निघून गेला. तिच्यापासून दूर... स्वत:च्या मुलाच्या भविष्यकालीन योजना ऐकण्यासाठी. पुढे जे घडायचं होतं ते असं की, मॅटचं म्हणणं अखेर फ्लॉइड मान्य करणार होता. मग ते शेतजमिनीत आणखी पैसा गुंतवणार होते. त्या जमिनीतून निघणाऱ्या पिकाच्या किमतीमध्ये जवळपास दामदुप्पट भावाने ती जमीन ते खरेदी करणार होते. त्यानंतरच्या अठरा महिन्यांमध्ये आयोवामधील शेतजमिनींचे भाव घसरत चाळीस टक्क्याने खाली येणार होते. मिडवेस्टमध्ये खडतर कालखंड चालू होणार होता, आणि आपल्याला या सगळ्या नुकसानीच्या गर्तेत लोटल्याबद्दल फ्लॉइड स्थानिक बँकर्सच्या नावाने खडे फोडणार होता. पण हे सगळं नजीकच्या भविष्यात घडणार होतं.

आता मात्र फ्लॉइडशी गप्पा झाल्यानंतर फ्रॅन्सेस्का लगेच निघाली ती पुढच्या वळणावरून थेट रोझमन ब्रिजच्या दिशेने. तो दुरूनच तिला दिसत होता. त्या क्षणी, नेहमीच तिचं हृदय धडधडायचं, तसं आत्ताही धडधडलं. या वळणावर एकदा हॅरी नावाच्या ट्रकमध्ये बसून आपण आलो होतो, हे तिला आठवलं. ऑगस्ट महिना तेजीत असतानाची आणि माथ्यावरती सूर्य तळपत असतानाची ती गोष्ट. त्या वळणावर पोहोचण्याच्या काही क्षण आधीच तर तो रॉबर्ट किनसेड नावाचा माणूस तिच्या आयुष्यात आला होता.

अगदी पहिल्यांदा जेव्हा तो ब्रिज त्याच्या दृष्टिपथात आला, तेव्हा त्याच्या चेहऱ्यावर कसं लखकन हसू उमटलं होतं, ते तिला आठवलं. त्या वेळी तो उत्स्फूर्तपणे म्हणाला होता, "वा... ग्रेट. सूर्योदयाचा शॉट!" त्यानंतर आपली सॅक खांद्याला लावून तो गाडीतून उतरून चालत सरळ पुढे निघाला होता. त्याने त्या ब्रिजचं बारकाईने निरीक्षण केलं होतं आणि कसे फोटो काढता येतील, याचा बेत आखला होता. तिने त्याला तो ब्रिज दाखवल्याबद्दल त्याने कृतज्ञता म्हणून सुंदर फुलं तोडून तिच्या हातात दिली होती. तिला त्या फुलांची आठवण झाली.

नंतर तिच्या घरी स्वयंपाकघरात बसून आइस-टीचे घुटके घेत त्यांच्या विविध विषयांवर झालेल्या गप्पा... त्याच्या आयुष्याबद्दल... तिच्या आयुष्याबद्दल. त्याच्या कूलरमधील थंडगार बिअर, तिने स्वत: बनवलेला व्हेजिटेबल स्ट्यू आणि रात्रीचं जेवण झाल्यावर कुरणामधून दोघांनी एकत्र मारलेला फेरफटका. घरी परतल्यावर एकत्र बसून घेतलेली ब्रँडी आणि कॉफी.

आज नोव्हेंबर महिन्यात सकाळच्या वेळी रोझमन ब्रिज मूकपणे उभा होता. सकाळ काळी गडद होऊ लागली होती. वायव्येकडून वाहात आलेला झंझावाती

वारा तांबूस तपकिरी रानफुलांना आणि हिवाळ्याच्या पानगळीतून झाडावरती शिल्लक उरलेल्या पानांना घुसळून काढत होता. ब्रिज आता करड्या रंगाचा दिसत होता. त्या ब्रिजवर जागोजागी तांबड्या रंगाचे पट्टे होते, तेही आता विटत चालले होते. १९६५ सालापेक्षा तो ब्रिज आता अधिकच खाली झुकला होता, जणूकाही खाली वाहात असलेल्या पाण्याच्या दिशेने तो झेपावत होता. शंभर वर्षं जगल्यानंतर आता तो ब्रिज हळूहळू कणाकणाने मरत चालला होता. पण कुणालाच त्याची क्षिती नव्हती.

या मोसमात मिडल रिव्हर अगदी संथपणे वाहायची. तिचं पात्र उथळ आणि नितळ दिसायचं. रेलिंगला असलेल्या फटीतून आपण रॉबर्ट किनसेडकडे रोखून बघत असल्याचं फ्रॅन्सेस्काला आठवलं. त्या वेळी तो नदीच्या पात्रातल्या एका खडकावर उभा होता. नदीच्या पात्रातलं खळाळतं पाणी उसळी मारून त्या खडकावर जाऊन आदळत होतं. त्यानेही मान वर करून त्याच वेळी तिच्याकडे पाहिलं होतं.

'काही गोष्टी आपल्या वाट्याला जे काही येतं, ते सारं मुकाट्यानं सोसत जागच्या जागीच वर्षानुवर्षं उभ्या असतात,' फ्रॅन्सेस्काच्या मनात आलं, 'जसे खडक, नद्या आणि छप्पर असलेले ब्रिज. पण काही गोष्टी मात्र जशाच्या तशा नाही टिकून राहात. ऑगस्ट महिन्यातल्या उबदार रात्रींचे क्षण आणि त्या बरोबर जे काही घेऊन येतात, ते सारंकाही सरून जातं. आपण मात्र त्या रात्रींशिवाय तसंच आयुष्य पुढे जगत राहातो; आणि कधीतरी एक दिवस मरून जातो. जाताना स्वत:ची एकसुद्धा खूण मागे ठेवून जात नाही.'

रॉबर्ट किनसेडने तिला सांगितलेली एक गोष्ट तिला आठवून तिच्या चेहऱ्यावर हसू फुटलं. एकदा कुठल्यातरी वेगळ्याच काळात एका दुसऱ्याच ब्रिजचा फोटो काढायला तो गेला असतानाची गोष्ट. त्याने पायात गुडघ्यापर्यंत उंच रबरी बूट घातले होते. त्याने कॅमेऱ्याला मुद्दाम वाइड अँगल लेन्स बसवली होती. त्याच्या समोरचा तो उंच भव्य ब्रिज खूप दूर कुठेतरी अनंतात जात असल्याचा परिणाम त्याला आपल्या फोटोतून साधायचा होता. त्याचा शॉट घेऊन झाला, पण त्याचे बूट चिखलात खोलवर रुतत चालले होते. मग त्याचा अचानक तोल जाऊन तो उलटा मागे पडू लागला. त्याने आपला कॅमेरा चिखलात पडू नये म्हणून आटोकाट प्रयत्न करून तो छातीशी घट्ट पकडून ठेवला. तरीही तो पडायचा तो पडलाच. त्या चिखलात उताणा पडला. पण त्याचे बूट मात्र त्या चिखलात रुतून तसेच ताठच्या ताठ उभे होते.

"मग काय... मी त्या चिखलात उताणा पडून वर दिसणाऱ्या आभाळाकडे बघत हसत सुटलो. मी उठलो आणि मोजे घातलेल्या पायांनी तसाच पुढे जाऊन नदीच्या प्रवाहात पाय धुवून आलो. पण उत्कृष्ट शॉट मिळाला. शेवटी तेच तर महत्त्वाचं."

"तुम्ही स्वत:चीच मस्करी करून किती मजेत हसता," ती त्याला म्हणाली होती. रॉबर्ट किनसेड आणि ती जे काही चार दिवस एकत्र होते, त्यात रॉबर्टचं हे वैशिष्ट्य तिच्या लक्षात आलं होतं.

तिच्या बोलण्यावर हसून रॉबर्ट किनसेड म्हणाला होता, "माणसाचं मन परिपक्व असल्याची दोन लक्षणं असतात. एक म्हणजे स्वत:वर हसणं. बरीच माणसं आयुष्य फार गंभीरपणे घेत जगतात. त्याची खरंतर गरज नसते. आणि त्याचमुळे आपल्या जगण्याच्या प्रकारामधली विसंगती किती हास्यास्पद असते, हे त्यांना कधी कळूच शकत नाही. मी मात्र जो काही वेडेपणा करत असतो, त्यावर माझा मीच हसत असतो. खूप गंमत वाटते मला. आणि एकूणच मी असं वेड्यासारखं इतके वेळा वागतो, की माझी चांगलीच करमणूक होते त्यामुळे."

"मग परिपक्व असण्याचं दुसरं लक्षण तुमच्या मते कोणतं," असं फ्रॅन्सेस्काने विचारताच तो म्हणाला, "दुसऱ्यांच्या यशाबद्दल आपल्याला मनात असूया न वाटता त्यांच्या यशाचा आपल्याला मनापासून आनंद होणं," तो जराही न विचार करता ताबडतोब म्हणाला. "मी जेव्हा आयुष्यात पहिल्यांदा बाखचं संगीत ऐकलं, तेव्हा माझ्या ओठांवर लगेच हसू फुटलं. त्यानंतर पुन्हा कधीही त्या गोष्टीचा विचार केला की, मला त्या संगीताचा नक्की कोणता तुकडा मी तेव्हा ऐकला होता, ते काही आठवायचं नाही. पण माझी ती प्रतिक्रिया मात्र माझ्या चांगलीच स्मरणात राहिली. ती आठवण झाली की, खूप छान वाटायचं मला. मग मी तोच दृष्टिकोन जन्मभर बाळगला. एकदा युद्धापूर्वीच्या काळात मी पॅरिसमधल्या एक कॅफेमध्ये बसलो होतो. डिजँगो राइनहार्ट नावाच्या एका गिटारवादकाचं गिटारवादन मी ऐकत होतो. त्या वादकाच्या हाताची दोनच बोटं शिल्लक होती. राहिलेली बोटं त्यानं एका अपघातात गमावली होती, पण तरीही तो कमालीच्या वेगाने, निखळ स्वरात वाजवत होता. ते ऐकूनही माझी हीच प्रतिक्रिया झाली होती. असूया नव्हे, तर आदर आणि कौतुक."

रॉबर्टने हे सांगता-सांगता अंगठी घातलेला डावा हात उचलून त्याची मूठ वळवली आणि दोनच बोटांनी गिटार वाजवत असल्याची ॲक्शन तिला करून दाखवली. तो म्हणाला, "माझ्या जुन्या फाइलमध्ये कुठेतरी त्या डिजँगो राइनहार्ट गिटारवादकाचा एक फोटो आहे. तो एका इमारतीच्या भिंतीला रेलून उभा आहे. खांद्यावर कोट टाकून. सिगारेट पीत. आपल्या दोनच बोटांनी. खरंच त्याचं कौशल्य विश्वास न बसण्याजोगं आहे.

"त्याशिवाय माझ्याकडे कुठल्यातरी वेगळ्याच फोटोग्राफरने काढलेले मेक्सिकन क्रांतीचे फोटो आहेत. मला त्या फोटोग्राफरचं नाव नाही आठवत. पण माझ्याकडे जो कॅमेरा आणि जी फिल्म असते, त्यापेक्षा कितीतरी जुन्या पद्धतीचा कॅमेरा आणि

फिल्म वापरून त्याने काम केलं होतं. पण काय अप्रतिम सुंदर फोटो होते त्याचे. काय उत्कृष्ट काम होतं. त्याचप्रमाणे थिओडोर रोझॅकच्या शिल्पकृती, पिकासोची कला आणि इतर बरंचकाही. पण अशा वेळी या महान कलाकारांविषयी असूया वाटण्याऐवजी तुमच्या चेहऱ्यावर स्मित येतं, आनंद वाटतो आणि तुमचं स्वत:चं काम तुम्ही अधिक जोमाने, अधिक परिपूर्ण करण्याच्या मागे लागता. खरंतर आपली स्पर्धा स्वत:शीच असायला हवी. आपल्या स्वत:मधील त्रुटी, उणिवा दूर करण्यासाठी आपण झटलं पाहिजे. इतरांच्या कलाकृतींमधल्या त्रुटी शोधत बसण्याची गरजच नाही. पण बऱ्याच लोकांना ते नाही जमत. ते त्याच्या बरोबर उलटं वागतात. त्याचं कारण, इतरांना नावं ठेवणं सोपं असतं; पण स्वत: जिंकून दाखवणं फार अवघड असतं.''

तो एवढं बोलून जरा वेळ थांबून किंचित हसला. ''माझ्याइतकं एकाकी आयुष्य घालवलेल्या कुणालाही तुम्ही एक साधा प्रश्न विचारा, आणि त्याचं उत्तर म्हणून ती व्यक्ती तुम्हाला एक लांबलचक भाषणच देईल. मग मुळात तुम्ही कुठला प्रश्न विचारला होता, तेच तुम्ही विसरून जाल. सॉरी, बरं का.''

आज त्या प्रसंगानंतर सोळा वर्षांनी तिथे उभं राहून फ्रॅन्सेस्काने आपला डावा हात त्या ब्रिजच्या डाव्या बाजूवर टेकवला. तिथेच तिने त्याच्यासाठी ती चिठ्ठी लिहून ठेवली होती. 'आज रात्री परत एकदा एकत्र जेवायला आवडेल का, जेव्हा... 'पतंग दिव्याभोवती भिरभिरत असतील?' आजचं काम संपलं की या ना घरी! कोणत्याही वेळी आलात तरी चालेल.'

'देवा! त्या वेळी आपल्या अंगात काय आलं होतं, कुणास ठाऊक!' तिच्या मनात आलं. तिला गेल्या काही वर्षांमध्ये अनेक वेळा हाच प्रश्न पडला होता. त्या क्षणापर्यंतच तिचं आयुष्य अगदी साधं, सरळ, सपाट, निष्कलंक, धुतल्या तांदळासारखं स्वच्छ होतं. आणि मग त्याच क्षणी झपाटल्यासारखा इतका मोठा धोका तिने पत्करला. स्वत:ला झोकून दिलं. एखाद्या ननसारखा व्रतस्थ संन्यासिनीचा स्वत:च्या मनावरचा पोशाख तिने उतरवला आणि पुढे ते चार मंतरलेले दिवस ती क्षणोक्षणी उत्कटतेने जगली. त्या चार दिवसांत घडलेलं ते नाट्य, तो गुंता... त्याची अजूनही उकल झालीच नव्हती.

'ओह!' असं म्हणून ती स्वत:शीच हसली. 'पण ती वेळ आणि तो प्रसंग परत आयुष्यात आला, तर मी परत तसंच वागेन... त्याच्याशी... आणि केवळ त्याजागी तो असल्यामुळेच मी तसं वागले, आणि वागेन. पण खरं सांगायचं, तर माझं खरं पाप कुठलं असेल, तर झाल्या गोष्टीचा नंतर मला एक-दोन प्रसंग वगळता कधीच साधा पश्चात्तापसुद्धा वाटला नाही, हे आहे. आणि तसा पश्चात्ताप इथून पुढेही कधी वाटणार नाही.'

एवढ्यात ब्रिजच्या खाली वळचणीला बसलेलं कबुतर बाहेर येऊन तिच्या जवळून भुर्रकन उडून गेलं. त्या आवाजाने ती दचकली. त्या ब्रिजच्या लाकडी कठड्यावरून तिने हात काढून घेतला आणि घरी परत निघाली. रस्ता लांबलचक होता. तिची पावलं ठरावीक तालात पडत होती. तिचं बरंचसं आयुष्यही असं नियमित, सुरळीत गेलं होतं. इतकं ठरावीक, साचेबंद, नियमित की, कधीतरी तिला स्वत:ला किंचाळावंसं वाटे. पण रॉबर्ट किनसेडने तिच्या आयुष्यात येऊन त्याच्या स्वत:च्या खास शैलीने तिच्या मनात दडपून थांबलेली, बाहेर पडण्याची वाट पाहणारी ती किंकाळी शांत केली होती. त्यानंतर पुढचं सारं सुसह्य होऊन गेलं होतं.

❖

विचित्रपणाचा दिमाख

रॉबर्ट किनसेड ओरेगॉनमधून निघाला. समुद्राच्या काठाकाठाने. त्याने कारने हा अगदी असाच प्रवास या आधी कितीतरी वेळा केलेला होता. अर्थात गेल्या सात-आठ वर्षांत नव्हता केला. अमेरिकेचा हा भाग त्याच्या डोळ्यांना नवा, ताजा, टवटवीत भासला.

कूस बेपाशी थांबलेल्या मालवाहू जहाजातून मजूर सामान खाली उतरवत होते. उंच हात करून कार्गो नेट खाली काढत असलेल्या खलाश्यांचा २०० मिलिमीटरची लेन्स वापरून किनसेडने फोटो काढला. बँडनमध्ये त्याला एक जुनाट बाई भेटली. तिने गेली कित्येक वर्षं समुद्रकिनारे तुडवून खूप काही गोष्टी, शंख-शिंपले असं सगळं जमा केलं होतं. तिने ते सगळं एका लहानशा खोपटाच्या छपरावर विकायला मांडलं होतं. ती चांगली ऐंशीच्या घरातली होती. तिचं डोकं पांढरं झालेलं होतं. समुद्री खाऱ्या वाऱ्याला तोंड देता-देता तिची त्वचा निबर झाली होती. पण तिचा जोम आणि उत्साह एखाद्या तरुणीलाही लाजवेल असा होता.

बाहेरच्या बाजूला एक कुंपण होतं. त्यावर अनेक रंगीबेरंगी, तरंगण्याचे रबरी फ्लोट्स अडकवून ठेवले होते. किनसेड त्यांचं निरीक्षण करत रेंगाळत असलेला पाहून तिने त्याला हाक मारून जवळ बोलावलं. "ए बाबा, इकडे ये. बघ... कितीतरी छान छान वस्तू आहेत इथे. तुला इथली आठवण म्हणून घरी नेता येतील."

तिच्याकडे ऑस्ट्रेलियाहून आलेल्या बाटल्या होत्या. वादळात समुद्राच्या लाटांनी किनाऱ्यावर आणून फेकलेल्या. असेच लाटांसोबत किनाऱ्यावर येऊन पडलेले लाकडाचे तुकडे होते. त्यात कुठेकुठे कोळ्याच्या फाटलेल्या जाळ्याचे तुकडेपण अडकलेले होते. तिच्या त्या लहानशा झोपडीवजा घराच्या पुढच्या व्हरांड्यात मासेमारीच्या बोटीचा एक अर्धवट फुटलेला भाग ठेवलेला होता. त्यावर एका मोडलेल्या वल्ह्याची मूठ टेकवून ठेवलेली होती. अशा असंख्य अद्‌भुत गोष्टींचा खजिना तिथे होता. गणिती आणि शास्त्राच्या नियमांच्या पलीकडच्या असंख्य भावनिक रचना त्या संपूर्ण पसाऱ्यात होत्या.

तिच्या घराच्या एका खिडकीत विविध आकाराच्या बाटल्या जमा करून ठेवलेल्या होत्या. त्यावर सकाळच्या कोवळ्या सूर्यकिरणांचा लखलखीत उजेड पडला होता. "मी यांचा फोटो काढला तर चालेल का?" असं किनसेडने तिला विचारताच तिने त्याला तशी परवानगी दिली. पण फोटो काढताना कुठेही धक्का लागून तो डोलारा पडलेला चालणार नाही, याच अटीवर तिने त्याला फोटो घेऊ दिले. मग ती शंखशिंपले धुवून स्वच्छ करण्याच्या कामाला लागली.

किनसेडने बाटल्यांचं नीट निरीक्षण केलं. शेल्फवर एक कट ग्लासची बरणी होती. सूर्यप्रकाश आधी त्यावर पडून त्यातून आरपार झिरपत होता. तो तिथून एका हिरवट बाटलीवर पडला होता. मग त्यातून निघून सूर्यकिरणं एका उंच निमुळत्या वाइनच्या बाटलीवर जाऊन पोहोचली होती. ती बाटली १९४० सालची असून ती वाइन इटलीत तयार झाली असल्याची त्या बाटलीवर नोंद होती. त्या सर्वांचा एकत्रित परिणाम म्हणून विविधरंगी लोलकांमधून परावर्तित झाल्यासारखा विविध किरणांचा उत्सव तिथे चालू होता. एखाद्या अतिशय कुशल फोटोग्राफरला स्वतःच्या अत्याधुनिक फोटो स्टुडिओतसुद्धा त्या बाटल्यांची विचित्र मांडणीतून तशी रचना करणं जमलं नसतं. विचित्र-विचित्र गोष्टींमधून व्यक्त होणारा हा आगळावेगळा दिमाख रॉबर्ट किनसेडला नेहमीच भुरळ घालायचा. त्याला तो 'लहरीपणातलं सौंदर्य' म्हणायचा. या अशा तऱ्हेच्या विचित्र रचना खरंतर जागोजागी विखुरलेल्या असतात. पण पाहणाऱ्याकडे तशी दृष्टी हवी असं त्याचं मत होतं. त्या बाटल्यांचा फोटो घेण्यासाठी सगळ्या साधनसामुग्रीची जुळवाजुळव करायला त्याला १५ मिनिटं लागली. पण प्रत्यक्ष फोटो काढायला मात्र वीस सेकंद पुरली.

लेखकाची टीप : रॉबर्ट किनसेडने काढलेला तो बाटल्यांचा फोटो एका संग्राहकाने पुढे विकत घेतला आणि १९९३मध्ये 'सॅन फ्रॅन्सिस्को म्युझियम ऑफ फाइन आर्ट्स'मध्ये आयोजित करण्यात आलेल्या एका शोमध्ये तो ठेवण्यात आला होता. त्या शोचं नाव होतं 'American Photography : Errant Lives and Unexpected Finds.'

त्यानंतर कॅमेरा व इतर साहित्याची बांधाबांध करून तिथून निघण्याआधी किनसेडने त्या स्त्रीकडे त्या वाइनच्या बाटलीची किंमत विचारली. तिने त्याच्याकडे, त्याच्या साध्यासुध्या पेहरावाकडे एकवार डोळे बारीक करून निरखून पाहिलं आणि मग विचार करून दोन डॉलर्स किंमत सांगितली. तिने प्लॅस्टिकमध्ये ती बाटली व्यवस्थित गुंडाळून त्यावर घट्ट टेप लावली.

''माझ्याकडे मागच्या अंगणात व्हेल माशाच्या पाठीच्या कण्याची हाडं ठेवलेली आहेत. तुम्हाला जर तशा प्रकारच्या वस्तूंमध्ये रस असला तर सांगा,'' ती म्हातारी म्हणाली.

किनसेडने तिचे आभार मानले आणि व्हेल माशाच्या पाठीच्या कण्याच्या हाडांची आपल्याला सध्या तशी विशेष गरज नसल्याचं तिला सांगितलं. मग तो किनाऱ्याच्या रस्त्याने तसाच पुढे दक्षिणेच्या दिशेने चालत सुटला.

रुज रिव्हरच्या मुखापाशी गोल्ड बीच लागला. पाण्यात अर्धवट बुडलेल्या एका बोटीचे त्याने फोटो काढले. त्याच्या टेक्निकल-पॅन फिल्मच्या पाच फ्रेम्स त्याने वापरल्या. वाटेत एक माणूस त्याच्याशी बोलण्यासाठी आपण होऊन थांबला. नदीच्या वरच्या अंगाला एका टूरिस्ट रेस्टॉरंटमध्ये सामानसुमानाचा पुरवठा करायला तो स्पीड बोटीने चालला होता. किनसेड जर त्याच्यासोबत तिथपर्यंत जायला तयार झाला असता, तर त्या मोबदल्यात तो माणूस त्याला जेवायला निमंत्रण देत होता. किनसेड आपला ट्रक बोटीत घालून त्याच्याबरोबर निघाला. पण हायवे मात्र त्या स्पीडबोटीत बराच अस्वस्थ झाला. तरीपण ते तसेच वेगाने निघाले. हायवेचे कान वाऱ्याने थरथरत होते आणि त्याच्या डोळ्यांत भीती स्पष्ट दिसत होती. तीन तास त्या बोटीने प्रवास केल्यावर अखेर ते त्या नदीच्या मुखापाशी पोहोचले. किनसेडला काठाच्या जवळचं एक मोटेल मिळालं. तिथे मुक्काम करून तो दुसऱ्या दिवशी परत मार्गाला लागला.

दुसऱ्या दिवशी दुपारी तो उत्तर कॅलिफोर्नियात होता. टिंबर कंट्रीमधून पुढे निघाला होता. आणखी अर्ध्या तासात मेंडोसिनो लागलं. रस्त्यात दोन्ही बाजूंना वाऱ्यापावसाचा मारा खात कित्येक वर्षं उभ्या असलेल्या घरांची छपरं, तारेची कुंपणं आणि ओळीने लावलेले फुलांचे वाफे, त्या वाफ्याभोवती मातीत रोवलेल्या छोट्या-छोट्या दगडांच्या रांगा आणि लाकडाचे तुकडे असं अप्रतिम सुंदर दृश्य दिसत होतं. जणूकाही न्यू इंग्लंडमधलं मासेमारी करणारं एक चिमुकलं खेडेगाव कुणीतरी इकडे वेस्ट कोस्टला आणून वसवलं होतं. इथे नीरव शांततेमध्ये ते पॅसिफिकमधल्या एका द्वीपकल्पावर वसलेलं होतं.

किनसेडने गावच्या मेनरोडवरच्या एका पेट्रोल पंपापाशी थांबून त्याच्या पिकअप ट्रकमध्ये इंधन भरलं. मग त्याने त्याच्या त्या हॅरी नावाच्या ट्रकच्या चारही बाजूंनी

एक चक्कर मारली. पुढच्या बाजूच्या डाव्या बाजूच्या टायरकडे त्याने जरा जास्त वेळ निरखून पाहिलं. तो बराच अस्वस्थ झाला. पेट्रोल पंपावरच्या माणसानेपण तो टायर नीट निरखून पाहिला. त्यात हवा बरीच कमी आहे, असं त्या माणसाचं म्हणणं पडलं.

"कदाचित अगदी छोटंसं पंक्चर असू शकेल. मी पाहू का?" तो माणूस म्हणाला.

किनसेडने त्याला बघायला सांगितलं. मग करण्यासारखं काहीच नसल्यामुळे तो मेनरोडवरून एक फेरफटका मारायला निघाला. रस्त्यातील दुकानांच्या शोकेसमध्ये मांडून ठेवलेल्या वस्तू मधूनच थांबून तो निरखून बघे. गावात एक-दोन पुस्तकांची दुकानं होती, अँटिक शॉप्स होती, दोन बार होते, अनेक कॅफे होते आणि बऱ्याच आर्ट गॅलरीजसुद्धा होत्या. एका गॅलरीच्या शोकेसमध्ये एक अत्यंत सुंदर फोटो लावलेला होता. किनसेड तिथेच थबकला. फोटोग्राफर एक स्त्री होती व तिचं नाव हेदर मायकेल्स. तिचं काम तसं चाकोरीबद्धच होतं, पण तिचं कौशल्य वाखाणण्याजोगं होतं. तिने काढलेल्या फोटोंमधला मोठा ग्रेन पाहून, त्यातले तपशील पाहून किनसेडच्या एक गोष्ट लक्षात आली की, ती लार्ज फॉरमॅट कॅमेऱ्याने, कदाचित ४×५च्या कॅमेऱ्याने फोटो काढत असणार.

रॉबर्ट किनसेड पँटच्या खिशात हात घालून तिथेच उभा राहिला. त्या फोटोंचं तो अगदी बारकाईने निरीक्षण करू लागला. त्याच्या उजव्या पायाशी बसून हायवे त्याचं निरीक्षण करत होता. आतल्या बाजूला एक अंदाजे पंचावन्न वर्षं वयाची सडपातळ स्त्री एका गिऱ्हाइकाशी बोलत होती. तिने करड्या रंगाचा लांब स्कर्ट आणि बंद गळ्याचा पांढरा ब्लाउज घातला होता. शिवाय तिने काळ्या रंगाची शाल पांघरली होती. काचेतून किनसेडला तिचा चेहरा स्पष्ट दिसत नव्हता. मात्र तिने आपले केस मागे घट्ट बांधले होते. ती त्या गिऱ्हाइकाला हाताने त्या चित्रातील खुब्या समजावून सांगत असताना, तिच्या हातांची कलात्मक हालचाल होत होती. किनसेडचं त्याकडे लक्ष वेधलं. त्याला एकदम कसलीतरी आठवण झाल्यासारखं वाटलं. पण मग ती आठवण क्षणार्धात लुप्त झाली. परत ओळखीचं काहीतरी जाणवलं. ती आठवण त्याच्या मनाला हळुवार गुदगुल्या करू लागली. कधी बरं? आणि कुठे? ते लांब केस, हाताच्या त्या नितांतसुंदर, मंत्रमुग्ध करणाऱ्या हालचाली...

ती स्त्री दुसऱ्या एका चित्रापाशी चालत गेली. ती त्या गिऱ्हाइकाला त्या चित्रातील बारकावे समजावून सांगू लागली. आता तिचा चेहरा त्याला जरा जास्त व्यवस्थित दिसत होता. पण अजूनही काचेत पडलेल्या तिच्या प्रतिबिंबामुळे फार स्पष्ट काही दिसत नव्हतं.

आतल्या बाजूला समोरच्या गिऱ्हाइकाशी बोलत विन मॅकमिलन क्षणभर थांबली. बाहेरच्या बाजूने आत डोकावून पाहणाऱ्या त्या चौकस माणसावर तिची

नजर पडली. त्याचं एकूण व्यक्तिमत्त्व पाहून तिचं लक्ष त्याच्याकडे वेधलं गेलं. तसं म्हटलं तर तो वयस्कर होता, पण तरीही म्हातारा मात्र दिसत नव्हता. तो उंच आणि कृश होता. त्याने अंगात जीन्स आणि खाकी शर्ट घातला होता. पँटचे दोन निमुळते पट्टे त्याने खांद्यांना अडकवले होते. मेंडोसिनो गावात चित्रविचित्र वेषभूषा आणि केशभूषा केलेली मंडळी नेहमीच हिंडताना दिसत. तरीपण या माणसामध्ये लक्षवेधक, अनोखं असं काहीतरी नक्की होतं. आणि तरीही तो खूप ओळखीचा भासत होता.

सूर्यप्रकाश त्याच्या चेहऱ्याच्या उजव्या भागावर पडला होता. त्याने आपल्या लांब पांढऱ्या केसांचा मधोमध भांग पाडला होता आणि कानांवरून मागील बाजूला ते उलटे फिरवले होते. इतक्यात समुद्रावरून जोराचा वारा सुटला आणि त्याचे केस विस्कटून गेले. मग त्याने हाताने डोळ्यांवर आलेले केस सारखे केले. आपल्या खांद्यावरचा घसरत असलेला पट्टा वर ओढून नीट केला. कमरेच्या लेदरच्या पट्ट्यात अडकवलेली स्विस आर्मी नाइफ एकदा बोटांनी चाचपून पाहिली. इतक्यात सूर्य ढगाआड गेला. क्षणभरासाठी तो सावलीत गेला. पण लगेच सूर्य ढगाआडून बाहेर आणि त्याच्यावर प्रकाश टाकू लागला.

तिच्या शरीरातून एक विजेची लहर दौडत गेली. ताबडतोब बाहेर जाऊन त्या माणसाशी बोलण्याची तीव्र इच्छा तिला झाली. पण नेमका त्याच क्षणी तिच्या समोरच्या गिऱ्हाइकाचा, काय खरेदी करायची, हा निर्णय झाला. भिंतीवर लावलेला हेदर मायकेल्सने काढलेला एक फोटो त्याला पसंत पडला होता. मग विनने कॅश रजिस्टर उघडलं. त्यात हवे ते तपशील नोंदवत असताना एकीकडे काचेबाहेर थांबलेल्या त्या माणसाला ती हळूच न्याहाळत होती. तो माणूसही तिच्याचकडे टक लावून बघत तिथे उभा होता. चित्र विकत घेण्यासाठी आलेल्या त्या स्त्रीच्या ही गोष्ट लक्षात आली. तिने मागे वळून काचेबाहेर उभ्या असलेल्या किनसेडकडे रोखून पाहिलं. "तुमच्या ओळखीचे आहेत का ते गृहस्थ?" तिने विनला जरा खोचक स्वरात विचारलं. विन आपल्याकडे नीट लक्ष पुरवत नसल्याचं तिला त्यातून सुचवायचं होतं..

"ओह्... सॉरी. क्षणभर मला तसं वाटलं. पण नाही... मी नाही ओळखत त्यांना," विन ओशाळून म्हणाली.

"ते गृहस्थ जरा विचित्रच दिसतायत नाही?" ती झकपक कपडे घातलेली स्त्री म्हणाली. ती स्त्री तिथे अनेकदा खरेदीला येत असे. तिचा पेहराव, बोलणं-चालणं सगळं ब्रिटीश धर्तीचं होतं.

"हो, आहेत खरे विचित्र. पण तुम्हाला मेंडोसिनो माहीतच आहे. नाना तऱ्हेचे चित्रविचित्र लोक इकडे येत-जात असतात," असं म्हणून विनने तो फोटो कागदात व्यवस्थित गुंडाळायला सुरुवात केली. जरा वेळाने परत तिने काचेकडे पाहिलं, तर तिथला तो माणूस अदृश्य झाला होता.

रॉबर्ट किनसेड पेट्रोल पंपावर परत आला. त्याने आपल्या हॅरी ट्रकचा दरवाजा उघडला आणि क्षणभर विचार करत तसाच स्तब्ध उभा राहिला. त्याला मागे वळून त्या आर्ट गॅलरीत परत जाण्याची तीव्र इच्छा झाली, पण त्याने ती आवरली. अनोळखी स्त्रियांच्या आवतीभवती असताना त्याला नेहमीच खूप अवघडल्यासारखं होई. त्या त्याच्याकडे बघून त्याच्याशी बोलू लागल्या, की तो एकदम संकोचून जाई. परत एकदा, त्या स्त्रीला कुठे बरं पाहिलंय, कधी बरं पाहिलंय असे विचार त्याच्या डोक्यात घोळू लागले. मग त्याने डोकं झटकून, जणूकाही ते विचार डोक्याबाहेर घालवण्याचा प्रयत्न केला. त्याने ट्रकचं इंजीन सुरू केलं.

संध्याकाळी सहा वाजता दुकान बंद झाल्यावर विन मॅकमिलन घरी गेली. काचेतून बाहेरच्या बाजूने आपल्याकडे टक लावून बघणाऱ्या माणसाच्या त्या आकृतीकडे पाहून ती मुळातून हादरून गेली होती. ती घराबाहेर पडली आणि मेंडोसिनोचे रस्ते तुडवत दोन तास पाय फुटेल तिकडे भटकली. कुठेतरी तो पुन्हा एकदा दिसेल, या आशेने. अखेर निराश होऊन ती हेडलँड्सच्या मार्गाने परत फिरली. गडद अंधार तिच्या अंगावर चाल करून आला. ओहोटीची वेळ होती. लाटांचा आवाज येत होता. सायप्रसच्या झाडांमधून रात्रीचा वारा घोंघावत होता. त्या सगळ्या आवाजांच्या वर तिला स्वत:च्याच पावलांचा आवाज ऐकू येत होता. तिला खूप जुन्या काळची एक आठवण झाली – बिग सरच्या किनाऱ्यावर लाटा अशाच येऊन आदळत होत्या आणि युद्धावरून नुकत्याच परत आलेल्या एका माणसासमोर ती शूबर्टच्या संगीताचे सूर छेडत बसली होती.

तिथून पन्नास मैलांच्या अंतरावर, त्याच रस्त्यावर, समुद्राच्या काठाने रॉबर्ट किनसेड निघाला होता. आपल्या ट्रकच्या टायर्सच्या आवाजाच्या लयीचं गाणं तो कान देऊन ऐकत होता. तो जर असाच रात्रभर प्रवास करत सरळ जात राहिला असता तर तो रस्ता बिग सरला जाऊन पोहोचला असता. नानाविध जीवनांच्या, ठिकाणांच्या, घटनांच्या आठवणींचं जंजाळ त्याच्या स्मृतीमध्ये ठाण मांडून बसलं होतं, त्याविषयीच तो विचार करत होता. आणि संत्र्यामधून सुरी फिरवून एक-एक स्लाइस कापून बाहेर काढावी तशा त्या आठवणींवरून फिरणारी सुरी खूप जुनी, धार बोथट झालेली होती. त्याने आपल्या ट्रकच्या रिअर व्ह्यू मिररमधून पाठीमागे पडलेल्या मेंडोसिनो गावाकडे पाहिलं. कोण, कुठली, कधी ह्या बराच वेळ मनात फेर धरून नाचणाऱ्या प्रश्नांना आता एक विशिष्ट दिशा मिळाली होती. एक सिद्धान्त हळूहळू मनात तयार होऊ बघत होता. 'केवळ योगायोग. होय. पण जर असे योगायोग कधी घडून येत नसतात असं जर आपण मानलं, तर मग या सगळ्या आयुष्याचा अर्थ काय लावायचा? अवघ्या अस्तित्वाचा अर्थ काय लावायचा? या विचित्रपणाचा, अनाकलनीयतेचा दिमाख सर्वत्र पसरलेला आहे.' आणि खरं सांगायचं

तर आपण सगळे कसे काय जगतो, हेही अतर्क्यच आहे, त्याच्या मनात आलं. आणि वर कुठेतरी तो जो कोण बसलेला आहे ना, त्याच्या कारखान्यामध्ये योगायोगाने घडणाऱ्या गोष्टी आणि तो मुद्दाम घडवून आणत असलेल्या गोष्टी या एकसंध, एकात्म असतात. ती अशी एक जागा असते, जिथे अशक्यप्राय भासणाऱ्या गोष्टी घडू शकतात आणि आश्चर्याचा धक्का बसणं हा तिथला कायदा असतो.

त्या रात्री दोन हॉटेलांनी हायवेला हॉटेलात ठेवून घ्यायला नकार दिल्यानंतर अखेर सोनोमामधल्या एका लहानशा हॉटेलात रॉबर्ट किनसेडला उतरायला जागा मिळाली. त्या हॉटेलच्या लहानशा खोलीत, अंधारात पलंगावर पडल्यापडल्या त्याच्या मनात परत मेंडोसिनोचेच विचार घोळत होते. मग त्याला त्याच्या तरुणपणीचे दिवस आठवले. तो तारुण्याने सळसळत होता, त्याचा देह उन्हात रापलेला होता, तारावाच्या बीचवर कष्ट करून लोखंडासारखा टणक झाला होता. त्यानंतर तिथून सुटून तो एका तरुणीला मोटारसायकलवर मागे बसवून बिग सरच्या वळणावळणांच्या रस्त्यांवरून भन्नाट वेगाने सुटला होता. तिच्या केसांचा वाऱ्याने गुंता झाला होता. त्या सगळ्या आठवणी आज मनात जाग्या झाल्या होत्या. त्या आठवणींचा मागोवा घेत एखाद्या म्हाताऱ्या माणसासारखं परत एकदा त्याला त्या रस्त्यावरून जायचं होतं. त्याला सगळं परत एकदा जसंच्या तसं आठवायचं होतं. कदाचित स्मरणशक्तीला आणखी थोडा ताण दिला असता, तर ते आठवलंही असतं. त्यासाठी मनापासून, प्रामाणिकपणे प्रयत्न करण्याची गरज होती.

झोप अलगद डोळ्यांत उतरण्यापूर्वी त्या संध्याकाळी रॉबर्ट किनसेडच्या मनात दोन विचार होते : योगायोग घडत नसतात हे माहीत असूनही, योगायोग घडण्याची आशा मनात बाळगणं आणि त्याचबरोबर परत एकदा तरुण होण्याची तीव्र इच्छा व तिच्या जोडीला त्याच क्षणी स्वत:ला मरण यावं, हीपण इच्छा.

❖

बिग सर, १९४५

विन मॅकमिलन एक सूटकेस आणि आपलं व्हायोलिन घेऊन पोस्टाच्या ट्रकमध्ये लिफ्ट घेऊन बिग सरला आली. तिच्या अंगात एक जन्मजात रुबाब, डौल होता. ही एवढी एकच तर गोष्ट तिला जन्मदात्या आईबापांकडून वारसा म्हणून मिळाली होती. आईबापांनी जन्म दिला आणि शुद्ध आचरण शिकवलं. तशी ती दिसायला फारच साधी होती. परंतु वागण्या-बोलण्यातील हा सहजसुंदर डौल, बोलताना, वावरताना, कोणतंही काम करताना होणारी तिच्या हातांची कलात्मक हालचाल, चेहऱ्यावरील भाव या सर्वांमुळे तिच्या रूपातील कमतरता भरून निघत असे. त्यात तिची नाजूक, कृश अंगकाठी आणि तांबूस तपकिरी लांबसडक केस यांमुळे अनेकांना विन मॅकमिलन ही अतिशय आकर्षक वाटत असे.

ती त्या वेळी केवळ एकोणीस वर्षांची होती. संगीत आणि जगणं यापलीकडे तिच्या मनात खास काही ध्येयं नव्हती. ते तसं आयुष्य तिला खूप रोमँटिक वाटायचं. तारुण्यसुलभ आत्मविश्वास तिच्यातून झिरपायचा. हे जग अधिकाधिक सुंदरच होत जाणार आहे, असं तिला वाटायचं. तीन दिवसांपूर्वीच जर्मनीने दोस्त राष्ट्रांसमोर शरणागती पत्करली होती. अमेरिकेतील जनतेच्या उत्साहाला नुसतं उधाण आलं होतं. खूप उंचावरून पाहिल्यावर पॅसिफिकची किनारपट्टी लांबवर दिसत होती. पलीकडे ओकिनावावरती बकनर्स टेन्थ आर्मी अजूनही जपान्यांच्या विरोधाला तोंड देत दक्षिणेकडे कूच करत होती. तिथून केवळ तीनशे मैलांवर

जपान्यांचं होम ग्राउंड होतं – क्यूशू बेट. यावर नोव्हेंबरमध्ये हल्ला होणार होता.

मेलमन जेकने एका अत्यंत अवघड वळणावरून ट्रक पुढे नेला. हा रस्ता एक डोंगर खोदून बनवण्यात आला होता. रस्त्याच्या डाव्या बाजूला सांताल्यूशियाच्या पर्वतरांगा होत्या, तर उजवीकडे दोन यार्डांवर दोनशे फुटांचा थेट उतार होता आणि खाली उसळता समुद्र. विन खिडकीतून समोर बघत बसली होती. समोरचा रस्ता अनंतात विलीन झाल्यासारखा भासत होता. बिग सरचे कडे ठिकठिकाणी पॅसिफिक समुद्रात घुसत होते आणि गडद, जाडजूड, चुण्या असलेल्या पडद्याप्रमाणे दक्षिणेकडे वाहणाऱ्या पाण्याच्या प्रवाहावर दाट धुकं जमा झालं होतं. समुद्रात इतक्या भरगच्च लाटा होत्या की, जणूकाही त्याच्या पृष्ठभागाला दाट सुरकुत्या पडल्यासारख्या दिसत होत्या. दिवसभरात अशा आठ हजार लाटा किनाऱ्यावर येऊन धडकत असत. बिग सर व्हॅलीमधून जॅकचा ट्रक धडधडत खाली उताराच्या रस्त्याने धावू लागला आणि बघता-बघता दोन्ही बाजूंना हिरवीगार कुरणं लागली. अफूची बोंडं आणि गच्च फुलून आलेली लिलीची झाडं विनला दिसली. भविष्यकाळ याहून काय उज्ज्वल असणार? तिच्या मनात आलं.

या प्रवासाच्या वेळी ती आयुष्याच्या एका नव्या टप्प्याला सामोरं जाण्यासाठी ताजीतवानी झाली होती. पॅसिफिकच्या पलीकडे, बिग सरच्या खालच्या भागात रॉबर्ट किनसेडच्या धूळभरल्या शरीराला मात्र पाण्याचा स्पर्शही झाला नव्हता.

लेखकाची तळटीप : किनसेडने काढलेले सात फोटो पुढे 'द व्हिज्युअल आर्ट' नामक संग्रहात प्रसिद्ध झाले. परंतु त्यांचं श्रेय मात्र दुसऱ्या एका भलत्याच फोटोग्राफरला मिळालं. त्याने 'मरीन कोअर'कडून मूळ निगेटिव्ह मिळवल्या आणि त्यावरून फोटोचे प्रिंट काढून ते स्वत: काढलेले असल्याचा दावा केला. किनसेडला एकतर ही गोष्ट समजलीच नसणार किंवा मग त्याने त्याकडे स्वभावानुसार नेहमीप्रमाणे दुर्लक्ष केलं असेल. 'अप्रामाणिकपणाची शिक्षा त्या माणसाला कधी ना कधीतरी मिळेलच,' असा विचार त्याने केला असेल. पाच वर्षांनंतर त्या फोटोग्राफरची ही बेइमानी 'हिस्टरी ऑफ फोटोग्राफी' या विषयात संशोधन करणाऱ्या एका विद्वान माणसाच्या लक्षात आली व त्याने एक छोटासा लेख लिहून ती चूक जगापुढे आणली. परंतु ती चूक लक्षात येण्यापूर्वी छापण्यात आलेल्या मूळ पुस्तकाच्या बारा हजार प्रती जगभरातील विविध ग्रंथालयांमध्ये केव्हाच जाऊन पोचल्या होत्या. ज्या फोटोग्राफरने किनसेडचे फोटो चोरले आणि स्वत:च्या नावाने प्रसिद्ध केले, तो पुढे ख्यातनाम फोटोग्राफर म्हणून नावारूपाला आला. त्याने या सर्व चुकीचं खापर प्रकाशनकर्त्यांच्या माथ्यावर फोडलं. परंतु किनसेडची माफी मात्र कधीच मागितली नाही. त्यानंतरही कुठेही स्वत:चा परिचय देताना तो या संग्रहाचा उल्लेख आवर्जून करतच असे. त्यात छापून आलेले सर्व फोटो आपणच काढलेले असल्याचा दावाही तो करत असे.

मांसाला कातडी चिकटावी तसा त्याचा लष्करी गणवेश त्याच्या अंगाला घट्ट चिकटून बसला होता. त्याला स्वत:ला एका गोष्टीची मुळीच कल्पना नव्हती. त्याने युद्धसीमेवर जाऊन काढलेले तीन फोटो गेल्या दोन महिन्यांच्या अवधीत तीन महत्त्वाच्या नियतकालिकांवर झळकले होते. परंतु त्या तीनही फोटोंखाली फोटोग्राफरच्या नावाऐवजी 'यु.एस. मरीन फोटो' एवढंच छापण्यात आलं होतं.

जेकच्या ट्रकमधून जात असताना विन मॅकमिलनने आपल्या भल्यामोठ्या पर्सच्या बाहेरच्या कप्प्यात 'टाइम' मासिकाची प्रत खुपसून ठेवली होती. कव्हरवरील फोटोमध्ये एक पेटलेला बंकर होता, त्याच्या ज्वाळा भडकल्या होत्या व पाठीमागच्या टेकडीवरून मोठ्या संख्येने सैनिक पळत येत होते. रॉबर्ट किनसेडने तो फोटो दहा दिवसांपूर्वी काढला होता. ज्या सैनिकाने त्या बंपरवर बॉंब फेकून तो उडवला होता, त्याचा मात्र त्याच दिवशी मृत्यू झाला होता. रॉबर्ट किनसेडने तो फोटो काढल्यानंतर अवघ्या तीन तासांच्या आत एका जिवंत सुरुंगावर पाय पडून त्या सैनिकाला मरण आलं होतं.

विनच्या अंगात फुलाफुलांचा एक पातळ ड्रेस होता. तिने आपले लांबसडक तांबूस-तपकिरी केस मोकळेच सोडले होते आणि डोक्यावर मोठी हॅट घातली होती. खरंतर त्या दोन्ही गोष्टी – तो पातळसा ड्रेस आणि ती जाडजूड हॅट – परस्परांशी विसंगत होत्या. पण ते दोन्ही तिला घालावंसं वाटलं त्यामुळे तिने कसलीही पर्वा न करता ते घातलं.

विन मॅकमिलनच्या वडिलांचं छोटंसं दुकान होतं. शर्ट्स, टाय, हेअरपिन्स आणि इतर फॅशनेबल गोष्टी त्या दुकानात विक्रीला ठेवलेल्या असायच्या. त्यांनी विनच्या या वेषभूषेकडे पाहून नक्कीच नाक मुरडलं असतं. पण अगदी खरं सांगायचं, तर विनने गेल्या काही वर्षांमध्ये केलेल्या जवळजवळ प्रत्येकच गोष्टीला त्यांनी नाक मुरडलं होतं. तिचं कोणतंही वागणं त्यांच्या पसंतीस उतरत नसे. अपवाद होता तो फक्त तिच्या व्हायोलीन वादनाचा. रात्रीचं जेवण झाल्यावर ते तिला मुद्दाम कोणतीतरी धून वाजवायला सांगायचे आणि ऐकत बसायचे. विनची आई इरीन ही मूकपटांच्या जमान्यात त्या मूकपटांसाठी पियानो वाजवायची. पण आता विन जेव्हा आपल्या वडिलांसाठी व्हायोलिन वाजवायची, तेव्हा इरीन भांडी घासणं, मागचं आवरणं असं काम उरकायची. वडील त्यांच्या आरामखुर्चीत डोळे मिटून निवांत संगीत ऐकत बसायचे. त्यांच्या शांत, तृप्त चेहऱ्यावर हसू असे आणि अंगात परीटघडीचा शर्ट. मधूनच संगीताच्या तालावर ते मान हलवायचे. ईस्टर संडेला दरवर्षी विन आणि तिच्या वाद्यवृंदाचा प्रेस्बिटेरियन चर्चमध्ये संगीताचा कार्यक्रम असायचा. त्या वेळी तिला व्यासपीठावर वाजवताना पाहून त्यांचा ऊर अभिमानाने भरून यायचा.

विनच्या व्हायोलिनचे सूर उंच-उंच चढत गेले की, तिचे वडील माल्कम मॅकमिलन माना डोलवत इकडे-तिकडे बघत आणि आजूबाजूला जे कोणी असेल त्याच्याकडे पाहून मान डोलवून हसत.

पण एक हे संगीत सोडलं, तर बाकी कोणत्याच बाबतीत विनचं वागणं त्यांना पटत नसे. ती असं का वागते, हे कोडं त्यांना पडायचं. रॉबर्ट किनसेडप्रमाणेच, व्यावहारिक शिक्षण घेण्यात विनला कधीच रस वाटला नाही. तिला शाळेचा, अभ्यासाचा इतका कंटाळा होता की, ती कित्येक वेळा आजाराचं सोंग करून शाळा बुडवून घरीच राहायची. मग ती त्या वेळेस व्हायोलिन वाजवायची, चित्रकलेची पुस्तकं वाचून ऑइल पेंटिंगचं तंत्र आत्मसात करण्याची धडपड करायची. शाळा चालू असताना जरी ती आजारी पडली, तरी शनिवारी आणि रविवारी रेडक्रॉसचं काम करायला मात्र ताजीतवानी असायची. युरोपियन सरहद्दीवर औषधांचा पुरवठा करण्याचं काम त्यांच्या इथल्या विभागाने हाती घेतलं होतं, त्यासाठी ती भरपूर वेळ द्यायची.

तारुण्याच्या उंबरठ्यावर असताना, वयाच्या तेराव्या-चौदाव्या वर्षी तिने ज्या पद्धतीचा पेहराव करायला सुरुवात केली, तो तिच्या वडिलांना फारच विचित्र वाटायचा. विविध रंगाचे स्कार्फ, ब्लाउज आणि कधीकधी तर पुरुषांच्या स्लॅक्सही घालायची. आधीच ती सडपातळ आणि पुरुषांप्रमाणे ताडमाड उंच होती. कधीतरी तिला भेटायला काही तरुण मुलं यायची. पण तीही अशीच चमत्कारिक कपड्यांत असत. तिच्या वडिलांच्या पसंतीला पडेल असा एकसुद्धा सरळ, साधा, परंपरागत पेहराव करणारा मुलगा त्यांच्यात नसे.

"इरीन, आपल्या मुलीच्या ओळखीचा एकही मुलगा चांगला, उमदा, कर्तबगार आणि सरळ-साधा नाही का?" ते पत्नीला म्हणायचे.

त्यावर ती म्हणायची, "माल्कम, अरे ती एक तरुण मुलगी आहे. आणि तू ज्या बंडखोर स्कॉटिश स्वभावाचं वर्णन नेहमी करत असतोस ना, नेमका तोच स्वभाव तिने उचलला आहे. मी अशा बाबतीत काही वेळा तिच्याशी बोलले आहे. पण कधीही मी विषय काढला की, ती ते सगळं हसण्यावारी नेऊन ती म्हणते, 'आई, खरं की काय? मला आता लग्न कधी करते अशी जरासुद्धा घाई झालेली नाही. इथे बाहेर संगीताचं, कलेचं केवढं मोठं जग आहे. मला त्या जगाचा शोध घ्यायचाय. बाबांना वाटत असेल, मी एखाद्या डॉक्टर नाहीतर वकिलाबरोबर लग्न करून सुखी व्हावं आणि वयाच्या विसाव्या वर्षी अंगाई गीत वाजवत आपल्या बाळांना झोपवावं.'"

दोन वर्षांपूर्वी माल्कम आणि इरिना यांचा मुलगा युद्धात मारला गेला होता. त्यानंतर विनने जेव्हा आपण पुढच्या शिक्षणासाठी बिग सर येथे जाणार असून,

पियानोवादक गेरहार्ट क्लाउझर यांच्या हाताखाली पियानोचे धडे घेणार असल्याचं जाहीर केलं, तेव्हा माल्कम मॅकमिलन यांनी विषादाने नुसती मान हलवली. बिग सरविषयी माल्मक यांनी इतकंच ऐकलं होतं की, तिथे मुक्त विचारांची, समाजबंधनांना न मानणारी माणसं राहातात. बिग सरमध्ये राहात असलेल्या काही लोकांनी या अशा अफवांना खतपाणीच घातलं होतं. वृत्तपत्रं आणि त्यातील मीठमसाला लावून छापलेल्या बातम्या चवीने वाचणारे वाचक यांना तर काय, काहीतरी सनसनाटी बातमी हवीच असायची. बिग सर हे स्वैराचाराचं आगर आहे, समाजात लैंगिक स्वातंत्र्य आणि स्वैराचाराचा प्रचार करणाऱ्या लोकांचा गट तिथे राहातो, हे वृत्तपत्रात वाचून तर माल्कम अधिकच खिन्न झाले.

विन तिकडे गेल्यावर तिथून त्यांना जी पत्रं लिहायची, ती वाचून त्यांची मन:स्थिती मुळीच सुधारली नाही.

हायवे वनवरील बिल्डिंगमधून फेकून दिलेल्या डायनामाइट बॉक्सपासून बनवलेल्या एका खोपटात मी सध्या राहात आहे. घरात फ्रीज नाही, वीज नाही. शौचालय घराच्या बाहेर आहे. माँटेसरीमधून मेलमन जेक जेव्हा पत्रं घेऊन येतो तेव्हा तो येताना केरोसीन, कोळसे, अंडी आणि इतर गोष्टी घेऊन येतो.

इथले लोक मात्र फार छान आहेत. त्यांना भेटून मी तर थक्क होऊन गेले. इथे बौद्ध धर्मीय आहेत, आयरिश लोककथांमधला एक तज्ज्ञ आहे, कितीतरी कलावंत आहेत, भाषातज्ज्ञ आहेत, प्राच्यविद्या विशारद आहेत... आणखीसुद्धा किती प्रकारचे लोक आहेत. यातला प्रत्येक जण कुठल्या ना कुठल्यातरी कलेत पारंगत आहे – शिल्पकला, काव्य नाहीतर लाकडामधील कोरीव काम. पण लोकांचा सर्वसाधारणपणे जो काही समज आहे, तसं मात्र इथे काहीच नाही. इथे कायमस्वरूपी वास्तव्य करून राहात असलेल्या लोकांना त्यांच्या पोटापाण्याच्या दैनंदिन गरजा भागवण्यासाठी कितीतरी संघर्ष करावा लागतो. कष्ट उपसावे लागतात. डॅडी ज्यांचा उल्लेख 'चक्रम' असा करतील, अशी बरीच मंडळी इथे आहेत. पण जे 'आपण कलंदर कलावंत आहोत' असा दावा करत मुद्दाम या भागात येऊन मुक्काम ठोकून राहिले आहेत, ते मात्र ढोंगी असतात. ते कलेचा अभ्यास वगैरे मुळीच करत नाहीत आणि इथे जास्त काळ टिकतही नाहीत. अशाच एका ढोंगी कलावंताने गेल्या आठवड्यात हरिकेन पॉइंटजवळच्या अवघड वळणावरून गाडी बेफाम चालवली आणि ती दरीत कोसळली. कड्यावरून पाहिलं की, गाडीचा

चक्काचूर झालेला दिसतो. आम्ही तो प्रकार बघण्यासाठी मुद्दाम गाडी करून गेलो होतो. त्याचं प्रेतही हाती लागलं नाही.

मी मि. क्लाउझरकडून संगीतातील रचनेचे आणि एकूणच संगीताचे धडे घेत आहे. युरोपात त्यांच्या संगीताच्या मैफली बऱ्याच गाजल्या. मला ते कुठे सापडले ठाऊक आहे? हायवेजवळ एमिल व्हाइटच्या केबिनपाशी एका खांबावर ताल धरून ते वाजवत होते.

मला आता जायला हवं. काही लोकांना सरपण गोळा करायला मदत करायची आहे. नंतर आम्ही स्लेटच्या हॉटस्प्रिंगपाशी जाणार आहोत. तिथे गरम पाण्याचे झरे आहेत. सगळे जण तिथे कपडे काढून पाण्यात डुबक्या मारतात.

मी इथे खूप मजेत आहे. छोटी-मोठी कामं करून थोडेफार पैसेही मिळवते. एक तरुण मुलीला आणि एका ऐंशी वर्षं वयाच्या कवीला मी व्हायोलिन शिकवते. आणि पॅरिंग्टनरिज जवळच्या केबिनमध्ये कोण राहातो, माहिती आहे? खुद्द हेन्री मिलर राहातो. मी त्याला अजून भेटलेली नाही. पण लवकरच त्याची भेट होईल अशी आशा आहे.

तुमची लाडकी
विन

"हा हेन्री मिलर कोण?" माल्कम मॅकमिलनने आपल्या पत्नीला विचारलं.

"तो एक लेखक आहे."

"हा नक्की काय लिहितो?"

"माल्कम, खरं सांगू? ते तुला न कळलेलंच बरं."

"नाही. मला जाणून घ्यायचं आहे."

"त्याने इतरही बरंच काही लिहिलंय. पण 'ट्रॉपिक ऑफ कॅन्सर' नावाचं पुस्तकही त्यानेच लिहिलंय. पण ते अमेरिकेत मिळत नाही."

"का बरं?"

"कारण ते अश्लील असल्यामुळे अमेरिकेत त्यावर बंदी घालण्यात आली आहे."

"अश्लील? म्हणजे नक्की कशा प्रकारचं?"

"माल्कम, मी तुला आधीच सांगितलं ना, तुला ते न कळलेलंच बरं!"

विन बिग सरमध्ये येऊन राहू लागल्यानंतर चार महिन्यांनी एक एकांडा शिलेदार तिने घेतलेल्याच रस्त्याने तिथे आला. यांकी पॉइंटवरून पुढे येऊन सर हिलवरून खाली. पॉइंट सरच्या व्होल्कॅनिक हाइट्सपाशी उभं राहून जर कुणी खाली

पाहिलं असतंच, तर मोटारसायकलवरून जाणारा तो शिलेदार एखाद्या छोट्याशा ठिपक्यासारखा दिसला असता. त्याच्या एरियल फोर मोटारसायकलचे क्रोम प्लेटेड पार्ट्स कदाचित अंधारात मधूनच चमकले असते.

१९२९ सालच्या बनावटीच्या एरियल फोर मोटारसायकलचं इंजीन अतिशय कार्यक्षम होतं. त्याचं एकूण मेकॅनिकल डिझाइन तसं साधारणच होतं. पण इंजिनाचा फरफॉर्मन्स जबरदस्त होता. रॉबर्ट किनसेडला मोटारसायकलींच्या बाबतीत फारसं काही कळत नव्हतं. तो काही मोटारसायकलींचा गुणग्राहक वगैरे नव्हता. एखादी मोटारसायकल दिसायला कशी आहे आणि ती चालवताना कसं वाटतं यावरच तो खूश असायचा. कित्येक वर्षं युद्धात सरहद्दीवर काढल्यावर, सतत भीतीचं सावट अंगावर घेऊन जगल्यावर, जहाजांमध्ये आणि बंकर्समध्ये सतत दिवसाचे चोवीस तास हजारो माणसांच्या सहवासात व्यतीत केल्यावर जेव्हा सॅन फ्रॅन्सिस्कोमधील एका दुकानाच्या शोरूममध्ये ही एरियल फोर मोटारसायकल दिमाखात उभी राहिलेली त्याने पाहिली, तेव्हा त्याला ते स्वत:ला मुक्त स्वातंत्र्याकडे घेऊन जाणारं वाहन आहे, असंच वाटलं.

त्या दुकानाचा सेल्समन त्याला म्हणाला होता, "अशी दुसरी मिळणार नाही साहेब. एक इंग्लिश माणूस युद्धात भाग घेऊन स्वत:च्या देशाचं रक्षण करण्यासाठी मायदेशी परत निघाला असताना त्याच्याकडून मी ही विकत घेतली. हिला घेऊन दक्षिणेकडे जा, तिथे वळणावळणांच्या डोंगराळ रस्त्यांवरून, कड्याच्या टोकांवरून फिरवा हिला. तुम्हाला चांगला अंदाज येईल तिचा. पण चालवताना जरा जपून. जरा वेग वाढवायला गेलात की, एकदम तुम्हाला काही कळायच्या आत सत्तरच्या स्पीडने भन्नाट धावायला लागते."

त्या वेळी बिग सरमधला अत्यंत सुंदर मोसम चालू होता. उन्हाळ्यातलं धुकं आणि हिवाळ्यातला पाऊस या दोन्हींच्या मधला काळ होता तो. सिकॅमोर, मेपल आणि ब्लॅक ओकची झाडं विविध रंगांनी नटली होती. रॉबर्ट किनसेड जबरदस्त वेगाने बिक्सबी क्रीकवरचा हाय ब्रिज पार करून पुढे निघाला होता. युद्ध मागे टाकून आणि युद्धकाळातल्या त्या दु:सह, भयावह आठवणी मागे टाकून, सोबत फक्त स्वत:ची स्लीपिंग बॅग, कपड्यांची लहानशी बॅग आणि फोटोग्राफीचं सामान घेऊन तो चालला होता.

समुद्रकिनाऱ्याच्या रस्त्याने जरा पुढे गेल्यावर वेग हळूहळू कमी करत तो एका ठिकाणी थांबला. वाटेत एका केबिनच्या बाहेर एक तरुणी आणि एक म्हातारा यांची व्हायोलिन आणि पियानोची जुगलबंदी चालली होती. मग मोटारसायकलचं इंजीन बंद करून तो ते ऐकू लागला. ब्लॅक ओक वृक्षाच्या पानांची सळसळ त्या संगीताच्या सुरांमध्ये मिसळत होती. ते सूर कानावर पडताच त्याच्या मेंदूला अक्षरश: झिणझिण्या आल्या. तो मंत्रमुग्ध झाला. अगदी काही थोड्याच दिवसांपूर्वी

दूर कुठल्यातरी प्रदेशात, त्याच्या कानावर सतत फक्त गोळीबाराचे आवाज, दगडमाती कोसळण्याचे आवाज, मानवी किंकाळ्या आणि रणगाड्यांचे आवाज पडत होते. आणि इथे आता सुमधुर संगीत आणि पानांची मोहक सळसळ. तो म्हातारा पियानोच्या कीबोर्डवर वाकून जोशात पियानो वाजवत होता. मध्येच त्याने मान हलवली की, त्याचे पांढरे केस हलत. त्या व्हायोलिन वाजवणाऱ्या तरुणीचं सगळं लक्ष त्या म्हाताऱ्या पियानोवादकाकडे लागलं होतं. तो मधूनच उजवा हात उंचावून संगीताचं संचलन करत होता.

मग जरा वेळाने त्याने पियानो वाजवणं पूर्णपणे थांबवलं आणि त्या तरुणीला म्हणाला, "मिस मॅकमिलन, छान... छान. पण एक लक्षात असू दे, राचमानिनोव्ह जेव्हा वाजवता तेव्हा ही काही घोड्याची शर्यत नाही हे लक्षात ठेवत जा... आणि इतक्या जोरकसपणे नाही वाजवायचं. अगदी मृदू... प्लीज. चला, आता बार ४२पासून पुढे वाजवायला आपण चालू करू या." मग बोटाने एक-दोन-तीन असे आकडे मोजत त्याने वाजवण्यास सुरुवात केली. त्याच्या मागोमाग ती तरुणीही वाजवू लागली. जरा वेळाने रॉबर्ट किनसेड त्याच्या एरियल मोटारसायकलला टेकून बसला. युद्धातील मरणाच्या किंकाळ्या ऐकून थकलेले त्याचे कान त्या नादमधुर संगीतात तल्लीन होऊन गेले.

जरा वेळाने आणखी बरेच लोक येऊन तिथे जवळच हिरवळीवर बसून त्या संगीताचा आस्वाद घेऊ लागले. ते सगळे लोक अगदी साधेसुधे होते. त्यांचे कपडे चारचौघांसारखे होते. ते कुणी सर्वज्ञ असल्याचा आव आणून वावरणारे, बिग सरला येऊन मुक्काम ठोकून राहिलेले कलावंत नव्हते, तर रानात जाऊन, लाकडं तोडून गुजराण करणारी सामान्य माणसं होती ती. त्या म्हाताऱ्या पियानोवादकाचं त्या तरुणीला शिकवून संपल्यावर ते लोक उठून पुढे आले. त्यांनी त्या म्हाताऱ्याशी आणि तरुणीशी ओळख करून घेतली आणि गप्पा मारल्या. ती तरुणीही आपलं व्हायोलिन एका बॅगेत घालून त्यांच्याशी मोकळेपणाने गप्पा मारू लागली.

त्यातला एक माणूस म्हणाला, "वर्षाच्या या मोसमात सूर्यास्त फार सुंदर दिसतो या भागात. आम्ही समुद्राकाठी मुद्दाम सूर्यास्त पाहायला निघालो आहोत. तुम्हाला हवंतर या आमच्याबरोबर. तिकडे हा हार्वे समुद्रातला ताजा ट्राउट मासा पकडून तिथेच समुद्रकाठी शिजवणार आहे. मी तुम्हाला सांगतो – त्याने बनवलेला मासा इतका रुचकर असतो. एकदा तर हायवेवर एक पेंग्विन मरून पडला होता. तोही त्याने शिजवला होता. इतका अप्रतिम चविष्ट लागत होता तो."

त्या रात्री त्या सर्वांनी एकत्र बसून हार्वेने बनवलेला ट्राउट मासा खाल्ला आणि सर्व जण नंतर उशिरापर्यंत गप्पा मारत बसले. त्यांच्यात ह्यू नावाचा

एक माणूस होता. त्याने आयरिश हार्प नावाचं वाद्य वाजवलं. समुद्राच्या लाटा येऊन खडकावर आदळत होत्या. लाटांचा आवाज ऐकताना दूरवर कुठेतरी सरहद्दीवर गोळीबार चालू असल्याचा भास होत होता. रॉबर्ट किनसेड नुकताच युद्धभूमीवरचा रक्तामांसाचा आणि मरणाचा दारुण खेळ पाहून परतला होता. त्याच्या डोळ्यांना हे जग काही वेगळंच भासत होतं; एकाच वेळी वास्तव आणि स्वप्न यांची सरमिसळ झाली असावी तसं! तिथे हसण्याचा खळखळाट होता, काव्यशास्त्रविनोदावर तात्त्विक चर्चा रंगत होत्या, तत्त्वज्ञान, कला आणि संगीतावर गप्पा चालल्या होत्या. ते ऐकत असताना मध्येच कुणीतरी फटका मारल्यासारखी त्याला युद्धभूमीची आणि तिथल्या वास्तवाची आठवण होऊन तो जागा होई. त्याची त्वचा रापून निबर झाली होती. त्याच्या डोळ्यांमध्ये वय उमटलं होतं. मध्येच कुणीतरी त्याची चौकशी केली. त्याच्या आयुष्याविषयी विचारल्यावर तो म्हणाला, "मी प्रवासाला निघालो आहे."

त्या व्हायोलिन वाजवणाऱ्या तरुणीच्या – विनच्या लक्षात आलं, की तो सुरुवातीपासून गप्पच होता. मग ती उठून येऊन त्याच्या जवळ बसली. तिने त्याला त्याच्या कोशातून बाहेर काढलं. तिने हात पुढे करून त्याचा हात हातात घेऊन त्याला स्वतःची ओळख करून दिली. त्याने तिला फक्त स्वतःचं नावच सांगितलं. पण नेहमीच अशी बरीच माणसं जेव्हा एकत्र जमलेली असतात, त्या वेळी झालेल्या ओळखी नंतर फारशा लक्षातही राहात नाहीत. माणसं एकमेकांची नावं विसरतात.

त्याच्याशी गप्पा मारता-मारता वीस मिनिटं होऊन गेल्यावर ती म्हणाली, "तुमचं नाव काय म्हणालात? परत सांगा."

"रॉबर्ट," तो म्हणाला, "आणि तुमचं नाव 'विन' आहे ना?"

"हो, स्कॉटिश नाव आहे," असं म्हणून तिने त्याला स्वतःच्या नावाचं स्पेलिंग सांगितलं, "माझे वडील स्कॉटिश आहेत आणि त्यांना त्या गोष्टीचा फार अभिमान आहे."

समुद्राकाठी शेकोटी धगधगत होती. त्याच्या ज्वाळांमधून तिने रॉबर्ट किनसेडच्या चेहऱ्याकडे निरखून पाहिलं. त्याच्या चेहऱ्याकडे पाहणाऱ्या प्रत्येकाचं लक्ष सर्वांत आधी त्याच्या डोळ्यांकडे वेधलं जायचं. तसंच तिचंही गेलं. ते डोळे समोरच्या व्यक्तीचा ठाव घ्यायचे. त्याच्या डोळ्यांमध्ये, त्याच्या शरीराच्या हालचालींमध्ये आणि एकूणच त्याच्या व्यक्तिमत्त्वात असं काही होतं की, समोरच्याला त्याची भीती आणि आकर्षण असं दोन्ही एकाच वेळी वाटायचं. त्याच्या ठायी एक योद्धा आणि एक कवी असे दोघंही एकाच वेळी वास करत होते, असं वाटायचं. तो खूप शतकांपूर्वीच्या कुठल्यातरी काळात राहात असावा असं भासायचं. विनच्या मनात आलं, 'आपण आत्ता जर याच्या चेहऱ्यासमोर आरसा धरला, तर त्यात एक

अनामिक, निराळ्या, आदिम तत्त्वाचं प्रतिबिंब पडेल.'

"तुम्ही नक्की काय करता? म्हणजे, व्यवसाय कोणता करता? मगाशी तुम्ही म्हणालात, तुम्ही प्रवासाला निघाला आहात?" ती म्हणाली.

"मी साउथ पॅसिफिकमध्ये होतो, नौदलात. काही दिवसांपूर्वीच बाहेर पडलो. युद्धापूर्वी मी फोटोग्राफर होतो आणि आताही परत तेच काम करण्याचा मी प्रयत्न करीन."

"नौदलात तुमचं काम नक्की काय होतं?"

"तेच... म्हणजे फोटोग्राफी."

रॉबर्ट किनसेड रेतीकडे एकटक बघत बसला होता. आपण आत्ता इथे या वाळूत निवांत बसलो आहोत, आजूबाजूला मशिनगन्सच्या फैरी झडल्याचा आवाज नाही, आपण जीव मुठीत धरून सैरावैरा पळत नाही, या गोष्टीचं त्याला आश्चर्य वाटत होतं. क्षणभरासाठी त्याला असाही भास झाला की, आपण एका प्रवाळद्वीपावर उभे आहोत, आपल्या मदतनिसाच्या अंगावर ओणवून बघत आहोत आणि जिवाच्या आकांताने वैद्यकीय पथकाला हाका मारत आहोत. इतक्यात त्याला परत त्या स्त्रीचा आवाज ऐकू आला.

"मी कधीतरी दुपारच्या वेळी इथे येऊन व्हायोलिन वाजवत बसते. तुम्हाला पाहिजे तर तुम्ही उद्या माझ्याबरोबर इथे या. आपण इथे छान पिकनिक करू."

शेकोटी आता विझत आली होती. लोक एक-एक करून जायला निघाले होते. आपापल्या घरी, डोंगरामध्ये असलेल्या घळीत.

त्याच्या उजव्या बाजूला कुणीतरी बोलत होतं. "सगळं काही ठीक होईल. आता बुधवारी जेक केरोसीन घेऊन येईल. मी बरेच महिने पुरेल एवढं केरोसीन मागवलंय, त्यामुळे त्यातलं तुला देईन मी."

जाण्याआधी लोकांनी किनसेडचा हात हातात घेऊन त्याचा निरोप घेतला. त्याला भेटून बरं वाटल्याचं सांगून सर्व जण एक-एक करून रात्रीच्या अंधारात अदृश्य झाले. इतक्यात लॉरेन्स नावाचा एक माणूस त्याच्या जवळ येऊन म्हणाला, "तुम्ही हवंतर आज रात्री माझ्या घरी मुक्कामाला चला."

किनसेडने त्याचे मनापासून आभार मानून ती गोष्ट मान्य केली.

लाटा किनाऱ्यावर येऊन आदळत होत्या. त्याचा आवाज कानांना अमेरिकन युद्धनौकांवरून झडणाऱ्या गोळीबाराच्या फैरींसारखा भासत होता. बेटिओवर असताना वैद्यकीय पथकातला माणूस किनसेडच्या मदतनिसाला तपासून झाल्यावर म्हणाला होता, "सॉरी, पण तो आपल्याला सोडून गेलाय. जमिनीवर कोसळण्याआधीच त्याचा मृत्यू झाला असणार." किनसेडचा तो मदतनीस एक तरुण मुलगा होता. त्याच्याकडून फोटोग्राफीचे धडे घेत होता. "तुमचं डोकं खाली घ्या. कुठून सणाणत गोळी येईल, सांगता येत नाही," तो माणूस किनसेडला सावध करत म्हणाला.

"वेल," ती तरुण स्त्री किनसेडला विचारत होती, "मग पिकनिक करू यात ना? की नको?"

किनसेड भानावर आला.

"अं? हो... हो नक्की. मला आवडेल पिकनिक करायला."

"छान. मग मी हायवेपाशी असलेल्या वळणावर तुमची वाट बघत उद्या थांबते... अं... दुपारी दोन वाजता चालेल? कारण परवा आम्ही सर्व जण हेन्री मिलरला भेटायला जाणार आहोत. तिथेसुद्धा तुम्ही आलात तरी चालेल, बरं का!"

किनसेडला हेन्री मिलरबद्दल माहिती होती. त्याच्या पुस्तकांवर अमेरिकेत बंदी असली, तरी परदेशातील सैनिकांकडे त्याची पुस्तकं असत.

"हो, चालेल ना. इंटरेस्टिंग. मला स्वत:ला तो हेन्री मिलर फारसा रुचत नाही हे जरी खरं असलं, तरी त्याला भेटायला जायला आवडेल मला... इंटरेस्टिंग," किनसेड म्हणाला.

"ओह्! हेन्रीची स्थिती सध्या खूपच नाजूक आहे. तो नुसता या भागात फिरत असतो. त्याला बघायला दूरदूरच्या ठिकाणांहून लोक इकडे येत असतात. त्यांना तो शक्यतो टाळतोच. लोकांना वाटतं, त्याच्या घरी नुसता नंगानाच चालू असेल. अश्लील, बीभत्स वर्तन चालू असेल."

माल्कम मॅकमिलनचा आपल्या मुलीकडे पाहाण्याचा दृष्टिकोन, अजूनही ती पंधरा वर्षांची असल्यासारखाच होता. त्यांना ती अजूनही जराशी बावळट, अशक्त, हडकुळी वाटायची.

"तिने खरं म्हणजे चांगलं व्यवस्थित खायला-प्यायला हवं," ते आपल्या पत्नीला म्हणायचे.

त्यावर ती म्हणायची, "माल्कम, तुझं काही लक्ष नसतं हं तिच्याकडे. गेल्या दोन वर्षांत अंगापिंडानं चांगली भरलीय ती. पण ती जरा ढगळ कपडे घालते, म्हणून ते विशेषसं लक्षात येत नाही. आणि ती आता पूर्वीसारखी अजिबात बावळट राहिलेली नाही. आता काही ती अवघडल्यासारखी मुळीच वावरत नाही. उलट तिच्या उठण्या-बसण्यात, वागण्या-बोलण्यात चांगला डौल आला आहे."

रॉबर्ट किनसेड आपल्या एरियल मोटारसायकलवरून हायवेवरच्या त्या वळणापाशी आला. ठरलेल्या ठिकाणी ती उभी असलेली त्याला दुरूनच दिसली. तिने अंगात सैलसर कपडे घातले होते. स्लॅक्स आणि फिक्या रंगाचा स्वेटर. पण त्यातूनही तिचा कमनीय बांधा लपत नव्हता. रॉबर्ट किनसेडच्या ते लक्षात आलं. स्त्री-देहाविषयीचं ते जुनं आकर्षण थोड्याच दिवसांपूर्वीपासून

त्याच्या मनात परत नव्याने डोकावू लागलं होतं. इतके दिवस युद्धावर असताना आपला जीव वाचवणं आणि नेमून दिलेलं काम व्यवस्थित पार पाडणं, एवढे दोनच विचार त्याच्या मनात असत. इन्फ्रंटीमध्ये वैद्यकीय पथकात गणवेश घालून काम करणाऱ्या थकल्या-भागलेल्या नर्सेस वगळता, बाकी स्त्रियांचं नखही दृष्टीस पडत नसे. केवळ कल्पनेनेच स्त्रीचा विचार करायचा, एखाद्या नटीचा जपून ठेवलेला फोटो एकमेकांना दाखवायचा. एकाकी मनाला तेवढाच विरंगुळा असायचा. कधीतरी सैनिकांकडे खिशात पत्नीचा नाहीतर गर्लफ्रेंडचा फोटो असायचा. ते अभिमानाने तो एकमेकांना दाखवत. रेडिओवरून, वृत्तनिवेदिकांचा मखमली मधाळ आवाज ऐकू यायचा, तेवढाच.

पण सूर्य माथ्यावर तापत होता. रॉबर्ट किनसेडसमोर भलीमोठी संथ दुपार पसरली होती. एका भल्यामोठ्या आयुष्यासारखी. दैवानेच त्याच्यावर कृपादृष्टी केली होती. निदान त्याला तरी तसंच वाटे. तो युद्धभूमीवर फोटो काढत असताना त्याच्या डोळ्यांसमोर कित्येक सैनिक मृत्युमुखी पडत होते. खरंतर त्यांनाही जगण्याचा त्याच्याइतकाच अधिकार होताच की. युद्धामध्ये एक कोटी साठ लाख सैनिक सहभागी झाले होते. ते मायदेश सोडून परमुलखात लढायला गेले होते. त्यात चार लाख मृत्युमुखी पडले होते. २० लाख जपानी सैनिकही मरण पावले होते.

"हॅलो," ती म्हणाली. तो मोटारसायकलवरून उतरला. ती त्याच्याचकडे पाहून हसत होती. त्या क्षणी किनसेडला ती खूप सुंदर भासली.

"हॅलो, छान दिवस आहे ना?" तो म्हणाला. आता आपणही तिच्याकडे पाहून हसलं पाहिजे, अशी त्याला अचानक जाणीव झाली. चेहऱ्यावर स्मितरेषा उमटवणं किंवा शहाण्यासुरत्या माणसासारखं खळखळून मनापासून हसणं या दोन कला तो आता नव्याने शिकू लागला होता.

"बिग सरमधला दिवस हा जवळपास नेहमीच सुंदर असतो. जरा काही दिवस इथे राहा म्हणजे तुम्हालाही कळेलच," असं म्हणून तिने मान किंचित कलती करून त्याच्याकडे पाहिलं. त्या नजरेत निमंत्रण होतं.

किनसेडच्या चेहऱ्यावरही हसू उमललं होतं. तो आपल्या मोटारसायकलच्या सीटवरून हात फिरवत होता. तिच्या हातातल्या व्हायोलिनकडे आणि बास्केटकडे नजर टाकत होता. "अरे बापरे, इतकं सामान आहे होय आपल्या बरोबर? पण मला मोटारसायकल चालवायला तर दोन्ही हात लागतील. मग थांबा, मी माझी सॅक आणि तुमची बास्केट असं दोन्हीही बाइकच्या मागच्या बाजूला बांधून टाकतो. तुम्ही तुमचं व्हायोलिन खांद्याला लावून माझ्या मागे बसा. आणि मी अगदी जपून बाइक चालवीन."

ते समुद्रकिनारी निघाले. उतारावर दाटीवाटीने सिकॅमोर वृक्ष उभे होते. त्यांच्या पानांमधून सूर्यप्रकाश खाली झिरपत होता. रस्त्यावर सावल्यांची नक्षी उमटली होती.

किनसेडने तीस यार्डांवर एका कपारीच्या जवळ एरियल मोटारसायकल पार्क केली. लवकरच भरती चालू होणार होती. तिच्या लाटांच्या मर्यादेपासून दूर त्याने ती उभी केली.

विन मॅकमिलनने उत्तरेकडे बोट दाखवलं, "आपण किनाऱ्याने चालत जाऊ, जरा पुढे गेलं की, एक छोटासा, रमणीय बीच आहे, वाऱ्यापासून पूर्ण सुरक्षित. पण आपल्याला समुद्राच्या लाटांकडे सतत लक्ष ठेवलं पाहिजे. आत्ता ओहोटी आहे. पण एकदा का भरती सुरू झाली की, मग आपण अडकून पडू. मग कडा चढून वर जायचं नाहीतर परत ओहोटी सुरू होण्याची वाट बघत राहायचं, एवढे दोनच पर्याय आपल्यासमोर उरतात."

रॉबर्ट किनसेडने व्हायोलिनच्या केसचा पट्टा उजव्या खांद्यावर अडकवला आणि आपली सॅक डाव्या खांद्यावर अडकवली. विनने पिकनिक बास्केट हातात घेतली. त्यात पोटॅटो सॅलड, हॅम सँडविचेस आणि रेड वाइनच्या दोन बाटल्या, असं सामान होतं. आधी तिने फक्त एकच बाटली पॅक केली होती. पण मग आदल्या दिवशी रात्री शेकोटीच्या प्रकाशात तो रॉबर्ट किनसेड नावाचा माणूस कसा दिसत होता त्याची आठवण झाल्यावर तिने दुसरी बाटलीपण बरोबर घेतली. कधी गरज पडेल, काय सांगावं?

ती संगीताविषयी, समुद्राविषयी आणि बिग सरविषयी स्वतःला वाटणाऱ्या आपुलकीबद्दल भरभरून बोलली. बोलत असताना तिच्या हातांच्या ज्या हालचाली होत होत्या त्यांच्याकडे त्याचं लक्ष वेधलं. त्या हालचाली लयबद्ध होत्या; जणूकाही संगीताच्या तालावर चालल्या असाव्या, अशा. ती खाली वाकून रेतीतले शंखशिंपले गोळा करत होती आणि तो तिच्याकडे पाहात होता. शंख-शिंपल्यांकडे बारकाईने लक्ष देऊन खूप काळ लोटला होता. शंख-शिंपल्यांची एकच आठवण त्याच्या मनात होती, ती म्हणजे रेतीतून चालत असताना मध्येच पडल्यावर त्या शंख-शिंपल्यांमुळे खूप खरचटत असे.

ती मागे वळून त्याच्याकडे पाहून मधाळ हसून म्हणाली, "तुम्ही तुमच्या पँटला कमरेला पट्टा घातलाय आणि शिवाय खांद्यावरचे पट्टे पण घातले आहेत. असं का? तुम्हाला आतून कसलीतरी भीती वाटते का?"

त्यावर किनसेड जोरात हसला. "मी रोज रोज तसं नाही घालत. मी कोणत्या प्रकारचं काम करत आहे, त्यावर ते अवलंबून असतं. मी माझ्या कमरेच्या पट्ट्याला माझी स्विस आर्मी नाइफ, लाइट मीटर आणि इतर इतक्या गोष्टी लटकावतो की, माझी पँट खाली घसरायला सुरुवात होते. मग ते थोपवण्यासाठी मी हे सस्पेंडर बेल्ट्स खांद्यावरून घालतो."

कडक झालेल्या वाळूवरून दोघंही अर्धा तास चालत होते. तिला आजूबाजूच्या परिसराविषयी अत्यंत कुतूहल होतं. ती उत्साहात, मजेत किनसेडच्या पुढे चालत

होती. कमरेला नाजूक हेलकावे देत होती. तिच्या कमनीय बांध्याकडे किनसेडचं लक्ष गेलं.

या संपूर्ण प्रसंगाचं नंतर त्याने आपल्या डायरीत वर्णन लिहून ठेवलं होतं :

आम्ही दुपारी दोन-अडीचच्या सुमारास एका छोट्याशा बीचपाशी आलो. आम्ही पायातले बूट काढून हातात घेतले. दोन डोंगरांमध्ये असलेल्या निमुळत्या फटीतून समुद्र आत घुसला होता. तिथे एक उथळ खाडी तयार झाली होती. त्या खाडीचा रंग जरा विचित्र निळसर-करडा होता. नंतर मला समजलं की, पाणी अनेक वर्षं एका व्होल्कॅनिक रॉकवरून वाहात असल्याने तो रंग तसा दिसत असे. मी तिथे उभा राहून समुद्र किनाऱ्यावर येऊन आदळणाऱ्या लाटांकडे निरखून पाहात होतो. त्यामुळे माझ्या पायाखालच्या रेतीमध्ये उमटलेल्या विचित्र खुणांकडे माझं लक्षच गेलं नाही. तो छप्पा जवळजवळ तीन फूट रुंद होता. गुळगुळीत होता.

मी खाली उकिडवं बसून त्याचं नीट निरीक्षण केलं. ते ठसे कुणाचे होते, ते समजून घेण्याचा खूप प्रयत्न केला. समुद्राच्या लाटा आणि माझ्या स्वत:च्या श्वासोच्छ्वासाचा आवाज याव्यतिरिक्त आणखी कसलाही आवाज तिथे ऐकू येत नव्हता. ते ठसे पुढे-पुढे जाऊन पाण्यापर्यंत पोहोचले होते. मी नजरेने त्या मार्गाचा वेध घेतला. त्या मार्गाच्या शेवटी काहीतरी प्रचंड मोठं आणि तपकिरी रंगाचं होतं. मी माझ्या बरोबरच्या तरुणीकडे पाहिलं, तर तीसुद्धा त्याच गोष्टीकडे निरखून पाहात होती.

त्या वेळी माझ्या बरोबरच्या सॅकमध्ये एक लहानसा रेंज फाइंडर कॅमेरा होता. मी पुढे जात असताना सॅकमध्ये हात घालून तो शोधला. मी अतिशय सावधपणे, काळजीपूर्वक चालत होतो. हा प्रदेश एकतर नवखा होता. शिवाय जंगलात आणि समुद्राच्या आसपास सापडणाऱ्या वन्य पशूंची मला काहीच माहिती नव्हती. शिवाय दुरून दिसणाऱ्या त्या महाकाय प्राण्याची आकृती भीतिदायक वाटत होती. मी एक खूप मोठा वळसा घालून त्या प्राण्याच्या पुढच्या बाजूला जाऊन पोहोचलो. आता मी त्याच्यापासून केवळ तीस यार्डांच्या अंतरावर होतो.

मला त्या ठिकाणापासून चेहरा दिसत होता आणि त्या खालचं ते अवाढव्य शरीर. तो प्राणी कित्येक हजार पौंड वजनाचा असेल. त्याचा चेहरा अतिशय विचित्र, काहीसा दु:खी होता. त्याचे डोळे वाळूत सापडणाऱ्या खड्यांसारखे तपकिरी होते. त्याला सोंडेसारखा अवयव

होता. त्याला पाय नसून पायांच्या जागी भलेमोठे पंख्यासारखे कल्ले होते. ते फलकावत, फरफटत तो वाळूतून घसरत पाण्याकडे निघाला होता. त्याने दुरून मला पाहून डोकं उंच उचललं आणि नीट निरखून माझ्याकडे पाहिलं. मग परत डोकं खाली घालून सुस्तपणे रेतीत पहुडला. एखादा कुत्रा गालिच्यावर पडून राहावा, तसा. हनुवटी रेतीत टेकून तपकिरी लुकलुकत्या डोळ्यांनी तो माझ्याकडे पाहात राहिला.

मी वीस फुटांवरून कॅमेरा त्या डोळ्यांवर रोखताच लेन्समधून ते मला स्पष्ट दिसले. ते डोळे माझ्याकडे रोखून पाहात होते. मी जरा खाली झुकून फोटो काढण्यासाठी चांगला अँगल कुठला ते बघत होतो. माझ्याकडे रोखून बघणाऱ्या त्या डोळ्यांमध्ये भीती आणि कुतूहल असं दोन्ही होतं. आपल्या फोटोग्राफीसाठी इतर प्राण्यांच्या शांत आयुष्यात ढवळाढवळ करणं, त्यांना त्रास देणं, त्यांची शांतता भंग करणं हे मला कधीच आवडत नसे. आणि इथे तर मी आणि माझ्याबरोबरच्या त्या स्त्रीने तिथे जाऊन त्या प्राण्याच्या शांततेवर अतिक्रमण केलं होतं.

मी गेली अनेक वर्षं पाहिलेल्या सर्व वाइल्ड लाइफमधल्या प्रतिमा एक-एक करून माझ्या नजरेसमोर तरळल्या. खरं म्हणजे तो प्राणी नक्की कोण होता, हे मला माहीत असायला हवं होतं. पण ते माहीत नव्हतं. मला नीटसं काही आठवत नव्हतं. तो सी-लायन तर नव्हता? पण त्याचं नाक फारच मोठं होतं. मग वॉलरस असेल का? त्याचा आकार, ते अवाढव्य शरीर एखाद्या वॉलरससारखं होतं. सुस्तपणाही तसाच होता. तरीही तो वॉलरस वाटत नव्हता. खरं म्हणजे मला प्राण्यांची किंवा वस्तूंची नावं स्मरणात ठेवण्यात काहीही रस नाही. आपल्या भोवतालच्या जगाकडे निरखून पाहाण्याऐवजी त्यातला गोष्टींना लेबलं लावण्याचीच आपल्याला फार जास्त हौस असते, असंच माझं मत आहे. पण तरीही आत्ता तो प्राणी कोण हे ओळखू न आल्यामुळे मला मनातून खूप वैताग आला होता.

तो प्राणी ज्या तऱ्हेने अस्ताव्यस्त पसरला होता, त्या तऱ्हेने त्याचा फोटो अजिबात चांगला आला नसता. तो रेतीत खोलवर रुतून बसला होता. त्याच्या मागे अगदी जवळच उंच-उंच खडक होते. त्या खडकांचा रंग त्याच्या अंगावरील कातडीसारखाच होता. पण मला त्याने काही फरक पडत नव्हता. मी कॅमेरा बराच खाली झुकवला आणि जसा येईल तसा फोटो काढला. मग मला आठवण झाली. तो प्राणी म्हणजे एलिफंट सील होता. एकोणिसाव्या शतकात शिकाऱ्यांनी शिकार केल्यामुळे

ही जात हळूहळू नामशेष होण्याच्या मार्गावर होती. तो प्राणी बहुधा आदल्या दिवसापासून या बीचवरच पहुडलेला असावा आणि रात्रभरही तिथेच थांबला असावा. तो मोठ्या कष्टाने पाण्याकडे जाण्याचा प्रयत्न करत होता.

समुद्राच्या उथळ पाण्यात तो सील एकदाचा पोहोचला, त्याच वेळी सहा फूट उंच लाटा उसळत किनाऱ्यापाशी येऊन खडकावर आदळल्या. त्याने क्षणभर थबकून मागे वळून माझ्याकडे आणि माझ्याबरोबरच्या तरुणीकडे पाहिलं. तो पुढे निघाला. हळूहळू पाणी जसं खोल होत गेलं, तसा तो जास्त सहजतेने आत शिरला. किनाऱ्यावर असताना एका भल्यामोठ्या चिखलाच्या ढिगाऱ्यासारखा पडून होता. पाण्यात शिरताच त्याच्यात खूप मोठं परिवर्तन घडून आलं. दोन डोंगरांच्या मधल्या खाडीत शिरून अत्यंत चपळाईने पोहत तो बघता-बघता दिसेनासा झाला.

मी ताठ उभा झालो आणि त्या स्त्रीकडे पाहिलं. ती एकदम जवळ येऊन मला बिलगली. माझ्या कमरेभोवती हात टाकून उभी राहिली. तिने माझ्या शर्टची बाही खेचली. मी मान खाली करून तिच्याकडे पाहिलं.

"तो खूप स्पेशल होता, रॉबर्ट," ती म्हणाली, "हे इकडे असे सहजासहजी बघायला मिळत नाहीत." असं म्हणून हसून तिने माझ्याकडे रोखून पाहिलं.

मग क्षणभर थांबून ती म्हणाली, "तो अगदी तुमच्यासारखा आहे... म्हणजे... सहजासहजी कुठे न बघायला मिळणारा."

तो तीन फूट रुंदीचा, त्याने रेतीतून घसरत जाताना बनवलेला पट्टा अजूनही तसाच स्पष्ट दिसत होता. पट्ट्याच्या दोन्ही बाजूला त्याच्या त्या पंखांसारख्या कल्ल्यांच्या खुणा होत्या. तो पट्टा थेट समुद्रापर्यंत जाऊन पोहोचला होता. मी कॅमेरा माझ्या सॅकमध्ये परत ठेवला. अजूनही माझ्या मनात लुकलुकत्या तपकिरी डोळ्यांनी माझ्याकडे बघणाऱ्या त्या सीलचाच विचार करत होतो. तो माझ्याकडे बघता-बघता स्वतःच्या स्मरणशक्तीला खूप ताण देण्याचा प्रयत्न करत असावा आणि अखेर त्याने मला ओळखलं असावं. म्हणूनच तो मान वळवून माघारी फिरून पाण्याकडे गेला आणि बघता-बघता दूर निघून गेला.

त्या स्त्रीने जमिनीवर बसण्यासाठी बैठक अंथरली. तिने त्यासाठी एका बेताच्या उंचीच्या खडकाजवळची जागा निवडली. तो खडक साधारणपणे खुर्चीच्या आकाराचा होता. मग आपलं व्हायोलिन काढून

ती त्या खडकावर बसून वाजवू लागली. मी खाली पहुडलो. गेली तीन वर्षं मी ज्या ठिकाणी काढली तेथील आठवणी माझ्या मनात पिंगा घालू लागल्या. वाळू गरम होती. मी बराच काळ तिथे निवांत पडून राहिलो होते. मला तिथून उठून दुसरीकडे कुठेही जावंसं वाटत नव्हतं.

दुसरा दिवस उजाडला तोच मुळी दाट धुकं घेऊन. आदल्या रात्री रॉबर्ट किनसेडने आजूबाजूच्या भागातून कामट्या, लाकडाचे तुकडे गोळा करून आणून शेकोटी पेटवली होती. तिच्यात अजूनही थोडी धुगधुगी बाकी होती. त्याने त्या कामट्या आणखी आत सरकवून जाळ केला. तो आणि विन रात्रभर त्या रेतीत एकमेकांच्या मिठीत पहुडले होते. त्याला कितीतरी दिवसांनी पुन्हा तरुण झाल्यासारखं वाटत होतं. त्या युद्धाने अनेक तरुणांना म्हातारं बनवून टाकलं होतं, पण तो परिणाम आत्ता गळून पडल्यासारखा वाटत होता.

विन गारठली होती. तिने केसात क्लिप अडकवून खूप टापटिपीने बांधलेले लांबसडक केस आता विस्कटून अस्ताव्यस्त झाले होते. अर्धेअधिक त्या क्लिपमधून बाहेर आले होते. पण तिच्या चेहऱ्यावर हसू होतं. तिने कुशीला वळून उत्कटतेने त्याच्या ओठांवर ओठ टेकले. बराच वेळ दोघं तसेच एकमेकांना खेटून, परस्परांना जागोजागी स्पर्श करत तिथे पडून राहिले. अखेर फटफटलं. आभाळ करड्या रंगाचं दिसू लागलं. दाट धुक्यातून सूर्यप्रकाश झिरपू लागला. त्या बीचवर आल्यापासून तिसऱ्यांदा ते दोघं आवेगाने एकमेकांच्या जवळ येऊन एकरूप झाले.

"मग तू आता इथे राहाशील ना?" तिने नंतर त्याला विचारलं.

त्याने उठून बसत तळहात झटकून रेती काढून टाकली. आपले बूट जवळ ओढून पायात घालून लेस बांधता-बांधता तो म्हणाला, "मला ते शक्य नाही. मी कामाच्या शोधात आहे. मला आता नॅशनल जिओग्राफिकला फोन करून त्यांच्याकडून काही काम मिळतंय का, ते पाहायला हवं. युद्धापूर्वी मी त्यांच्यासाठी खूप काम केलेलं आहे. मी सॅन फ्रॅन्सिस्कोच्या जवळपास जाऊन मुक्काम ठोकण्याचा विचार करतोय. पण आपण एकमेकांना वारंवार भेटू शकतो."

"हो, खरं आहे. पण कधीकधी वाटतं, अख्खं आयुष्य जर असंच घालवता आलं असतं तर... काल रात्रीसारखं आणि आज सकाळसारखं... तर किती बरं झालं असतं!" असं म्हणून ती किनसेडला रेलून बसली आणि त्याच्या शर्टच्या कॉलरशी खेळू लागली.

दोघांची डोकी एकमेकांना टेकली होती. तिच्या केसांना समुद्राचा वास येत होता. अचानक समोरच्या धुक्यातून पांढऱ्याशुभ्र पेलिकन्सचा थवा उडत आला. ते सगळे समुद्राच्या पाण्यापासून काही इंचांवरून घिरट्या घालत उडू लागले. जरा

वेळात ते धुक्याच्या पडद्याआड दिसेनासे होऊन त्यांची जागा सी-गल पक्ष्यांनी घेतली. सकाळ झाली, तसे ते सी-गल्स आपल्या कामाला लागले. तो क्षण खरंच मंतरलेला होता. पण असाच मुठीत पकडून धरून ठेवणं, त्याला कायमचं जतन करून ठेवणं शक्यच नव्हतं, हे रॉबर्ट किनसेडला ठाऊक होतं. आणि त्यामुळेच त्याच्या अंतर्यामी खळबळ माजली. एक नवं आयुष्य त्याच्या पुढ्यात होतं आणि पुढे होऊन त्या आयुष्याला कवेत घेण्यासाठी तो आतुर झाला होता.

विन मॅकमिलनने त्याच्या शर्टावरची दोन बटणं उघडून अलगद त्याच्या छातीवर ओठ टेकले. ती बराच वेळ त्याच्या छातीवर गाल टेकवून, त्याला टेकून थांबली. काही वेळ रॉबर्ट किनसेडही तिच्या मऊ केसांमधून हात फिरवत राहिला. तिच्या केसात रेतीचे कण अडकले होते. मग तिने त्याच्या छातीवर आपलं डोकं घुसळलं आणि परत स्तब्ध झाली. समुद्राकडे बोट दाखवत हळुवार आवाजात कुजबुजली, "मार्च महिन्यात ग्रे व्हेल्स इकडे येतात, असं लोक म्हणतात."

❖

शरद ऋतु, १९८१

बिग सरच्या वरच्या त्या बीचवर रेंगाळणाऱ्या शरद ऋतूला छत्तीस वर्षं आणि तीन महिने लोटल्यानंतरची गोष्ट. साउथ डाकोटामधला तो कंटाळवाणा, लांबच लांब, अघळपघळ नोव्हेंबर महिना होता. पुढे हिवाळ्यात काय वाढून ठेवलंय ते काही वेगळं सांगण्याची गरज नव्हती. जेवढं काही वाहून जाऊ शकत होतं, तेवढं वाहून गेलं होतं, पळून जाऊ शकत होतं, तेवढं दक्षिणेच्या दिशेने पळून गेलं होतं... नाहीतर जमिनीत गाडलं गेलं होतं. कार्लिस्ले मॅकमिलनच्या एक गोष्ट लक्षात आली. लोकांचा दृष्टिकोन बदलला होता. पुढचे कित्येक महिने घराच्या चार भिंतींत बंदिस्त राहाण्याच्या कल्पनेने त्यांच्या कपाळावर आठी पडली होती. पण नाराजीनेच का होईना, ते मनाची तयारी करत होते. सकाळी माणसं अचानक वाकली होती. खांदे झुकवून चालत होती. जणूकाही त्यांच्या अंगावर कासवासारखं कठीण कवच उगवलं होतं. जणूकाही त्या माणसांनी आपली डोकी कवचाच्या आत ओढून स्वत:चा श्वास रोखून धरला होता, मार्च आणि एप्रिल महिन्यात बर्फ गोठण्याची वाट बघत.

फॉल्स सिटीमधील लायब्ररी फार जास्त गरम होती. रेडिएटर्स जुनेपुराणे झाले होते. ते कोळशावर चालणारे होते. त्यांच्यातून आवाज येत असे. ती इमारत सकाळच्या वेळी बऱ्यापैकी रिकामी होती. हीटिंग सिस्टिमचा आवाज वगळता बाकी शांतता होती. फक्त एक म्हातारी बाई वर्तमानपत्राची पानं उलटत होती, तेवढाच

काय तो आवाज येत होता. लायब्ररियन एकीकडे पुस्तकांच्या शेल्फांमधली पुस्तकं आवरत होता, इकडून तिकडे उचलून ठेवत होता, पण तो जराही आवाज होणार नाही, याची खबरदारी घेत होता. दोन वेळा त्या लायब्ररियनने कार्लिस्लेकडे रोखून पाहिलं. एखादा रेड इंडियन आल्यावर जसं आश्चर्याने पाहावं, तसं.

कार्लिस्लेने शेल्फमधून 'हूज हू' नावाचं पुस्तक काढून त्यात रॉबर्ट एल. किनसेड नामक माणसाची माहिती शोधण्याचा प्रयत्न केला, पण त्याला त्यात काहीच मिळालं नाही. मग त्या लायब्ररियनने स्वत:जवळची आणखी एक डिरेक्टरी काढून, त्यात पाहून अजून एका पुस्तकाचं नाव काढून दिलं. त्यात फोटोग्राफीच्या क्षेत्रात काम करणाऱ्या लोकांची इत्थंभूत माहिती दिलेली होती.

"ते पुस्तक संदर्भ विभागातील दुसऱ्या क्रमांकाच्या शेल्फमध्ये तुम्हाला मिळेल. हूज हू जिथे मिळालं होतं ना, त्याच्या अगदी जवळपास." तो कार्लिस्लेला म्हणाला.

कार्लिस्ले एका भक्कम, रेखीव नक्षीच्या टेबलापाशी बसला. त्या टेबलाच्या पृष्ठभागावरून हात फिरवत तो समोरच्या पुस्तकाची पानं उलटू लागला. उलटता-उलटता तो 'के' हे अक्षर असलेल्या विभागापाशी आला आणि त्याने समोरील नावांच्या यादीवरून सावकाश बोट फिरवत एक-एक नाव वाचण्यास सुरुवात केली. अखेर त्याला हवं ते सापडलं. मग तो वाचू लागला –

किनसेड, रॉबर्ट एल. बी., ऑगस्ट १, १९१३, बार्न्सव्हिल, ओएच, वडील थॉमस एच, आई अ‍ॅग्नेस. आईचं लग्नापूर्वीचं नाव मारियन वॅटरसन. १९५३ साली विवाह आणि १९५७ साली घटस्फोट झाला.

यु.एस. आर्मी १९३१-३५

यु.एस.एम.सी. १९४५-४६

पुरस्कार : 'डिस्टिंग्विश्ड अचिव्हमेंट' – अमेरिकन सोसायटी ऑफ फोटोग्राफर्स, 'लाइफटाइम ऑफ एक्सलन्स' – इंटरनॅशनल जर्नल ऑफ फोटोग्राफी, फ्री लान्सर – मुख्यत्वेकरून 'नॅशनल जिओग्राफिक'करिता, त्याशिवाय 'लाइफ', 'टाइम', 'ग्लोबट्रॉटर' व इतर काही नियतकालिकांसाठीसुद्धा काम केलं. फोटोजर्नालिस्ट. अत्यंत गूढ, सुंदर व कधीकधी महाभयंकर अशा लोकेशन्सवर जाऊन शूटिंग करणं ही खासियत. अतिशय दैनंदिन व नीरस वाटू शकतील अशा स्वरूपाच्या गोष्टींना काव्यात्म आणि सुंदर बनवून पेश करणं, हे वैशिष्ट्य. पत्ता – अज्ञात.

'हा रॉबर्ट किनसेड नावाचा जो कोण माणूस होता, तो आता अडुसष्ट वर्षांचा

तरी नक्कीच असेल –' कार्लिस्ले असा विचार करत एकीकडे ती तुटपुंजी माहिती पुन्हा पुन्हा चाळून पाहात होता. मग लायब्ररीत जाऊन त्याने नॅशनल जिओग्राफिकचे बरेच गठ्ठे उचलून टेबलापाशी आणले. १९७८ सालानंतरची सगळी मासिकं त्यात होती. त्यातील पानं चाळून बघण्यात त्याचा तासभर गेला. चाळता-चाळता स्वत:च्या आवडीचे दोन लेखही त्याने वाचून काढले, पण त्यात कुठेही रॉबर्ट किनसेडच्या नावाचा साधा उल्लेखही त्याला सापडला नाही.

मग त्याने अगदी काटेकोरपणे, शिस्तबद्ध रितीने शोध सुरू केला. नवीन अंकांकडून एक-एक करत पाठीमागेच अंक तो तपासून पाहू लागला. १९७५ सालच्या फेब्रुवारी महिन्यात ग्रेट ब्रिटनच्या पठारांवरील गव्हाच्या शेतीच्या प्रयोगांवर एक लेख होता व त्यासोबत रॉबर्ट किनसेडने काढलेले फोटो होते. मग १९७४ सालच्या एका लेखाच्या शेवटी एक तळटीप होती. त्यात असं लिहिलेलं होतं की, ॲकेडिया नॅशनल पार्कमध्ये त्या लेखासाठी फोटोशूट करत असताना अपघात होऊन त्यात रॉबर्ट किनसेडच्या घोट्याचं हाड फ्रॅक्चर झालं होतं. कार्लिस्लेला या किनसेड नामक माणसाची फोटोग्राफी अतिशय आवडली. शिवाय त्या वयात त्याच्या अंगात इतका जोम, उत्साह आणि चिकाटी असावी, याचं त्याला खूप कौतुक वाटलं. वयाच्या एकोणसाठाव्या वर्षी हा किनसेड गळ्यात कॅमेरा लटकवून कडेकपाऱ्यांमधून, डोंगरदऱ्यांमध्ये भ्रमंती करत होता.

सिटी स्क्वेअरमधील एका कॅफेमध्ये दुपारचं जेवण करून कार्लिस्ले परत लायब्ररीत गेला. तिथे त्याने आपला शोध सुरूच ठेवला. तो जसा-जसा जुनी मासिकं काढत होता, तसंतसं किनसेडचं जास्त जास्त काम त्याला पाहायला मिळत होतं. अखेर १९६७ सालच्या अंकात पूर्व आफ्रिकेतील नामशेष होत चाललेल्या जंगलांसंबंधी एक लेख आला होता. त्यात कार्लिस्लेला जे हवं होतं ते मिळालं – त्या किनसेड नावाच्या माणसाचा फोटो. त्या नियतकालिकाच्या मलपृष्ठावर त्याचा फोटो होता. आफ्रिकेतील एका नदीच्या काठी रॉबर्ट किनसेड उकिडवा बसून समोरच्या कुठल्यातरी गोष्टीकडे निरखून पाहात होता. त्याने आपला कॅमेरा छातीशी घट्ट पकडला होता. त्याचे लांब केस त्याच्या मानेवर रुळत होते आणि शर्टच्या कॉलरला स्पर्श करत होते. त्याच्या गळ्यात चांदीची साखळी होती व साखळीला एक पदकही होतं.

त्या फोटोकडे निरखून पाहात असताना अचानक कार्लिस्लेच्या अंगावर सरसरून काटा आला. तो क्षणभर खुर्चीत रेलून बसला. लायब्ररीच्या छताकडे बघत राहिला. त्या फोटोमधील माणसाच्या पँटला दोन पट्टे होते. नारिंगी रंगाचे. ते त्याने खांद्यावरून घेतले होते. कार्लिस्लेच्या आईने, विन मॅकमिलनने त्या नारिंगी सस्पेंडर बेल्ट्सचा उल्लेख केला होता.

अचानक शाळकरी मुलांचा एक घोळका लायब्ररीत शिरला. त्यांचे शिक्षक त्यांना गप्प करण्याचा आटोकाट प्रयत्न करत होते. पण त्या मुलांची दंगामस्ती, लायब्ररीच्या गुळगुळीत फरशीवरून मुद्दाम पाय घसरत चालणं, आरडाओरडा असं सगळं चालू होतं. कार्लिस्ले आणखी काही मिनिटं स्वत:च्या खुर्चीत स्तब्ध बसून होता. आफ्रिकेतील नदीकाठी उकिडवं बसून, छातीशी कॅमेरा पकडून, समोरच्या गोष्टीकडे टक लावून बघत असणाऱ्या, नारिंगी रंगाचे सस्पेंडर बेल्ट्स घातलेल्या त्या फोटोतल्या माणसाकडे कार्लिस्ले बघत राहिला. मग त्याने त्या पानावर खूण घालून तो अंक मिटून ठेवला आणि त्याही मागचे अंक चाळून बघू लागला.

अखेर त्याला एकंदर अठ्ठावीस लेख सापडले. त्यातले काहीतर १९३० सालातले होते. त्या सर्व लेखांसाठी फोटोग्राफीचं काम रॉबर्ट किनसेडने केलं होतं. इतकंच नव्हे, तर त्यातील सहा लेख खुद्द त्याने लिहिलेसुद्धा होते. रॉबर्ट किनसेडचे एकूण चार फोटो कार्लिस्लेला सापडले. त्यातला एक १९४८ सालच्या अंकात होता. तेव्हा किनसेडचे लांब केस अजून पांढरे झालेले नव्हते. त्या केसांचा रंग आणि आपल्या स्वत:च्या केसांचा रंग अगदी मिळताजुळता आहे, असं कार्लिस्लेला वाटलं. किंवा 'कदाचित तो भासही असेल' असं त्याच्या मनात आलं. 'आपल्या दोघांचं नाक, गालाची हाडंपण सारखीच आहेत, दोघांच्या चेहऱ्याची ठेवण अमेरिकन-इंडियन आहे', असंही त्याला वाटलं. फक्त कार्लिस्ले त्या फोटोतल्या रॉबर्ट किनसेडपेक्षा जास्त दणकट, धिप्पाड होता. त्याच्या आईच्या म्हणण्याप्रमाणे ती देहयष्टी त्याला तिच्या वडिलांकडून मिळाली होती. त्यांचं घराणं स्कॉटिश योद्ध्यांचं होतं.

रॉबर्ट किनसेड याने ज्या-ज्या लेखांसाठी काम केलं होतं, त्या प्रत्येक लेखाच्या प्रत्येक पानाची कार्लिस्लेने फोटोकॉपी काढून घेतली. शिवाय त्याच्या चार फोटोंचीही कॉपी काढून घेतली. त्याला खरंतर १९३०च्या दशकातील इतरही नामवंत नियतकालिकांचा शोध घेऊन बघायचा होता. पण त्या दिवशी स्टाफ मीटिंगमुळे लायब्ररी लवकर बंद होणार होती. मग त्या सगळ्या फोटोकॉपीज घेऊन तो आपल्या ट्रककडे निघाला. सालामांदरच्या वायव्येस असलेल्या स्वत:च्या घरापर्यंतचं चाळीस मैलांचं अंतर काटत असताना, त्याच्या मनात विचारचक्र सुरू होतं. आज दुपारभर त्याने जो काही शोध घेतला होता, तो फक्त रॉबर्ट किनसेडचाच होता. खरंतर आणखी कितीतरी रॉबर्ट होतेच की, पण का कोण जाणे, या रॉबर्ट किनसेड नावाच्या माणसाने त्याच्या मनाचा ठाव घेतला होता. त्यामुळेच आणखी कुठल्या रॉबर्ट नावाच्या माणसाचे त्या इतक्या सगळ्या अंकांत जर फोटो असतील, तर त्याकडे त्याने दुर्लक्षच केलं होतं.

नोव्हेंबर महिन्यातली काळोखी खात्र होती. कार्लिस्लेने आपल्या ट्रकच्या

दिव्यांच्या प्रकाशात समोर पाहिलं. तो परत विचारात पडला. त्याने आपल्या मनात खूप खोलवर डोकावून पाहिलं. आपण नेमकं या रॉबर्ट किनसेड नावाच्या रहस्यमय, गूढ माणसावरच का आपलं सगळं लक्ष केंद्रित करून बसलो आहोत, या प्रश्नाचा शोध लावण्याचा तो प्रयत्न करू लागला. त्यासाठी दोन गोष्टी कारणीभूत झाल्या होत्या. एकतर त्याच्या आईने, विनने बिग सरमध्ये तिला भेटलेल्या त्या मोटारसायकलवाल्या माणसाचं केलेलं वर्णन या रॉबर्ट किनसेडशी मिळतंजुळतं होतं आणि दुसरं कारण म्हणजे, बडीने मोटारसायकलबद्दल दिलेला रिपोर्ट.

त्या रात्री घरी गेल्यावर कार्लिस्लेने सगळ्या फोटोकॉपीज व्यवस्थित जमिनीवर पसरल्या. मग त्या स्थळांप्रमाणे ओळीने लावल्या. त्यातील बरीच ठिकाणं दूरदूरची होती – भारत, आफ्रिका, ग्वाटेमाला, स्पेन, ऑस्ट्रेलिया, दोन ठिकाणं कॅनडामधली होती. अमेरिकेमध्ये एक ठिकाण आयोवामधलं तर दुसरं लुईझियानामधलं, एक मेनमधलं तर आणखी दोन अतिपश्चिमेकडची होती.

त्याचं मांजर चुलीजवळ उबेत बसलं होतं. ते तिथून बाहेर आलं आणि गुरगुरत त्या सगळ्या फोटोकॉपीजच्या गठ्ठ्यावर पसरलं.

"भूक लागली ना? सॉरी, मी तुझ्याकडे लक्षच नाही दिलं," कार्लिस्ले म्हणाला.

त्याच्या मांजराने समोर ठेवण्यात आलेल्या ट्यूना फिशवर ताव मारायला सुरुवात केली. कार्लिस्लेने एक फोटोकॉपी उचलून दिव्याच्या उजेडात धरून तिचं बारकाईने निरीक्षण करण्यास सुरुवात केली. फोटोकॉपी चांगली स्पष्ट आली होती. फोटोतला रॉबर्ट किनसेड आपल्याकडेच रोखून बघतोय, असा कार्लिस्लेला भास झाला. त्याने तो फोटो खाली ठेवून दिला. मग परत एकदा हातात उचलून बारकाईने निरखून पाहिला. 'देवा! आपल्या ही गोष्ट आधी कशी लक्षात आली नाही?' तो मनाशी पुटपुटला. त्या माणसाच्या डाव्या मनगटावर एक कडं होतं – एक रुंद ब्रेसलेट. त्याच्या आईने त्या ब्रेसलेटचाही उल्लेख केला होता. म्हणजे एकूण किती गोष्टी जुळत होत्या बरं? – सस्पेंडर, बेल्ट्स, ब्रेसलेट, पेट्रोल टँकवर 'ए' असं अक्षर कोरलेली मोटारसायकल आणि रॉबर्ट एल. किनसेड नावाचा माणूस, ज्याने १९४५ साली अशाच प्रकारच्या एका बाइकची नोंदणी केली होती.

कार्लिस्ले परत आपल्या टेबलापाशी गेला. त्याने या आधी एक आकृती काढली होती. ती त्याने परत एकदा निरखून पाहिली. त्याने काही खुणेचे शब्दही लिहून ठेवले होते. आता त्याने एक कागद घेऊन त्यावर एक टेबल काढलं आणि त्यातील रकाने भरून एका-एका गोष्टीसमोर टिक करू लागला. तसं करताना त्याचे हात किंचित थरथरत होते. त्याचं ते काम करून संपलं तेव्हा प्रत्येक रकान्यासमोर टिकमार्क होता. एकही रकाना रिकामा राहिला नव्हता.

रॉबर्ट एल. किनसेड

'ए' = एरियल फोर बाईक	✓
रजि. एस.एफ. ९/४५	✓
फोटोग्राफर	✓
भरपूर प्रवास केला	✓
फ्री लान्स	✓
नियतकालिकं	✓
डब्ल्यू.डब्ल्यू.आय.आय	✓
मरीन्स	✓
ब्रेसलेट	✓
सस्पेंडर्स	✓
तिशी नुकती उलटलेली = १९४५ साली वय वर्षं ३२	✓

मग तो आपल्या मांजराकडे वळून म्हणाला, "डंपर, मला आता भीती वाटू लागली आहे," मांजर बैठकीच्या खोलीच्या फरशीवर स्वत:ला चाटून साफ करत बसलं होतं. कार्लिस्ले खिडकीला टेकून काचेतून बाहेरच्या अंधाराकडे बघत बसला.

त्या रात्री कार्लिस्ले बराच वेळ जागा होता. बैठकीच्या खोलीतल्या फायरप्लेसमध्ये आग धगधगत होती. त्याचा बारीक आवाज येत होता. कार्लिस्लेच्या मनात अजूनही रॉबर्ट किनसेडचेच विचार घोळत होते. त्याने मगाचपासून जे काही लेख वाचले होते, त्यांच्याविषयी तो विचार करत होता. जीन्स, खाकी शर्ट आणि सस्पेंडर बेल्ट्स घातलेल्या त्या माणसाने आयुष्यभर प्रचंड भ्रमंती केली होती. एखाद्या भटक्या जमातीच्या माणसाप्रमाणे त्याने संपूर्ण पृथ्वी पालथी घातली होती. त्याच्या आईच्या – विनच्या – आठवणीतला माणूस जर खरोखर हाच असेल, तर मग पुढील आयुष्यात त्या दोघांचा काही संबंध राहिला नाही, यात नवल ते काय? त्याच्या आईनेसुद्धा तरुणपणी पुष्कळ भ्रमंती केली होती आणि किनसेड तर सलग जास्त दिवस एका जागी कधी राहिलाच नव्हता. कार्लिस्लेला फोटोतल्या रॉबर्ट किनसेडच्या डोळ्यांची आठवण झाली. आफ्रिकेच्या कुठल्याशा भागातून तो आपल्याकडे धारदार नजरेने रोखून पाहात असल्याचा, तो फोटो पाहात असताना त्याला भास झाला होता.

फॉल्स सिटी लायब्ररीमध्ये अशा प्रकारे सतत दोन दिवस संशोधन केल्यानंतर कार्लिस्ले मॅकमिलनने नॅशनल जिओग्राफिकच्या वॉशिंग्टन डी.सी.मधील ऑफिसात फोन लावला. पण वॉशिंग्टन डी.सी.मधलं घड्याळ आपल्यापेक्षा एक तास पुढे आहे, हे काही त्याच्या लक्षात नव्हतं. ऑफिसातील सेक्रेटरीने सगळे लंचला गेल्याचं सांगितलं. पण ती म्हणाली, "तुम्हाला नक्की काय माहिती हवी आहे? मी काही मदत करू का? त्यांचं नाव जरा परत सांगता का?"

कार्लिस्ले म्हणाला, "त्यांचं नाव रॉबर्ट किनसेड. माझ्याकडे जमा असलेल्या लेखांवरून असं लक्षात येतं की, १९३० ते १९७५ या काळात त्यांनी तुमच्या मासिकासाठी प्रचंड काम केलं होतं. मी त्यांचा पत्ता शोधतो आहे. कदाचित ते माझे नातेवाईक असण्याची शक्यता आहे."

"हो ना, आजकाल लोकांना कुलवृत्तान्तांमध्ये फार रस निर्माण झालाय. माझा नवरासुद्धा त्याच्या वंशावळीचा तपास करतोय. तुम्ही जरा एक मिनिटभर फोनवरच थांबा हं," ती म्हणाली.

"हो, चालेल," कार्लिस्ले म्हणाला. नोटपॅडवर पेन्सिलीचा टकटक असा ताल धरून तो थांबला. इतक्यात त्याच्या मांजराने त्याच्या मांडीवर उडी मारून त्या पेन्सिलीवर झडप घातली. मग कार्लिस्लेने त्याला खेळवायला मुद्दाम ती पेन्सिल टेबलाच्या कडेवरून इकडे-तिकडे फिरवायला सुरुवात केली. त्याबरोबर मांजराचं डोकंही त्या रोखाने हलू लागलं. मधूनच ते ती पेन्सिल पकडायचा प्रयत्न करे. बाहेर आकाशात मळभ आलं होतं. वातावरण उदासवाणं, गढूळ होतं. जरा वेळाने पावसाचे थंडगार थेंब खिडकीच्या काचांवर टपटप पडू लागले.

सेक्रेटरी फोनवर परत आली. "तुम्हाला फार वेळ थांबावं लागलं का हो? सॉरी हं. मला बऱ्याच जुन्या-जुन्या फाइल्स काढून पाहाव्या लागल्या. तुम्ही ज्या रॉबर्ट किनसेडविषयी विचारताय ते आणि मला मिळालेल्या फाइलमधले रॉबर्ट किनसेड जर एकच असतील, तर ते आमच्या मासिकासाठी खरोखरच अनेक वर्षं काम करत होते. आमच्याकडील नोंदीनुसार त्यांनी अखेरचं काम १९७५ साली केलं. इथे दिलेल्या माहितीवरून तर असं वाटतंय की, हा माणूस चांगलाच भटक्या होता. कुणीतरी त्यांच्या फायलीवर असं लिहून ठेवलंय, 'यांची जगाच्या पाठीवर कुठेही जाण्याची तयारी असून, हाती घेतलेलं काम पूर्ण होईपर्यंत ते तिथे राहातात. उत्कृष्ट कामाची हमी असते.'"

"तुमच्याकडे नोंदवलेल्या माहितीमध्ये ते दुसऱ्या महायुद्धात लष्करात भरती असल्याचा कुठे उल्लेख आहे का हो?" कार्लिस्लेने विचारलं. त्याला पलीकडच्या बाजूनी पानं उलटल्याचा आवाज आला.

"होय. ते नौदलात होते. त्यांचा जुना परिचय इथे लिहिलेला आहे. त्यात

म्हटलंय – १९४५ सालच्या सप्टेंबर महिन्यात, वयाच्या बत्तिसाव्या वर्षी त्यांना कर्तव्यमुक्त करण्यात आलं. ही त्यांची युद्धात कामगिरी करण्याची दुसरी खेप होती. या आधीसुद्धा ते आर्मीमध्ये होते. १९३५ साली तेथील कामगिरी पूर्ण करून ते बाहेर पडले आणि त्यानंतर लगेच आमच्यासाठी काम करू लागले. पण नंतर दुसऱ्या महायुद्धाला तोंड फुटल्यानंतर सेनेने त्यांना परत बोलावून घेतलं. पण या खेपेस त्यांनी नौदलात काम घेतलं. त्यांचा जन्म ओहायो येथील बार्न्सव्हिल या गावी झाला. त्यांनी आपलं शालेय शिक्षण तिथेच पूर्ण केलं. आमच्याकडे त्यांच्याविषयी ही एवढीच माहिती उपलब्ध आहे. शिवाय त्यांनी लिहिलेल्या लेखांचीपण मोठी यादी आहे. पण ते लेख तर तुमच्याकडे आहेतच ना?''

एवढं बोलून ती क्षणभर थांबली. मग म्हणाली, ''एक मिनिट... मला आत्ता काहीतरी आठवलं. सुमारे एक वर्षापूर्वी मी याच रॉबर्ट किनसेडची फाइल एकदा बाहेर काढली होती. आणखी कुणीतरी त्यांची चौकशी करत होतं.''

''कोण करत होतं चौकशी? पुरुष का स्त्री? तुम्हाला काही कल्पना आहे का?''

''अं... मला वाटतं ती स्त्रीच असावी. पण अगदी खात्रीशीररीत्या नाही सांगू शकत. त्या वेळी मी इथे नुकतीच लागले होते. त्यामुळे तो फोन मी एका असोसिएट एडिटरकडे दिला. त्याने मला ती फाइल शोधून आणायला सांगितली, एवढंच काय ते मला आठवतंय. मी त्या एडिटरची आणि तुमची फोनवर गाठ घालून दिली असती, पण ते सोडून गेले. त्यांचा पत्ताही मला माहीत नाहीये.''

''तुमच्याकडे मि. किनसेड यांचा पत्ता किंवा फोन नंबर आहे का?''

''इथे बेलिंगहॅम, वॉशिंग्टन इथला एक पत्ता आणि फोन नंबर लिहिलेला आहे,'' ती म्हणाली.

तिने सांगितलेला फोन नंबर आणि पत्ता कार्लिस्लेने टिपून घेतला आणि तिचे आभार मानून फोन ठेवला. त्यानंतर त्याने क्षणभर विचार केला व नंतर सरळ बेलिंगहॅममधला तो फोन नंबर फिरवला. पण तिकडून त्या रॉबर्ट किनसेडने जर फोन उचलला, तर आपण त्याच्याशी काय बोलणार आहोत, हे त्याचं त्यालाच माहीत नव्हतं. पण त्याला काळजी करायचं काहीच कारण नव्हतं. कारण एका इन्श्युअरन्स एजंटने तो फोन उचलला. केवळ दोनच वर्षांपूर्वी त्या भागात त्यांच्या कंपनीने शाखा उघडली होती आणि हा नंबर त्यांना देण्यात आला होता. त्याने कार्लिस्लेला लगेच त्याच्या नव्या योजनांविषयी माहिती देण्यास सुरुवात केली. पण कार्लिस्लेला त्यात काहीच रस नव्हता. त्याने फोन ठेवला.

त्यानंतर त्याने बेलिंगहॅम चेंबर ऑफ कॉमर्सचा नंबर फिरवला. बेलिंगहॅम सिटी डिरेक्टरीकडे उपलब्ध असलेल्या माहितीनुसार बेलिंगहॅममध्ये रॉबर्ट किनसेड नावाचा कुणीही माणूस राहात नव्हता. कार्लिस्लेपाशी असलेल्या त्याच्या पत्त्यावर आता

एक शॉपिंग सेंटर उभं झालं होतं. ते १९७९ साली बांधण्यात आलं होतं. कार्लिस्ले अत्यंत निराश झाला. त्याला खूप हताश, उदास वाटलं. आपण एखाद्या दुर्बिणीच्या चुकीच्या टोकाला डोळा लावला असल्यासारखं त्याला वाटू लागलं. आधी आपण या किनसेडच्या खूप जवळ जाऊन पोहोचलो आहोत असं त्याला वाटू लागलं होतं. पण आता मात्र त्याच्या अगदी विरुद्ध वाटू लागलं. 'रॉबर्ट किनसेड नावाचा हा माणूस कुठेही असू शकेल. कदाचित तो जमिनीखाली चिरविश्रांतीसुद्धा घेत असेल,' त्याला वाटलं.

त्याने वैतागून तो सगळा उपद्व्याप आता थांबवायचं ठरवलं. भूतकाळात इतकी वर्षं मागे जाऊन, इतक्या वेगवेगळ्या प्रकारे तपास करून अखेर प्रत्येक मार्ग खुंटतच होता. हाती काहीच येत नव्हतं. एका सावलीचा पाठलाग केल्यासारखी परिस्थिती झाली होती. हाती कवडीमोलाचाही पुरावा लागला नव्हता. आता फक्त त्या रॉबर्ट किनसेडला गाठून त्यालाच थेट विचारणं – 'अरे बाबा, १९४५ सालच्या शरद ऋतूमध्ये तुझा बिग सरवरच्या एका बीचवर एका तरुणीशी संबध आला होता का?'– एवढंच शिल्लक उरलं होतं. त्याने या सगळ्या कोड्याचा थोड्याफार प्रमाणात तरी उलगडा झाला असता. पण तरीही त्यातून शंभर टक्के काहीच सिद्ध होणार नव्हतं. कारण विनच्या सांगण्याप्रमाणे त्या काळी बिग सरच्या परिसरात इतकं मुक्त, इतकं स्वातंत्र्यपूर्ण वातावरण खरोखरच असलं, तर मग त्या सुमाराला विनचे आणि दुसऱ्या एखाद्या माणसाचे प्रेमसंबंध चालू असण्याची शक्यताही नाकारता येत नव्हती. पण आजवर कधीही त्याने असा विचार केलेला नव्हता आणि ह्याबद्दल आपल्या आईला थेट कसं काय विचारायचं, हे त्याला काही केल्या कळत नव्हतं.

दुपार झाली होती. कार्लिस्लेने आधी दोन तास करवतीने लाकूड कापून नंतर स्वच्छ अंघोळ केली. नंतर तो घराच्या पुढच्या भागात असलेल्या पोर्चमध्ये येऊन उभा राहिला. तो दूरवर बघत राहिला. वुल्फ बुट धुक्याने वेढलं होतं. मग तो परत आत जाऊन उबदार जागी बसला. फॉल्स सिटीच्या लायब्ररीमधून कॉपी करून आणलेले लेख तो परत एकदा वाचू लागला. त्यातून परत काही धागा हाती लागतोय का या आशेने!

कार्लिस्ले आपल्या घरात असा उबेत बसलेला असताना तेथून बरोबर आठ मैलांवर एक जुनापुराणा हिरवट रंगाचा पिकअप ट्रक उभा होता. त्याच्या दोन्ही दारांवर 'किनसेड फोटोग्राफी. बेलिंगहॅम, वॉशिंग्टन' अशी अक्षरं केव्हातरी खूप वर्षांपूर्वी रंगवण्यात आली होती. पण ती आता इतकी फिकट, पुसट झाली होती की, जवळजवळ दिसेनाशीच झाली होती. सालामांदर, डाकोटाच्या मेनरोडवर तो ट्रक उभा होता. संध्याकाळ गावावर हळूहळू उतरत होती. रॉबर्ट किनसेड ट्रक

रस्त्याच्या कडेला उभी करून 'लेरॉयज्' नामक एका ढाब्यामध्ये शिरत होता. आत बारपाशी तीन माणसं हॅट्स आणि काउबॉय बूट्स घालून मोठमोठ्यांदा हास्यविनोद करत बसली होती. किनसेड आत शिरताच त्यांनी डोळे बारीक करून त्याच्याकडे पाहिलं. पण त्यांच्या नजरेत मैत्रीची भावना निश्चितच नव्हती.

बारच्या मागून लेरॉय पुढे आला. ''कोणतं ड्रिंक बनवू?'' त्याने किनसेडला विचारलं.

पण आपल्याला सध्यातरी काहीच नको असल्याचं सांगून तो म्हणाला, ''काही वर्षांपूर्वी मी इकडे आलो होतो. त्या वेळी या गावाच्या पश्चिमेला पुरातत्त्व खात्याचं काहीतरी उत्खनन चाललं होतं. त्याचे फोटो काढण्याच्या कामासाठी मी आलो होतो. त्या वेळी माझा गाइड म्हणून ज्या माणसाने काम केलं होतं, त्याचा पत्ता मला मिळू शकेल का?''

''हो. तो तिकडे रस्त्याच्या पलीकडेच राहातो. तिथे पूर्वी 'लेस्टर्स टीव्ही अँड ॲप्लायन्सेस' नावाचं दुकान होतं. आता ते बंद असतं. पण त्याच्या वरच्या मजल्यावरच तो राहातो. तो अजूनही तेवढाच भांडखोर आहे.''

किनेसड आधी जरी ड्रिंक घ्यायला नको म्हणाला असला, तरी आता त्याने लेरॉयकडून बिअरच्या सहा कॅन्सचा पॅक विकत घेतला. मग तिथून तो चालतच रस्त्याच्या पलीकडे निघाला. त्या लेस्टर्सच्या बंद दुकानाच्या वरच्या मजल्यावरील घरात दिवा लागलेला होता. किनसेड जिना चढून वर गेला. दरवाजा ठोठावून मग खाली वाकून त्याने आपला दुखरा घोटा चोळला.

''कोण आहे? काय हवंय?'' आतून कुणीतरी खेकसून विचारलं. तो आवाज बऱ्यापैकी म्हातारा होता.

किनसेडने स्वत:चं नाव ओरडून सांगितल्यावर जरा वेळाने दार उघडलं.

''अरे वा! आपला हिप्पी फोटोग्राफर परत आलाय?'' किनसेडच्या खांद्यावर थाप मारून तो माणूस म्हणाला, ''तू हिप्पी नाहीस, हे मला माहीत आहे दोस्ता. पण तुझे ते लांब केस बघून, मला कायम त्या काही कामधंदा न करता, रिकामटेकडेपणाने मजा मारत भटकणाऱ्या हिप्पींचीच आठवण यायची. चल, आत ये. आणि येताना तुझ्याकडची ती बिअरपण घेऊन ये. तू इथे ते फोटो काढायला आला होतास त्याला खूप वर्षं झाली, नाही का?''

मग त्या गोष्टीला आठ वर्षं लोटल्याचं किनसेडने त्याला सांगितलं. ''मी माझ्या हायवेला खाली ट्रकमध्ये सोडून आलो आहे. त्याऐवजी त्याला वर घेऊन येऊ का?'' त्याने विचारलं.

''हो, जरूर,'' तो म्हातारा म्हणाला, ''मी त्याला अजून भेटलेलो नाही. पण मला एकंदरीतच कुत्रे आवडतात. सगळेच कुत्रे चांगले असतात, गुणी असतात.

विश्वासू, एकनिष्ठ असतात. पण मला आयुष्यात जे काही लोक आत्तापर्यंत भेटले, त्यांच्याबद्दल काही मी असं म्हणू शकणार नाही.''

त्या म्हाताऱ्याचा एकूण दृष्टिकोन बघता त्याने ॲस्टेनिया, ओरेगॉनला एखादं मोटेल चालवलं, तर ते नीट चालेल असं किनसेडच्या मनात आलं. तो खाली जाऊन हायवेला जिन्यानं वर घेऊन आला. जिना अंधाराच होता. अगदी वरच्या टोकाला लटकलेला मिणमिणता बल्ब फारसा प्रकाश देतच नव्हता.

रात्र पुढे-पुढे सरकत होती. दोघं भरभरून बोलत होते. आयुष्याविषयी, भटकंती करताना तुडवलेल्या रस्त्यांविषयी, युद्धाविषयी, युद्धात कामी आलेल्या तरुण मुलांविषयी. मग त्या म्हाताऱ्याने दुसऱ्या महायुद्धात पॅरिसला भेटलेल्या तरुणीविषयी आणि त्या दोघांच्या प्रेमाविषयी सांगितलं.

पूर्वी कधीतरी लेरॉयच्या ढाब्यावर एक माणूस ॲकॉर्डियन वाजवत बसायचा. 'त्या ॲकॉर्डियन वाजवणाऱ्या माणसाचं काय झालं?' असं किनसेडने त्याला विचारलं.

''हो... गेब अजूनही तिथे वाजवतो ना. पण फक्त शनिवारी रात्रीच हं. म्हणजे अजून अवकाश आहे, पण तू जर शनिवारपर्यंत इथे थांबलास, तर आपण दोघं तिथे जाऊ. चिक्कार दारू पिऊ. तिथे आजकालची तरुण पोरटी गेबच्या नावाने खडे फोडत असतात. तो खूप टँगो वाजवतो आणि त्यांच्या आवडीचं ते गलिच्छ काउबॉय म्युझिक वाजवत नाही ना? आपण दोघं मिळून त्या पोरट्यांना गप्प करू. मी आणि गेब योगायोगाने एकाच वेळी पॅरिसमध्ये होतो आणि तिथल्या त्या छोट्या-छोट्या कॅफेमध्ये काम करणाऱ्या वादकांकडून आम्ही टँगो शिकलो. माझ्यावर त्या म्युझिकचा जबरदस्त पगडा बसला. आजही शनिवारी रात्री रस्त्यापलीकडून टँगोचे सूर आले की, माझं मन भूतकाळात जातं. मला पॅरिसची आठवण येते... आणि अमेलियाची.''

''मला खरं म्हणजे इथं राहायला आवडलं असतं, पण मला थांबता येणार नाही. उद्या निघायला हवं.'' किनसेड म्हणाला.

''वेल, तसं असलं तर आज रात्री इथे माझ्या घरी सोफ्यावर आडवा हो ना. आणि तुझ्या शर्टच्या खिशात मला सिगारेटचं पाकीट दिसतंय. त्यातली एक काढून मला दे. दोन दिवसांपूर्वी माझ्याकडच्या सिगारेटी संपल्या. आणि हा माझा पाय फार दुखतो अलीकडे. त्यामुळे गेल्या दोन दिवसांमध्ये मी घराच्या बाहेरच पडलेलो नाही.''

मग किनसेड हायवेला बाहेर फिरायला घेऊन गेला. त्याला खूप उंडारायचं होतं. उड्या मारत इकडे-तिकडे पळायचं होतं. किनसेडने त्याला पाहिजे ते सगळं करू दिलं. आता भुरुभुरु पाऊस सुरू झाला होता. त्याबरोबर किंचित हिमवर्षावही होत होता. सालामांदरचा मेन रोड ओकाबोका होता. फक्त काही थोडी वाहनं लेरॉयज्च्या समोर उभी करण्यात आली होती. आपल्या पिकअप ट्रकपाशी थांबून किनसेडने आपली स्लीपिंग

बॅग काढली आणि ती घेऊन परत तो जिना चढून त्या म्हाताऱ्याच्या घरी निघाला. पण चार पायऱ्या चढून गेल्यावर त्याच्या छातीत जोराची कळ आली. मग तो भिंतीला रेलून तसाच थांबला. त्याला धाप लागली, मळमळू लागलं. आपली सगळी गात्रं बंद पडतात की काय, अशी त्याला भावना झाली. एक-दोन मिनिटं तसंच थांबल्यावर ती भावना गेली. मग तो राहिलेला जिना चढून वर गेला. आपल्याला नक्की काय झालं असेल, याचाच तो मनातून विचार करत होता.

रात्री झोपण्यापूर्वी म्हातारा म्हणाला, "तू त्या काळी त्या उत्खननाचे फोटो घेतलेस, त्यानंतर त्या उत्खननाचं पुढे काय झालं, ते तुझ्या कानावर आलं का?"

किनसेडने मान हलवून नकार दिला.

"तू निघून गेल्यावर महिना-दोन महिन्यांतच तिथे विचित्र गोष्टी घडायला लागल्या. अफवांचं तर नुसतं पीकच आलं. त्या ठिकाणाहून अचानक फ्लॅश लाइट चमकतात, असं लोक सांगू लागले. कुणीतरी अशीही अफवा पसरवली की, एक महाकाय पक्षी त्या उत्खननाच्या ठिकाणी रोज रात्री घिरट्या घालत असतो. मी म्हटलं ना, काय वाट्टेल त्या अफवा पसरल्या. नंतर त्या कामावरचा मुख्य मुकादम होता, तोच एका भयंकर मोठ्या खड्ड्यात पडून मेला. मग तिथे काम करणाऱ्या इतर कामगारांनी एक-एक करत तिथून काढता पाय घेतला."

त्यावर उत्तर देण्यापूर्वी किनसेड क्षणभर थांबला. मग म्हणाला, "हे तर फारच विचित्र आहे. मी तेव्हा काही पुराणवस्तू संशोधकांना एका चमत्कारिक गोष्टीविषयी बोलताना ऐकलं होतं. त्या ठिकाणी म्हणे अनेक वर्षांपूर्वी एका साध्वीची उपासना करणारा एक पंथ अस्तित्वात होता. तो म्हणे आशियातून तिथे आला होता."

"वेल, जे झालं ते झालं, आता त्याचं काय? ते काहीसुद्धा आता उरलं नाही," तो म्हातारा म्हणाला, "चल, आता आपल्याला दोघांनाही झोप अनावर झालेली आहे. तेव्हा मी दिवा मालवतो."

"हो, हो. चालेल. मी पण खूप थकलोय," किनसेड म्हणाला.

अंधारात हळूहळू हिमवृष्टी होण्यास सुरुवात झाली होती. सकाळ उजाडल्यावर किनसेडने आपला ट्रक व्यवस्थित साफ केला. शेजारच्या इमारतीच्या दुसऱ्या मजल्यावरच्या खिडकीत म्हातारा उभा होता. तो ओरडून किनसेडला म्हणाला, "आता परत लवकर ये हं. मध्ये इतकी वर्षं जाऊ देऊ नको. माझ्या घरी तू कधीही येऊन राहू शकतोस. माझ्या घराचे दरवाजे तुझ्यासाठी नेहमी खुले आहेत."

किनसेडने हात हलवून त्याचा निरोप घेतला. आपल्या हॅरी नावाच्या ट्रकला रस्त्यावरून आणलं आणि तो पूर्वेकडे, आयोवाच्या दिशेने निघाला.

❖

इतर शक्यता

कार्लिस्लेने मेंडोसिनो आर्ट गॅलरीत आपल्या आईला फोन केला.

तिच्या आवाजात उत्साह होता. "अरे वा, कार्लिस्ले? खरं सांगू, गेल्या कित्येक वर्षांमध्ये मी तुझ्याशी फोनवर जितकं बोलले नसेन, तेवढं गेल्या काही आठवड्यांत बोलले आहे."

"विन," कार्लिस्ले आपल्या आईला म्हणाला, "आज मला तुला एक अत्यंत खासगी प्रश्न विचारायचा आहे. खरंतर मी तुला असं काही विचारेन, अशी मी कधी स्वप्नातसुद्धा कल्पना नसती केली. पण मी जे संशोधन करतोय, त्यासाठी हे फारच महत्त्वाचं आहे."

विनचा आवाज एकदम हळुवार झाला. ती जरा सावध झाली. म्हणाली, "वेल, तुझा प्रश्न काय आहे, ते तरी आधी मला समजू दे."

"हे बघ... तुझ्या आयुष्यात कुणी... डॅम... तुला हे विचारताना मला फारच अवघड वाटतंय... पण बिग सरमध्ये असताना दुसऱ्या एखाद्या माणसाशी तुझा कधी संबंध आला होता?" एवढं बोलून कार्लिस्लेने एक दीर्घ श्वास घेतला. "मला इतकंच विचारायचंय की, मी योग्य माणसाऐवजी कुठल्या भलत्यासलत्याच माणसाचा शोध तर नाही ना घेत बसलोय?"

फोनवर क्षणभर शांतता पसरली.

"कार्लिस्ले, मी आजवर तुझ्यापासून फारसं काहीच लपवलं नाही. तुझ्यापाशी

सगळं मन मोकळं करत आले. पण आता मात्र हे जरा अतिच होतंय. तू तुझी मर्यादा ओलांडतो आहेस. माझा अपमान करतो आहेस.''

''हो, मला माहीत आहे, मी मर्यादा ओलांडतो आहे ते. पण मी सांगितलं ना, मला हे कळणं फार महत्त्वाचं आहे. कारण कदाचित मी एकदम चुकीच्याच मार्गावर पुढे चाललो असेन,'' कार्लिस्ले म्हणाला.

''तुला काय म्हणायचंय, ते माझ्या लक्षात आलं आहे,'' विन मॅकमिलन म्हणाली. तिचा आवाज हळुवार झाला होता. ती नक्कीच विचारात पडली होती.

कार्लिस्ले वाट बघत थांबला होता. इतकी दीर्घ काळ शांतता आहे, याचा अर्थ आपला तर्क बरोबर असावा, हे त्याला कळून चुकलं.

अखेर एकदाची विन बोलली. अगदी काहीही आडपडदा न ठेवता. ''हो. त्या वेळी माझ्या आयुष्यात आणखी दोघं होते. माझ्यावर विश्वास ठेव, आपल्याला दिवस गेल्याचं लक्षात आल्यावर मी ती शक्यताही पडताळून पाहिली. त्यातला जो मिस्टर एक्स होता, त्याच्या बरोबरच्या तारखा अजिबात जुळत नाहीत. कारण तसं घडलं असतं, तर मी अकरा महिने गर्भारशी असायला हवं होतं. आणि मिस्टर वायची आणि माझी ओळख मुळी मला दिवस गेले असावेत हे लक्षात आल्यानंतर झाली. पण त्या वेळी आपल्याला खरोखरच दिवस गेल्याची माझी शंभर टक्के खात्री पटली नव्हती. हे सगळं तुझ्याशी इतक्या स्पष्टपणे बोलणं मला किती जड जात असेल, याची तुला कल्पना असेलच, बेटा.''

''विन,'' कार्लिस्ले आपल्या आईला म्हणाला, ''हे बघ, त्या वेळचं तुझं जे काही आयुष्य होतं, आचरण होतं, ते योग्य की अयोग्य याचा न्यायनिवाडा करायला मी बसलेलो नाही. अगदी तू माझी आई असलीस तरीसुद्धा. मला फक्त ही माहिती हवी होती, इतकंच. मला या अशा पद्धतीने तुला हे सगळं विचारावं लागतंय, त्याबद्दल सॉरी. पण ही गोष्ट समजून घेण्याचा दुसरा कोणताच पर्याय माझ्याजवळ नव्हता.''

''हो, समजतंय मला! अरे... दारात एक गिऱ्हाईक आलं आहे. मला आता जायला हवं. आपण परत जेव्हा बोलू, तेव्हा मला नुकत्याच घडलेल्या एका विचित्र गोष्टीविषयी तुला सांगायचं आहे.'' विन म्हणाली.

''जर ते इतकंच महत्त्वाचं असेल, तर आत्ताच सांगून टाक ना,'' कार्लिस्ले म्हणाला.

''मला वाटतं, माझी कल्पनाशक्ती जरा जास्तच कामाला लागली असावी,'' विन म्हणाली.

''ठीक आहे. थँक्स, विन.''

''वेल, यू आर वेलकम. बरं, पण आता पुढच्या वेळी मला जेव्हा फोन

करशील ना, तेव्हा हवापाण्याच्या नाहीतरी कुठल्यातरी वेगळ्या विषयावर बोल हं माझ्याशी.''

"ओके बाय.''

"बाय कार्लिस्ले.''

कार्लिस्ले विचारमग्न अवस्थेत फोनपाशी बराच वेळ बसून होता. त्याच्या टेबलावर रॉबर्ट किनसेडच्या फोटोच्या कॉपीज पडल्या होत्या. त्यांच्याकडे तो निरखून बघत होता.

❖

रोझमन ब्रिज

फ्रॅन्सेस्का जॉन्सन आपल्या घराच्या पुढच्या खोलीत उभी राहून बाहेरच्या पावसाकडे निरखून पाहात होती. पहाटे किंचित फटफटल्यावर पावसाला सुरुवात झाली होती. मध्येच तो थांबायचा, मध्येच परत यायचा. असा पाठशिवणीचा खेळ चालू होता. पाऊस कोसळला की, कुरणं भिजून काही काळासाठी पाण्याच्या माऱ्यामुळे दडपून चपटी होऊन जात. जरा वेळाने दूरवर मिडल रिव्हरच्या खोऱ्यात जमा झालेलं धुकं वर आलं. जसजसा दिवस वर येऊ लागला तसतसं हळूहळू चोरपावलांनी ते धुकं तिच्या घराच्या दिशेनं सरकू लागलं. बाहेरचं तापमान कमी होत-होत तीस अंश फॅरनहाइटवर पोहोचलं. संध्याकाळ पडण्याच्या सुमाराला हिमवृष्टी होईल असा अंदाज दमॉइनच्या रेडिओने वर्तवला.

स्वयंपाकघराच्या भिंतीवरचा फोन खणखणला. घराची नीरव शांतता त्यामुळे भंग पावली. चौथी रिंग वाजत असतानाच फ्रॅन्सेस्काने पुढे होऊन तो उचलला.

"हाय मॉम... कशी आहेस तू? सहजच फोन केला. तुझी चौकशी करायला," कॅरोलिन म्हणाली. ती बर्लिंग्टन, व्हरमाँट येथे राहात असे.

फ्रॅन्सेस्काच्या चेहऱ्यावर स्मितहास्य उमटलं. खरंतर मुलं फ्रॅन्सेस्काच्या दृष्टीने अजूनही लहानच तर होती. पण इतक्या दुरून त्यांचा असा तिची चौकशी करायला फोन आला की, तिला ती खूप मोठी झाल्यासारखी वाटत. कॅरोलिन बत्तीस वर्षांची होती, तर मायकेल तिच्याहून एक वर्षाने मोठा होता. दोघांचे आपापले संसार होते,

आपापली आयुष्यं होती, आपापले संघर्ष होते. कॅरोलिनला दुसऱ्यांदा दिवस गेले होते. आठवा महिना होता. दोघी एकमेकींशी फोनवर पाच मिनिटं बोलल्या. सगळं बोलणं बाळाबद्दलच झालं.

"मम्मा, बाळाच्या जन्माच्या वेळी तू माझ्याकडे येशील ना गं?" कॅरोलिन म्हणाली. "टायमिंग एकदम परफेक्ट आहे. माझ्या डिलिव्हरी डेटच्या बरोबर दहा दिवस आधी क्लासेस संपतायत. त्यानंतर मग मी काही दिवस सुट्टी काढून मेलिंडाकडे लक्ष देईन आणि माझ्या थिसिसचं काम सुरू करण्यापूर्वी बाळराजांचं आगमन होईल."

"मी येण्याचा प्रयत्न करीन... अं... तसं नाही... मला म्हणायचं होतं... मी नक्की येईन," फ्रॅन्सेस्का म्हणाली.

"गुड. नाहीतरी तुझ्या त्या शेतापासून कधीतरी तू दूर जायलाच हवंस, मॉम. डॅड गेल्यापासून तू तिथे दिवसेंदिवस एकटी असतेस ना? तुझं ते एकाकी चित्र सारखं डोळ्यांसमोर उभं राहातं माझ्या!"

"नाही, नाही. काळजी नको करू कॅरोलिन. माझं इथे अगदी नीट चाललंय. माझं मन गुंतवायला इथे बऱ्याच गोष्टी आहेत." फ्रॅन्सेस्का म्हणाली. ते जरी अगदी शंभर टक्के खरं नसलं, तरी बऱ्यापैकी खरं होतं. ती मुलीला म्हणाली, "मी आजकाल पुष्कळ वाचते. शिवाय मी विंटरसेटला महिन्यातून एक-दोन वेळा बदली शिक्षिका म्हणून शिकवायलाही जाते."

"अजूनही तू कविता त्या तिथल्या मुलांच्या गळी उतरवण्याचा प्रयत्न करतेस वाटतं?" "हो, तसं करण्याचा निष्फळ प्रयत्न करते," फ्रॅन्सेस्का म्हणाली. आजही कॉलेजातल्या मुलांना थोर कवी डब्ल्यू.बी. यीट्सची ओळख करून देत असताना आपल्याला रॉबर्ट किनसेडची आणि त्याने म्हणून दाखवलेल्या यीट्सच्या कवितेची किती तीव्रतेने आठवण झाली, हे काही तिने कॅरोलिनला सांगितलं नाही.

"काय गं मॉम, अजूनही तो फ्लॉइड क्लार्क तुझ्या मागे लागतो का? बाहेर चल असा आग्रह करतो का?"

"हो," फ्रन्सेस्का हलकेच हसत म्हणाली, "पण मी त्याला बरेच वेळा नकार दिल्यामुळे आतातरी त्याच्या लक्षात येईल, अशी आशा आहे."

"शी! तो फ्लॉइड क्लार्क? मम्मा, तुला त्याच्यापेक्षा कितीतरी चांगलं कुणीतरी मिळेल." कॅरोलिन म्हणाली. तिच्या बोलण्यात लहान मुलीला मोठ्या माणसांविषयी वाटणारी आपलेपणाची, आपल्या माणसाला जपण्याची भावना होतीच. आणि त्याचबरोबर अजून स्वत: तरुण आणि देखणी असलेली माणसं वयस्कर लोकांबद्दल नाक मुरडून किंचित दुष्टपणाने जसं बोलतात, तसाही स्वर फ्लॉइड क्लार्कविषयी बोलताना होता.

"वेल, तसंही असेल कदाचित," फ्रॅन्सेस्का म्हणाली, "पण अगं, तरीसुद्धा

त्याने मला विचारावं, हा त्याचा चांगुलपणा आहेच ना. मार्ज गेल्यापासून मला त्या बिचाऱ्या फ्लॉइडची दया येते. पण म्हणून काही त्याच्या त्या प्रस्तावाला त्यामुळे होकार द्यावा, असं मात्र मला नाही वाटत.''

फ्रॅन्सेस्काने स्वयंपाकघराच्या खिडकीतूनबाहेर शेताकडे पाहिलं. शरद ऋतू असला तरी वातावरण भिजट होतं. लवकरच हिवाळ्याला सुरुवात होणार होती. अगदी उद्या-परवासुद्धा.

दोघींचं बोलणं जरा वेळ चालू राहिलं. कौटुंबिक सुखदुःखाच्या गप्पागोष्टी झाल्या. जरा वेळाने कॅरोलिन म्हणाली, ''मॉम, मला आता पळायला हवं. डेव्हिड कामावरून लवकर घरी येणार आहे. मग आम्हाला दोघांना एकत्र, प्रेग्नंसीमधल्या ट्रेनिंग क्लासला जायचंय. मी कालच फ्लॉरिडाला फोन करून मायकेलशी बोलले. तुझ्या वाढदिवसाला तो तुला फोन करणार आहे. त्याने तसा निरोप सांगितलाय.''

''वा! छान! तुम्हा दोघांशी बोलल्यावर मला नेहमीच खूप छान वाटतं. तुमच्या दोघांच्या धावपळीच्या आयुष्यात काय काय चाललंय, ते ऐकायचं असतं मला.''

''ओके. मॉम, बाय. काळजी घे गं स्वतःची. आय लव्ह यू. तुझ्या वाढदिवसाला तुला फोन करीनच.''

''आय लव्ह यू टू, कॅरोलिन.''

दुपारचे साडेतीन वाजून गेल्यावर फ्रॅन्सेस्काने आपले शेतात काम करण्याचे रबराचे बूट चढवले, अंगातल्या स्वेटरवर एक पिवळा रेनकोट चढवला. त्यावर एक हलकंसं जाकीट घातलं. केस टोपीच्या आत सारले. मग पोर्चमधून उतरून ती खाली आली आणि घराबाहेर पडली. बोळ पार करून उजव्या हाताला वळून परत एकदा ती रोझमन ब्रिजच्या दिशेने निघाली.

रॉबर्ट किनसेड रोझमन ब्रिजकडे निघाला होता, पण त्याने विंटरसेटमधून जाण्याचं मुद्दामच टाळलं. कदाचित फ्रॅन्सेस्का जॉन्सन त्या दिवशीच नेमकी विंटरसेटला आली असेल अशी शक्यता तर होतीच, पण शिवाय विंटरसेट गावातून रोझमन ब्रिजकडे जाणारा जो रस्ता होता, तो थेट तिच्या शेतावरून, घरावरून जायचा. जुन्या आठवणींसाठी त्याला एकदा रोझमन ब्रिजकडे जायचं तर होतंच, पण त्याचबरोबर भलतं धाडस करायचं नव्हतं. कारण जर चुकून फ्रॅन्सेस्काची आणि त्याची तोंडावर अचानक भेट झालीच असती, तर दोघांनाही प्रचंड अवघडल्यासारखं झालं असतं. म्हणजे ती अजूनही मॅडिसन काउंटीतच राहात असती, तर! 'कुणी सांगावं, ती कदाचित आपल्या पतीबरोबर ॲरिझोनामध्ये एखाद्या ज्येष्ठ नागरिकांच्या कम्युनिटीत राहायला गेलेली असेल,' त्याच्या मनात आलं. मिडवेस्टमधले लोक अनेकदा असं काहीतरी करतात, हे त्याने ऐकलं होतं.

रोझमन ब्रिज विंटरसेट गावाच्या नैर्ऋत्येला साधारण नऊ मैलांवर होता. किनसेडने रूट ९२ सोडून ट्रक ग्रीनफील्डकडे वळवला. मग तिथून सरळ तो काही अंतर पूर्वेला गेला आणि नंतर छोट्या रस्त्याने त्याचा ट्रक उत्तरेला धावू लागला. ब्रिज जवळ आला. मग खाचखळग्यांचा, दगडगोट्यांचा रस्ता सुरू झाला. जसजसं एकेका मैलाचं अंतर मागे पडत होतं, तसतसा त्याचा श्वास जड होत चालला होता. त्याला धाप लागली होती. पण त्याचा संबंध हृदयरोगाशी किंवा त्याच्या शरीरात दडी मारून बसलेल्या कोणत्याच दुखण्याशी नव्हता.

तो उत्तरेला आल्यावर त्याला थोडासा चढ लागला. जवळच एक छोटंसं चर्च होतं. खालच्या बाजूला मिडल रिव्हर संथपणे वाहात होती. समोर तो १०० वर्षं जुना रोझमन ब्रिज उभा होता. ब्रिजपासून सुमारे १०० यार्डांवर काही झाडं दाटीवाटीने उभी होती. त्यांच्या सावलीत त्याने हॅरी – आपला ट्रक उभा केला. मग तो बाहेर पडला. आपल्या जाकीटच्या आतल्या खिशात त्याने एक हलकासा कॅमेरा ठेवला होता. डोक्यावरची टोपी त्याने जराशी खाली ओढली.

"हायवे," तो आपल्या कुत्र्याला उद्देशून म्हणाला, "मी तुला आज ट्रकमध्येच ठेवायचं म्हणतोय. हे जे काही करायचंय, ते मला एकट्यालाच केलं पाहिजे," हायवे निराश होऊन दोन वेळा भुंकला. किनसेड मात्र त्याला तिथेच सोडून दगडगोट्यांच्या रस्त्याने एकटाच चालू लागला. पण मग ते भुंकणं ऐकून तो थबकला. आणि मग मागे वळून हसून म्हणाला, "ओके, ओके... चल, ये तूपण."

त्यावर नाक खाली करून हायवे जो वेगाने धावत सुटला, तो किनसेडच्या बराच पुढे गेला. दोघंही पुढे जाऊन एका वळणावरून उताराच्या रस्त्याने ब्रिजकडे जाऊ लागले.

नशिबाचा राग-राग करून काहीच साध्य होत नाही. ज्या काही गोष्टी घडत असतात, त्यांमागे कुठेही कार्यकारणभाव दिसत नाही. घडणाऱ्या घटनांमध्ये सुसंगती दिसत नाही. आणि याहून जास्त काहीच सांगता येत नाही. नशिबाला दोष देणं, म्हणजे लाकूड पेटवल्यावर होणाऱ्या धुराला दोष देत बसणं, वाऱ्याला बोल लावत बसणं अशासारखं आहे. म्हणजे आयुष्यभर फक्त दुःखच करत बसायचं. सरतेशेवटी आपल्या वाट्याला जे काही आलेलं असतं, ते भोगण्याशिवाय आपल्या हातात दुसरं काहीच नसतं.

फ्रॅन्सेस्का जॉन्सनच्या डोक्यावरच्या प्लॅस्टिकच्या टोपीवर पावसाच्या थेंबांचा टपटप आवाज येत होता. तिने पूर्वी कुठल्यातरी पुस्तकात नशिबाविषयी हे सगळं वाचलं होतं, ते तिला आत्ता आठवलं. ती मेल ऑर्डरने कधीतरी पुस्तकं मागवून घ्यायची. त्यातल्याच एका पुस्तकात तिने ते वाचलं होतं. ती स्वतः नशिबावर

कधीच खार खाऊन नसे. आयुष्यात जे काही वाट्याला आलं, त्यात ती समाधानी होती. कधीकधी तिला खूप दु:ख होई. परंतु सोळा वर्षांपूर्वी आपण रॉबर्ट किनसेडबरोबर निघून जाण्याऐवजी आपल्या कुटुंबासाठी थांबण्याचा निर्णय घेतला, त्याबद्दल मात्र तिला कधीच दु:ख किंवा पश्चात्ताप झाला नाही. पण मुळात दैवाने आणि आपल्या स्वत:च्या हातून घडलेल्या काही गोष्टींमुळे आपल्यावर जो निर्णय घेण्याचा प्रसंग येऊन उभा राहिला, त्याचा तिला खेद वाटायचा.

फ्रॅन्सेस्काचा पती रिचर्ड याच्या निधनानंतर मात्र वारंवार उसळी मारून वर डोकं काढणाऱ्या रॉबर्ट किनसेडच्या आठवणींना थोपवून धरण्याचा तिने मुळीच प्रयत्न केला नाही. त्यानंतर जेव्हा कधीही त्याची तीव्रतेने आठवण व्हायची, तेव्हा ती त्या आठवणीला दूर लोटत नसे. त्या वेळी तिला तो म्हणजेच आपलं सगळं आयुष्य आहे, असं वाटायचं. इतका तो दुर्दम्य उत्साहाने भरलेला होता. कणखर होता, मजबूत होता. तेव्हा तो रस्त्यांविषयी, स्वप्नांविषयी आणि एकाकीपणाविषयी बोलायचा. जे काही चार दिवस आणि चार रात्री ती आणि तो एकत्र होते, तेव्हा तिने त्याला स्वत:त सामावून घेतलं होतं. एका विलक्षण उत्कटतेने तिने त्याच्यावर प्रेम केलं होतं. ते प्रेम, ती उत्कटता गेली कित्येक वर्षं तिच्या ठायी दडपलेल्या स्थितीत अव्यक्त होती. रॉबर्ट किनसेडचा तिच्या आयुष्यात प्रवेश होईपर्यंत, तिने कधी त्या प्रेमाचा आणि उत्कटतेचा उच्चारही केलेला नव्हता.

कधीतरी रात्रीच्या वेळी स्वत:च्या बिछान्यात एकाकी अवस्थेत पहुडल्यावर ती कॅरोलिनच्या जुन्या फोनोवर 'ऑटम लीव्ह्ज' हे गाणं ऐकायची. त्या वेळी डोळे मिटून ती स्वत:च्या वक्षांना कुरवाळत रॉबर्ट किनसेड आपल्या अगदी निकट असल्याची मनोमन कल्पना करायची. तिने ज्या डायऱ्या लिहिल्या होत्या त्यात रॉबर्टच्या हालचाली एखाद्या चित्त्यासारख्या असल्याचं तिने वर्णन केलं होतं. तर तशाच चित्त्याच्या चपळाईने तो आपला घास घेत आहे अशी कल्पना करून ती मनोमन पुलकित व्हायची. 'हे सगळं केवळ सोळाच वर्षांपूर्वी घडलं का?' तिच्या मनात यायचं. कारण आत्तातर ते खूप पूर्वीचं वाटायचं. जणूकाही या आधीच्या जन्मात घडून गेल्यासारखं. तेव्हाचं आपलं जगणंसुद्धा किती वेगळं होतं. पण कधीकधी दुसऱ्या एखाद्या रात्री तिला परत त्याची आठवण व्हायची, तेव्हा मात्र केवळ काही क्षणांपूर्वी तो इथे आपल्या जवळ होता, असा तिला भास व्हायचा.

रॉबर्ट किनसेड हा तिच्यासाठी बरंचकाही होता. पण मुख्य म्हणजे तो भारदस्त होता. जगात इतरत्र लोप पावत चालणारा सुसंस्कृतपणा आणि सभ्यपणा त्याच्या ठायी तिला जाणवला होता. गेल्या अनेक वर्षांत काहीतरी लटपट, धडपड करून कुठल्यातरी मार्गाने तिच्याशी संपर्क साधण्याचा प्रयत्न त्याला नक्कीच करता आला असता, नाही असं नाही; पण तिने त्याला जेव्हा स्वत:च्या कुटुंबाबद्दल सांगितलं

आणि आपण त्यांना का सोडून येऊ शकत नाही हे स्पष्ट केलं, तेव्हा त्याने ते लक्षपूर्वक ऐकलं. तो काहीच बोलला नाही. गप्प राहिला. त्या दोघांमध्ये जे काही घडलं होतं, त्याचा त्या क्षणी तिच्यासमोर उल्लेख करून तिची त्याने कोंडी केली नाही. तिला दुखावलंही नाही.

आपण दोघं जर कधी परत भेटलोच, तर आपल्याला दोघांना कसं वाटेल, अशी मनोमन अनेकदा तिने कल्पना करून पाहिली होती. 'आत्ता या इतक्या मोठ्या वयातही आपण शाळेत जाणाऱ्या लहान मुलीसारख्या बावरून जाऊ का?' असं तिला मनोमन वाटे. 'आणि तोपण किंचित संकोचलेला, अवघडलेला असेल का? आपण दोघं पहिल्यांदा भेटलो तेव्हा जसा संकोचून गेला होता, तसा आतापण जाईल का? आता आपल्याला प्रेमसंबंध ठेवावेसे वाटतील की नुसतं स्वयंपाकघरात बसून त्या जुन्या क्षणांच्या आठवणी काढाव्याशा वाटतील?' असे सगळे विचार तिच्या मनात आले. पण त्याला परत भेटलोच तर आपण परत त्याच्याशी एकरूप व्हावं, असंही एकीकडे वाटलं.

ती खरं म्हणजे खूप वास्तववादी विचार करायची. तेव्हा... त्या काळी तो कसा होता, त्यावरून आता इतक्या वर्षांनी तो कसा असेल, अशी ती मनोमन कल्पना करून बघायची. पण तसा कितीही प्रयत्न केला तरीही रॉबर्ट किनसेड असं नुसतं म्हटलं की, मिटल्या डोळ्यांसमोर यायचा, त्या उन्हाळ्यातल्या दुपारी तिच्या फाटकासमोर ट्रक थांबवून त्यातून खाली उतरत असलेला रॉबर्ट किनसेड. आणि कदाचित जन्मभर आपल्या मिटल्या डोळ्यांपुढे त्याची ही अशीच प्रतिमा येत राहील, असं तिला वाटायचं. एखादी व्यक्ती जर एखाद्यावर कित्येक वर्षं सतत प्रेम करत असली, तर तिचं जे होतं, तेच आपलंही झालं आहे, असं तिला वाटायचं. आपल्या आवडत्या व्यक्तीला, आपल्याला आवडत असलेल्या रूपात सतत बघणं, म्हणजे एक प्रकारे त्या व्यक्तीची मनातल्या मनात जपणूक करण्यासारखं होतं. ती काही त्या व्यक्तीशी बेइमानी निश्चितच नव्हती.

पण तिचं एक मन तिला सांगायचं की, कदाचित तो आता जिवंत नसेल. जसे महिने आणि वर्षं पुढे जात होती तसतसा तिचा हाच विश्वास अधिक दृढ होत चालला होता. पण तरीसुद्धा तो आत्ता कदाचित, हयात नसण्याची शक्यता आहे या विचारानेसुद्धा तिला अतीव दुःख होत असे. तिला ती कल्पनाच असह्य वाटे.

रस्त्यातून चालत असताना मागून एक वाहन येत असल्याचा आवाज तिला आला. फ्लॉइड क्लार्कने कामाला ठेवलेला माणूस हर्मन हळूहळू तिच्यामागून पुढे गेला. जात असताना तिच्या अंगावर चिखल उडू नये, याची त्याने नीट काळजी घेतली. पुढे गेल्यावर हर्मनने वेग वाढवला. पुढे पूर्वेच्या दिशेला तीन मैलांवर क्लार्क फार्म होता. फ्रॅन्सेस्का तशीच चालत पुढे निघाली. चिखलातून चालत

असताना तिच्या बुटांचा रपरप असा आवाज येत होता. रोझमन ब्रिजपासून ती आता एक मैलावर होती.

रॉबर्ट किनसेडने दूरवरून तो ब्रिज एकदा न्याहाळून पाहिला. ब्रिजच्या जवळपास किंवा भोवतालच्या परिसरात कोणीही नाही अशी खात्री पटल्यावरच तो खाली उतरून नदीच्या दिशेने चालू लागला. मधूनच दाट धुकं खाली येऊन त्या ब्रिजला वेढून टाकायचं आणि काही क्षणांनंतर परत विरून जायचं आणि तो ब्रिज नजरेस पडायचा. परत एकदा धुकं खाली यायचं. असा खेळ चालू होता.

किनसेड ब्रिजच्या आत शिरला. आतल्या भागात ओलसर, दमट वास येत होता. कुजलेल्या लाकडाचा, कबुतरांच्या विष्ठेचा आणि ओल्या पानांचा संमिश्र वास होता तो. आतील भागात ब्रिजच्या भिंतींवर लोकांनी वेडीवाकडी चित्रं काढली होती. काहीबाही लिहून ठेवलं होतं. काही चित्रं आणि वक्तव्यं नवीन होती, तर काही गेल्या वीस वर्षांपासून तिथे झळकत होती. काही लोकांना आपलं स्वत:चं अस्तित्व जगाला दाखवून देण्यासाठी हे असं भिंतींवर वेडंवाकडं लिहून ठेवण्यापलीकडे दुसरा काहीच मार्ग नसतो. म्हणून ते असं सगळं करत असतात. इथेही तोच प्रकार होता.

तापमान हळूहळू कमी होत चाललं होतं. किनसेडचा दुखरा घोटा ताठ होऊन बसला होता. त्याने खाली वाकून त्यावरून हात फिरवला. त्याने घोटा बराच वेळ चोळला. अखेर ते दुखणं जरातरी सह्य झालं. मग त्याने खिशातून ॲस्पिरिनची छोटी बाटली काढून, ती उघडून त्यातून दोन गोळ्या बाहेर काढल्या आणि पाण्याशिवाय नुसत्याच गिळून टाकल्या.

खालच्या बाजूला नदीच्या पात्रात पाण्याचा खळखळ असा आवाज येत होता. मिडल रिव्हर पूर्वेच्या दिशेने खळखळाट करत वाहात होती. पुलाच्या लाकडी कठड्याला मध्येच कुठे-कुठे फटी होत्या. त्यातल्या एका फटीतून किनसेडने समोरच्या खडकाकडे पाहिलं. खूप-खूप वर्षांपूर्वी त्याच खडकावर उभं राहून त्याने मान वर करून फ्रॅन्सेस्का जॉन्सनकडे पाहिलं होतं. तो ऑगस्ट महिना होता. मिडल रिव्हरच्या काठावर पुष्कळ फुलं उमलली होती. त्यातली ब्लॅक आइड सूझन नावाची फुलं तोडून त्याने तिच्यासाठी एक गुच्छ बनवला होता.

आपण आज इथे आलो, याबद्दल त्याल मनातून खूप आनंद झाला होता. ती खचितच चूक नव्हती. आज इथे, त्याच जुन्या ब्रिजपाशी आल्यावर त्याला आत्मिक शांततेचा अनुभव आला. त्या सुंदर भावनेत त्याचं मन चिंब भिजलं आणि तो आतल्या आत खूप तृप्त, खूप समाधानी झाला. त्याच क्षणी त्याच्या मनाला एक दिलासा मिळाला. याच ठिकाणी आपण चिरविश्रांती घ्यायची, याच ठिकाणाहून आपली रक्षा मिडल रिव्हरच्या पात्रात विलीन होऊन पुढे निघून जाणार, हे त्याने

ठरवून टाकलं. आपल्या रक्षेचा काही भाग त्या ब्रिजवर आणि या ठिकाणच्या मातीत एकजीव होऊन जाईल आणि काही भाग नदीच्या पाण्याबरोबर पुढे वाहात जाऊन मोठमोठ्या नद्यांना आणि सरतेशेवटी सागराला मिळेल, अशीही त्याने मनाशी कल्पना केली. आजपर्यंतच्या आयुष्यात आपण प्रवास करता-करता दिवसा आणि रात्री, लढाऊ जहाजांमधून आणि जेट विमानांमधून जे जे समुद्र ओलांडले, त्या सगळ्या समुद्रांमध्ये आपली रक्षा विलीन होईल, असंही त्याला वाटलं.

ब्रिजच्या छपराच्या नक्षीदार कठड्यावरून आणि त्याच्या फळकुटांच्या मधल्या खाचांमधून कुठे-कुठे पावसाचं पाणी टपटप गळत होतं. ब्रिजच्या एका खांबाला टेकून तो स्तब्ध उभा राहिला. सोळा वर्षांपूर्वीच्या सगळ्या भावना आज नव्याने त्याच्या मनात पुन्हा जाग्या झाल्या होत्या. त्या भावनांना त्याने स्वत:चा पूर्णपणे ताबा घेऊ दिला. कारण आज इथे तो त्या सर्व भावनांना कायमचा निरोप देणार होता. त्यानंतर स्वत:च्या मनाची कवाडं कायमची बंद करणार होता. एक प्रकारे आज येथे फ्रॅन्सेस्का जॉन्सनला तो कायमचा निरोप देणार होता.

''गॉड डॅम इट ऑल... गोष्टी जशा घडतात तशा घडू द्यायच्या...'' तो स्वत:शी कुजबुजला. मग ते शब्द तो परत एकदा म्हणाला... आणखी एकदा म्हणाला, ''गोष्टी जशा घडतात तशा घडू द्यायच्या,'' कॅरोच्या उत्तरेला असलेल्या जहाजाच्या इंजिनाचा फुरफुर आवाज यावा तसे स्वत:चेच ते शब्द त्याला ऐकू येऊ लागले. एक वर्षापूर्वी मायकेल टिलमन याने संकलित केलेल्या 'कलेक्टेड एसेज ऑन द रोड लाइफ' या पुस्तकासाठी रॉबर्ट किनसेडने एक लेख लिहून दिला होता. त्यातील मजकूर त्याला आत्ता आठवला.

गेली कित्येक वर्षं मी या विषयाबद्दल हा असा एवढाच विचार करत आलो आहे. सुरुवातीच्या काळात मी कुठे जात आहे याने काहीच फरक पडायचा नाही. अगदी सुरुवातीपासूनच एक गोष्ट अगदी स्पष्ट होती. माझं हे फोटोग्राफीचं काम हा माझा मनापासून जोपासलेला छंदसुद्धा होता आणि त्याचबरोबर प्रवास करण्यासाठी ते एक निमित्तसुद्धा होतं. आणि तरीही मी पाहिलेल्या सुमारे शंभर किंवा कदाचित त्याहूनही जास्त ठिकाणांविषयी असं सांगू शकेन की, तिथे गेल्यावर मला असं वाटलं होतं, आपल्याकडे आणखी एक वेगळं, स्वतंत्र आयुष्य असायला हवं होतं. म्हणजे ते आपण या ठिकाणी घालवलं असतं. इथल्या लोकांबरोबर राहिलो असतो. त्यांच्याशी ओळखी करून घेतल्या असत्या. बरेचसे लोक तसंच तर करतात. ईस्टर्न न्यू मेक्सिकोमधल्या त्या छोट्याशा धूळभरल्या खेड्यात मी जनरल स्टोअर चालवलं असतं, पाँडिचेरीमध्ये एखाद्या आश्रमात जाऊन राहिलो असतो.

टेक्सासच्या नैर्ऋत्यभागी असलेल्या डोंगराळ भागातल्या गावात एक गॅरेज काढलं असतं किंवा पायरेनीज पर्वतात मेंढपाळ झालो असतो किंवा मेक्सिकोमधल्या समुद्राकाठच्या एखाद्या गावात मासेमारी केली असती.

खरंतर हा निर्णय तसा अवघडच असतो. एखाद्या ठिकाणी थांबून स्थायिक होणं काय किंवा तिथून दुसरीकडे निघून जाणं काय – दोन्हीही सारखंच कठीण असतं. दोन्ही बाबतींत काहीतरी पदरी पडतं, तर काही गमवावं लागतं. रस्त्यावरील भ्रमंती का स्थिरस्थावर आयुष्य. माझ्या वयाची पन्नाशी उलटेपर्यंत मी या कशाचाच फारसा विचार केला नाही. पण त्यानंतर मला एक स्त्री भेटली. तिच्यासाठी मी सगळंकाही सोडून द्यायला तयार होतो. हा रस्ता, ही भ्रमंतीसुद्धा. पण आमच्या दोघांच्या मार्गात काही गोष्टी आडव्या आल्या. ती तेवढी एकच संधी आलेली होती माझ्या आयुष्यात. मग त्यानंतर मी परत रस्त्याला लागलो. माझे कॅमेरे घेऊन परत फोटोग्राफीला सुरुवात केली. आता उतारवयात मी प्रवास करणं सोडलंय. आणि तरीही मी अजून एकटाच आहे. इतकी सारी वर्षं मुक्काम हलवून मी सतत या गावाहून त्या गावाला जात राहिलो. शिवाय मुळात मी तसा अबोल, स्वत:तच रमणारा आहे. मी अजिबात समाजप्रिय नाही. त्याचमुळे आयुष्यात कधी कुठल्या लोकांशी जवळीक साधणं मला जमूच शकलं नाही.

त्यामुळे तुम्ही पूर्वी केव्हातरी संध्याकाळच्या वेळी पिवळ्या दिव्याच्या मिणमिणत्या प्रकाशात गोष्टीची पुस्तकं वाचत असाल आणि त्यातल्या दूरदूरच्या ठिकाणांना आयुष्यात कधी ना कधीतरी भेटी देण्याची स्वप्नं पाहात असाल, त्या वेळी तुमच्या खिडकीवरून मी पुढे गेलो असेन. तुम्ही पुस्तकातल्या ज्या ठिकाणांना भेटी देण्याची स्वप्नं बघत असाल त्या ठिकाणांना मी आधीच कित्येकदा जाऊन आलो असल्यामुळे कदाचित त्या दिवशी तुमच्या खिडकीसमोरून जात असताना माझ्या मनात तुमच्या अगदी विरुद्ध टोकाचे विचार चालू असतील. कदाचित मी तुमच्यासारखं खुर्चीत बसून, दिव्याच्या उजेडात पुस्तक वाचण्याची स्वप्नं पाहिली असतील. तुमच्यासारखं स्वत:चं कुटुंब, स्वत:चे मित्रमैत्रिणी त्या वेळी मला हवेहवेसे वाटले असतील. कदाचित मी तुमच्या घरावरून जात असताना रात्रीची वेळ असेल, रिपरिप पाऊस पडत असेल आणि माझं सामानसुमान घेऊन मी एखादा माझ्या खिशाला परवडण्याजोगा निवास शोधत असेन. मग कदाचित तसा एखादा विसावा मला मिळाला असेल, तिथे मी रात्री अंग टाकलं असेल आणि दुसऱ्या दिवशी तिथून निघालो असेन. पण तुमच्या घरातला पिवळा दिवा माझ्या स्मरणात राहिला असेल.

पण तरीही मी निर्णय घेतला. हा माझा अंगचा एक दोष आहे म्हणा ना. सतत पुढे-पुढे जाण्याची धडपड करत राहायचं. मागे एकदाही वळून बघायचं नाही. आपण ज्या गोष्टी मागे टाकून निघालो त्याबद्दलची खंत कधी मनात बाळगायची नाही. याला अपवाद फक्त मी मागे सोडून आलेल्या त्या स्त्रीचा. मी घरातला पिवळ्या दिव्याचा प्रकाश मागे सोडला आणि रस्त्याचा पर्याय निवडला. तसं करण्याचे जे काही परिणाम झाले, त्यांना सर्वस्वी फक्त मीच जबाबदार आहे. आणि मी स्वत:वरती जे काही ओढवून घेतलं, त्याबद्दल विलाप करत बसण्याचा मला काहीही अधिकार नाही.

किनसेड मान हलवून स्वत:शीच हसला. 'एखाद्या म्हाताऱ्याच्या भावनाप्रधान बडबडीपेक्षा जास्त कंटावळवाणं आणि हास्यास्पद दुसरं काय असू शकणार आहे?' असं त्याच्या मनात आलं. पण मग दुसरीकडे त्याला असंही वाटलं की 'कदाचित मी माणूस असल्याचंच ते लक्षण असू शकेल.'

काही वेळानंतर तो त्या ब्रिजच्या आतून बाहेर आला. बस झालं. मनात जी काही इच्छा धरून तो इथे आला होता, ती पूर्ण झाली होती. त्याच्या मनातल्या जुन्या आठवणी त्याला जे काही सांगत होत्या, त्यांची सत्यता पडताळून पाहाण्यासाठीच तो इथे आला होता. फ्रॅन्सेस्काच्या गावातल्या चौकात जाऊन परत एकदा उभं राहायचं आणि तिच्याविषयीच्या आपल्या मनातल्या भावना अजूनही पूर्वीइतक्याच तीव्र, उत्कट आहेत का हे अजमावून पाहायचं, हा त्याचा उद्देश होता. आणि खरोखरच अजूनही त्या तशाच होत्या. एका आयुष्यासाठी एक अद्वितीय प्रेम कुणासाठीही पुरेसं होतं. फ्रॅन्सेस्का हेच त्याच्या आयुष्यातलं अद्वितीय, महान प्रेम होतं. ते प्रेम अजूनही तसंच टिकून होतं. आणि आज त्याच प्रेमाचा कायमचा निरोप घेण्यासाठी तो आला होता. त्याने ब्रिजच्या कठड्यावर जोरात थाप मारली आणि अलगद पावलं टाकत झपाझप चालू लागला. गेल्या कित्येक वर्षांत तो असं चालला नव्हता.

हायवे कुठेतरी गायब झाला होता. बहुतेक कुठलीतरी शिकार करण्याच्या मोहिमेवर गेला होता. किनसेड ब्रिजच्या दक्षिणेकडच्या टोकातून बाहेर पडून सरळ पुढे गेला. त्याने तोंडाने एकदा शीळ घातली. तेवढ्यावरून आपला कुत्रा आपला माग काढत नक्की येईल, अशी त्याला खात्री होती. किंवा कदाचित तो एव्हाना ट्रकमध्ये चढून बसलाही असेल, असं त्याला वाटलं. बिचारा गेले कित्येक दिवस त्या ट्रकमध्येच कोंडून बसला होता. त्यालासुद्धा थोड्या शारीरिक हालचालींची, व्यायामाची गरज होती. किनसेड चढण चढून टेकडीच्या माथ्यावर पोहोचला तर हायवेने धापा टाकत मागून येऊन त्याला गाठलं. तो खूश दिसत होता.

“हो, येस... मला रॉबर्ट किनसेड माहीत आहे,” ‘सिॲटल टाइम्स’चा फोटोग्राफी एडिटर एड म्युलिनस याचा आवाज फोनवर दुमदुमला. तो अगदी आत्मविश्वासाने सांगत होता, “तो सिॲटलच्या जवळच कुठेतरी राहातो.”

“तुमची आणि त्यांची कितपत ओळख आहे,” कार्लिस्ले मॅकमिलनने आपला फोन उजव्या हातात घेत विचारलं. लिहून घेण्यासाठी कागद पेन घेऊन तो सरसावून बसला. त्याने मनातल्या मनात एक सुटकेचा निःश्वास टाकला. अखेर छत्तीस वर्षांपूर्वीचा तो रॉबर्ट किनसेड नावाचा माणूस आज, वर्तमानकाळातही अस्तित्वात आहे, हयात आहे, अशी ग्वाही देणारी कुणीतरी व्यक्ती त्याला भेटली होती.

“वेल... माझी काही व्यक्तिशः त्याच्याशी ओळख नाही. पण काही वेळा आमची भेट झालेली आहे. फोटोग्राफीच्या क्षेत्रात तर त्याचा हात धरणारं कुणीच नाही. त्यामुळे इथल्या जवळपास सगळ्याच लोकांनी त्याचं नाव ऐकलेलं आहे. आता आजकालची तरुण पोरं... कुठल्यातरी फॅन्सी फोटो स्कूलमध्ये शिकून आलेली... त्यांना नसेल माहीत त्याचं नाव. पण आमच्यातल्या कुणाचीच रॉबर्ट किनसेडशी प्रत्यक्ष ओळख नाही. तो स्वभावाने जरा विचित्र आहे. तसा चांगला आहे. गोड बोलतो, पण स्वतःतच गुंग असतो. कुणामध्ये फारसा मिसळत नाही. त्याचं कामही फार जगावेगळं असतं. आजकालच्या काळात पैसे देऊन कुणी असलं विकत घेत नाही. आम्ही आमच्या मासिकाच्या पर्यटन विभागामध्ये गेली कित्येक वर्षं त्याची फोटोग्राफी वापरली आहे. त्याचं काम इतकं अप्रतिम आहे; पण ते जराही भडक नाही. ते सूचक असतं. खूप श्रेष्ठ दर्जाचं असतं. त्यामुळे बातम्यांसोबत त्याचा फारसा उपयोग होत नाही.”

“मी त्यांचं काही काम पाहिलं आहे. विशेषतः नॅशनल जिओग्राफिकच्या जुन्या अंकांमध्ये,” कार्लिस्ले म्हणाला. त्यावर तो फोनवरून बोलणारा माणूस आणखी काहीतरी माहिती पुरवेल, अशी त्याला आशा वाटली.

त्याने सांगितली. तो म्हणाला, “हो. मी तुम्हाला सांगतो, अहो आमच्यापैकी अनेक लोकांनी कॅमेरा हातातही धरण्याअगोदर त्याने फोटोग्राफीसाठी अख्खं जग पालथं घातलं होतं. जगाच्या अगदी कानाकोपऱ्यातल्या, महाभयंकर दुर्गम भागातसुद्धा जाऊन त्याने फोटो काढले होते. त्याने टेक्सासमधल्या एका मालगाडीच्या टपावरून चाललेल्या भटक्या जमातीतल्या, फाटक्या-तुटक्या कपड्यातल्या माणसांचा फोटो काढला होता. तो इतका जबदरस्त होता की, तो पाहून तर मी फोटोग्राफी करायला लागलो. त्या फोटोमध्ये मागची पार्श्वभूमी जरा धूसर होती. त्यावरून एक गोष्ट माझ्या लक्षात आली. त्या कळकट माणसाचा फोटो काढण्यासाठी रॉबर्ट किनसेड नक्कीच त्या धावत्या मालगाडीच्या टपावर चढला असणार. पण काय फोटो होता तो! काय अप्रतिम शॉट होता! त्या माणसाच्या चेहऱ्यावरची प्रत्येक सुरकुती अगदी

स्पष्ट आली होती. त्या म्हाताऱ्याच्या हातावर पडलेले घट्टेसुद्धा ठळकपणे दिसत होते. अगदी अंगावर येत होते. कुठल्यातरी अप्रसिद्ध मासिकात ते फोटो छापून आले होते. कदाचित तीस वर्षांपूर्वी असतील. माझ्याकडे तो फोटो असलेला लेख अजूनही कुठल्यातरी फाइलमध्ये नीट ठेवलेला असेल.''

मग कार्लिस्लेने त्याला त्या मासिकाचं नाव विचारून घेऊन ते वहीत टिपून ठेवलं – 'हाय डेझर्ट रेल्स'. ''मला त्या लेखाची एखादी कॉपी मिळू शकेल का?'' तो म्हणाला.

''हो नक्की. जर मला तो सापडला, तर कुठल्या पत्त्यावर पाठवायचा?''

कार्लिस्लेने त्याला पत्ता सांगितला आणि स्वतःच्या चौकशा पुढे चालूच ठेवल्या. ''मी त्यांचा शोध कसा घेऊ, याविषयी तुम्ही काही सांगू शकाल का? मी एक रिसर्च करतोय.'' तो म्हणाला.

''जरा थांबा हं. मी फिलिप्सला विचारतो. तो आत्ता लॅबमधून बाहेर येतोच आहे. मला वाटतं, एकदा तो असं म्हणाला होता की, तो आणि किनसेड एका बारमध्ये अधून-मधून भेटतात.''

त्यानंतर रिसीव्हर काचेच्या टेबलावर ठेवल्याचा आवाज झाला. ''हे... ए... फिलिप्स... जरा इकडे ये ना. तुला काहीतरी विचारायचंय,'' पलीकडून कार्लिस्लेला ऐकू आलं. त्यानंतर जरा वेळ काहीतरी कुजबूज ऐकू आली. कार्लिस्लेच्या अर्धवट काहीतरी कानावर पडत होतं. ''डाउनटाउन? पण डाउनटाउनला कुठे? काय? रूट ९९ आणि काय?''

मग त्या माणसाने परत एकदा फोन उचलला आणि तो अगदी स्पष्ट, स्वच्छ शब्दात कार्लिस्लेला म्हणाला, ''ऑलराइट. तर फिलिप्सच्या सांगण्याप्रमाणे डाउनटाउनमध्ये 'शॉर्टीज्' नावाचा एक जुना जाझ जॉइंट आहे. तिथे त्याने किनसेडला पाहिलेलं आहे. दर मंगळवारी रात्री नाइटहॉक्स कमिंग्ज नावाचा वादक तिथे सॅक्सोफोन वाजवतो. हा फिलिप्स आहे ना, त्याला त्या तसल्या म्युझिकची आवड आहे. त्यामुळे तो आणि त्याचे मित्र या कमिंग्जला ऐकायला कधीकधी तिथे जातात. त्या वेळी तो किनसेड तिथे असतो. पण फिलिप्स त्याच्याशी कधीही बोललेला नाही. तो म्हणाला, किनसेड तिथे एकटाच बसतो, बिअर पितो. त्याची आणि त्या नाइटहॉक कमिंग्जची चांगली ओळख आहे.''

कार्लिस्ले एकीकडे टिपणं काढत होता. बारचं नाव, पत्ता, त्या सॅक्सोफोन वाजवणाऱ्याचं नाव.

''तुम्ही सिॲटलच्या आसपासचेच आहात की काय?'' त्या एडिटरने कार्लिस्लेला विचारलं. ''तुम्हाला किनसेडमध्ये इतका का रस आहे? तुम्ही रिसर्च करत आहात, असं म्हणालात. तुम्ही स्वतः फोटोग्राफर आहात का?''

"नाही. मी साउथ डाकोटाहून बोलतोय. मी आमच्या घराण्याच्या इतिहासाबद्दल थोडं संशोधन करतोय आणि त्यातला एक दुवा हा रॉबर्ट किनसेड असू शकेल, असं वाटतंय. हे पाहा, तुम्ही ही जी माहिती पुरवलीत, त्याबद्दल अगदी मनापासून आभार."

"अरे, त्यात काय मि. मॅकमिलन, पण तुम्हाला माझ्याकडून थोडीतरी मदत झाली असेल अशी आशा आहे."

"हो, खूपच मदत झाली. पुन्हा एकदा आभार. पण... तुमचं नाव काय म्हणालात?" कार्लिस्ले म्हणाला.

"एड... एड म्युलिन्स. मी कायम या डेस्कपाशी चिकटलेला असतो. खरंखुरं फील्डवर्क करायला मला कधी मिळतच नाही. बरं, तुम्हाला गुड लक."

कार्लिस्लेने फोन ठेवला आणि लगेच फॉल्स सिटीचं फोनबुक उघडून एका ट्रॅव्हल एजन्सीचा नंबर शोधून काढला. मग तो नंबर फिरवून त्याने फॉल्स सिटीपासून सिॲटलपर्यंत जाण्याचा रूट आणि भाडं इत्यादी गोष्टींची चौकशी केली.

तापमान ३२ डिग्रीज झालेलं होतं. फ्रॅन्सेस्का जॉन्सन रोझमन ब्रिजच्या जवळ आली. इतकी कडाक्याची थंडी होती की, तिच्या नाका-तोंडातून निघालेल्या उच्छ्वासाच्या वाफा होत होत्या. ती ब्रिजच्या अंतर्भागात शिरली आणि थांबली. तिथं उभं राहून बारकाईने लक्ष देऊन ऐकू लागली. तिच्या मनाला एक अनामिक हुरहुर लागली होती. ती खूप अस्वस्थ झाली होती. दूरवरून कबुतरांच्या घुमण्याचा आवाज आणि ब्रिजच्या लाकडी फळ्यांच्या खालच्या बाजूने वाहत्या पाण्याचा खळखळाट तेवढा ऐकू येत होता. तिने खाली ब्रिजच्या लाकडी जमिनीकडे पाहिलं तर तिला चिखलाने भरलेल्या पायांचे ठसे त्यावर उमटलेले दिसले. ते ओलसर होते. कुणीतरी थोड्याच वेळापूर्वी तिथून चालत गेलं असावं.

अंगातलं जाकीट फ्रॅन्सेस्काने घट्ट ओढून घेतलं. ती शहारली. कडाक्याची थंडी होती हे खरं असलं, तरी तिचं हे शहारणं मात्र त्या थंडीने नव्हतं. त्या ब्रिजच्या अंतर्भागात बऱ्यापैकी अंधार होता. नीट काहीच दिसत नव्हतं. पण त्या अंधारातही कुणाचंतरी अस्तित्व तिला जाणवलं.

"हॅलो..." ती थोडी चाचरत म्हणाली. "इथे कुणी आहे का?" तिच्या आवाजाचा प्रतिध्वनी रोझमन ब्रिजच्या आतल्या पोकळीतून ऐकू आला.

"हॅलो..." ती पुन्हा म्हणाली. ती मनातून खूप जास्त अस्वस्थ झाली होती.

ब्रिजच्या पलीकडच्या टोकाला पडत असणाऱ्या पावसाचं हळूहळू हिमवृष्टीत रूपांतर होताना तिने पाहिलं. मोठमोठे हिमकण रस्त्यावर पडून बघता-बघता त्यांचा दाट थर तयार झाला. मग ती तशीच पुढे चालत राहून ब्रिजच्या दक्षिण दिशेला उघडणाऱ्या भागापाशी येऊन छपराच्या आतच थांबून समोरच्या हिमाच्छादित टेकडीकडे

पाहू लागली. टेकडीच्या माथ्यावर असलेला वृक्षांचा पुंजका बघता-बघता हिमवर्षावात अदृश्य झाला. तिथे त्या झाडांच्या मागे नक्कीच कुणीतरी उभं असल्याचं तिला अगदी स्पष्ट जाणवलं. टेकडी केवळ शंभर यार्डांवर होती. पण ती आता बर्फाच्या आवरणात वेढली गेली होती. इतक्यात उडी मारून एक प्राणी त्या झाडांच्या पुंजक्यात घुसला. नक्कीच एखाद्या शेतकऱ्याचा कुत्रा असावा. वाऱ्याच्या आवाजातूनही फ्रॅन्सेस्काला एक इंजीन सुरू झाल्याचा आवाज झाला. टेकडीवरच्या त्या झाडांच्या पुंजक्याखालून.

कार्लिस्ले मॅकमिलनने फॉल्स सिटी ते सिॲटल असं विमानाचं तिकीट काढलं. त्याची फ्लाइट पुढच्या सोमवारी होती. वाटेत डेनव्हरला एक स्टॉप होता. जवळ लिव्हरमोअरमध्ये त्याचं एका घराच्या स्वयंपाकघराच्या नूतनीकरणाचं काम चालू होतं. ते अजून काही दिवस चालणार होतं. ते घाईने पूर्ण करून जर पैसे हातात आले असते, तर विमानाच्या तिकिटाचा खर्च त्यातून निघाला असता.

मग त्याने लिव्हरमोअरमधल्या त्या माणसांना फोन करून दुसऱ्या दिवशी सकाळीच कामाला येत असल्याचं कळवलं. त्यांच्या स्वयंपाकघराच्या कोपऱ्यात ठेवण्यासाठी त्याने जे कपाट बनवायला घेतलं होतं, ते पूर्ण झाल्याचं आणि ते आपण घेऊन येत असल्याचंही त्याने त्यांना सांगितलं. त्याचं बोलणं ऐकून ते लोक खूश झाले. आता गॅरेजमध्ये स्वयंपाक करून बैठकीच्या खोलीत जेवायचा आपल्याला कंटाळा आल्याचं त्यांनी त्याला सांगितलं. कार्लिस्लेने आपली हत्यारं गोळा केली आणि आपल्या ट्रकमध्ये नेऊन ठेवली.

फ्रॅन्सेस्काला एका वाहनाच्या हॉर्नचा आवाज ऐकू आला. त्या आवाजाने ती एकदम दचकली. वाऱ्याच्या आवाजामुळे, तसंच समोरच्या टेकडीवर बर्फाच्या अवगुंठनातल्या त्या झाडांच्या पुंजक्याखाली नक्की काय होतं याकडे तिचं लक्ष असल्यामुळे फ्लॉइड क्लार्कच्या पिकअप ट्रककडे तिचं लक्ष गेलं नाही. तो ब्रिजच्या जवळ ट्रक पार्क करून जोरात हाका मारत होता, "हे... फ्रॅनी, फ्रॅनी, हर्मनने तुला रस्त्यात पाहिलं. इतका पाऊस सुरू झालाय. मला वाटतं, तुला घरी जायला लिफ्ट हवी असेल. एक-दोन मिनिटांत खूप मोठं हिमवादळ सुरू होणार आहे."

फ्रॅन्सेस्काने वळून पाहिलं तर आपल्या ट्रकच्या खिडकीतून डोकं बाहेर काढून तो खाणाखुणा करून तिला बोलावत होता. मग तिने पुन्हा मागे वळून त्या टेकडीच्या माथ्याच्या दिशेने पाहिलं.

"फ्रॅनी, अगं चल, मी तुला घरी सोडतो. या असल्या गारठ्यात जास्त वेळ थांबलीस, तर न्यूमोनिया होईल तुला." फ्लॉइडने परत एकदा जोरात हॉर्न वाजवला.

फ्रॅन्सेस्काने ब्रिजच्या छपराखालून बाहेर येऊन परत एकदा त्या टेकडीच्या माथ्याकडे निरखून पाहिलं. आता तर तिला सर्वत्र फक्त पांढराशुभ्र बर्फच तेवढा दिसत होता. फ्लॉइड आता ट्रकमधून उतरून तिच्याच दिशेने येत होता. तिने एकवार त्याच्याकडे पाहिलं. ब्रिजवर आता हिमवर्षाव सुरू झाला होता. फ्लॉइडच्या बोलण्याकडे दुर्लक्ष करून फ्रॅन्सेस्का शक्य तेवढ्या वेगाने टेकडीकडे धावत निघाली. तिच्या पायातल्या रबरी बुटांमुळे तिला पळताना त्रास होत होता.

टेकडीच्या एक चतुर्थांश भाग पार करून ती बऱ्यापैकी वर पोहोचल्यावर अचानक पाय घसरून पडली. मग स्वत:ला सावरून ती कशीबशी उभी राहिली. तिच्या जाकीटच्या पुढच्या बाजूला चिखल आणि माती लागली होती आणि त्याचे काही ओघळ तिच्या बुटांवरसुद्धा पडत होते. तिच्या जाकीटची टोपी डोक्यावरून मागे घसरली होती आणि तिचे केस ओलेचिंब झाले होते. ते तिच्या कपाळाला घट्ट चिकटले होते. परत एकदा ती टेकडीवर नेटाने चढू लागली.

फ्लॉइड आता तिच्या मागे पळत येत होता. तो मोठमोठ्यांदा ओरडत होता, "फ्रॅनी, फ्रॅनी, अगं तुला वेड लागलंय का?"

पण फ्रॅन्सेस्का एव्हाना टेकडीच्या माथ्यावर पोहोचून झाडांच्या अगदी जवळ पोहोचली होती. फ्लॉइड तिच्या पाठीमागे अगदी थोड्या अंतरावर धापा टाकत उभा होता. अजूनही गारठ्याबद्दल, न्यूमोनियाबद्दल ओरडून सांगत होता. त्या झाडांच्या पुंजक्याच्या पलीकडच्या बाजूला चिखलात टायरच्या खुणा उमटल्या होत्या. झाडांच्या उग्र वासात इंधनाच्या गरम वाफेचा आवाज मिसळला होता. फ्रॅन्सेस्का जॉन्सन तिथे खिळल्यासारखी उभी होती. तिच्या केसात भुरुभुरु बर्फ पडत होता आणि तिथून घरंगळत तो तिच्या मानेवर सांडत होता. खाली रस्त्यावर तिच्यापासून केवळ पाचशे यार्डांवर एक हिरवट रंगाचा पिकअप ट्रक खडबडीत रस्त्याने तिच्यापासून दूर निघाला होता, पण त्या हिमवर्षावात तो तिला दिसला नाही.

फ्लॉइडने तिच्या कोपराला धरून तिला सांभाळून टेकडीच्या उतारावरून खाली आणलं आणि रोझमन ब्रिजपाशी पार्क केलेल्या आपल्या ट्रककडे नेलं. रोझमन ब्रिजच्या अगदी जवळ, बर्फात एक धातूची वस्तू चमकत होती. तिने ती उचलून पटकन जाकिटाच्या खिशात टाकली.

फ्लॉइड क्लार्कच्या नव्याकोऱ्या ट्रकमध्ये बसून फ्रॅन्सेस्का घरी निघाली. खिडकीतून बाहेरच्या हिमवर्षावाकडे पाहात ती पुटपुटली, "मी तिथे त्या टेकडीवर झाडाखाली माझ्या ओळखीच्या कुणालातरी पाहिलं, म्हणून मी तिकडे गेले फ्लॉइड. आता प्लीज मला त्याबद्दल जास्त काही विचारू नको. कदाचित मला नुसता भास झाला असेल."

त्याने तिच्याकडे झुकून तिचा हात हातात घेऊन दाबला. "वेल, फ्रॅनी, कधीकधी आपल्याला सर्वांनाच असे भास होत असतात. मला तर घरात कधीतरी खालून मार्ज

हाका मारून मला ब्रेकफास्ट घ्यायला बोलावतेय, असासुद्धा भास होतो.''

घरी पोहोचल्यावर फ्रॅन्सेस्काने स्वयंपाकघरातला दिवा लावून जाकीट काढून टाकलं. तिच्या खिशातून ती धातूची वस्तू खाली पडली. रोझमन ब्रिजपाशी बर्फात तिला सापडलेली ती वस्तू. वस्तू खुर्चीच्या पायापाशी पडली. फ्रॅन्सेस्काने ती खाली वाकून उचलली. ती एक रिंग होती व त्यात एक बिल्ला लटकत होता. कुत्र्यांच्या गळ्यात लटकत असतो तसा बिल्ला. तो एका बाजूने गुळगुळीत होता तर दुसऱ्या बाजूला त्यावर काही अक्षरं कोरलेली होती. तिने बराच वेळ तो बिल्ला हातात तसाच धरून ठेवला. मग स्वत:चा चश्मा शोधला. चश्मा घालूनही त्यावरची अक्षरं तिला वाचता येईनात. मग तिने तो बिल्ला दिव्याच्या उजेडात धरला. त्यावर लिहिलेलं होतं :

१९८१
६३७०४
रेबीज व्हॅक्सिनेशन.
मेन्रो व्हेटरनरी क्लिनिक
बेलिंगहॅम, वॉशिंग्टन.

या बिल्ल्यावर त्या क्लिनिकचा पत्ता आणि फोन नंबरही दिलेला होता. फ्रॅन्सेस्का स्वयंपाकघराच्या खिडकीपाशी जाऊन बराच वेळ बाहेरच्या अंधाराकडे बघत उभी राहिली. आता बाहेर प्रचंड हिमवर्षाव सुरू झाला होता. बाहेरच्या दिव्याच्या उजेडात तो दिसत होता. त्यानंतर कितीतरी वेळ तो बिल्ला मुठीत घट्ट पकडून खिडकीतून बाहेर मिडल रिव्हरच्या दिशेने बघत ती तशीच उभी राहिली.

❖

अमेरिकेतील सर्वांत एकाकी हायवे

रॉबर्ट किनसेडने ओमाहापाशी मिसुरी नदी पार केली. तो पश्चिमेकडे निघाला. रोझमन ब्रिजपासून भल्यामोठ्या नदीपर्यंत १०० मैलांचं अंतर आपण कसं काय काटलं, हे रॉबर्ट किनसेडला आठवतही नव्हतं. त्याचं मन एका स्त्रीच्या विचारात मग्न होतं. एक जुना ब्रिज आणि त्या जागी घडलेल्या सगळ्या गोष्टींचा तो विचार करत होता.

त्याने ती रात्र नेब्रास्कामध्ये काढली. गावात शिरत असताना तो बाहेर पाहात होता. घराघरांच्या खिडक्यांमधून पिवळ्या दिव्याचा उजेड बाहेर पडत होता. त्याने स्वतःच्या खिशाला परवडू शकेल अशा स्वस्त मोटेलचा शोध घेण्यास सुरुवात केली. रात्र लांबलचक, कंटाळवाणी होती. बाहेर सतत हिमवर्षाव सुरू होता. पहाटेपर्यंत त्याच्या डोळ्याला डोळा लागला नाही. रात्रभर वादळ चालू होतं. पण सकाळ उजाडली ती मात्र प्रसन्न, थंडगार पण कोवळं ऊन घेऊन आली होती. किनसेडने लवकरच उठून काळा, बंद गळ्याचा स्वेटर अंगात चढवून आपला हॅरी ट्रक सुरू केला. इंजीन गरम होण्यासाठी जरा वेळ चालूच ठेवलं. मग शेजारच्या सीटवर हायवेला बसवून त्याने पुन्हा पश्चिमेकडे कूच केलं.

दोन दिवसांनंतर रॉबर्ट किनसेड सॉल्टलेक सिटीला पोहोचला होता. तो काही वेळ एका चौकापाशी थांबून तिथेच बसला. आता त्याच्यापुढे दोन पर्याय होते. एकतर मोठा रस्ता पकडून थेट सिॲटलला जायचं, नाहीतर मग परत एकदा

खालच्या रस्त्याने हायवे ५०वरून जायचं. हा दुसरा पर्याय जर निवडला, तर तो रेनोला जाऊन पोहोचला असता. मग तिथून कॅलिफोर्नियाच्या उत्तरभागी. मग तो हायवे ५०च्या दिशेने वळला. हा अमेरिकेतला सर्वांत एकाकी रस्ता होता. पंचवीस वर्षांपूर्वी त्याने या रस्त्यावर एक मोठा निबंध लिहिला होता. त्यासोबत कितीतरी फोटोसुद्धा जोडले होते. त्या काळी अजून इंटरस्टेट रोड बांधण्यात आलेले नव्हते. हा रस्ता वापरात होता.

तो हायवे ५०वरून डेल्टा नावाच्या छोट्याशा खेड्यापाशी पोहोचला. तिथून नेवाडापर्यंतचा भलामोठा प्रवास सुरू झाला. त्यानंतर एक वाळवंट पार करायचं होतं. हा सगळाच प्रवास एका प्रदीर्घ यात्रेसारखा आहे, असं त्याला वाटलं. प्रवाशांनी आपल्या वाहनांचा पेट्रोल टँक भरून घ्यावा आणि मगच पुढे जावं, अशी सूचना वाटेत दिसली. प्रवास लांब पल्ल्याचा आणि पुढील रस्ता निर्मनुष्य असणार होता. साधारण दुपारी बाराच्या सुमाराला त्याने नेवाडा पार केलं. आकाश ढगाळ होतं. मध्येच सूर्य ढगाआडून डोकं बाहेर काढायचा आणि लगेच परत ढगाआड जायचा. डोंगरांच्या मधल्या रस्त्यांवरील खिंडींमधून कुठेकुठे बर्फ साचून राहिला होता.

नेवाडाच्या सरहद्दीपाशी एक इमारत होती. त्याच्या पुढील बाजूस दोन जुनेपुराणे पेट्रोलचे पंप होते. किनसेडने हॅरीमध्ये स्वत:च पेट्रोल भरलं आणि पैसे देण्यासाठी आत गेला. आत आखूड केस कापलेली एक उंच, सडपातळ तरुणी होती. तिने केस उलटे फिरवून घट्ट बांधले होते. तिच्या अंगात जीन्स, बूट, शर्ट असा वेस्टर्न ड्रेस होता. त्याने तिला पैसे देऊन तिने परत दिलेले सुटे पैसे ताब्यात घेतले. त्याच्या उजव्या बाजूला स्लॉट मशिन्सच्या दोन रांगा होत्या. आत्तातरी त्या मशिन्समध्ये पैसे टाकून कुणीही जुगार खेळत नव्हतं. चार काउबॉइज एका टेबलापाशी सिगारेटी ओढत, बिअरचे घुटके घेत बसले होते. हॅम्बर्गरचा तेलकट वास सगळीकडे सुटला होता. आत किचनमधून भांड्यांचा खणखणाट ऐकू येत होता. 'बहुधा गेल्या पन्नास वर्षांत या जागेत काडीइतकाही बदल झालेला नसावा,' किनसेडच्या मनात आलं. खरंतर त्यामुळेच त्याला ते ठिकाण आवडलं.

"मी आता विसरलोय, रेनो इथून किती दूर आहे?" तो त्या स्त्रीला म्हणाला.

"सुमारे साडेतीनशे मैलांचा पल्ला आहे. तुम्ही आजपर्यंत पाहिलेला सर्वांत उदास, लांबलचक असा हा रस्ता असणार, हे नक्की. तेव्हा निघण्यापूर्वी टायर चेक करा, ऑइल चेक करा, रेडिएटर चेक करा आणि आपल्याला नक्की कशासाठी जायचंय हेही बघा. कारण तिकडे नाग-साप आणि काउबॉइज सोडून इतर कुणीच राहात नाही. आणि शनिवारच्या रात्री ते वेगवेगळे ओळखूदेखील येणार नाहीत." ती म्हणाली. शेवटचं वाक्य ती जरा जास्तच मोठ्यांदा म्हणाली. तसं म्हणत असताना तिने जवळच्या टेबलापाशी बसलेल्या काउबॉइजकडे पाहिलं.

मग त्यांच्यातल्या एकाने मान वळवून तिच्याकडे पाहिलं. तो गुरगुरत तिला म्हणाला, "वेल, मिंडी, काल त्या पिकअप ट्रकमध्ये शिरण्याची तुला कुणीही सक्ती केलेली नव्हती. मला अगदी स्पष्ट आठवतंय, तू दोन्ही हातात टॉर्च घेऊन अगदी आनंदाने उड्या मारत आत शिरलीस आणि नाचतच बाहेर पडलीस."

"ए, गप बस नं, वॅडी!" ती जोरात म्हणाली. तिचा चेहरा लाल झाला होता. "गिऱ्हाइकांच्या समोर हे असं काही बोलतात का?"

रॉबर्ट किनसेडने तिच्याकडे पाहून स्मितहास्य केलं आणि त्या काउबॉइजच्या दिशेने हात हलवला. मग तो आपल्या ट्रककडे परत गेला. ट्रकमध्ये बसून तो निघाला आणि थेट सॅक्रामेंटोच्या खिडीपाशी जाऊन पोहोचला. समोर चंदेरी हिरवट गवत पसरलेलं होतं. त्याबद्दल कुणीतरी कधीतरी लिहिलेलं त्याने वाचलं होतं. कुठे बरं? कदाचित 'द ऑक्सबो इन्सिडेंट' या पुस्तकात आपण ते वाचलं असावं, असं त्याला वाटलं.

आत्ता प्रकाश फार छान पडला होता. आयुष्यभर या प्रकाशाचाच तर त्याने पाठलाग केला होता. समोर पसरलेलं हे हिरवट चंदेरी गवत आणि दूरवर दिसणाऱ्या पाणचक्क्या. आत्ता इथे जर थांबून त्याने फोटो घ्यायचं ठरवलं असतं तर फोटो घेण्याजोगं खूपकाही होतं. पण का कोण जाणे, सध्यातरी मनात फोटोग्राफी करण्याची ओढ शिल्लकच नव्हती. इथून पुढे निघून जाण्याची अनामिक आस मनाला लागून राहिली होती.

मग त्यामुळे तो पुढे निघाला. हायवे ५०ने तो पश्चिमेला निघाला होता. वाटेत कुठेही मनुष्यवस्ती असल्याचं चिन्हही नव्हतं. चिटपाखरूही नव्हतं. त्या लांबच लांब एकाकी रस्त्यावर परत एकदा तो गतायुष्यातील स्मृतींना उजाळा देऊ लागला. त्याच्या वडिलांचं निधन होऊन एक्कावन्न वर्षं लोटली होती. नुसता त्या गोष्टीचा विचार मनात येताच त्याला आपलं फार वय झाल्यासारखं वाटू लागलं. १९३७ साली, म्हणजे त्याच्या वडिलांच्या निधनानंतर सात वर्षांनी त्याची आईसुद्धा वारली होती.

त्याला आपले लहानपणाचे दिवस आठवले. त्या वेळचा तो एकटेपणा आठवला. त्याचं पुढील आयुष्य कसं घडणार, हे मुळी त्या बालपणातच ठरून गेलं होतं. त्याला त्या वेळी नृत्यात, कला-क्रीडा इत्यादी विषयांमध्ये जराही रस नव्हता. तो सदोदित कंटाळलेला असायचा. शालेय शिक्षणाचाच त्याला प्रचंड तिटकारा होता. त्या पुस्तकी शिक्षणाने त्याच्या अंगातलं चैतन्यच दडपून टाकलं होतं. त्यामुळेच तो घुमा, अबोल होऊन गेला होता. त्यामुळे मग लायब्ररीत जे काही हाताला लागेल ते तो अधाश्यासारखं वाचून काढत असे. त्या काळात शाळेची लायब्ररी, तिथली पुस्तकं, नद्या, हिरवीगार कुरणं हेच सगळे त्याचे सखेसोबती होते.

त्यांच्या शाळेत पालक-शिक्षक सभा होत. त्यात त्याची आई आणि शिक्षक यांनी एकमेकांची कितीतरी वेळा भेट घेतली. त्याच्या अंगच्या सुप्त गुणांना बाहेर काढण्याचे कितीतरी प्रयत्न त्याच्या शिक्षकांनी केले असतील. पण ते सगळे फोल ठरले. पण तरीही राज्यपातळीवरील परीक्षेत त्याने बऱ्यापैकी यश संपादन केलं. त्याने शाळेच्या अभ्यासाकडे काडीमात्रही लक्ष न देऊनसुद्धा त्याने हे यश मिळवल्यामुळे इतरांना नैराश्य आलं.

त्याचे वडील फॅक्टरीचं काम संपवून घरी येता-येता एक दिवस म्हणाले होते, "त्याच्या अंगात ओल्ड आर्टेमान्स किनसेडचं रक्त वाहातंय. आजपासून काही पिढ्या मागे जाऊन जर आपण पाहिलं, तर आर्टेमान्स किनसेड मिसिसिपी नदीच्या काठी राहायचा. बँजो वाजवून तो स्वत:चं पोट भरायचा. त्याच्याच पावलावर पाऊल टाकून हा पोरगा भ्रमंती करणार असं दिसतंय. हा पोरगासुद्धा त्याच्यासारखाच जगावेगळा आहे."

पण तरीही त्याच्या आई-वडिलांनी त्याच्याविषयी तक्रार करावी असं फारसं काही नव्हतं. रॉबर्ट किनसेड जेव्हा मोठा झाला, तेव्हा तो जरी मितभाषी असला, तरी त्याचं वागणं सौजन्यपूर्ण होतं. तो उन्हाळ्याच्या सुट्टीत कामं मिळवून तेही करायचा. मधूनमधून शाळेचे शिक्षकच त्याच्यातल्या सुप्त गुणांना बाहेर काढण्याच्या गोष्टी त्याच्या पालकांशी काढत. तेवढं सोडलं, तर बाकी त्यांना त्याचा कसलाच त्रास होत नसे. तो हायस्कूलमध्ये गेल्यावर स्थानिक लंबरयार्डमध्ये त्याला शेवटच्या उन्हाळ्याच्या सुट्टीत तात्पुरतं कामसुद्धा मिळालं. ते काम बार्न्सव्हिलमध्येच होतं. तो पदवी संपादन करून बाहेर पडला तेव्हा प्रचंड मोठ्या जागतिक मंदीला नुकतीच सुरुवात झाली होती. त्यानंतर त्याचे वडील वारले. मग आपल्या आईचं आणि स्वत:चं पोट भरण्यासाठी तो लष्करात भरती झाला. तिथे एका फोटोग्राफरचा मदतनीस म्हणून काम करता करताच त्याला स्वत:च्या जीवनाचं ध्येय गवसलं.

स्त्रियांच्या बाबतीत बोलायचं, तर त्याच्या आयुष्यात अगदीच थोड्या स्त्रिया आल्या. पण तेवढ्याच ठीक होत्या. रॉबर्ट किनसेड कधीच स्त्रीलंपट नव्हता. पण त्याच्या कामानिमित्त त्याला ज्या-ज्या ठिकाणी हिंडावं लागायचं, ज्या-ज्या संधी त्याच्या पुढ्यात येऊन उभ्या राहायच्या त्या पाहाता, त्याने स्त्रीलंपटपणा कसा केला नाही, हेही एक आश्चर्यच होतं. त्याची तशी अगदी एक-दोन प्रेमप्रकरणं झाली. पण ती जास्त दिवस टिकली नाहीत. नंतर त्याने लग्नही केलं. पण तेही अल्पकाळच टिकलं. त्यामागचं कारण हेच होतं की, फोटोग्राफीच्या कामाच्या निमित्ताने त्याला बरेचदा दीर्घकाळासाठी घराबाहेर राहाणं भाग पडे. आणि मग त्याच्या आयुष्यात फ्रॅन्सेस्का जॉन्सन आली. फ्रॅन्सेस्कानंतर त्याच्या आयुष्यात दुसऱ्या कोणत्याही स्त्रीला कधीच स्थान मिळालं नाही. त्याला इतर स्त्रियांमध्ये नंतर कधीच रसही

वाटला नाही. अर्थात त्याने ही विरक्ती मुद्दाम स्वीकारली होती अशातला भाग नाही. पण त्यानंतरची सोळा वर्षं तो एखाद्या संन्याशाचं जीवन जगत राहिला. पण ते आपसूक घडलं. एकदा फ्रॅन्सेस्का आयुष्यात येऊन गेल्यानंतर दुसऱ्या कोणत्या नातेसंबंधात त्याला अर्थच वाटला नाही. त्याने तिच्या सोबत घालवलेले क्षणच त्याच्यासाठी चिरंतन बनले. त्यांनी त्याच्या आयुष्याला अर्थ प्राप्त करून दिला आणि त्यापलीकडे दुसरं काहीच रोमँटिक असं त्याच्या आयुष्यात उरलं नाही.

अगदी सुरुवातीच्या काळात ट्रेन्स, मग लढाऊ जहाजं. पुढे हवाई जहाजं. डीसी-थ्री आल्यानंतर लांबलांबच्या पल्ल्याचा प्रवास अगदी कमी वेळेत करणं शक्य झालं. मग बोइंग ७०७ आली. सहारा वाळवंटातला उंटावरचा प्रवास, जीपमधून केलेला प्रवास, राजस्थानच्या वाळवंटातील प्रवास. दोन वेळा खेचरांवर बसून जाणं, एकदा घोड्यावर बसून जाणं. खरंतर किनसेड घोडेस्वारी आयुष्यात कधीच शिकला नव्हता. पण १९३९ साली त्याने जेव्हा पहिल्यांदा मंगोल एम्पायर्स विषयीची स्टोरी करायला घेतली, तेव्हा तब्बल नऊ महिने तो मंगोलियाच्या प्रचंड मोठ्या लांबलचक पसरलेल्या गवताळ प्रदेशातून भटकंती करत होता. त्या वेळी त्याला घोड्यावरूनही प्रवास करावा लागला. चेंगीझ खानच्या युद्धमोहिमांचा मागोवा घेत, त्या वेळी त्याने बरीच भटकंती केली.

त्याला त्यात बऱ्याच खस्ता खाव्या लागल्या. पण युद्ध आणि त्यात शरीरावर झालेल्या असंख्य जखमा वगळता बाकी त्याचं ठीक चाललं होतं. त्याच्या शरीरातले काही स्नायू दुखावले होते. घोटा तर चांगलाच जायबंदी झाला होता. काँगोमध्ये एकदा एक बोट उलटली आणि त्याचा संपूर्ण चेहरा रक्तबंबाळ झाला. त्याचप्रमाणे ब्राझीलमध्ये डास चावून त्याला पीतज्वरानेही ग्रासलं. परंतु एका कॅथलिक नर्सने त्याची मनापासून सेवाशुश्रूषा केली. त्याला मृत्यूच्या दाढेतून बाहेर काढलं. त्याला जेव्हा मधूनमधून शुद्ध येई, तेव्हा ती त्याला धीर देऊन म्हणायची, "मि. किनसेड चौथ्या दिवसापासून आठव्या दिवसापर्यंतचा काळ फार बिकट असतो. तुम्ही आठ दिवस तग धरा आणि मग तुम्ही एकदम चांगले खडखडीत बरे होऊन जाल." त्याप्रमाणे तो बरा झालासुद्धा. परंतु काविळीने पिवळटसर झाक आलेली त्याची त्वचा नंतरचे कित्येक दिवस तशीच दिसत असे.

हायवे ५०वरून प्रवास करत असताना किनसेड याच सगळ्या गोष्टींचा विचार करत होता. हिरवट चंदेरी गवताळ प्रदेश सोडून आणि डोंगराळ रखरखीत प्रदेश सोडून त्याचा ट्रक पुढे निघाला.

तो आपल्या कुत्र्याकडे बघत मोठ्यांदा म्हणाला, "डॅम इट, हायवे, मी जेव्हा गतकाळाचा विचार करतो, तेव्हा वाटतं, सगळं कसं छान होतं. माझं आयुष्य त्यातल्या दोषांसकटही छान होतं. आणि हो, तू तर माझ्या आयुष्यातली सगळ्यात

चांगली गोष्ट आहेस. तुला माहीत आहे का? आपण दोघं घरी जाऊन पोहोचलो ना की, मी आयोवामधल्या विंटरसेटच्या इन्फर्मेशनला फोन करून तिथल्या मि. रिचर्ड जॉन्सनचा फोन नंबर घेणार आहे. मग तिथून काय माहिती हाती येते, ते तरी पाहू. खरंतर आपण तिकडे असतानाच ते करायला हवं होतं. पण नाही... कदाचित ते योग्य झालं नसतं. एनी वे... मी त्या वेळी जुन्या आठवणींना उजाळा देण्यातच इतका रमून गेलो होतो की, तसं करावं, हे मला त्या वेळी सुचलंच नाही. किंवा कदाचित असंही असेल की, माझ्या मनाने मुद्दामच तो विचार करणं टाळलं असेल, कोणत्यातरी कारणाने.''

हायवे उठून उभा राहिला आणि रॉबर्ट किनसेडचा चेहरा चाटू लागला. किनसेडने त्याला जवळ ओढून घेतलं. रेनो अजून लांब होतं. रविवारच्या रात्री मुक्काम करण्यासाठी एखाद्या ठिकाणाचा शोध घेता-घेता हायवे आणि किनसेड असे दोघंही खूश होते. आनंदात होते.

❖

शॉर्टीज्

डेनव्हरला फ्लाइट बदलून कार्लिस्ले मॅकमिलन सोमवारी सकाळी सिॲटलमध्ये येऊन दाखल झाला. दर मंगळवारी रात्री नाइटहॉक कमिंग्ज शॉर्टीज् बारमध्ये वादनाचा कार्यक्रम करत असे. फ्लाइट बुक करण्याआधी कार्लिस्लेने फोन करून तेवढी खात्री करून घेतली होती.

"हो, गेली पाच वर्षं दर मंगळवारी रात्री तो नाइटहॉक नेमाने आमच्या इथे वाजवतो. त्यामुळे पुढच्या मंगळवारीसुद्धा तो नक्कीच असेल," बार टेंडर म्हणाला होता.

सिॲटलला पोहोचल्यावर कार्लिस्लेने डाउनटाउनमधल्या एका हॉटेलात मुक्काम ठोकला आणि तो लगेच पायी पायीच भटकायला बाहेर पडला. कधी नव्हे ते सिॲटलमध्ये ऊन पडलं होतं. त्यामुळे रस्त्यावर खूपच गर्दी होती. अनेक लोक इकडे-तिकडे ये-जा करत होते. त्यामुळे कार्लिस्ले जरा बावचळला. साउथ डाकोटा, सालामांदरमध्ये गेल्या दहा वर्षांत मिळून जेवढी माणसं त्याने पाहिली नसतील, तेवढी त्याने गेल्या दहा मिनिटांत इथल्या रस्त्यावर पाहिली. रमत-गमत चालता-चालता तो स्प्रिंग स्ट्रीटवर आला. तिथून अर्धा ब्लॉक अंतरावर शॉर्टीज् बार होता. त्याने ती माहिती आधीच काढली होती.

अगदी त्याच सोमवारी, त्याच सुमाराला रेनोच्या पलीकडच्या बाजूने पश्चिमेच्या दिशेला रॉबर्ट किनसेड कॅलिफोर्नियाला निघाला होता. तो वाटेत सोडा स्प्रिंग्ज

नावाच्या एका गावात थांबला. त्याला ते गावाचं नाव आवडलं. आपल्या हॅरी ट्रकचं ऑइल त्याने बदललं. मग एका दुकानात जाऊन थोडेफार खाद्यपदार्थ आणि फळफळावळ विकत घेली. त्याने आपल्या जुन्यापुराण्या कूलरमध्ये बर्फ, ब्रेड, फळं, ताज्या भाज्या आणि अर्थातच मिल्की-वे चॉकलेटचा साठा भरून घेतला. दुपार उलटून जाण्याच्या सुमाराला तो क्लिअर लेकच्या सुमारे तीस मैल पुढे येऊन पोहोचला होता. पुढे आणखी दोन तास ड्राइव्ह केल्यावर फोर्ट ब्रॅगपाशी त्याला पॅसिफिक समुद्र लागला. त्याने इथपर्यंत येण्याच्या मार्गाची आधी व्यवस्थित आखणी केली होती. खरंतर त्याऐवजी त्याआधी न फिरलेल्या रस्त्यांवरून त्याला येता आलं असतं. पण त्याला तसं करायचं नव्हतं. त्याने हा मार्ग मुद्दामच निवडला होता : फोर्ट ब्रॅग, कॅलिफोर्निया हे ठिकाण मेंडोसिनोच्या उत्तरेला केवळ दहा मैलांवर होतं.

वीस मिनिटांनंतर अंधार होणार अशी स्पष्ट चिन्हं होती. दुपारी जरा उशिरा किनसेड जेव्हा हायवे १वर होता त्या वेळी दुकानं एक-एक करून बंद होत होती. तो मेंडोसिनोत शिरला. आर्ट गॅलरीपासून एका ब्लॉकच्या अंतरावर त्याने आपला ट्रक पार्क केला, हायवेला ट्रकच्या आत सोडलं आणि बाजूच्या फुटपाथवरून चालत निघाला. जरा वेळातच आर्ट गॅलरीची काचेची शोकेस आणि त्यात लावलेली हेदर मायकेल्सची चित्रं लांबून दिसू लागली.

आर्ट गॅलरीच्या दरवाजापाशी किनसेड क्षणभर थबकला. आपण आत जाऊन नक्की काय करणार आहोत, गेल्या खेपेला मेंडोसिनोला आल्यानंतर ज्या स्त्रीला आपण या ठिकाणी पाहिलं होतं, ती समोर आल्यानंतर आपण तिला नक्की काय म्हणणार आहोत, हे त्याचं त्यालाच ठाऊक नव्हतं.

अचानक दुकानाच्या आतील भागातून ती स्त्री शोरूमच्या काचेपाशी आली. तिला पाहून किनसेड दचकला. काचेच्या आतील बाजूने एक पाटी लटकत होती. त्या स्त्रीने डाव्या हाताने ती पाटी सरळ केली. बाहेरील बाजूने त्या पाटीवर 'ओपन' अशी अक्षरं लिहिलेली होती. तिचं लक्ष दारात थबकून उभ्या असलेल्या किनसेडकडे गेलं. समोरच्या उंच, कृश माणसाकडे ती टक लावून बघत राहिली. त्याचे पांढरे लांब केस मानेवर रुळत होते. त्याच्या जीन पॅंटला सस्पेंडर बेल्ट्स होते. त्याच्या अंगात काळा स्वेटर होता आणि कमरेच्या पट्ट्याला एक स्विस नाइफ लटकत होती. या सगळ्या गोष्टी तिच्या नजरेने टिपून घेतल्या आणि मग अचानक सुमारे चाळीस वर्षांपूर्वी बिग सरच्या बीचवर या सस्पेंडर बेल्ट्सबद्दलचं त्याने दिलेलं एक भाषण तिला आठवलं.

त्यानंतर जणूकाही काळच तिच्यासमोर हेलकावे खात मागे गेला. तिने शोरूमचं झुलतं दार सावकाश त्याच्यासाठी उघडून धरलं आणि ती क्षणभर तिथेच

उभी राहिली. उन्हाने रापलेल्या चेहऱ्याकडे, गडद निळ्या डोळ्यांकडे आणि अनेक वर्षं उन्हातान्हात भटकून कपाळावर पडलेल्या आठ्यांकडे ती एकटक बघत राहिली. काहीतरी बोलण्यासाठी तोंड उघडून त्या माणसाने ओठांवरून जीभ फिरवली, पण त्याच्या तोंडून काही शब्द फुटेना. परत एकदा त्याने बोलण्यासाठी तोंड उघडलं आणि पुन्हा काहीच न बोलता गप्प उभा राहिला. त्याने एकदा स्वत:च्या पायातल्या बुटांकडे पाहिलं. मग परत त्या स्त्रीकडे पाहिलं. त्याचा चेहरा गंभीर होता. तो खूप संकोचून गेला होता.

"माझं नाव रॉबर्ट किनसेड," तो म्हणाला. त्यापुढे काय बोलावं, ते त्याला कळेना.

विन मॅकमिलन हलकेच हसली, "मला वाटतं, आपली एकमेकांशी खूप जुनी ओळख आहे."

'सीगल' रेस्टॉरंट आणि बारमध्ये विन मॅकमिलन आणि रॉबर्ट एका टेबलापाशी समोरासमोर बसले होते. वायव्येकडून वारे समुद्रात वाहायला सुरुवात झाली होती. बारच्या उघड्या खिडकीतून, खडकांवर येऊन आदळणाऱ्या लाटांचा आवाज स्पष्ट ऐकू येत होता. किनसेडने स्वत:साठी बिअर मागवली, तर विन मॅकमिलनने व्हाइट वाइन घेतली. रॉबर्ट किनसेडचे हात टेबलावर होते. एकमेकांत गुंतलेले. तो त्यांच्याकडे टक लावून पाहात बसला होता. मग त्याने नजर वर उचलून विन मॅकमिलनकडे पाहिलं आणि तो किंचित हसला. मग त्याने परत काहीतरी बोलण्याचा विचार करून तोंड उघडलं, पण तो काहीच बोलू शकला नाही. त्याऐवजी त्याने एक प्रदीर्घ नि:श्वास टाकला. जणूकाही बराच वेळ श्वास आत कोंडून ठेवल्यावर जरा वेळाने तो बाहेर पडावा तसा. मग पुन्हा तो कसनुसं हसला.

"तो तूच ना? नक्की ना?" विन म्हणाली. एकीकडे काहीतरी बोलायला सुरुवात करायची म्हणून तर दुसरीकडे मनात आलेल्या शंकेला वाट करून देण्यासाठी ती हे म्हणाली.

"१९४५ साली मोटारसायकलवरून बिग सरला आलेला माणूस... तो मीच. एका निर्मनुष्य बीचवर एकांतात एका व्हायोलिन वाजवणाऱ्या तरुण सुंदर मुलीवर ज्याने झपाटल्यासारखं प्रेम केलं, तो माणूसही मीच." तो म्हणाला.

आता रॉबर्ट किनसेडने सरळच विन मॅकमिलनकडे रोखून पाहिलं. त्या दोघांच्या वयात तब्बल तेरा वर्षांचं अंतर होतं. पण १९४५ साली त्याला ते अंतर फार जास्त वाटलं नव्हतं. आत्ता मात्र ते फार जास्त वाटत होतं. तो सदुसष्ट वर्षांचा होता. वार्धक्याच्या खुणा त्याच्या चेहऱ्यावर उमटल्या होत्या आणि त्याला त्याची पूर्ण कल्पना होती. पण ती मात्र पंचावन्न वर्षांची होती. तारुण्याच्या खुणा तिच्या शरीरावर अजून शिल्लक होत्या.

"तू अजूनही व्हायोलिन वाजवतेस?" तो म्हणाला.

"हो. जास्त करून मित्रमैत्रिणींबरोबर असतानाच वाजवते. कधीकधी आम्ही इथे छोट्याशा मैफिलीसुद्धा करतो. आणि तू? फोटोग्राफीच करायचास ना?" ती म्हणाली.

"हो, गेली कित्येक वर्षं माझी सतत भ्रमंती चालूच आहे. त्यातलं पुष्कळसं काम परदेशी असतं," असं म्हणून त्याने ग्लासातली सगळी बिअर संपवली. इतक्यात 'आणखी काही हवं का?' असं विचारत वेटर तिथे आला. विनचा ग्लास अजून बराचसा भरलेला होता. मग किनसेडने आणखी एक बिअर मागवली. त्याने कॅमलचं पाकीट उघडलं. मग पाहिलं, तर टेबलावर ॲश ट्रे नव्हता. मग त्याने पाकीट तसंच खिशात टाकलं.

"बिग सरहून पुढे गेल्यावर मी तुला दोन-तीन वेळा पत्रं लिहिली होती," वेटर निघून गेल्यावर तो म्हणाला.

"पण तू निघून गेल्यावर थोड्याच दिवसांत मीही तिथून निघाले," ती म्हणाली आणि गप्प बसली. तिला त्याचं एकही पत्र कधीच मिळालेलं नव्हतं ते त्याला न सांगताच समजलं.

त्यानंतरचा पुढचा भाग बराच कठीण होता. आपण याला कार्लिस्लेबद्दल सांगावं की नाही, तेच तिला कळत नव्हतं. या समोर बसलेल्या माणसाने काही वेळापूर्वी आपलं संपूर्ण नाव सांगेपर्यंत, तिला त्याचं नावसुद्धा धड आठवत नव्हतं. पण तरीही कार्लिस्लेविषयी जाणून घेण्याचा अधिकार त्याला निश्चितच आहे, असं तिला वाटलं. तेही त्याला सांगणं गरजेचं होतं आणि शिवाय कार्लिस्ले त्याचा शोध घेत असल्याचंसुद्धा त्याच्या कानावर घालणं गरजेचं होतं.

मग त्या विषयाला थेट हात घालण्याआधी प्रस्तावना म्हणून ती म्हणाली, "तू लग्न केलंस की नाही? आणि मुलंबाळं?"

"मी १९५३ साली एका चांगल्या स्त्रीशी लग्न केलं. काही वर्षांनंतर आमचा डायव्होर्स झाला. मुलंबाळं काही नाहीत. खरंतर माझ्या कामाचं स्वरूप असं होतं की, लग्न करून काही फायदाच नव्हता. मला सतत बाहेरगावी जावं लागायचं. पण तुझं काय?"

आताच ती वेळ होती. त्याला सगळं सांगून टाकण्याची. विन मॅकमिलन अस्वस्थपणे हातातल्या वाइन ग्लासशी चाळा करत बसली. मग ती खिडकीतून समुद्राच्या लाटांकडे बघत बसली. जोराची भरती सुरू झाली होती. वारे वाहात होते. जवळच्या टेबलापाशी बसलेली एक स्त्री आणि एक पुरुष अचानक मोठ्यांदा हसले. रेस्टॉरंटच्या भिंतीवर सागराशी संबंधित अनेक वस्तू टांगून ठेवलेल्या होत्या. डेकोरेशन म्हणून. किनसेड त्यांच्याकडे निरखून बघत बसला. मग परत त्याने

आपली नजर विन मॅकमिलनकडे वळवली. तिने आता बोलायला सुरुवात केली.

"मी चाळिशीच्या घरात असताना एका माणसाशी लग्न केलं होतं," ती म्हणाली. "सिम्फनीमध्ये व्हायोलिनवादक म्हणून काम करण्याचं माझं स्वप्न तसंच राहून गेलं. मला वाटतं, कदाचित मी तेवढी पातळी कधी गाठूच शकले नाही. किंवा त्या काळी आर्ट डायरेक्टर्स स्त्रियांना कमी लेखत असत, त्यामुळेही कदाचित मला संधी मिळाली नसेल. एनी वे, त्यामुळे मी तो नाद सोडून देऊन लगेच दुसऱ्या गोष्टीकडे वळले. त्याचबरोबर मी घाईने लग्नही करून टाकलं, पण तो निर्णय चुकलाच माझा. पुढे त्याचा खूप त्रास झाला. अर्थात नंतरच्या आयुष्यात मात्र मी सुखी आहे. इथे नॉर्थ कोस्टवर आल्यावर अनेक चांगले पुरुषही भेटले मला." ती म्हणाली. पण अजूनही तिला जे काही सांगायचं होतं, ते तिच्या तोंडून बाहेर पडलेलंच नव्हतं आणि त्या जाणिवेने ती थोडी अस्वस्थ झाली.

वेटर किनसेडची बिअर ठेवून परत गेला.

"मुलंबाळं?" किनसेड आपल्या खांद्यावरचा बेल्ट ठीकठाक करत म्हणाला. त्याने कमरपट्ट्याला लावलेली सुरीपण एकदा चाचपून पाहिली.

त्याचं ते खूप वर्षांपूर्वी बिग सरला असतानाचं असं खांद्यावरचा बेल्ट सारखा करणं, कमरेला लटकणारी सुरी हाताने चाचपून बघणं आणि समोर जे काही आव्हान उभं ठाकेल त्याचा सामना करायला सज्ज असणं, विन मॅकमिलनला आठवलं. मग तिने मांडीवर ठेवलेल्या नॅपकिनवरून हात फिरवून तो नीट ताठ केला, डोळ्यांचा चश्मा काढून टेबलावर ठेवला. त्यानंतर ती बराच वेळ त्याच्याकडे रोखून बघत बसली. मग तिने पुढे होऊन त्याचा एक हात आपल्या हातात घेतला.

"आपल्याला... एक मुलगा आहे, रॉबर्ट किनसेड," ती म्हणाली, "तुला आणि मला एक मुलगा आहे. त्याचं नाव आहे कार्लिस्ले."

मंगळवारी सकाळी कार्लिस्लेने 'सिॲटल टाइम्स'च्या ऑफिसात जाऊन तिथला फोटो एडिटर एड म्युलिन्स याची गाठ घेतली. त्या दोघांचं फोनवर बोलणं झालं होतं.

"अरे वा, मि. मॅकमिलन? बरं झालं तुम्ही येऊन भेटलात! पण तुम्ही इकडे सिॲटलला येणार आहात याची मला कल्पना नव्हती. त्या रॉबर्ट किनसेडचा 'हाय डेझर्ट रेल्स'मधला लेख मला काल रात्रीच सापडला. कुणीतरी मूर्खासारखा तो लेख 'ट्रेन्स' असं लिहिलेल्या फाइलमध्ये लावून ठेवला होता. खरंतर तो 'किनसेड'च्या फाइलमध्ये असायला हवा होता. म्हणजे शोधायला तरी बरं झालं असतं. चला, आपण झेरॉक्स मशीनकडे जाऊ. तुम्हाला एक कॉपी काढून देतो."

खरंतर तो एड म्युलिन्स खूप गडबडीत असणार. त्याच्या टेबलावरचा फोन तर

सतत खणखणत होता. त्याला भेटायला सारखे लोक येत होते. कुणी चालू प्रोजेक्टबद्दल सूचना द्यायला, तर कुणी प्रश्न विचारायला येत होते. त्या लेखाची झेरॉक्स कॉपी मिळाल्यावर मनापासून आभार मानत कार्लिस्ले तिथून बाहेर पडला. त्यानंतर त्याने हॉटेलात परत जाऊन दुपारचं जेवण केलं. जेवणासोबत बिअर घेतली. एकीकडे त्याने तो लेख वाचून काढला. त्यानंतर खोलीत जाऊन त्याने मस्तपैकी ताणून दिली. आता नुसती वाट पाहात वेळ घालवत राहाणं, एवढंच त्याच्या हातात होतं. त्याच्या उत्सुकतेने आता अगदी कळस गाठला होता. नाइटहॉक कमिंग्ज बरोबर नऊ वाजता वाजवायला सुरुवात करायचा. कार्लिस्लेला जेव्हा झोपेतून जाग आली, तेव्हा त्याला आणखी सहा तास घालवायचे होते. त्याने शॉर्टीज् बारमध्ये रात्री आठच्या सुमाराला जायचं ठरवलं. 'जर तो रॉबर्ट एल. किनसेड तिथे आधी आलाच, तर आपण तिथे हजर असलेलं बरं,' असा त्याने विचार केला.

त्याने तेवढ्या वेळात एकीकडे मनातल्या मनात उजळणी सुरू केली. रॉबर्ट किनसेडला भेटल्यावर पहिलं वाक्य काय बोलायचं, याचा त्याने मनात खूप विचार करून तीन-चार वाक्यं तयार करून ठेवली होती. पण आता त्याने ती स्वत:शी उच्चारून पाहिल्यावर मात्र त्यातलं एकसुद्धा त्याला बरं वाटेना. त्यातलं प्रत्येक वाक्य आगाऊपणाचं वाटत होतं. नसत्या चांभारचौकश्या केल्यासारखं, उगाच दुसऱ्याच्या खासगी आयुष्यात डोकावल्यासारखं. सकाळी कार्लिस्ले त्या सिॲटल टाइम्सच्या ऑफिसात एड म्युलिन्सशी बोलला होता. त्याचप्रमाणे तो फिलिप्स नावाचा माणूसही लॅबमधून बाहेर येऊन, दोन मिनिटं कार्लिस्लेशी बोलून गेला होता. त्या दोघांच्याही बोलण्यावरून एक स्पष्ट झालं होतं की, तो रॉबर्ट किनसेड लोकांच्यात फारसा मिसळत नसे. तो घुमा आणि अबोल होता. त्या दोघांनाही तो बऱ्यापैकी विक्षिप्त वाटला होता.

रॉबर्ट किनसेडला भेटल्यावर नक्की कशी सुरुवात करायची, काय बोलायचं, याचा कार्लिस्ले परत नव्याने विचार करू लागला. पण त्याला सुचणारं प्रत्येक नवीन वाक्य हे त्याला स्वत:लाच आधीच्या वाक्यापेक्षा जास्त हास्यास्पद वाटू लागलं.

"हाय, मी कार्लिस्ले मॅकमिलन. आणि मी तुमचा अनौरस मुलगा असल्याचं मला सकारण वाटतंय."

किंवा "हाय, तुमच्याकडे पूर्वी कधीतरी एरियल फोर मोटारसायकल होती ना? काय अप्रतिम होती ती मोटारसायकल."

किंवा "हॅलो, तुम्ही बिग सर, कॅलिफोर्निया इथे असताना तुमचा एखाद्या स्त्रीशी प्रेमसंबंध आला होता का?"

नाहीतर मग, “तुम्ही विन मॅकमिलन नामक एका व्हायोलिनवादक स्त्रीला ओळखता का?”

पण या असल्या वाक्यांमधलं एक जरी वाक्य कार्लिस्ले त्या रॉबर्ट किनसेडला म्हणाला असता, तरी त्यानंतर त्याला त्या बारमधून पळ काढायची वेळ आली असती, हे नक्की.

अखेर हे सगळंच प्रकरण म्हणजे आपण नेहमी करतो त्या सुतारकामासारखंच आहे, हे कार्लिस्लेला कळून चुकलं. मग त्याने मनाशी ठरवलं, ‘एकदा आपण शॉर्टीज्‌मध्ये जाऊन पोहोचलो की, जॉब नक्की काय आहे ते व्यवस्थित बघून घ्यायचं. मग काय काय, कसं कसं करायचं, ते त्यानंतर तिथल्या तिथेच ठरवायचं.’

अखेर सात वाजले. त्याने खिडकीबाहेर पाहिलं, तर शहरात एकामागोमाग एक दिवे लागत होते. मग त्याने स्वच्छ कपडे अंगात चढवले आणि त्यावर लेदरचं जाकीट घातलं.

तो लिफ्टने खालच्या लॉबीत आला. मग रस्त्याने चालत-चालत तो शॉर्टीज् बारमध्ये येऊन पोहोचला. आत जाण्यासाठी तीन डॉलर्स प्रवेश फी होती. डोअरकीपर म्हणाला, “या पूर्ण बारमध्ये दोघांचं टेबल तेवढं एकच आहे, तिकडे त्या बाजूला भिंतीपाशी आणि ते टेबल नाइटहॉकने आपल्या मित्रासाठी कायमचं रिझर्व करून ठेवलंय. त्याचा तो मित्र जवळपास प्रत्येक मंगळवारी इथे येतो. तुम्ही तर एकटेच आला आहात ना? मग तुम्ही बारपाशी जाऊन तिथल्या उंच स्टूलवर बसा.”

कार्लिस्लेने होकारार्थी मान हलवली. आत जाऊन बारजवळच्या उंच स्टूलवर बसून त्याने स्वत:साठी बिअर मागवली. भिंतीपाशी ते दोन जणांचं टेबल होतं. ते रिझर्व असल्याची सूचना त्यावर लावलेली होती. जवळच लहानसं स्टेज होतं. त्यावर ड्रम वाजवणारा माणूस आपल्या ड्रम्सची आणि इतर सामानसुमानाची मांडामांड करत होता.

सोमवारी रात्री खूप उशिरापर्यंत रॉबर्ट किनसेड आणि विन मॅकमिलन गप्पा मारत बसले होते. गप्पा मारत असताना अचानक मध्येच त्याला आठवण झाली. हायवेला तो ट्रकमध्ये एकट्याला सोडून आला होता. त्याला खूप अपराधी वाटलं. त्याला स्वत:ची शरम वाटली. मग ते दोघं हायवेला बरोबर घेऊन गार वाऱ्यात खाडीवर चालायला गेले. आकाशात चंद्राची कोर चमकत होती. ती मधूनच ढगाआड जात होती. विन मॅकमिलनने त्याला कार्लिस्लेच्या बालपणाविषयी, किशोरवयाविषयी सांगितलं. मग परत एकदा रेस्टॉरंटमध्ये येऊन त्यांनी खूप उशिरा रात्रीचं जेवण घेतलं. आपला मुलगा एक अत्यंत कुशल सुतार असून, कोडी मार्क्स

नावाच्या अनुभवी सुताराच्या हाताखाली धडे गिरवून त्याने ही कला आत्मसात केली, असं तिने किनसेडला सांगितलं.

त्यानंतर कार्लिस्ले रॉबर्ट किनसेड नावाच्या एका माणसाचा कसा शोध घेत आहे, हेही तिने त्याला सांगितलं. विनच्या जे काही थोडंफार स्मरणात होतं, ते तिने कार्लिस्लेला सांगितलंच होतं. शिवाय त्याने स्वत:सुद्धा काही रिसर्च केला होता आणि त्यातूनच त्याला रॉबर्ट किनसेड या नावाचा शोध लागला होता, हे तिने किनसेडला सांगितलं. तिचं बोलणं किनसेड नीट लक्षपूर्वक ऐकत होता. या नवीन कळलेल्या माहितीची मनात नीट जुळवाजुळव करत होता. अचानक त्याचं संपूर्ण आयुष्य त्याच्या मागे आणि पुढे पसरलं होतं. गेल्या चार तासांमध्ये विन मॅकमिलनने त्याला जे काही सांगितलं होतं, त्यामुळे त्याच्या मनात प्रचंड गोंधळ उडाला होता. आजवरचं त्याचं एकटेपण ही त्याची खासगी गोष्ट होती, त्याच्या आयुष्यातलं ते सत्य होतं. या संपूर्ण विश्वात आपण अगदी एकाकी आहोत, याच भावनेने तो जगत आला होता. पण आज मात्र विनच्या बोलण्यानंतर त्याला काहीच सुचत नव्हतं.

रात्री अकराच्या सुमाराला विन म्हणाली, "रॉबर्ट, मला वाटतं आपण कार्लिस्लेला फोन करू आणि तू इथे असल्याचं कळवू."

किनसेडने होकार दिला. मग दोघं बारच्या मागील भागी असलेल्या फोनबूथपाशी गेले. तिथे बरीच माणसं जमली होती. त्यांच्या गप्पा रंगात आल्या होत्या. विनने कार्लिस्लेचा साउथ डाकोटाचा फोन लावला, परंतु दहा रिंग्ज वाजल्यानंतरही काही प्रतिसाद न आल्याने तिने फोन खाली ठेवला.

"आता या वेळी हा मुलगा कुठे आहे ते देवच जाणे!" असं म्हणून ती हसली. "तो ना जरा-जरा आपल्या वडिलांच्याच वळणावर गेलाय. सारखा इथून तिथे भटकत असतो. खरं सांगू का? मला या इथल्या बारमधल्या वातावरणाचा कंटाळा आलाय. तुला चालणार असेल, तर आपण माझ्या घरी जाऊ आणि आपलं बोलणं पुढे चालू ठेवू."

त्या रात्री बऱ्याच उशिरा, एक वाजून गेल्यानंतर त्याने तिला व्हायोलिन वाजवण्याची विनंती केली. बिग सरमध्ये तिने त्याच्या शेजारी बसून जी सुरावट वाजवली होती, तीच त्याला पुन्हा एकदा ऐकायची होती. मग एका सरळ पाठीच्या खुर्चीत बसून विनने शूबर्टची रचना वाजवली. रॉबर्ट किनसेड आरामखुर्चीत बसून ते ऐकत होता. त्याने मान खाली घातली होती आणि दोन्ही हात एकमेकांमध्ये गुंतवून मांडीवर ठेवले होते.

तिचं वाजवून संपल्यावर तिला मनापासून धन्यवाद देत तो म्हणाला, "विन, १९४५ सालच्या त्या सप्टेंबर महिन्यात समुद्राकाठची वाळू किती उबदार होती, ते

मला अजूनही आठवतं. ज्या काही गोष्टी माझ्या कायम स्मरणात राहातील, त्यातलीच हीपण एक आहे.''

विन मान कलती करून त्याच्याकडे पाहून हलकेच हसली. ''मलापण आठवतंय, रॉबर्ट किनसेड. अगदी स्पष्ट आठवतंय.''

किनसेडला एक छोटंसं फोटोग्राफीचं काम मिळालं होतं. सिॲटलच्या एका मासिकासाठी एक स्टोरी करायची होती. त्याचं फोटोशूट होतं. ते लोक तीनशे डॉलर्स देणार होते आणि त्याला पैशांची गरज होती. पण विनचं आणि त्याचं एका बाबतीत एकमत झालं. लवकरच विन-कार्लिस्ले आणि किनसेड यांनी एकत्र भेटायला हवं आणि काही वेळ एकत्र घालवायला हवा, असं त्यांनी ठरवलं.

''आपलं तिघांचं मिळून एक कुटुंब आहे, असं आपण म्हणू शकू का नाही, कोण जाणे!'' ती म्हणाली, ''पण आपण तिघांनी एकत्र बसून एकमेकांच्या आयुष्याबद्दल परस्परांना सांगायला हवं आहे. आपण काय काय केलं, काय काय केलं नाही... कशाकशात अपयशी झालो, कोणत्या क्षेत्रात यश मिळालं, ते सगळं एकमेकांना सांगायला हवं.''

''गरज पडली तर मी स्वत: तुला ड्राइव्ह करून साउथ डाकोटाला घेऊन जाईन,'' किनसेड तिला म्हणाला. पण तिला नोकरीमुळे ते जमणार नव्हतं. मग ती म्हणाली, ''मीच कार्लिस्लेला इकडे बोलावून घेईन आणि त्याला एकदा ही बातमी कळली की, तो क्षणाचाही विलंब न लावता पाहिली फ्लाइट पकडून इकडे येईल..

''आज रात्री तू माझ्या घरी राहिलास तरी चालेल. इथल्या कोचावर झोप.'' विन म्हणाली. पण त्याने मात्र नम्रपणे नकार दिला. ''त्याऐवजी उद्या सकाळी आपण लवकर, ब्रेकफास्टला भेटू. अर्थात तुला जमणार असेल तर,'' तो म्हणाला. त्याला आत्ता जरा वेळ एकटं राहायचं होतं. मनात विचारांचं वादळ माजलं होतं. विनने जे काही सांगितलं होतं, त्यावर व्यवस्थित विचार करण्याची गरज होती.

दुसऱ्या दिवशी, म्हणजे मंगळवारी सकाळी दोघं थोडा वेळ त्याच्या ट्रकपाशी उभे राहिले. मग तो सिॲटलला निघण्याची तयारी करू लागला. सकाळच्या कोवळ्या उन्हात विन किनसेडकडे बघत होती. त्याने ट्रकच्या खिडकीतून हात आत घालून हायवेला थोपटलं, तेव्हा त्याच्या चेहऱ्यात परत एकदा बिग सरला खूप वर्षांपूर्वी भेटलेल्या त्या मोटारसायकलस्वाराच्या खुणा तिला दिसल्या. आता तो चालताना किंचित लंगडत असे. पण ते भरदार खांदे आणि ती कृश अंगयष्टी मात्र अजून जशीच्या तशी होती. ती पूर्वीची उत्कटताही अजून त्याच्या ठायी होती. आणि त्याचे ते डोळेही तिच्या आठवणीत जसे होते, तसेच आजही होते. समोरच्याचा ठाव घेणारे डोळे. त्या डोळ्यांनी तो कुठे बघत असायचा, काय बघत असायचा देव

जाणे. तो जे काही बघायचा, ते फक्त त्याच्याच नजरेला दिसायचं आणि ते तो फक्त त्याच्या कॅमेऱ्याच्या माध्यमातून व्यक्त करायचा.

ती त्याच्याकडे पाहून हसली. त्याने पुढे होऊन तिचा हात हातात घेतला आणि किंचित दाबला. मग आणखी पुढे होऊन तिला जवळ ओढलं आणि तिच्या केसांपाशी नाक नेऊन भरभरून श्वास घेतला. छत्तीस वर्षांपूर्वी बिग सरला जसा त्याने तिच्या केसांचा वास घेतला होता, तसाच घेतला. तिने त्याच्या छातीवर डोकं टेकून समुद्राकडे बोट दाखवलं. "द व्हेल्स स्टिल कम बाय इन मार्च (मार्चमध्ये अजूनही इथे व्हेल येतात)," ती कुजबुजली.

बरोबर नऊ वाजून दोन मिनिटांनी नाइटहॉक कमिंग्ज स्टेजवर आला. बारमध्ये जमलेल्या लोकांनी टाळ्या वाजवून त्याचं स्वागत केलं. नाइटहॉकने बोटाच्या टिचक्या वाजवून आकडे म्हणण्यास सुरुवात केली. त्यानंतर सॅक्सोफोन वाजवण्यास सुरुवात केली.

'रिझर्व' टेबल अजूनही रिकामंच होतं. कार्लिस्ले मॅकमिलनने समोर चाललेल्या संगीतात मन रमवण्याचा पुष्कळ प्रयत्न केला. पण त्याचं मन रमेना. तो सारखा आलटून-पालटून टेबलाकडे आणि दाराकडे बघत होता.

कार्लिस्लेची आई विन मॅकमिलन व्हायोलिन वाजवत असे. त्यामुळे लहानपणापासून कार्लिस्लेला सुरांची बऱ्यापैकी ओळख होती. परंतु आत्ता समोर ज्या धर्तीचं संगीत चालू होतं, त्यात त्याला विशेष गम्य नव्हतं. मधून-मधून नाइटहॉक कमिंग्ज थांबून आपण काय वाजवणार आहोत, त्याची ओळख करून द्यायचा. पण तो अगदी हळू आवाजात, तोंडातल्या तोंडात बोलत होता. त्याचे उच्चारही स्पष्ट नव्हते. तो मायक्रोफोनमध्ये तोंड घालून पुढच्या गाण्याचं नाव अशा थाटात सांगायचा की, जणूकाही श्रोत्यांच्या ते गाणं माहितीचं असावं आणि तो स्वत: केवळ एक उपचार म्हणून त्या गाण्याची घोषणा करत असावा. कार्लिस्लेला मधूनच 'ग्रीन डॉल्फिन स्ट्रीट' असे शब्द ऐकू आले. त्यानंतर त्याला पुढील गाणं 'ओलेओ' असणार आहे, हेही समजलं. फक्त त्या गीतकाराचं पहिलं नाव मात्र त्याला नीट ऐकू आलं नाही. रोलिन्स हे त्याचं आडनाव होतं.

वादनाच्या कार्यक्रमातील पहिला भाग तर पार पडला. अजूनही ते टेबल रिकामंच होतं. मध्यांतरात नाइटहॉक कमिंग्जने बारपाशी येऊन ग्लेनलिव्हेट हे ड्रिंक मागवलं. तो कार्लिस्लेपासून केवळ तीन फुटांवर उभा राहून ड्रिंकचे घुटके घेत-घेत जमलेल्या लोकांकडे निरखून पाहात होता. येता-जाता लोक नाइटहॉकपाशी थांबत होते. काही जुने चाहते जवळ येऊन त्याचे हात हातात घेत होते. संगीताविषयी चर्चा करत होते.

"होय," नाइटहॉक तोंडातल्या तोंडात हलकेच गुरगुरल्यासारखा आवाज काढून कुणाशीतरी बोलत होता – "जोईने त्या दिवशी तो वरचा सूर लावला होता. 'स्टार्स फेल ऑन ॲलाबामा'मध्ये तो हा सूर कधी लावत नाही. आणि तो जेव्हा ऐकला ना, तेव्हा माझ्या डोक्यातून एक वेगळाच आवाज निघाला..."

दुसरा एक चाहता त्याला 'ऑटम लीव्ह्ज' गाण्याविषयी आग्रह करू लागताच नाइटहॉक म्हणाला, "हो, हो. ते ऐकवणारच आहे मी तुम्हाला... पुढच्या भागात. माझा एक मित्र आहे. त्याला ते गाणं फार आवडतं. मी त्याचीच वाट पाहातोय इथे."

आता नाइटहॉक परत एकटाच उभा होता. आसपासचे लोक पांगले होते. तो कार्लिस्लेकडे वळून म्हणाला, "गुड ईव्हिनिंग. मी अजून कधी तुम्हाला या क्लबमध्ये पाहिलेलं नाही."

"मी इथे एका खास कारणाने आलो आहे," असं म्हणून कार्लिस्ले हसला.

नाइटहॉक कमिंग्ज डोळे बारीक करून म्हणाला, "आणि ते कारण कोणतं?"

"मी रॉबर्ट किनसेड नावाच्या एका माणसाच्या शोधात आहे."

नाइटहॉकचा चेहरा निर्विकार होता. "पण तुम्ही या नावाच्या माणसाला नक्की का शोधताय?"

मग परत एकदा कार्लिस्लेने ते जुनंच स्पष्टीकरण दिलं – आपण वंशावळीबद्दल काहीतरी संशोधन करत आहोत आणि तो एक दूरचा नातेवाईक आहे इत्यादी. त्याला अशी आशा वाटली की, हा नाइटहॉक त्यावर आपण होऊन काहीतरी माहिती पुरवेल. पण नाइटहॉकने आपल्या ग्लासातील ड्रिंकचा अजून एक घुटका घेतला आणि काहीही न बोलता गप्पच राहिला.

जरा वेळ वाट पाहून कार्लिस्ले म्हणाला, "मी असं ऐकलं की, तो इथे नेहमी येतो आणि तुम्ही दोघं मित्र आहात."

"जरी आम्ही मित्र असलो ना, तरीसुद्धा मी त्याच्याविषयी तुम्हाला कधीच काही सांगणार नाही. माझ्या मित्रांच्या संमतीशिवाय मी त्यांच्याविषयी कधीच कुणापाशी काही बोलत नाही. असं बोलणं, म्हणजे चांगले मित्र गमावण्याचा उत्तम मार्ग आहे. पण तुम्हाला भेटून बरं वाटलं. चला, माझी स्टेजवर जायची वेळ झाली."

नाइटहॉक कमिंग्ज तिथून निघून गेला. स्टेजवर जाऊन त्याने सॅक्सोफोन उचलला आणि त्याची सावळी बोटं त्या वाद्याच्या सोनेरी बटणांवरून फिरू लागली. त्याला साथ करणारे तीन वादकही स्थानापन्न झाले.

मंगळवारी रात्री आठच्या सुमारास रॉबर्ट किनसेड घरी पोहोचला. त्याने हायवेला

खायला घालून झोपवलं. मग तो शांतपणे आपल्या स्वयंपाकघरात बसून विन मॅकमिलनकडून कळलेल्या गोष्टींचा विचार करू लागला. ते सगळंच स्वप्नवत होतं. त्याचं चमत्कारिक आयुष्य गेल्या चोवीस तासांत अधिकच चमत्कारिक होऊन गेलं होतं. मग त्याने कपाटातून एक खोकं बाहेर काढलं. त्यात बरेच फोटो रचून ठेवलेले होते. त्यानंतर बराच वेळ फ्रॅन्सेस्का जॉन्सनच्या फोटोकडे तो टक लावून बघत बसला होता. काही दिवसांपूर्वी ती राहात असलेल्या परिसरात जाऊन त्याने त्यांच्या भेटीच्या ठिकाणी उभं राहून तिची आठवण काढली होती. आपलं अजूनही तिच्यावर निरतिशय प्रेम असल्याची त्याला जाणीव झाली. तिच्याबरोबर घालवलेल्या त्या क्षणांच्या आठवणी त्या क्षणांपेक्षाही अधिक मधुर, अधिक सुंदर होत्या.

'खरं म्हणजे फ्रॅन्सेस्काला विनबद्दल आणि कार्लिस्लेबद्दल समजायला हवं,' त्याच्या मनात विचार आला. त्याची काय गरज होती, हे त्याला सांगता आलं नसतं. पण त्या क्षणी त्याला ते योग्य वाटलं. नात्यामधील पारदर्शकता आणि प्रामाणिकपणाशी कदाचित त्याचा संबंध असावा. तीन वर्षांपूर्वी त्याने आपल्या वकिलाकडे एक पत्र देऊन ठेवलं होतं. आपल्या जिवाचं काही बरंवाईट झालंच, तर वकिलाने काही वस्तू आणि एक पत्र मॅडिसन काउंटी, आयोवा येथील एका पत्त्यावर पोहोचतं करायचं होतं. परंतु ते पत्र परत एकदा लिहावं, त्यातील मजकुरात काही सुधारणा करावी आणि येता-जाता त्या वकिलाच्या ऑफिसात ते नेऊन द्यावं, असं त्याने ठरवलं.

फोटोतल्या फ्रॅन्सेस्काकडे बघता-बघता त्याला रडू कोसळलं. बघता-बघता त्याला हुंदके अनावर झाले आणि श्वास घेणंसुद्धा कठीण झालं. मग स्वयंपाकघरातील टेबलापाशी उभं राहून त्याने आपल्या अश्रूंना मुक्त वाट करून दिली. कितीतरी वेळ तो तसाच उभा होता. रडता-रडता मधूनच तो स्वत:शीच बोलत होता. "जीझस... जीझस... सर्व वेळ... इतकी वर्षं आपण एकटे आहोत, असं मला वाटत होतं... किती वर्षं काढली मी अशी एकट्याने... पण मी एकटा नव्हतोच." हायवे जवळ येऊन त्याला अगदी खेटून बसला. त्याला ढोसू लागला.

रॉबर्ट किनसेडचं मन एका प्रचंड अपराधी भावनेने भरून गेलं होतं. आणि त्याला आता त्या अपराधीपणाचा सामना करायचा होता. आपण एका मुलाला जन्माला घातलं, पण त्याचं संगोपन करण्यात काहीच वाटा उचलला नाही. त्याला वाढवण्याची सगळी जबाबदारी विन मॅकमिलनवर सोपवून आपण दूर झालो, ही भावना त्याला स्वस्थ बसू देईना. विनने त्याची समजूत काढण्याचा पुष्कळ प्रयत्न केला. कार्लिस्लेला जन्म दिल्याचा आपल्याला आजवर कधीही पश्चात्ताप झालेला नसल्याचं तिने त्याला सांगितलं. शिवाय या गोष्टीची किनसेडला कल्पना असणं शक्यच नव्हतं, असंही तिने त्याला सांगितलं.

विनच्या शब्दांचा थोडाफार परिणाम झाला. त्याला जरा बरं वाटलं. पण

तरीसुद्धा आपण उर्वरित आयुष्य ही अपराधीपणाची भावना उराशी बाळगूनच काढणार, हेही त्याला माहीत होतं. परिस्थितीच तशी होती, ही एक गोष्ट झाली. तरीपण तो त्या वेळी तिच्या जवळ नव्हता, ही वस्तुस्थिती होती. आणि आता त्याबद्दल दु:ख न करणं शक्यच नव्हतं. कदाचित अजूनही आपण विन आणि कार्लिस्लेवर केलेल्या अन्यायाची थोडीफार भरपाई करण्याचा काहीतरी मार्ग असेल, असं त्याला वाटत राहिलं.

तीस मिनिटांनंतर त्याने घड्याळात पाहिलं. नऊ वाजले होते. बाहेर हवा छान होती. 'नाइटहॉक कमिन्सचं अर्धंअधिक वाजवून झालं असेल. डॅमइट! इथे आपण परत फ्रॅन्सेस्का जॉन्सनच्या इतक्या जवळ जाऊन परत आलो आहोत. शिवाय आपल्याला एक मुलगा असल्याचंही नुकतंच समजलं आहे. मग अशा वेळी ते साजरं नको का करायला? एकीकडे आपल्या आयुष्यातलं भव्यदिव्य असं प्रेम कायमचं हरपलं आहे, तर दुसरीकडे आपल्याला एका पुत्राची प्राप्ती झाली आहे. अर्थात जे गमावलंय त्याची काही या पुत्रप्राप्तीमुळे भरपाई होऊ शकत नाही म्हणा. त्या दोन गोष्टी फारच भिन्न आहेत...' पण तरीही त्याच्या आयुष्यात आजवर कधीच नसलेला समतोल आता आला होता. आता रात्री दहाची फेरी बोट मिळाली तर बघावी, असं त्याने ठरवलं.

हायवे एका जुन्या अंथरुणावर पसरला होता. किनसेड त्याच्या शेजारी जाऊन बसला आणि त्याला कुरवाळत म्हणाला, "दोस्ता, मी जरा जाऊन येतो. लवकरच परत येईन. आपल मित्र आहे ना, नाइटहॉक, त्याला भेटून येतो," मग कोट अंगात चढवून तो घराबाहेर पडला.

कार्लिस्लेने आपल्या लेदर जाकीटची बाही वर करून मनगटी घड्याळात पाहिलं. शॉर्टीज् बारमध्ये सिगारेटचा धूर कोंडला होता. त्यामुळे त्याच्या डोळ्यांतून पाणी येत होतं. त्याने दोनदा डोळे किलकिले करून घड्याळात किती वाजले ते पाहिलं. साडेदहा. भिंतीजवळचं ते टेबल अजूनही रिकामं होतं. खुर्चीतल्या खुर्चीत अस्वस्थपणे त्याने पायांची चाळवाचाळव केली आणि तिसरी बिअर मागवली.

नाइटहॉक आणि त्याच्या साथीदारांचा कार्यक्रम आता चांगलाच रंगला होता. एलिंग्टनचं 'इट डोन्ट मीन अ थिंग' हे गाणं सुरू होतं. नाइटहॉक थोडा वेळ मागे सरला होता आणि एक तुकडा पियानोवादक एकटाच वाजवत होता. ड्रम वाजवणारापण त्याला साथ देताना अगदी तल्लीन झाला होता. इतक्यात कार्लिस्लेने पाहिलं, तर नाइटहॉकच्या चेहऱ्यावर हास्य दिसत होतं. त्याने बारच्या दाराकडे पाहून एक हातही उंचावला.

कार्लिस्लेने वळून दाराकडे पाहिलं तर पांढरे लांबसडक केस मानेवर रुळत

असलेला माणूस दारातून आत आला. दाटीवाटीने मांडलेल्या टेबलांमधून वाट काढत तो माणूस जसा पुढे येऊ लागला तसे कार्लिस्लेच्या हाताचे तळवे घामेजले. तो माणूस पुढे येऊन स्टेजजवळच्या राखीव टेबलापाशी बसला. कार्लिस्लेने त्याचे फोटो नॅशनल जिओग्राफिकमध्ये पाहिलेच होते. तो रॉबर्ट किनसेड होता, यात काही शंकाच नव्हती. वेटरने किनसेडची ऑर्डर न घेताच, त्याला बिअर आणून दिली आणि 'रिझर्व्हड' असं लिहिलेली पाटी टेबलावरून उचलून नेली. नाइटहॉकने आता पियानोवादकाच्या सोबत जोशाने वाजवण्यास सुरुवात केली.

आणखी दोन गाणी वाजवून झाल्यानंतर नाइटहॉक मायक्रोफोनपाशी तोंड नेऊन म्हणाला, "आता पुढची धून मी माझ्या खूप खास मित्रासाठी वाजवणार आहे. ही धून मी काही वर्षांपूर्वी लिहिली असून, तिचं नाव 'फ्रॅन्सेस्का' असं आहे." त्यानंतर बोटांनी अगदी सावकाश अंक मोजत नाइटहॉकने ताल धरला आणि अत्यंत सुरेल तान वाजवली. त्या समोरच्या टेबलापाशी बसलेल्या माणसाने दोन्ही हातांनी स्वत:चे केस मागे सारले. मग पुढे झुकून आपल्या लांबसडक बोटांनी त्याने बिअरच्या बाटलीचा तळ घट्ट पकडला. त्या बाटलीकडे बघत तो एकतानतेने ऐकू लागला.

जरा वेळात नाइटहॉकने आपल्या धीरगंभीर आवाजात स्वत:च गायला सुरुवात केली.

फ्रॅन्सेस्का... अजुनि आठवणीत आहेस तू
आणि उन्हाळ्यातल्या जुन्या वाटा...
तुझं अंग झळाळती चांदी
आणि ते लांबसडक सोनसळी दिवस...

नाइटहॉकचं ते गाणं म्हणून संपतं न संपतं, तोच पियानोवादकाने पुढच्या 'ऑटम लीव्ह्ज' या गाण्याची धून वाजवायला सुरुवात केली. भिंतीजवळच्या टेबलापाशी बसलेला पांढऱ्या केसांचा माणूस अजूनही बिअरच्या बाटलीकडेच टक लावून बघत होता. कार्लिस्ले त्या माणसाचं बारकाईने निरीक्षण करत होता. त्याची आई विन त्याला म्हणाली होती, "मला फक्त त्याचे डोळे आठवतात... खूप वयस्कर डोळे होते... त्या डोळ्यांनी केवळ एकुलतं एक आयुष्य पाहिलेलं नसावं, त्याहूनही खूपकाही पाहिलेलं असावं, असं वाटत होतं त्या डोळ्यांकडे पाहून!" विनच्या त्या बोलण्याचा अर्थ त्याला आत्ता उमगला. त्याने डोळे मिटून त्या माणसाची रेखाकृती कल्पनेनेच डोळ्यांसमोर आणली. सांताल्यूसियाच्या प्रदेशातून मोटारसायकलने जाणाऱ्या त्या माणसाची आकृती! त्या प्रदेशातल्या उंच-उंच ब्रिजवरून तो माणूस मोटारसायकलवरून भरधाव वेगाने निघाला आहे, वळणांवर

त्याची मोटारसायकल कलती होत आहे आणि त्याच्या मागे त्याच्या कमरेला घट्ट विळखा घालून एक तरुणी बसली आहे, तिचे लांबसडक केस वाऱ्यावर उडत आहेत आणि त्यांचा गुंता होत आहे... असं खूप सुस्पष्ट कल्पनाचित्र होतं ते.

नाइटहॉकने 'ऑटम लीव्हज्'चं शेवटचं कडवं संपवून रॉबर्ट किनसेडकडे पाहिलं. तो दूरवर एकटाच बसला होता. त्याचं ते एकाकीपण फक्त नाइटहॉक कमिंग्जच समजू शकत होता. किनसेड नजर वर करून नाइटहॉककडे पाहून हलकेच हसला आणि त्याने त्या गाण्यांबद्दल कृतज्ञतेने मान हलवली.

"थँक यू व्हेरी मच. मी थोड्याच वेळात परत येईन," असं मायक्रोफोनमध्ये म्हणून नाइटहॉकने वाद्य खाली ठेवलं. त्यानंतर व्यासपीठावरून खाली उतरून तो किनसेडपाशी आला आणि त्याने त्याचे हात हातात घेऊन प्रेमाने दाबले. त्यानंतर दोघं बोलू लागले. बोलता-बोलता दोघांनी एक-दोन वेळा कार्लिस्लेच्या दिशेने नजर टाकली. त्यानंतर एक मिनिटाने रॉबर्ट किनसेडने कार्लिस्लेकडे रोखून पाहिलं.

'मी बहुधा खूप मूर्खपणा केलेला आहे,' कार्लिस्ले मनातल्या मनात विचार करत होता. एक गोष्ट त्याला आता अगदी स्पष्टच कळून चुकली होती. ते समोरचे दोघं, तो नाइटहॉक आणि तो दुसरा माणूस, (जर तोच तो रॉबर्ट किनसेड असला तर!) हे दोघंही त्याच्या स्वत:पेक्षा अगदी वेगळ्याच एका विश्वात राहात होते. जगातल्या इतर लोकांपेक्षा, विशेषत: कार्लिस्लेच्या पिढीतील लोकांपेक्षा पूर्णपणे वेगळंच असं त्यांचं विश्व होतं. ते सध्याच्या आधुनिक लोकांसारखे वाटत नव्हते.

रॉबर्ट किनसेडने परत एकदा वळून कार्लिस्लेकडे पाहिलं. मग तो नाइटहॉकला काहीतरी म्हणाला. त्यावर तो नाइटहॉक उठून बारच्या दुसऱ्या टोकाला चालत गेला. त्याने स्वत:साठी ड्रिंक मागवलं आणि बार टेंडरशी गप्पा मारू लागला. किनसेड काही क्षण हातातल्या बिअरकडे बघत बसला. विन मॅकमिलनने त्याच्या बरोबर ब्रेकफास्ट घेता-घेता त्याला स्वत:बरोबर आणलेला एक फोटो दाखवला होता. इतक्यात बारच्या मागच्या भागातील फोन वाजू लागला. किनसेड उठून किंचित लंगडत कार्लिस्लेच्या दिशेने येऊ लागला. त्याच्या चेहऱ्यावर पित्याचं प्रेमळ हास्य होतं. आपल्या पुत्राच्या प्रदीर्घ वियोगानंतर त्याला भेटणाऱ्या पित्याचं हास्य.

❖

विचित्र काळ

कार्लिस्ले पुढचे दोन दिवस सिॲटलला राहिला. ते दिवस फार विचित्र होते. तो आणि रॉबर्ट किनसेड अविरत बोलत होते. किनसेडच्या छोट्याशा केबिनमध्येच ते बसून होते. जेवणाच्या टेबलापाशी. पण वडील आणि मुलापेक्षा त्यांचं संभाषण नव्याने ओळख झालेल्या दोन मित्रांसारखं होतं. पण वडील आणि मुलगा यांच्यात ते खास जवळिकीचं नातं निर्माण होण्यासाठी केवळ एकमेकांचा हात हातात घेणं, एकमेकांशी अनेक तास गप्पा मारणं इतकंच पुरेसं नसतं. आत्ता दोघं एकमेकांकडे टक लावून बघत बसले होते. त्या दोघांसमोर जे सत्य आ वासून उभं होतं, ते तर नाकारण्यासारखं नव्हतंच. पण दोघांनाही ते कल्पितासारखंच अवास्तव वाटत होतं. कार्लिस्ले मॅकमिलन, एकांड्या शिलेदाराचा, त्या बाइक चालवणाऱ्या माणसाचा अनौरस मुलगा आज त्याच्या समोर बसला होता. ज्याने आयुष्यभर जगाच्या पाठीवरच्या दूरदूरच्या अनोळखी प्रदेशात भ्रमंती करून एकाकीपणे आपल्या स्वप्नांचा पाठपुरावा केला होता, तोच आज आपल्या रक्तामांसाच्या मुलासमोर बसून त्याचा चेहरा न्याहाळत होता आणि त्याचा आवाज ऐकत होता.

किनसेडला स्वतःच्या भावना शब्दांमध्ये व्यक्त करणं खूप जड जात होतं. तो पुन्हा पुन्हा कार्लिस्लेला हेच सांगत होता, "तुझ्या वाढीच्या वयात तुझ्या आईसोबत तुझी जबाबदारी घ्यायला मी तिथे नव्हतो, याचं मला अतीव दुःख होतं. कार्लिस्ले, मी तिला खरंच पत्रं लिहिली, खूप पत्रं लिहिली. पण आमची चुकामूकच झाली."

"हो. मी जेव्हा वयाने लहान होतो, तेव्हा मला त्या सगळ्या प्रकाराचा नीटसा उलगडा झाला नव्हता. त्या वेळी मला खूप राग यायचा," कार्लिस्ले म्हणाला. त्याने त्या लहानशा केबिनचं निरीक्षण केलं. छताचं भरपूर काम करण्याची गरज होती. घराचं छप्पर गळत होतं. त्याचे ओघळ भिंतींवर येऊन डाग पडले होते. "माझी आई, विन, फार चांगली आहे. एक आई म्हणून तर ती फारच चांगली आहे. आता तिचं वागणं रूढी-परंपरांना धरून नसेलही कदाचित, पण ती मनाने अत्यंत खंबीर आहे. आजवर तिने आपल्या तोंडातून कधी एकसुद्धा वाईट शब्द काढलेला नाही. हे जे काही घडलं, त्याला पन्नास टक्के जबाबदार तीसुद्धा होती, हे तिने मान्य केलं आहे."

त्यानंतर कार्लिस्लेने आपले गुरू, सुतारकामात वाकबगार असलेले कोडी मॅक्स यांच्याविषयी बोलायला सुरुवात केली. तो भरभरून बोलला. किनसेड त्याचं बोलणं लक्षपूर्वक ऐकत होता. तो म्हणाला, "वेल, मी या कोडी मॅक्सचे खरंतर मनापासून आभारच मानायला हवेत. ते अजून हयात आहेत ना?"

"नाही," कार्लिस्ले म्हणाला, "काही दिवसांपूर्वीच त्यांचं निधन झालं. खरंतर त्यांच्या मृत्यूचं सत्य स्वीकारणं मला फार कठीण गेलं. कोडी मॅक्स जर माझ्या आयुष्यात नसते, तर मी कुठे भरकटत गेलो असतो, देव जाणे!"

एवढं बोलून कार्लिस्ले जरा वेळ घुटमळला आणि मग म्हणाला, "त्या काळी तुमचं विनवर प्रेम होतं का हो? हा प्रश्न खरंतर खूप मूर्खपणाचा आहे, हो ना?"

किनसेडने हातातील कॅमल सिगारेटच्या पाकिटाशी जरा वेळ चाळा केला. मग त्यातील एक सिगारेट बाहेर काढून ती काड्यापेटीच्या काडीने पेटवली. त्या काड्यापेटीवर छापलं होतं, 'सी-व्ह्यू मोटेल, ओरेगॉन.' त्याने सिगारेटचा झुरका घेतला. त्यानंतर डाव्या हाताच्या तळव्याने हनुवटी एकदा चोळली.

"नाही... तुझ्या प्रश्नाला मी होकारार्थी उत्तर देऊ शकत नाही, कारण ते अर्धसत्य सांगण्यासारखं होईल, कार्लिस्ले. अरे, आम्ही दोघांनी एकमेकांच्या सहवासात फार काळ घालवलाच नाही. आमच्या सर्वांच्याच आयुष्यातला तो अस्थिर काळ होता. युद्धानंतर आम्ही जरा कुठे भानावर येऊन स्वत:ला सावरण्याचा आणि आपलं आयुष्य सावरण्याचा प्रयत्न करत होतो. परंतु आमच्या दोघांमध्ये जे काही घडलं, ते केवळ एका बीचवर दोन व्यक्तींमध्ये घडलेलं लफडं नव्हतं, एवढं मात्र नक्की. आणि ही गोष्ट त्या वेळी आम्हा दोघांनाही जाणवली होती. परंतु त्यातून पुढे आणखी काही घडू शकलं नाही, कारण तशी संधीच आम्हाला नाही मिळाली. पण आम्हा दोघांच्या मनातले हेतू शुद्ध होते. विनचं आणि माझं त्या बाबतीत एकमत आहे. पण आम्ही दोघंही तेव्हा तरुण होतो. वेल... ते सगळं शब्दात नीट स्पष्ट करून सांगणं तसं अवघड आहे... आणि..." असं म्हणून किनसेडने मान हलवत टेबलावर ठेवलेल्या आपल्या हातांकडे निरखून पाहिलं.

"विन मला गेली अनेक वर्षं हेच सांगत आली आहे," कार्लिस्ले म्हणाला. आता तो रॉबर्ट किनसेडच्या नजरेला नजर देऊन बोलत होता. "हे बघा, शेवटी एकदाचा कसाबसा मी माझ्या रागातून बाहेर पडलो आहे. आता मी सर्व गोष्टींचा बऱ्यापैकी स्वीकार केला आहे." एवढं बोलून तो थबकला. त्या वाक्याच्या शेवटी 'डॅड' अशी पुस्ती जोडण्याचा क्षणभर त्याला मोह झाला, पण त्याने तसं केलं मात्र नाही. खरंतर तो शब्द काही त्याच्या तोंडून बाहेर पडेना. या समोर बसलेल्या माणसाशी त्याचं केवळ रक्ताचं नातं होतं, इतकंच. आणि गेले काही तास दोघांनी एकत्र घालवल्यामुळे कदाचित त्याहून थोडंफार जास्त. पण तरीही त्या माणसाला हक्काने 'डॅड' म्हणून हाक मारण्याएवढी जवळीक अजून झालेली नव्हती. कदाचित तेवढी जवळीक त्या दोघांमध्ये कधीच होणार नव्हती.

किनसेडने आपल्या जीन पँटच्या उजव्या खिशातून डोक्याला गुंडाळण्याचं एक पिवळं फडकं काढलं आणि त्यानं डोळे टिपले. मग त्याने मान वर करून कार्लिस्लेकडे पाहिलं. "डॅम... फार वर्षं वाया गेली, कार्लिस्ले. या सगळ्या काळात आपल्याला दोघांना खूप गोष्टी एकत्र करता आल्या असत्या. फार वर्षं वाया गेली रे... फार वर्षं." त्याने हातातल्या फडक्याची घडी केली. "सॉरी... आजकाल मी फार वेळा डोळे पुसत असतो."

कार्लिस्ले मॅकमिलनचेही डोळे ओलावले. त्याने पुढे झुकून टेबलापलीकडे बसलेल्या रॉबर्ट किनसेडच्या खांद्यावर थोपटलं. रॉबर्ट किनसेडची अंगकाठी तशी कृशच होती. त्याचं वयही झालं होतं. तरीही त्याचे बाहू अजूनही भरदार होते. त्याच्या गळ्यातल्या साखळीत लटकणारं चांदीचं पदक त्याच्या शर्टाच्या आतून बाहेर डोकावत होतं. पिवळ्या दिव्याच्या प्रकाशात ते चमकत होतं. त्या पदकावर काहीतरी कोरलेलं होतं. पण त्या पदकावर इतके चरे उठले होते की, त्यामुळे ती अक्षरं नीट दिसू शकत नव्हती. 'कधीतरी एकदा आपण किनसेडला त्या पदकाविषयी विचारायचं,' असं कार्लिस्लेने ठरवलं. 'पण ते इतक्यात नाही.'

"हे पाहा," कार्लिस्ले म्हणाला. अजूनही त्याने रॉबर्ट किनसेडचा खांदा घट्ट पकडला होता. "आपल्या वडिलांचा चेहरा बघायला मिळणं, याला जर भाग्यवान समजत असतील, तर आज मी स्वत:ला खरोखर भाग्यवान समजेन."

"मला तुम्ही काढलेले काही फोटो बघायला मिळतील का?" कार्लिस्ले किनसेडला म्हणाला. ते ऐकून रॉबर्ट किनसेडचा चेहरा उजळला. मग त्याने फाइल्स ठेवलेला खण उघडून त्यातून अनेक ट्रान्स्परन्सीज बाहेर काढल्या. रॉबर्ट किनसेड तसा मितभाषी होता. त्यामुळे आपल्या मुलाची आणि आपली गाठ होण्यापूर्वीचं आपलं आयुष्य कसं गेलं, हे त्याला दाखवण्याचा तो एक मार्ग होता. मग त्याने एक छोटासा पोर्टेबल लाइटबोर्ड आणून जेवणाच्या टेबलावर उभा केला. त्यानंतरची

अख्खी दुपार आणि दुसरा पूर्ण दिवस त्यांनी रॉबर्ट किनसेडचं काम बघण्यात घालवला. रॉबर्ट किनसेड त्याच्या अनेक वर्षांच्या भ्रमंतीबद्दल भरभरून बोलला. कोणता फोटो कधी, कुठे आणि कसा काढला, त्या वेळचं वातावरण, हवेत भरून राहिलेला वास, प्रकाश... प्रत्येक फोटो पाहिल्यावर या सर्व गोष्टी त्याच्या मनात ताज्या होऊन उठत होत्या. त्या तो कार्लिस्लेला सांगत होता. कार्लिस्लेने त्यातील प्रत्येक फोटो ओळखला, कारण 'नॅशनल जिओग्राफिक'मधल्या ज्या असंख्य लेखांच्या त्याने कॉपी काढून घेतल्या होत्या, त्यात ते फोटो छापून आले होते.

रॉबर्ट किनसेडने केलेलं ते प्रचंड काम पाहून तो थक्क झाला. त्यातील बऱ्याचशा फोटोंमधून किनसेडची काव्यप्रतिभा आणि कल्पनाशक्ती प्रतीत होत होती. त्यातील काही फोटो ब्लॅक अँड व्हाइट होते. कृष्णधवल रंगातील कॉंट्रास्ट अत्यंत तीव्र स्वरूपाचा होता. त्यात 'द स्लम्स ऑफ जकार्ता' ही एक फोटोंची मालिका किनसेडने युनिसेफसाठी बनवली होती. ती पाहून कार्लिस्ले अत्यंत प्रभावित झाला.

किनसेड टेबलावर ओळीने मांडलेल्या त्या फोटोंकडे निरखून बघत होता. नंतर तो जबडा घट्ट आवळून म्हणाला, "दॅट शूट वॉज अ सन ऑफ अ बिच. खरंतर मला त्यातून फारसे पैसे मिळाले नाहीत. फक्त खर्च तेवढा निघाला. पण तरीही मी तो केला, कारण कामच तसं जबरदस्त होतं. कधीतरी मधून-मधून अशा स्वरूपाचं काम केलेलं बरं असतं. खरंतर अशा अविकसित देशातील लोकांबद्दल आपल्याकडच्या उच्चभ्रू लोकांच्या ज्या कल्पना असतात, त्या किती चुकीच्या असतात, ते त्यामुळे लक्षात येतं. त्या देशांमध्ये रस्त्यांवरून ओरांगउटान आणि हत्ती फिरत नसतात किंवा साउथ आफ्रिकेत फक्त रंगीबेरंगी कपडे घालून नाचणारे लोक आणि सूर्यास्ताच्या पार्श्वभूमीवर आकाशात उडणारे फ्लेमिंगो पक्षी नसतात."

"हे बघ," असं म्हणून त्याने फोटोंनी भरलेलं आणखी एक खोकं उघडलं. "गेल्या वर्षी डाउनटाउनमधल्या एका वृद्धाश्रमातील लोकांसाठी मी हे काम केलं. मी तिथे राहाणाऱ्या प्रत्येक वृद्धाचं एक पोर्ट्रेट बनवलं आणि प्रत्येकाला त्याच्या स्वत:च्या फोटोची एक-एक प्रिंट काढून दिली. नुसती प्रिंट नाही दिली, तर प्रत्येक फोटो छान फ्रेम करून भिंतीवर टांगण्यासारखा करून त्यांना भेट दिला. त्यांच्यापैकी कुणाकुणाचं तर या जगात कुणीच नव्हतं. पण काहींना मात्र नातेवाईक होते. त्या नातेवाइकांपैकी कुणालाही तो फोटो ते भेट म्हणून देऊ शकले असते. मी तिथे गेल्यावर सर्व जण इतके खूश झाले. त्यांनी उत्साहाने नवे कपडे घातले. पण त्यांच्यातील काही अंथरुणाला खिळलेले होते. मग मला कलावंताचं कसब पणाला लावावं लागलं. ते हॉस्पिटल असल्याचं फोटो पाहाताना कुणाच्या लक्षात येऊ नये, याची खबरदारी घेऊन फोटो काढावा लागला."

ते फोटो हातात घेऊन व्यवस्थित लावताना रॉबर्ट किनसेडच्या चेहऱ्यावर हसू

होतं. त्याने ते फोटो वर उचलून एकदम कार्लिस्लेला दाखवले. त्यातील एका फोटोकडे बोट दाखवून तो म्हणाला, "हा माणूस पश्चिमेकडे काही काळासाठी रेलरोड इंजिनिअर होता. पण त्याला पक्षाघाताचे दोन झटके आल्याने तो अंथरुणाला खिळला. आणि ही स्त्री... ही तर एक कॅबरेमध्ये गायिका होती. त्यांच्यात कचरा गोळा करणारा, ट्रक मेकॅनिक, लहान मुलांच्या पुस्तकांमध्ये चित्रं काढणारा चित्रकार, वेश्या असे विविध व्यवसाय करून निवृत्त झालेली माणसं होती. त्या वृद्धाश्रमात इतक्या अगणित कहाण्या आहेत, फक्त कुणीतरी त्या लिहून जगापुढे मांडण्याची गरज आहे." असं बोलून किनसेडने ते सगळे फोटो त्या खोक्यात परत ठेवले.

संध्याकाळी त्या दोघांनी मिळून साधंसंच जेवण बनवलं. मग किनसेड आपल्या मुलाकडे वळून म्हणाला, "कार्लिस्ले, माझं एक काम करशील?" कार्लिस्ले त्यावर काहीच बोलला नाही. किनसेड त्यानंतर काय म्हणतो, याची वाट पाहात राहिला. किनसेडचा आवाज खूप गंभीर होता, हे त्याच्या लक्षात आलं.

"माझ्या मृत्यूनंतर तू हे सगळेच्या सगळे फोटो, निगेटिव्ह्ज, स्लाइड्स जाळून टाकाव्यास अशी माझी इच्छा आहे. मी हे सगळं सामान या इथल्या कॅबिनेटमध्ये आणि आतल्या खोलीतल्या कपाटात भरून ठेवीन."

त्याच्या तोंडचे शब्द ऐकून कार्लिस्लेने त्याला विरोध करण्यासाठी तोंड उघडलं, पण किनसेडने हाताने खूण करत त्याला थांबवलं. त्याचं बोलणं अजून संपलं नव्हतं. "हे बघ, ही गोष्ट हा माझ्यासाठी जीवनमरणाचा प्रश्न आहे, असं समज. मला ते शब्दांत स्पष्ट करून नाही सांगता येणार. माझ्या मनात एक अशी भावना खोलवर दडलेली आहे की, काळ आणि मी खूप जुने दोस्त आहोत. पार्टनर आहोत. पण माझं आयुष्य तसं अगदीच य:कश्चित, नगण्य आहे. मी माझ्या आयुष्यात जे काही केलंय, तेवढीच माझ्या आयुष्याची किंमत आहे. आणखी जास्त नाही. आणि अमरत्व प्राप्त करण्याची धडपड मला नेहमीच हास्यास्पद वाटत आलेली आहे. जसं माणसाच्या देहाची माती होणार हे सत्य आहे. मग कितीही भक्कम शवपेटी आणून त्यात तो देह ठेवला, तरी ते टाळता येणार आहे का? ते जेवढं हास्यास्पद आहे ना, तेवढीच ही अमरत्वासाठी चाललेली धडपडही हास्यास्पद आहे."

किनसेडने गरम व्हेजिटेबल सूप डावाने ढवळत कार्लिस्लेकडे पाहिलं.

"मी गेल्यानंतर मी काढलेले फोटो इथे असे कुठेही पडणार... ते कोण, कुठे, कशासाठी वापरेल, याचा काही नेम नाही. मला ते सहन नाही होणार. मोंबासामधल्या गोदी-कामगाराचा किंवा मेक्सिकोमधल्या शेतात काम करणाऱ्या तरुणीचा फोटो एखाद्या टुकार टूर्स अँड ट्रॅव्हल्सच्या जाहिरातीच्या पत्रकात छापून येईल. बोट ढकलत समुद्रात नेणाऱ्या खलाश्यांचा फोटो कदाचित एखाद्या मशीनच्या जाहिरातीत वापरण्यात येईल. त्याहीपेक्षा वाईट म्हणजे, मी काढलेले फोटो एखाद्या प्रदर्शनात मांडण्यात येतील आणि

बघायला आलेले लोक वेफर्स खात-खात माझ्या फोटोंचं विश्लेषण करून उगीचच त्यातून मला अभिप्रेत नसलेलाच काहीतरी अर्थ शोधत बसतील. कसला आलाय अर्थ, अन् कसलं काय? ते फक्त साधे फोटोच तर आहेत.''

''पण यातली एकही गोष्ट घडणार नाही, याची काळजी मी घेईन ना,'' कार्लिस्ले म्हणाला.

''हो. ते खरं. तू स्वतः जोपर्यंत हयात आहेस, तोपर्यंत तू ते घडू देणार नाहीस, याची मला पूर्ण खात्री आहे. पण त्यानंतर काय?'' असं म्हणून किनसेडने फ्रीजमधून दोन बिअरचे कॅन्स बाहेर काढून त्यातला एक कार्लिस्लेच्या हातात ठेवला. ''आणि माझ्यानंतर माझ्या या सगळ्या फोटोंचा नेमका कसा वापर केला जाईल, ही एक गोष्ट झाली. त्याहूनही एक गोष्ट माझ्यासाठी जास्त महत्त्वाची आहे. मी गेल्यानंतर सगळी पाटी कोरी व्हायला हवी... माझी कोणतीच खूण मागे राहू नये, अशी माझी इच्छा आहे. ही माझी पद्धत, माझी विचारसरणी आहे, कार्लिस्ले.''

''ऑल राइट. सगळं तुमच्या मनासारखं होईल, असं मी तुम्हाला वचन देतो. तुम्ही तुमचा विचार बदलावा अशी माझी स्वतःची कितीही इच्छा असली, तरीही!''

किनसेडने जमिनीकडे बघत आपले पाय त्यावर घासले आणि कार्लिस्लेचे आभार मानले. अचानक त्याला जोराची धाप लागली. तो किंचित पुढे झुकला. त्याच्या छातीत तीव्र कळ आली, त्याला गरगरू लागलं, मळमळू लागलं. त्याने फ्रीजचा आधार घेतला. त्याचा चेहरा घामाने निथळला.

''माय गॉड! तुम्हाला काय होतंय?'' असं जोरात ओरडून कार्लिस्ले त्याच्या जवळ गेला.

पण किनसेडने हात हलवून त्याला थांबवलं. ''मी एक-दोन मिनिटांत ठीक होईन. म्हातारा झालोय ना आता? या असल्या काहीतरी गोष्टी होतच राहातात,'' परत एकदा त्याला धाप लागली. त्याचा उन्हात रापलेला चेहरा विवर्ण झाला. त्याचा श्वास जड झाला.

कार्लिस्लेने त्याला हाताला धरून खुर्चीत बसवलं. काही क्षणांनंतर किनसेड कसंनुसं हसून म्हणाला, ''मी ठीक आहे आता. मधूनच कधीतरी हे असले ॲटॅक्स येतात. पण मग ते जातात आणि मला बरं वाटतं.''

''मी तुम्हाला डॉक्टरकडे घेऊन जाऊ का?'' कार्लिस्ले म्हणाला. त्याच्या स्वरात काळजी होती.

हायवेने टेबलापाशी येऊन स्वतःची साखळी किनसेडच्या पायावर ठेवली.

''नको. मी एका डॉक्टरकडे जाऊन आलो आहे,'' किनसेड म्हणाला. त्याने खाली वाकून हायवेच्या मानेवरून हात फिरवला. त्याची मऊ फर बोटांच्या चिमटीत पकडून कुरवाळली. ''डॉक्टरांच्या म्हणण्याप्रमाणे माझी प्रकृती तशी ठीक आहे.

फक्त मधूनच कधीतरी हृदयाचे ठोके काही क्षण अनियमित पडतात. बस. मग सगळं व्यवस्थित होतं. मला आता त्याची सवय झाली आहे.''

कार्लिस्लेचा त्याच्यावर अजिबात विश्वास बसला नाही. पण त्याने ते बोलणं पुढे वाढवलं नाही. रॉबर्ट किनसेडच्या स्वत:विषयी, स्वत:च्या आयुष्याविषयी काही ठाम कल्पना होत्या. त्याचा आयुष्याकडे बघण्याचा एक वेगळा दृष्टिकोन होता. कार्लिस्लेला तो नीटसा कळला नव्हता आणि कदाचित नंतरही कधी कळला नसता.

एक तासानंतर परत एकदा त्या दोघांमध्ये हास्यविनोद चालू झाला. दोघं माना हलवत जोरजोरात हसत होते. बोलता-बोलता कार्लिस्लेला कळलं की, केवळ एक आठवड्यापूर्वी त्याचे वडील सालामांदरला होते. मग कार्लिस्ले म्हणाला, ''तुम्हाला साउथ डाकोटाला माझ्याकडे यायला आवडेल का? माझं काम बघायला आवडेल का? हवंतर मी तुम्हाला विमानाचं तिकीट पाठवतो.'' त्यावर किनसेड म्हणाला, ''हो. मला तसं करायला नक्कीच आवडेल. उन्हाळ्याची सुरुवात झाली, वसंत ऋतू सुरू झाला की, हवा पण चांगली असेल. मग तो लेस्टर्सच्या वरती राहाणारा म्हातारा पण बरा असेल. आम्हा दोघांना लेरॉयच्या पबमध्ये जाऊन टँगो ऐकता येईल.'' त्यावर कार्लिस्ले म्हणाला, ''एकदा कधीतरी मी कारने सिॲटलला येईन. येताना माझी हत्यारांची पेटी घेऊन येईन आणि तुमच्या या केबिनची डागडुजी करून देईन.''

त्यानंतर दोघंही फोटोग्राफी आणि सुतारकाम या विषयांवर बरंच बोलले. गोष्टी व्यवस्थित, नीटनेटक्या कशा पार पाडायच्या याविषयी बोलले. आपण एकदा शरद ऋतूमध्ये एका मेपल वृक्षावरच्या एका पानाकडे चोवीस तास कॅमेरा लावून कसं बघत बसलो होतो, ती गोष्ट रॉबर्ट किनसेडने कार्लिस्लेला सांगितली. पहाट उजाडल्यापासून ते दिवस मावळेपर्यंत आणि रात्रीच्या वेळी चंद्राचं आकाशातून संक्रमण होत असताना आपण त्या पानाचे किती विविध फोटो काढले हे त्याने सांगितलं. केवळ छायाप्रकाशाच्या खेळाने एखाद्या वस्तूचं रंगरूप कसं आमूलाग्र पालटतं हे त्याने त्याला समजावून सांगितलं.

कार्लिस्लेला ते नीट कळलं. अगदी अत्यंत साध्या व सोप्या गोष्टी कोडी मॅक्स आपल्याला कशा पुन्हा पुन्हा करायला लावायचा, हे कार्लिस्लेने किनसेडला सांगितलं. अखेर त्या सर्व गोष्टी कार्लिस्लेच्या डाव्या हाताचा मळ होऊन गेल्या. कार्लिस्ले जुन्या आठवणीने जोरात हसला. ''एखाद्या गोष्टीचा पृष्ठभाग घासून तयार करणं ही गोष्ट इतकी विलक्षण कंटाळवाणी आहे की, त्याचा नुसता उच्चार केला तरी नवशिक्या उमेदवारांच्या छातीत धस्स होतं. पण कोडी मॅक्सने ती कृती माझ्याकडून हजारदा घोटून घेतली होती. मी माझ्या उमेदवारीचं पहिलं वर्ष हातात सँडपेपर घेऊन नुसते पृष्ठभाग घासून तयार करण्यात घालवलं.''

दुसऱ्या दिवशी किनसेडने कार्लिस्लेला सिॲटल-टॅकोमा एअरपोर्टवर नेऊन

सोडलं. दोघं शेजारी बसले होते आणि दोघांच्या मधोमध किनसेडचं फोटोग्राफीचं सामान, कॅमेरे ठेवले होते. अखेर कार्लिस्लेच्या फ्लाइटची घोषणा झाली. तो जायला निघाला. दोघांनी क्षणभर थांबून एकमेकांकडे पाहिलं.

"स्वत:ची नीट काळजी घ्या," कार्लिस्ले खूप तळमळीने म्हणाला.

रॉबर्ट किनसेड हसला, "मी आजवर कित्येक मैलांचं अंतर तुडवलंय कार्लिस्ले, पण अजूनही आणखी कितीतरी मैल काटण्याची जिगर माझ्यात शिल्लक आहे." त्याने हातातील घड्याळाकडे पाहिलं. "चल, मी निघतो आता. थोडे फोटो काढतो, पैसे कमावतो."

कार्लिस्ले पुढे सरकणाऱ्या गर्दीबरोबर फ्लाइट घेण्यासाठी जाऊ लागला. मग थोडं पुढे गेल्यावर त्याने मागे वळून पाहिलं आणि त्या गर्दीतून वाट काढत घाईघाईने रॉबर्ट किनसेडपाशी परत आला. किनसेडने आपल्या खांद्यांचा सस्पेंडर बेल्ट सारखा केला. कमरेच्या बेल्टला लटकणारी सुरी हाताने चाचपून पाहू लागला. मग त्याला आठवलं, एअरपोर्टच्या सुरक्षा अधिकाऱ्यांनी त्याला ती सुरी आत आणू दिली नव्हती. ती तो ट्रकमध्ये ठेवून आला होता.

"मी उन्हाळ्याच्या सुरुवातीला तुमची वाट पाहातो," कार्लिस्ले कसाबसा म्हणाला. त्याच्या गळ्यात आवंढा अडकला होता. शब्द फुटत नव्हते. मागे काउंटरवरून त्याच्या फ्लाइटची अखेरची घोषणा झाली.

"तुम्ही तिकडे येऊन माझं काम बघावं अशी माझी इच्छा आहे," कार्लिस्ले घोगऱ्या आवाजात म्हणाला. मग त्याने एकदा घसा नीट साफ केला आणि परत हळुवारपणे म्हणाला, "मला वाटतं प्रत्येक मुलाला आपल्या वडिलांकडून पाठीवर शाबसकीची थाप हवी असते."

दोघं एकमेकांच्या जवळ आले. कार्लिस्लेने हातातली बॅग खाली ठेवून रॉबर्ट किनसेडला घट्ट मिठी मारली. त्यानेही आपल्या मुलाला अत्यंत प्रेमाने कवटाळलं.

"आह... डॅम इट... ओल्ड मॅन... काळजी घ्या हं स्वत:ची. कळलं ना?" असं म्हणून त्याने किनसेडचा खांद्यावरचा बेल्ट एकदा जोरात वर उचलून तसाच खाली सोडला. त्याचा आवाज आला. नंतर कार्लिस्ले निघून गेला.

गेटपाशी त्याने परत एकदा मागे वळून पाहिलं. त्याचा चेहरा गंभीर होता. खूप खूप वर्षांपूर्वी आपल्या बाइकवरून बिग सरकडे निघालेल्या मोटारसायकलस्वाराचा विचार त्याच्या मनात आला. तेव्हाचं जग सोपं होतं. माणसांचं जगणं सोपं होतं. त्यांना स्वत:च्या मनाप्रमाणे वागण्याचं स्वातंत्र्य होतं. रॉबर्ट किनसेड शक्य तेवढा ताठ उभा राहिला. आपल्या जीन पँटच्या खिशांमध्ये हात खुपसून त्याने कार्लिस्लेकडे पाहात मान हलवली. आपल्या मुलाला कित्येक वर्षं भेटू न शकलेल्या, त्याच्यासोबत पुरेसा वेळ घालवू न शकलेल्या प्रेमळ पित्याच्या मनात जे वात्सल्याचे भाव

उचंबळून आले असतील, तेच भाव आत्ता त्याच्या चर्येवर स्पष्ट उमटले होते.

एअरपोर्टवर वेगवेगळ्या फ्लाइट्सच्या घोषणा चालूच होत्या. वेगवेगळी विमानं जगभर कुठेकुठे दूरदेशी निघाली होती... सिंगापूरला, बँकॉकला, कलकत्त्याला. कार्लिस्ले गेटमधून आत शिरताच तिथल्या कर्मचाऱ्याने दार लावून घेतलं. किनसेड तिथेच उभा राहिला.

कार्लिस्लेला घेऊन विमान आकाशात उडालं. किनसेड त्याच्याकडे डोळे भरून बघत राहिला. आपण एकटे नाही, ही जाणीव मनात कुठेतरी होती.

❖

सगळ्याच खुणा मिटल्या

रॉबर्ट किनसेडचं नवं चकचकीत जग काही वेळासाठी दाट धुक्यातून दिसत राहिलं. त्याने घरी येऊन आपली केबिन आवरली, कपड्यांना इस्त्री केली. त्यानंतर कित्येक तास तो नाइटहॉकशी गप्पा मारत बसला. कार्लिस्लेला भेटायला आपण साउथ डाकोटाला उन्हाळ्यात कधीतरी जाणार असल्याचं त्याने नाइटहॉकला अत्यंत उत्साहाने सांगितलं. नंतरच्या दिवसात त्याने कार्लिस्लेला आणि विनला कित्येक पत्रं लिहिली. बोलताना राहून गेलेल्या कितीतरी गोष्टी, कितीतरी घटना त्याने त्या पत्रातून त्यांना कळवल्या. जुन्या आठवणींना उजाळा दिला. त्याने स्वत:ची संपूर्ण वैद्यकीय तपासणी करून घेण्यासाठी डॉक्टरांची अपॉइंटमेंटसुद्धा घेतली.

पण गोष्टी जशा घडायच्या असतात तशा त्या घडतातच. एअरपोर्टवर कार्लिस्लेचा निरोप घेऊन परतल्यानंतर तीन आठवड्यांनी आणि वैद्यकीय तपासणीच्या चार दिवस आधी हृदयविकाराच्या तीव्र धक्क्याने रॉबर्ट किनसेडचं निधन झालं. त्या वेळी तो स्वत: केबिनमध्ये एकटाच होता. हायवेच्या सततच्या भुंकण्यामुळे काळजीत पडून एका शेजाऱ्याने येऊन पाहिल्यावर त्याला रॉबर्ट किनसेड मृतावस्थेत सापडला. रॉबर्टने कार्लिस्ले आणि विनचे फोन नंबर आपला मित्र नाइटहॉक कमिंग्ज याच्याकडे देऊन ठेवले होते. नाइटहॉकने मग कार्लिस्लेला फोन केला. त्याने आपल्या आईला फोन करून रॉबर्ट किनसेडच्या मृत्यूची बातमी दिली. विन मॅकमिलनला हुंदका

फुटला. ती जरा वेळ मूकपणे रडली. नंतर तिने अंतिम संस्काराची काय व्यवस्था आहे, असं कार्लिस्लेला विचारलं. त्यावर कार्लिस्लेने तिला सांगितलं, ''किनसेडचे सगळे व्यवहार एक लॉयर्स फर्म बघत होती. त्यांनी किनसेडच्या इच्छेनुसार त्याचं दहन करून, त्याची रक्षा एका अज्ञात स्थळी नेऊन विखुरली.''

किनसेडला दिलेल्या वचनानुसार कार्लिस्ले सिॲटलला आला. स्वयंपाकघरातील फायलिंग कॅबिनेटवर किनसेडच्या हस्ताक्षरातील एक चिठ्ठी लटकत होती. ''कार्लिस्ले, सगळं सामान ह्या कॅबिनेटमध्ये आणि आतल्या खोलीतल्या कपाटात आहे. बाहेर मागच्या बाजूला कचऱ्याचा डबा आहे, तो वापर. तू माझा मुलगा आहेस हे सत्य अजून नीटसं पचनी पडलेलं नाही, पण आता हळूहळू त्याची सवय होते आहे. आणि मी तुला जे काही थोडंफार ओळखलं, त्यावरून कोणत्याही वडिलांना जसा मुलगा हवा असतो, अगदी तसाच आहेस तू. माझं जर काही बरंवाईट झालंच, तर नाइटहॉक हायवेची काळजी घेईलच.''

कार्लिस्ले स्वयंपाकघरातल्या जुन्या टेबलापाशी तासभर नुसता बसून होता. फ्रिजचा आवाज येत होता. रॉबर्ट किनसेडबरोबर याच जागी घालवलेल्या क्षणांच्या आठवणी त्यातून जाग्या होत होत्या. आपल्याकडे आपल्या वडिलांच्या आणखी काही आठवणी असत्या, तर किती बरं झालं असतं, असं त्याला वाटलं. त्याने काही जुनी वृत्तपत्रं गोळा करून ती कचऱ्याच्या डब्यात भरली आणि मागच्या अंगणात डबा ठेवून त्यातले कागद पेटवले. त्याने किनसेडच्या फाइल्स बाहेर काढून परत एकदा चाळल्या. 'किनसेडला दिलेलं वचन आपण नाहीच पाळलं, तर काय होईल?' असा विचार त्या चाळून बघत असताना त्याच्या मनात आला. पण तसं करणं शक्य नव्हतं. त्याने किनसेडला वचन दिलं होतं. शिवाय किनसेड जे काही सांगण्याचा प्रयत्न करत होता, ते त्याला आता थोडं-थोडं उमगलं होतं. सर्वच गोष्टी क्षणभंगुर असतात, हे त्याला कळलं होतं. त्याला त्याच्या वडिलांचे शब्द आठवले– ''...मी गेल्यानंतर सगळी पाटी कोरी व्हायला हवी... माझी कोणतीच खूण मागे राहू नये, अशी माझी इच्छा आहे. ही माझी पद्धत, विचारसरणी आहे.''

ती डिसेंबर महिन्यातली सकाळ होती. आकाश स्वच्छ, निरभ्र होतं. कार्लिस्ले अंगणात कचऱ्याच्या डब्यासमोर उभा होता. समोर पेटलेल्या जाळात तो एकामागून एक स्लाइड्स आणि निगेटिव्ह्ज टाकत होता. रॉबर्ट किनसेडच्या आयुष्यभराच्या कामाची क्षणार्धात राख होऊन जाताना तो बघत होता. मोंबासामधला दात दाखवत हसणारा गोदी-कामगार, मेक्सिकोच्या शेतात काम करणारी मुलगी, भारतात पेरियारच्या सरोवराजवळ उंच वाढलेल्या गवतातून बाहेर पडत असलेला वाघ, नॉर्थ डाकोटामधला तो रापलेल्या राकट चेहऱ्याचा माणूस, बास्क कंट्रीमधले दूरवर दिसणारे डोंगरांचे सुळके, मलाक्काच्या सामुद्रधुनीपाशी बोट ढकलत समुद्रात घेऊन

निघालेले खलाशी, अमेरिकेत डिसेंबर महिन्यातील एका सकाळी हे सगळं कचरा पेटीतील जाळात पडून भुरुभुरु जळलं आणि राख होऊन गेलं.

ते संपूर्ण काम पार पाडायला कार्लिस्लेला तब्बल तीन तास लागले. सरतेशेवटी झोपण्याच्या खोलीतील कपाटाच्या खणात केवळ एक पाकीट आणि एक पांढऱ्या रंगाचं खोकं तेवढं शिल्लक उरलं. कार्लिस्लेने ते पाकीट उघडून आत पाहिलं. आत भरपूर पत्रं होती. किमान वीसएक तरी असतीलच. त्याने त्यातलं एक बाहेर काढलं. मग त्याच्या लक्षात आलं की, ते नुसतं बंद केलेलं होतं; पण कधीच पोस्ट करण्यात आलं नव्हतं. बाकीची पत्रंही तशीच होती. बंद केलेली. पण ती पोस्टाच्या पेटीत कधीच पडली नव्हती. ती सर्व पत्रं एकाच व्यक्तीच्या नावे लिहिलेली होती. 'फ्रॅन्सेस्का जॉन्सन, आर आर टू, विंटरसेट, आयोवा.'

आपल्या वडिलांनी साठच्या दशकात छप्पर असलेल्या ब्रिजेसविषयी एक लेख लिहिला होता, याची कार्लिस्लेला आठवण झाली. 'विंटरसेट' हे नाव वाचताच त्याच्या स्मृती चाळवल्या. त्या लेखात या विंटरसेट गावाचा उल्लेख होता. शिवाय त्या नाइटहॉक कमिंग्जने त्या दिवशी 'फ्रॅन्सेस्का' नावाचं गाणंसुद्धा वाजवलं होतं. कार्लिस्लेने खिशातून कागद काढून त्यावर तो नाव-पत्ता टिपून घेतला. मग त्याला त्यातलं एखादं पत्र उघडून वाचण्याची तीव्र इच्छा निर्माण झाली. त्याने एक पत्र हातात घेऊन त्यावरून बरेचदा हातही फिरवला, पण नंतर त्याने तो मोह टाळला. असं करणं योग्य नव्हतं. अजिबात योग्य नव्हतं. मग त्याने ते पत्र आणि त्या पाकिटातील इतरही सर्व पत्रं आणि ते पाकीट जाळात भिरकावलं.

ते पाकीट आणि त्यातली पत्रं जळत असताना कार्लिस्ले टक लावून त्याकडे पाहात उभा होता. त्यानंतर त्याने ते पांढरं खोकं उघडलं. त्यात एक पातळ, पारदर्शक कागद अंथरलेला होता. त्याने तो कागद काढला. त्याखाली ब्लॅक अँड व्हाइट फोटोंचा एक गठ्ठा नीटनेटकेपणे ठेवलेला होता. अगदी वरचा फोटो एका स्त्रीचा होता. ती कुरणात एका तारेच्या कुंपणाला टेकून उभी होती. ती प्रौढ होती. परिपक्व होती, पण कमालीची सुंदर होती. ती अंगात तंग जीन्सची पँट आणि तलम पांढरा टी-शर्ट घालून उभी होती. टी-शर्टमधून तिच्या सौष्ठवपूर्ण बांध्याची कल्पना येत होती. सकाळच्या वाऱ्यावर तिचे काळे केस भुरुभुरु उडत होते. ते चित्र इतकं जिवंत होतं की, ती स्त्री कधीही फोटोतून बाहेर पडून आपल्यासमोर येऊन उभी राहील असं वाटत होतं.

त्या फोटोच्या खाली त्याच स्त्रीचा आणखी एक फोटो होता, पण तो मात्र इतका स्पष्ट नव्हता. त्या स्त्रीच्या अंगात जाकीट होतं व त्याचं टोपडं तिने डोक्यावर चढवलं होतं. हा फोटो नसून प्रायोगिक कलाकृती असावी असं वाटत होतं. त्या स्त्रीच्या चेहऱ्यावरची खिन्नता त्या फोटोग्राफरने अचूक टिपली होती. लवरकच

आपण आयुष्यातला कोणतातरी अमूल्य ठेवा गमावणार असल्याचं दुःख तिच्या चेहऱ्यावर स्पष्ट दिसत होतं.

कार्लिस्लेने ते दोन फोटो बाजूला काढून ठेवले आणि बाकी सगळे फोटो त्या धगधगत्या आगीत टाकले. ते आगीच्या ज्वाळांनी क्षणार्धात गिळंकृत केले. एक दीर्घ श्वास घेऊन कार्लिस्लेने दूरवर पाहिलं. त्याला पाण्यावर झेपावणारा एक निळसर बगळा दिसला. त्याच दिवशी, त्याच सुमारास आयोवामध्ये एक स्त्री रोझमन ब्रिजकडे चालत निघाली होती आणि त्याच वेळी इकडे कार्लिस्ले मॅकमिलनने बोटांच्या चिमटीत पकडून धरलेले ते दोन फोटो बॅरलमध्ये पेटलेल्या आगीत पडू दिले. ते खाली पडून क्षणार्धात भस्मसात झाले.

❖

अखेरचे शब्द

एका पर्वाचा असा अंत झाला. 'द ब्रिजेस ऑफ मॅडिसन काउंटी' या पुस्तकात मी लिहिल्याप्रमाणे १९८९ सालच्या जानेवारी महिन्यात फ्रॅन्सेस्का जॉन्सनचं निधन झालं. आठ वर्षांपूर्वी रोझमन ब्रिजपाशी ज्या ठिकाणी रॉबर्ट किनसेडची रक्षा विखुरण्यात आली होती, तिथेच तिचीही रक्षा विसर्जित करण्यात आली. १९८२ साली कॅरोलिनच्या बाळंतपणासाठी ती तिच्याकडे जाऊन राहिली होती. तिथून परत आल्यावर तिने वॉशिंग्टनमधील बेलिंगहॅममधल्या व्हेटरनरी क्लिनिकला फोन केला. परंतु तिथे तिला अशी माहिती देण्यात आली की, रॉबर्ट किनसेडने काही महिन्यांपूर्वी आपल्या कुत्र्यासाठी दुसऱ्या एका व्हेटरनरी क्लिनिकची निवड केली होती. मग दमॉइनमधल्या पब्लिक लायब्ररीमधील फोनबुकमधून तिने सिॲटलच्या परिसरातील प्रत्येक व्हेटरनरी क्लिनिकचं नाव आणि पत्ता मिळवला. त्यातील एका क्लिनिकमध्ये तिला खरोखरच मि. रॉबर्ट किनसेडचा सध्याचा पत्ता मिळाला. पण त्यांच्याकडे त्याचा फोन नंबर मात्र नव्हता. क्लिनिकमधून तिला अशीही माहिती मिळाली की, मि. किनसेड यांच्याकडे गोल्डन रिट्रीव्हर जातीचा कुत्रा आहे.

त्यानंतर फ्रॅन्सेस्काने सिॲटलला जाण्यासाठी सामानाची बांधाबांध सुरू केली. इतक्यात युपीएसचा ट्रक येऊन तिच्या दारात उभा राहिला. तिच्या नावाचं एक पार्सल आलेलं होतं. त्या पार्सलच्या आत एक खोकं होतं. ते सिॲटलमधील एका वकिलाच्या फर्ममधून आलेलं होतं. त्यात एक पत्र होतं. पत्रात लिहिलं होतं :'श्री. रॉबर्ट किनसेड

यांच्या मालमत्तेची आम्ही देखभाल करतो. त्यांचं नुकतंच निधन झालं...'

त्या खोक्यात किनसेडचे कॅमेरे होते, एक चांदीचं ब्रेसलेट आणि रॉबर्ट किनसेडने १९७८ साली फ्रॅन्सेस्काच्या नावे लिहिलेलं पत्र होतं. परंतु त्या पत्राला पुष्टी जोडून त्यात कार्लिस्ले मॅकमिलनची सगळी माहिती अंतर्भूत करणं त्याला नंतर कधी जमलंच नाही. त्यामुळे जाण्यापूर्वी तो सगळी कोरी पाटी करून जाऊ शकला नाही. त्याने आपल्या काही गोष्टी फ्रॅन्सेस्का जॉन्सनसाठी मागे ठेवल्या. त्याने तसं का केलं, हे फक्त तोच जाणे.

कार्लिस्ले मॅकमिलनविषयी बोलायचं झालं, तर त्याचीपण एक वेगळी कहाणी आहे. त्या कहाणीत एक येर्कस काउंटी वॉर आहे आणि एक स्त्री आहे. या स्त्रीनेच त्याला लहानाचा मोठा केला. त्याच्यासाठी अपरंपार कष्ट घेतले. ही कहाणीसुद्धा सांगण्यासारखी आहे. कदाचित कधीतरी मी ती सांगेनही.

नाइटहॉक कमिंग्जचं वय आता पंचाऐंशीच्या आसपास असेल. तो टॅकोमामध्ये एका अपार्टमेंटमध्ये राहातो. त्याला पाठीच्या मणक्याचा विकार असल्याने त्याचा हात सतत बधिर असतो. त्यामुळे तो आता वादन करू शकत नाही. पण अजूनही कधीतरी संध्याकाळच्या वेळी तो आपलं वाद्य बाहेर काढून 'ऑटम लीव्ह्ज' वाजवतो आणि आपल्या मित्राची, रॉबर्ट किनसेडची आठवण काढतो. रॉबर्ट किनसेड आणि फ्रॅन्सेस्का नावाची एक स्त्री या दोघांची कहाणी नाइटहॉक कमिंग्जला माहीत आहे, पण किनसेडने त्याला तिचं संपूर्ण नाव किंवा राहाण्याचं ठिकाण, पत्ता इत्यादी कधीच सांगितलं नाही. नाइटहॉकच्या अपार्टमेंटच्या भिंतीवर एका ब्रिजचा फोटो आहे. छप्पर असलेल्या ब्रिजचा फोटो. त्यावर रॉबर्ट किनसेडची स्वाक्षरी आहे. कुठल्यातरी अनामिक आकर्षणाने नाइटहॉकला त्या ब्रिजची ओढ वाटते आणि तो जेव्हा कधीही आपलं वाद्यं वाजवायला बसतो, तेव्हा तो त्या ब्रिजकडे टक लावून बघतो.

रॉबर्ट किनसेडचा गोल्डन रिट्रीव्हर कुत्रा हायवे याला सांभाळण्याची जबाबदारी नाइटहॉकच्या पुतण्याने स्वीकारली. किनसेडच्या मृत्यूनंतर हायवे आणखी चार वर्षं जगला. आणि हॅरी? रॉबर्ट किनसेडचा पिकअप ट्रक? त्याचं पुढे काय झालं, याचा मात्र छडा मी लावू शकलो नाही. माझ्या संपूर्ण संशोधनाच्या काळात जशी फ्रॅन्सेस्का, रॉबर्ट किनसेड, हायवे आणि इतर पात्रं जिवंत होऊन माझ्या डोळ्यांसमोर आली, तसाच हा 'हॅरी' नावाचा पिकअप ट्रकसुद्धा आला. खूप प्रयत्नांती अखेर मला त्याचा तपास लागला. हा हॅरी नावाचा ट्रक आता साउथ डाकोटात राहातो. कुणीतरी त्याची अत्यंत प्रेमाने दुरुस्ती करून त्याचं पुनरुज्जीवन केलं आहे. मी जेव्हा कार्लिस्ले मॅकमिलनला भेटलो, तेव्हा त्याने मला त्या 'हॅरी' ट्रकला चालवून बघण्याची आनंदाने परवानगी दिली. मी आणि कार्लिस्लेने त्या ट्रकमध्ये बसून उंच-

सखल रस्त्याने भरपूर प्रवास केला. जो प्रवास किनसेडने आणि हॅरीने केला होता, त्याच रस्त्यावरून परत एकदा आम्ही भ्रमंती केली. त्यांनी जे-जे पाहिलं, तेही आम्ही पाहिलं. सरत्या दिवसाच्या प्रकाशाचा पाठपुरावा केला. मी 'हॅरी' ट्रकमधला ग्लोव्ह बॉक्स उघडून पाहावा, असं कार्लिस्लेने सुचवलं. त्याप्रमाणे मी तो उघडला. त्यात एक चुरगळलेलं बिझिनेस कार्ड खोचून ठेवलेलं होतं. त्या कार्डवर लिहिलं होतं : 'रॉबर्ट किनसेड, रायटर-फोटोग्राफर.' म्हणजे मला आणखी एक छोटासा दुवा मिळाला. त्या ग्लोव्ह बॉक्समध्ये एका रुमालात गुंडाळलेला एक कोडॅक्रोमचा II रोलही मला सापडला. २५ स्पीडचा. न वापरलेला.

मी तुम्हाला इथेच सोडून जात आहे... सोबत माझ्या आयुष्यातला माझ्या भ्रमंतीमधला एक क्षणही तुमच्यासाठी ठेवून जात आहे...

समुद्रकिनारी पर्वतांमधल्या घळीत
मी येऊन पोहोचलो
पाण्याला निळा-जांभळा रंग देणाऱ्या
ज्वालामुखीच्या वाळूवरून भरधाव
वेगाने प्रवास करून मी इथे आलो.
किनाऱ्यावर आणखी पुढे जाऊन पोहोचलो
बरोबर एक तासापूर्वी
याच ठिकाणी मी एक महाकाय
अजस्त्र देहाचा एलिफंट सील पाहिला होता
हजारो पौंड वजनाचा.

तो कॅलिफोर्नियाचा किनारा होता
ते शरद ऋतूतले दिवस होते
आणि वाळू उष्ण, उबदार होती
पायात उंच रबरी बूट चढवून
मी मुक्तपणे वाळूत चालत निघालो
त्या घळीमध्ये उभा राहिलो
डोळे भरून ते दृश्य मी पाहिलं
नजरेत साठवून घेतलं...
समुद्र जिथे सुरू होत होता
तिथपर्यंतचं सगळं न्याहाळलं.

कार्लिस्ले मॅकमिलनची आई
एके काळी याच किनाऱ्यावर
रॉबर्ट किनसेड नावाच्या माणसाबरोबर
पहुडली होती...
किनसेड हा
असाच एक फोटोग्राफर होता
प्रकाशाचा माग काढत इथवर आला होता
कारण तो प्रकाश याच रस्त्यावर होता.

ते १९४५ साल होतं.
तो युद्धातून सहीसलामत परत आला होता.
एका मोटारसायकलवर बसून
इथपर्यंत येऊन पोहोचला होता.
इथे आयुष्याच्या उभारीच्या काळात
दोघं एकमेकांसमवेत बसून खळखळून हसले होते
रेड वाइनचे घुटके घेत,
पाण्यापाशी बसले होते.
आणि त्यातूनच त्या मुलाचा जन्म झाला,
कार्लिस्ले नावाच्या मुलाचा.

निळी खाडी.
मी कॅमेऱ्याचा स्टँड नीट लावला,
त्यावर परत एकदा तो निकॉन कॅमेरा उभा केला.
मनात विचार होते रॉबर्ट किनसेडचे.
आणि विन मॅकमिलनचे,
माझ्या बुटांच्या आसपास पाणी खळाळत होतं.
पहाटेचा पहिला वारा
सायप्रसच्या झाडांमधून सळसळत होता.

मी काढलेला तो फोटो
नंतर एका म्युझियमच्या भिंतीवर टांगण्यात आला.
पुढे त्या म्युझियमच्या क्युरेटरने मला फोन केला.
ती म्हणाली, "खरंच का ते पाणी निळ्या वाळूवरून वाहातंय?

वरकरणी तर ते निळ्या वाळूवरून वाहाणारं पाणी वाटत नाहीये.''
त्यावर मी म्हणालो, ''कित्येक शतकांपूर्वी एका ज्वालामुखीने
ते घडवून आणलं...''
मी सहजच नंतर इकडे आलो.

...मी आणि रॉबर्ट किनसेड.

आणि घरापासून हे कितीतरी दूर आहे ना?
खूपच दूर.

■